प्रतिश्रुती

स्मरणयात्रा भीष्मांची

अश्रू हरवलेल्या महान व्यक्तीची कथा

ध्रुव भट्ट

अनुवाद

अंजनी नरवणे

मेहता पब्लिशिंग हाऊस

Please contact us at **Mehta Publishing House,** Pune.
Email : production@mehtapublishinghouse.com
Website : www.mehtapublishinghouse.com

PRATISHRUTI : SMARANYATRA BHISHMANCHI by Dhruv Bhatt
Originally Published in Gujrathi

Copyright © Dhruv Bhatt

Translated into Marathi Language by Anjani Naravane

प्रतिश्रुती : स्मरणयात्रा भीष्मांची / अनुवादित पौराणिक कादंबरी

अनुवाद : अंजनी नरवणे
author@mehtapublishinghouse.com

मराठी अनुवादाचे व प्रकाशनाचे हक्क मेहता पब्लिशिंग हाऊस, पुणे.

प्रकाशक : सुनील अनिल मेहता, मेहता पब्लिशिंग हाऊस,
१९४१, सदाशिव पेठ, माडीवाले कॉलनी, पुणे - ४११०३०.

प्रथमावृत्ती : ऑगस्ट, २०१९

मुखपृष्ठ : फाल्गुन ग्राफिक्स

P Book ISBN 9789353173081
E Book ISBN 9789353173098
E Books available on : play.google.com/store/books
www.amazon.in

परंपरांना आणि रूढींना चिकटून न राहता
बदलत्या काळाच्या नैसर्गिक बदलांचा
स्वच्छ मनाने स्वीकार करणाऱ्या सर्वांना –

थोडंसं कथेबद्दल...

झाडाखाली किंवा घराच्या ओट्यावर बसून मुलांना गोष्टी सांगण्यासाठी मी 'महाभारत' अनेकदा वाचलं आहे. महाभारतातील अनेक व्यक्तींमधील काहींचं मला विशेष आकर्षण वाटतं – पांचाली, कर्ण, कुंती, भीष्म, तसेच स्वतःच्या वडिलांना शोधायला निघालेले बभ्रुवाहन, स्वेच्छेनं मरणाला सामोरा जाणारा इतिहासातील पहिला शहीद म्हणता येईल असा घटोत्कच, आणि अर्थात कृष्ण! त्यातील एक पात्र – भीष्म – यांच्याबद्दल मला जे वाटतं, ते सांगण्याचा प्रयत्न म्हणजे ही कथा.

प्रचलित असलेल्या कथेत व महाभारततही लिहिलं आहे त्याप्रमाणे अष्टवसूंपैकी 'द्यो' नावाचा एक वसू गंगेचा आठवा मुलगा म्हणून जिवंत राहतो. या मी लिहिलेल्या कथेमध्ये सात वसूंना शाप मिळाला; पण काही कारणाने आठव्या वसूला शाप लागला नाही, असं मी दाखवलं आहे.

शंतनू-गंगा यांचा आठवा मुलगा भीष्म याला मी आठवा वसू द्यो म्हणून नाही, तर सात वसूंनी गंगामातेला सोपवलेल्या आपापल्या थोड्या थोड्या अंशांमधून प्रकट झालेलं वेगळं अस्तित्व, असा दाखवला आहे.

मी हे असं दाखवण्यासाठी गंगा आणि वसूंचं जे बोलणं झालं, त्यातील पुढे दिलेल्या दोन श्लोकांचा आधार घेतला आहे –

'एवमेतत् करिष्यामि पुत्रस्तस्य विधीयताम् ।
नास्य मोघः संगमः स्यात् पुत्रहेतोर्मयासह ॥'

– गंगा, आदिपर्व, संभवपर्व, अध्याय ९६, श्लोक क्र. २०

(मी तसं करेन, परंतु राजाने पुत्रजन्माच्या इच्छेनं माझ्याबरोबर केलेलं मीलन व्यर्थ जाऊ नये, म्हणून एका पुत्राची व्यवस्था झाली पाहिजे.)

'तुरीयार्धं प्रदास्यामो वीर्यस्यैकैकशो वयम् ।
तेन वीर्येण पुत्रस्ते भविता तस्य चेप्सितः ॥'

– वसू, आदिपर्व, संभवपर्व, अध्याय ९६, श्लोक क्र. २१

(आम्ही सर्वजण आमच्या तेजाचा एक एक अंश देऊ. त्या तेजामुळे नंतर तुम्हाला जो पुत्र होईल, तो त्या राजाच्या अभिलाषेला अनुरूप असा होईल.)

– ध्रुव भट्ट

। एक ।

"**आ**युष्याचं गूढ चांगल्या तऱ्हेनं समजावून ते कसं जगावं हे शिकवण्यासाठी निसर्गाची निर्मिती केली गेली आहे– आयुष्य निरर्थक आहे असं सांगण्यासाठी नाही! बाळांनो, तुम्ही वसू हे सत्य विसरून वागू शकता, किंवा त्याच्याकडे दुर्लक्ष करू शकता. मी तर स्वतःच निसर्गाचं एक रूप आहे, तेव्हा मी हे सत्य विसरू शकत नाही; किंवा त्याच्याकडे दुर्लक्षही करू शकत नाही," गंगेनं पृथूच्या मागणीला नकार देताना असं म्हटलं होतं.

माझ्या मातेनं माझ्या जन्माबद्दल मला जे सांगितलं होतं आणि मी खरा कोण आहे ते सर्व मला सांगतानाही असंच म्हणाली होती.

ती सर्व हकिकत सांगत असतानाही माँ म्हणाली होती, "पृथ्वीवर आपल्या आयुष्याची कालमर्यादा जरी आधीच ठरलेली असली, तरी जे आयुष्य जगण्यासाठी मिळतं, ते नाकारण्याचा अधिकार जन्माला येणाऱ्या कोणत्याही जीवाला नाही."

माँ असं सगळं का म्हणून सांगत असेल, ते मला समजत नव्हतं. मी तिचं ते सत्यकथन खरं वाटत नसावं अशा आश्चर्यचकित चेहऱ्यानं तिच्याकडे बघत होतो.

होय, मला दिसत तर होतंच. आजही त्या प्रसंगाची आठवण येते, तेव्हा स्वर्गातून हाकलून दिले गेलेले आम्ही पृथ्वीच्या दिशेनं खाली खाली जात होतो, तेव्हा वाटेतच आम्हाला गंगा भेटली होती, ते दृश्य डोळ्यांसमोर दिसतं.

आम्हाला सातही जणांना बरोबरच पृथ्वीच्या दिशेनं गडगडत जाताना बघून तिनं विचारलं होतं– "अरे! वसूंनो! तुम्ही अशा स्थितीत का आहात? कुठे चाललाय? काय झालं? सांगा तरी!"

गंगेनं विचारल्यावर आम्हाला जरा धीर आला होता. तिनं असे प्रश्न विचारल्यानं आमचं गडगडत खाली जाणं थांबलं होतं. आता आम्ही देवी गंगेशी

बोलत राहू, तितका वेळ आमचं खाली जात राहणं थांबणार होतं.

पृथू तिला उत्तर द्यायला पुढे झाला, तेव्हा आम्हा सातही जणांना मनोमन वाटलं, की जिनं आम्हाला इथं थांबवून प्रश्न विचारलाय, ती गंगाच पृथ्वीवर सर्व जीवांचा उद्धार करणारी मानली जाते, तर मग स्वर्गातून आमचं पतन थांबवायला आणि आमचा उद्धार करायला तिला विनंती केली तर?

आम्ही एकमेकांकडे बघितलं आणि डोळ्यांनीच खुणा करत आमची हकिकत गंगेला सांगायचं ठरवलं. आम्हाला श्रद्धा वाटली, की जी गंगा सगरपुत्रांचा उद्धार करण्यासाठी स्वर्ग सोडून भूमीवर प्रकट होण्याला होकार देऊ शकली, ती गंगा आम्हाला इंद्राच्या वसूंना मदत करायला 'नाही' म्हणणार नाहीच.

आम्ही जे केलं होतं, आणि मग आमच्या बाबतीत जे काही घडलं होतं, ते काहीही न लपवता आम्ही गंगेला सांगितलं, तर आमची विनंती ती नक्कीच मान्य करेल, या आशेनं पृथूनं सांगायला सुरुवात केली. "हे महान गंगादेवी, आम्ही देवांबरोबर मेरू पर्वताच्या उत्तरेच्या बाजूच्या उतारांवर फिरायला गेलो होतो. मेरूच्या तळाच्या प्रदेशात वसिष्ठ ऋषींचा आश्रम दिसला, आणि तेथून पुढे हे सारं घडलं–"

–नंतर जे घडलं ते असं, की देव आणि वसू मेरू पर्वतावर मजेत हिंडत होते. तेव्हा खाली पायथ्याशी असलेल्या उतारांच्या मध्ये असलेल्या एका सुंदर आश्रमाकडे पृथूचं लक्ष गेलं. तो आश्रम आपल्या पत्नीला दाखवत त्यानं सांगितलं, "खाली दिसतोय तो आश्रम आपव ऋषींचा आहे. साऱ्या आर्यावर्तात इतका सुरेख आश्रम दुसरा नाही. बांबू आणि लाकूड एवढंच वापरून माणसं किती सुंदर निर्माण करू शकतात, त्याचं हा आश्रम हे उत्तम उदाहरण आहे. बघितलंस?"

पृथूची पत्नी तर आजूबाजूचे वेल, लहान-मोठे निर्झर, फुलं, फुलपाखरं बघण्यात इतकी रमली होती, की तिनं फारसं लक्ष दिलं नाही; पण द्योच्या पत्नीनं पृथूला विचारलं, "हे आपव ऋषी म्हणजे कोण?"

"पूर्वी वरुणाचे पुत्र होते, ते वसिष्ठ ऋषी म्हणजेच आपव," पृथूनं सांगितलं. द्योनं त्याला पुष्टी देत पुढे म्हटलं, "म्हणजे ज्यांच्याकडे नंदिनी गाय आहे, ते वसिष्ठ ऋषी म्हणजेच आपव. दक्षाची मुलगी आणि कश्यप यांनी निर्माण केलेली नंदिनी गाय ज्यांची आहे, ते वसिष्ठ. त्यांची ही नंदिनी गाय कामधेनू आहे, असं समजलं जातं. ही गाय माणसांचे सर्व मनोरथ पूर्ण करून इच्छित फलप्राप्ती करून देते असंही म्हणतात; आणि असं ऐकलं आहे, की तिचं दूध पिणाऱ्या माणसाला कधी वार्धक्य येत नाही."

नंदिनी गायीचं हे वर्णन द्योची पत्नी उत्सुकतेनं ऐकत होती. तिनं काही वेळ विचार केला आणि म्हणाली, "द्यो, मनुष्यलोकात जिनवती नावाची माझी एक

मैत्रीण आहे. खूप दिवसांपासून माझी इच्छा आहे, की तिला एक सवत्स गाय भेट द्यावी. ही नंदिनी गाय जर मनातल्या इच्छा पूर्ण करणारी असेल, तर तिच्याहून उत्तम गाय असूच शकत नाही! तर मग तुम्ही मला नंदिनी गाय आणून द्या.''

पत्नीची ही मागणी ऐकून द्योची पंचाईत झाली. वसिष्ठ ऋषींची आणि नंदिनीची एवढी सगळी माहिती आपण सांगायलाच नको होती, असं त्याला वाटू लागलं. तो गप्प बसला म्हणून अपमान वाटून ती रडू लागली. आम्ही इतर सर्व वसूंनी तिला शांत करण्याचा, समजावण्याचा खूप प्रयत्न केला; पण ती ऐकायला तयार नव्हती. नंदिनीचे दूध पिऊन माझी मैत्रीण चिरकाळ तरुण राहावी, ही तिची इच्छा द्योनं पूर्ण करावी, असा तिनं हट्ट धरला. इतर सर्व वसूंच्या पत्नींनी तिची समजूत घालण्याऐवजी तिच्या हट्टाला पाठिंबा देत गाय मागून आणायलाच सांगितलं. आम्ही सर्वांनी गप्प राहण्याचा प्रयत्न केला. शेवटी त्या सर्वजणींनी त्यांचं शेवटचं अस्त्र म्हणून आमच्या अहंकाराला आव्हान देण्यासाठी म्हटलं, ''इंद्राच्या अगदी जवळचे आणि तिन्ही लोकांचे राजाधिराज तुम्ही अष्टवसू समजले जाता, म्हणून आत्तापर्यंत वसुपत्नी असण्याचा आम्हालाही गर्व वाटायचा; परंतु आज बघतो, तर तुम्ही कोणीही आमची एक लहानशी इच्छाही पुरी करू शकत नाही! तेव्हा असं वाटतं, की आमचं वसुपत्नी असणंच काय, तुम्हा सर्वांचं वसू असणंही निरर्थकच आहे!''

आमच्या अहंकाराला दिलेल्या या आव्हानानं आम्हाला माघार घ्यावी लागली. आता आम्हा वसूंकडे काही उपाय नव्हता. ऋषींकडे मागून तर गाय मिळालीच नसती, आणि एका पवित्र ऋषींशी सशस्त्र युद्ध करणं हा तर अगदीच अधर्म झाला असता, शिवाय असं धाडस करण्याचे परिणाम भयंकर होऊ शकले असते. खूप विचार केल्यावर द्यो, पृथूसकट आम्ही सातही वसूंनी एक कधीही करू नये असं काम करण्याचं ठरवलं– की ऋषी बाहेर जातील तेव्हा गाय चोरून आणायची.

तसं पाहिलं तर इंद्रासकट कोणासाठीही, चोरी करून दुसऱ्याची वस्तू आणणं ही नवी गोष्ट नव्हती. आणि अशी चोरी केल्यावर पकडलं गेलं, तर एखाद्या देवाच्या किंवा मग शेवटी इंद्राच्या कृपेनं एखादी लहानशी शिक्षा भोगून सुटून जाता येत होतं. आणि ही काही फार मौल्यवान वस्तूची चोरी तर नव्हतीच– बस् फक्त एक गाय चोरून आणायची होती! आम्ही इंद्राचे वसू तर चोरी करण्याची कितीतरी कामं करू शकू असे होतो!

एक दिवस ऋषी आश्रमात नव्हते तेव्हा आम्ही सातही वसू जाऊन ती गाय घेऊन आलो.

ऋषींच्या गैरहजेरीत चोरलेल्या त्या नंदिनीला आम्ही द्योच्या पत्नीला किंवा तिची मैत्रीण जिनवती हिला देण्यापूर्वीच वसिष्ठ ऋषींचा शाप आमच्यापर्यंत पोहोचला!

गायीला घेऊन आम्ही अजून मेरू पर्वत ओलांडलाही नव्हता. त्याआधीच आकाशाला भेदेल असा ऋषींचा आवाज ऐकू आला! ''नंदिनी! बंधनातून मोकळी हो आणि परत ये. तुला कोण घेऊन गेलं ते मला समजलं आहे. त्या सातही वसूंना मी शाप देतो, की या क्षणीच त्यांची अधोगती सुरू होईल आणि ते सर्व पृथ्वीलोकात जाऊन पडतील. देवांचे वसू असूनही ते सामान्य माणसांसारखे वागले आहेत. म्हणून त्या सर्वांचा जन्म आता मनुष्ययोनीत होईल.''

ही सर्व हकिकत सांगून पृथूनं आणि आम्ही बाकीच्या सहाजणांनी गंगेला प्रणाम करून म्हटलं, ''हे देवी, आपण तर पृथ्वीवर राहताच. आपण स्वत:च आम्हाला पृथ्वीलोकावर जन्म द्या. म्हणजे आम्हाला मानव स्त्रीच्या पोटी जन्म घ्यावा लागणार नाही, आणि जन्म झाला, की लगेच आम्हाला पाण्यात सोडून द्या. म्हणजे आम्हाला पृथ्वीवर मनुष्यरूपानं राहून...''

पृथूच्या सांगण्याला काही उत्तर देण्याआधी गंगा हसली– कदाचित आमची दशा बघून, कदाचित सर्वच देवजनांच्या वृत्तीवर. ती हसून म्हणाली होती, ''हं! भीती वाटते. होय ना? जन्म-मृत्यू, वार्धक्य, आजारपण, हे सर्व तर देवांना आवडणार नाहीच!– परंतु मनुष्यांमध्ये दिसणारी, हर्ष, उल्लास, विषाद, पश्चात्ताप, चिंता हे सर्व चांगलं-वाईट भोगण्याची इच्छा किंवा शक्ती, या दोन गोष्टीही मला देवांमध्ये कधी दिसल्या नाहीत! मानवांच्या मनातील या भावना आणि संवेदनशीलताच मला– स्वर्गात वाहणाऱ्या माझ्या प्रवाहाला– पृथ्वीवर वाहण्यापर्यंत घेऊन आल्या आहेत.''

''देवी! आपण जे सांगता आहात, ते खरंच असणार; पण तरीही आम्हाला मनुष्यलोकात जन्मायचं नाही.''

तेव्हा गंगा दृढ आवाजात म्हणाली, ''हे अशक्य आहे. मीच तुम्हाला नवीन जन्म देईन आणि तुम्हाला मानव मातेची मुलं व्हावं लागणार नाही. एवढं मी करू शकेन; परंतु तुम्हाला पृथ्वीवर जन्मच घ्यावा लागणार नाही, हे शक्य होणार नाही.''

''जर ते शक्य होणार नसेल, तर आम्हाला जास्त काळ पृथ्वीवर राहावं लागणार नाही, एवढं करण्याची कृपा तरी करा! आम्हाला जन्म द्या, आणि लगेच पाण्यात सोडून मुक्ती द्या. आम्हाला मनुष्यलोकात सगळं आयुष्य काढावं लागणार नाही, एवढी कृपा करा.'' आम्ही सर्वांनी सांगितलं.

पृथू म्हणाला, ''होय देवी! आमचा जन्म झाल्याबरोबर आम्हाला पाण्यात सोडून द्या, तर आम्ही मर्त्यलोकात जन्मलो असं म्हणता येईल; परंतु आमचं आयुष्य मात्र अत्यल्प राहील. तुम्ही आम्हाला एवढी मदत करा, की जन्मल्याबरोबर आम्हाला जलसमाधी देऊन टाका,'' वसूंनी पुन्हा तीच विनंती केली.

"मी तुम्हाला मदत करायला नाही म्हणत नाहीये. तुमचे जन्म मानवमातेच्या पोटी होणार नाहीत, एवढं मी करेन. मी स्वतःच तुम्हाला जन्म देईन; परंतु तुम्हाला पृथ्वीवर मनुष्यरूपानं जिवंत तर राहावंच लागेल."

"दुसरा काही उपाय नाही?" आम्ही विचारलं.

"आहे," गंगा म्हणाली, "जर वसिष्ठ ऋषींनी शापाची तीव्रता कमी केली आणि तुमच्यापैकी कोणाला तरी एकालाच शाप भोगावा लागेल असं ते म्हणाले, तर फक्त एका वसूला पृथ्वीवर राहावं लागेल, असं करता येईल. मला वाटतं, हा द्यो एकटाच मनुष्यलोकात राहील आणि दीर्घ आयुष्य जगेल. तुम्हा सर्वांना त्याच्यामुळेच तर शाप मिळाला आहे!"

"आँ?" द्योच्या गळ्यातून जणू शब्द उमटतच नव्हता! त्यानं गंगादेवीसमोर हात जोडले आणि म्हणाला– "नाही देवी! नको! माझ्यावर दया करा. तुम्हाला तर ठाऊक आहे, की एकदा मनुष्यजीवन जगलो, तर पुन्हा कधीही मला स्वर्गात राहण्याचा अधिकार राहणार नाही. माणसांना स्वर्गात जागा मिळणं किती अवघड असतं, ते मला माहीत आहे."

आता गंगा गंभीर झाली आणि म्हणाली, "सर्व वसूंनो, मी काय सांगतेय ते नीट ऐका. स्वर्ग-पृथ्वी-पाताळ या तीनही लोकांना, त्रिपथगामिनी असल्यामुळे मी पूर्णपणे ओळखते आणि तेथे राहणाऱ्यांनाही. मनुष्यलोकात मला ज्याचं आकर्षण वाटतं, ती गोष्ट म्हणजे त्यांचा एकमेकांवरचा अढळ विश्वास, आणि जोडलेले संबंध सांभाळण्याची जी निष्ठा ते दाखवतात, ती. तुम्हाला जन्म देण्यासाठी मला जर एखाद्या मनुष्याची पत्नी बनून राहायचं असेल, तर मला मानवी पत्नीप्रमाणे त्याचं प्रेम, विश्वास आणि जबाबदारी स्वीकारून राहावं लागेल. मी माझ्या पतीशी द्रोह करू शकणार नाही.

मी काय म्हणते आहे त्याचा अर्थ नीट समजतोय तुम्हाला? पृथ्वीलोकात तुम्हाला जन्म देण्यासाठी मी जर एखाद्या पुरुषाशी संबंध जोडला, तर त्याच्याबरोबर पत्नी म्हणून जगताना माझा जो धर्म असेल, तो मी मोडू शकणार नाही. मला कमीत कमी एक पुत्र तरी त्याला द्यावा लागेल."

आम्ही सर्व वसू आश्चर्याने गंगेकडे पाहत राहिलो. आम्हाला वाटलं की ती जरा जास्तच भावनाशील झाली आहे आणि तिच्या मूळ स्वभावापेक्षा वेगळं बोलते आहे.

आम्ही तिला असं समजावणार तेवढ्यात गंगा पुढे म्हणाली, "आणि तुम्हीच मला सांगा, की एक मानव– तीही स्त्री– स्वतःच स्वतःच्या पुत्रांना जन्मल्याबरोबर पाण्यात सोडून देईल. इतकी क्रूर मी कशी होऊ शकेन?"

आम्ही अतिशय आश्चर्यानं तिच्याकडे पाहत राहिलो. मग जणू तिची समजूत घालण्यासाठी आम्ही म्हटलं, "देवी, तुम्ही तर निसर्गाचंच एक स्वरूप आहात.

निसर्गासाठी तर जीवन किंवा मृत्यू ही फक्त एक निसर्गक्रमानं होत राहणारी घटना, याहून विशेष काही नाही. तर मग तुमच्या दृष्टीनं जन्म आणि मृत्यू हे सारखेच असले पाहिजेत.''

द्यो तर पुढे आणखी म्हणाला, ''तुमच्या खूप वेगानं वाहणाऱ्या प्रवाहातून पलीकडे जात असणाऱ्या किंवा स्नान करत असणाऱ्या माणसांपैकी कितीक बुडून जात असतील ना! अशावेळी तर आपण निर्विकार असता!''

गंगा छानसं हसली आणि म्हणाली, ''इंद्राचे वसू आहात ना! वादविवाद करणं आणि वेगवेगळे अर्थ काढणं तर तुम्हाला छान येणारच! परंतु द्यो, असं आहे, की जीवन आणि मृत्यू या निसर्गातल्या अनिवार्य घटना असल्या, तरी निसर्गाचा मूळ उद्देश मानवांना सत्त्व, रज आणि तम या तीनही गुणांपासून मुक्त करण्यासाठी प्रपंच करून त्याला चिंतामुक्त करणं हा आहे. मी तर स्वत:च निसर्गाचा एक भाग आहे ना, तेव्हा या सत्याला आणि या सृष्टीरचनेला धरून चालणं, हा माझाही धर्म होतो!''

| दोन |

"**हो**य! मी कृष्णांना सरळ तोंडावरच सांगितलं होतं– नाही वासुदेव! तुम्ही सांगताय तसं मला नाही करायचं. जगाची चिंता करत आणि विचार करत जागत राहणं, हे तुम्हीच करा! (या निशा सर्वभूतानाम् तस्यां जागर्ति संयमी – श्रीमद् भगवद्गीता) मला रात्री जागत राहून कशाचाही विचार करण्याची इच्छा नाही. मला तर शांतपणे झोपायचं आहे."

गोविंद डोळे विस्फारून आश्चर्यानं म्हणाले होते, "अरे वा! शांतपणे झोपायचं आहे? तेही या रणांगणावर आणि या शरशय्येवर! खरोखर असा पराक्रम भीष्मांशिवाय दुसरं कोणीही करूच शकणार नाही, असं मी बरेचदा ऐकतो, तेव्हा ते ऐकून मला कौतुक तर वाटतंच; परंतु असं करण्यात तुम्हाला जे कष्ट भोगावे लागत आहेत, ते मला मुळीच आवडत नाही."

कोण जाणे कृष्ण आत्ता का आले होते. ते तर अचानकच येऊन पोहोचले. रात्रीचा दुसरा प्रहर सुरू होण्याच्या त्या वेळेला कोणी भेटायला येईल असं मला अजिबातच वाटलं नव्हतं. मी तर सारं आकाश भरून आपापल्या मार्गानं जात असलेली नक्षत्रं धारण करणाऱ्या माझ्या माच्या– मंदाकिनीच्या स्वर्गीय पदराखाली (आकाशगंगा) शांत पडलो होतो. अशा वेळी कोण्या निशाचर प्राण्यानं येऊन मला त्रास देऊ नये म्हणून युधिष्ठिरानं पहाऱ्यावर ठेवलेले सैनिक गोविंदना माझ्याकडे घेऊन आले.

झोपेतही पावलांच्या दमदार आवाजानं माझी झोप मोडली. पावलांचा आवाज ओळखण्याचा प्रयत्न केला, तेव्हा लक्षात आलं, की गोविंद आहेत. मी मदतीला असलेल्या माणसाला गोविंदना बसायला आसन आणायला सांगितलं, आणि गोविंदना 'बसा' म्हटलं. तेव्हा ते म्हणाले, "पितामह, तुम्ही इतक्या वेदना सहन करता आहात, तेव्हा मी बसणार नाही. मी उभाच राहीन."

मी मदतनिसांना आसन तेथेच राहू देऊन दूर जायला सांगितलं आणि गोविंदना पुन्हा बसायचा आग्रह करत

म्हटलं, "कृष्णा, कोणाच्याही दु:खांची काळजी करण्याला आता काय अर्थ आहे? आपण दुसऱ्यांच्या दु:खाची काळजी सुरुवातीपासूनच केली असती, तर कदाचित हे युद्धच झालं नसतं!"

"नाही– नाही, पितामह," मला थांबवत गोविंद म्हणाले, "आपण, मी किंवा युद्ध करत असलेलं कोणीही शारीरिक वेदनांची काळजी करत नाही. आपण सर्व दु:खांचा आदर करणारे आहोत. त्यांची काळजी करणारे नाही."

मग मी काही उत्तर देण्याआधीच ते पुढे म्हणाले, "परंतु जाणूनबुजून तुम्ही ज्या वेदना सहन करता आहात, त्या वेदनांचं दु:ख तुम्हाला किंवा मला जरी झालं नाही, तरी पांडवांना आणि द्रौपदीला झाल्याशिवाय राहणार नाही. पांचाली तर माझ्यावर आरोपही करेल. तुम्हाला तुमचा मृत्यू कसा होईल असं विचारण्यात आलं, तेव्हा मला चांगलं ठाऊक होतं, की दक्षिणायनात तुम्ही मृत्यू पावणार नाही आणि जिवंत राहून शरशय्येवर पडून राहाल. आता मला त्या सर्वांना समजवावं लागेल! तुम्ही म्हणताय की तुम्ही आता झोपून जाल; पण मला तर अजून जागत बसावं लागेल."

या रणभूमीवर, जमिनीपासून वर, बाणांच्या शय्येवर पाहतो, तर पूर्वेच्या क्षितिजावरून पुष्यनक्षत्र वर आलं आहे आणि आश्लेषा जरा जरा उगवण्याच्या बेतात आहे. रोज तर आश्लेषा नक्षत्रं उगवतं आणि त्याच्यामागे सर्पमणी क्षितिजावर दिसू लागतो, तोवर मी झोपून गेलेला असतो. काही खास प्रसंग किंवा काम नसेल, तर यावेळी मी जागा नसतो. गाढ, स्वप्नविरहित झोपेत असतो. तर मग आज जागा का आहे आणि माझ्या भूतकाळातल्या या सर्व गोष्टी आठवत का पडलो आहे? तेही मी गोविंदना स्पष्ट नकार दिला असताना?

गोविंद जरासं हसले होते आणि म्हणाले होते, "ठीक आहे, हरकत नाही, मीही मग माझ्या शिबिरात जातो आणि जरा वेळ झोपतो; पण बघा हं पितामह, मी पहाटे परत येईन. सकाळी तर कर्ण कौरवांच्या सैन्याचा सेनापती होणार. तो सूर्याची उपासना करून घेईल त्याच्या आधीच मला आलं पाहिजे. नंतर तर युद्धात काय होईल काही सांगता येत नाही, त्यामुळे युद्ध सुरू होण्यापूर्वीच मी तुम्हाला भेटायला येईन."

मला माझ्या तशा स्थितीतही हसू आलं. मी म्हणालो, "पुरे रे तुझं कृष्णा! तुला चांगलं ठाऊक आहे की असं सगळं सांगूनही तू मला माझ्या निर्णयात बदल करायला लावू शकणार नाहीस– सूर्य उत्तरेला येऊ लागणार नाही, तोपर्यंत भीष्म देहत्याग करणार नाही. होय, वेदना सहन कराव्या लागतील तरी हरकत नाही; परंतु उत्तरायण सुरू होण्यापूर्वी मला मुक्ती नको आहे!"

वासुदेवानं पुन्हा स्मित केलं आणि म्हणाला, "वा! आज शेवटी तुम्ही मला

'अरे' म्हणू लागलात, याचं मला खूप बरं वाटतंय! मलाही बरेचदा वाटायचं की मी तुम्हाला 'अरे देव' किंवा 'अरे व्रत' अशी एकेरी हाक मारावी; पण जेव्हा जेव्हा असं मनात आलं तेव्हा तेव्हा माझ्या एकदम लक्षात यायचं, की तुम्ही तर 'हस्तिनापूरचे राज्यरक्षक' या भूमिकेत आहात, म्हणून मग येणारी मर्यादा मी तोडू शकलो नाही, आणि– तुम्हीही ती तोडण्याची सूट मला कधी दिली नाहीत. आपल्या दोघांपैकी कोणीच ती अदृश्य रेषा ओलांडू शकलं नाही!''

''वासुदेव, मी बघितलंय, की कितीतरी माणसं स्वत:ला 'स्वयं नियन्ता'– स्वत:वर स्वत:चं पूर्ण नियंत्रण असलेली समजतात– तुम्ही त्यातले खरेच अग्रणी आहात. तुम्हाला कोणी कन्हैया म्हणो, की गवळी म्हणो, की आणखी काही, तुम्ही त्या सर्व नावांचा मुकाट्याने स्वीकार करता, आणि तरीही कशाचाच परिणाम होत नाही. बघा ना, त्या दिवशी राजसूय यज्ञाच्या वेळी भर सभेत शिशुपालानं केलेले अपमान आणि दिलेल्या शिव्या सहन करूनही तुम्ही हसतमुखाने बसला होतात! माझ्या अंगाचा तिळपापड होत होता.''

कृष्ण हसून म्हणाले, ''तुम्हीही माझ्यासारखंच वागला असतात, तर? पितामह, तुम्ही स्वत:ला खऱ्या अर्थानं मनुष्य समजला असतात, तर नक्कीच सर्व काही सहन करूनही मनानं मुक्त राहिला असतात. मला असं सांगा, की देवकीच्या आठव्या मुलानं केलं, तसंच गंगेच्या आठव्या मुलानंही आयुष्य जसं समोर आलं, तसं स्वीकारलं असतं, तर मानवांचा इतिहास वेगळा नसता झाला?''

मी नम्रतेनं उत्तर दिलं, ''गोविंद! हे सगळं वागणं तुमच्यासाठी सोपं आहे– माझ्यासाठी नव्हतं. मी बघितलं आहे आणि माझ्या लक्षात आलं आहे, की मनुष्य स्वत:ला परब्रह्म म्हणवून घेऊ शकतो आणि त्याप्रमाणे वागू शकतो म्हणूनच तो विश्वरूपदर्शन देण्यापर्यंत पोहोचू शकतो. फक्त माणसंच त्यांची जसं वागण्याची इच्छा असेल तसं वागण्याची शक्ती घेऊन पृथ्वीवर जन्म घेतात; पण मी मनुष्य नव्हतो– मी तर वसू होतो. मला तर एक शापित आयुष्य जगण्यापुरताच पृथ्वीवर एक जन्म घालवायचा होता, म्हणून आलो.''

कृष्ण त्यांचं म्हणणंच पुढे मांडत म्हणाले, ''आणि आपण दोघंही नदीचं संतान, तुम्ही गंगापुत्र म्हणून जन्माला आलात आणि मला जन्मताच कोणीतरी यमुनेच्या पलीकडे नेलं–''

मीही मग माझा मुद्दा न सोडता मध्येच म्हटलं, ''कृष्णा, जे ध्येय आणि जगण्याची जी रीत मी ठरवली, त्याच्यापेक्षा वेगळ्या तऱ्हेनं, ते बदलून जगणं माझ्यासाठी शक्य नाही. मला भीष्म म्हणूनच जन्माला यायचं होतं, भीष्म म्हणूनच जगायचं होतं आणि शेवटी त्याच रीतीनं मी मरण पावेन – उत्तरायणात.''

मी कृष्णाकडे बघितलं. माझी मान वाकडी होऊ नये म्हणून कृष्णानं त्याच्या

हातानं आधार दिला. मी जरा दम खाऊन चेहेरा हसरा करण्याचा प्रयत्न करत म्हणालो, ''नटवर, जशी तू केलेली कामं आणि तू करून दाखवलेले अद्‌भुत चमत्कार हेच तुझं 'कृष्णपण' आहे, तशाच माझ्या प्रतिज्ञा हे माझं 'भीष्मपण' आहे. माझं भीष्मपण नसतं, तर मी भीष्म नसतो!''

''अगदी असंच नाही,'' कृष्ण म्हणाला, ''कोणीही करू शकणार नाही ते करून दाखवण्याचा तुम्हाला मोह होता असं तर मी नाही म्हणणार; पण तसं न करताही तुम्ही भीष्मच राहिला असतात.''

''तुझ्या असं वाटण्याला काही अर्थ नाही कृष्णा,'' मी म्हणालो, ''मला पुनर्जन्म टाळायचा होता, आणि तो टाळण्यासाठी माझ्या प्रतिज्ञांचा मला उपयोग झाला.'' एवढं बोलून मी आसपास पाण्यासाठी बघितलं. बोलून थकवा नव्हता आला; पण तहान मात्र लागली होती.

मी कोणा सेवकाला जवळ बोलावणार तेवढ्यात गोविंदनं स्वत:च माझ्या तोंडात पाणी घातलं. पाणी पिऊन झाल्यावर माझ्या कानाजवळ तोंड आणून फक्त मलाच ऐकू जाईल असं कुजबुजला, ''तात, मला सांगा, एवढंच सांगा, की आज, या क्षणीही आपल्याला असंच वाटतंय का, की आपण केवळ मनुष्ययोनीत, पुनर्जन्म टाळण्यासाठीच 'भीष्म-आचरण' केलंत? जर तसं असेल, तर आपण ज्या तऱ्हेनं प्रतिज्ञा पाळून दाखवल्यात, तीच एकमात्र पद्धत होती? मी हा प्रश्न आपल्याला काही खास हेतूनं विचारतो आहे.''

''होय गोविंद, मला दुसरा कुठलाही मार्ग किंवा पद्धत नव्हती,'' मी सांगितलं. ''संसारापासून मुक्त राहण्याच्या अटीवरच मी जन्म घेतला होता. अजूनही, या क्षणीही, नकळत पडलेलं एखादं बंधन मला पुन्हा जन्म-मरणाच्या रहाटगाडग्यात अडकवेल. मला जे काही करावं लागलं, ते मी माझ्या प्रतिज्ञा पाळण्यासाठी केलं आहे. आता सूर्य उत्तरेला येऊ लागला की लगेच मी स्वर्गात जाऊन वसूंमध्ये मिसळून जाईन. मला आनंद वाटतोय की मग भीष्माचं अस्तित्व कुठेही राहणार नाही. मर्त्य लोकात फक्त त्यांच्या गोष्टी– आठवणी राहतील.''

वासुदेव पुन्हा माझ्या कानात म्हणाले, ''नाही तात, गोष्टी– आठवणींखेरीजही इतर पुष्कळ राहील. हा मनुष्यलोक आहे. येथे मृत्यू माणसाला मारू शकतो; पण त्याचा नाश नाही करू शकत. जाणाऱ्या प्रत्येकाचं काही ना काही, कोठे ना कोठे राहतंच.''

''होय कृष्णा, परंतु तसं राहूनही मी बंधनात नसेन ना? माझ्यावर कोणाचंही काहीही ऋण नसेल. मला काहीच परत द्यायचं नाही, की काही घ्यायचंही नाही. माणसांसारखं या एका जन्मापेक्षा जास्त जन्म किंवा जन्मजन्मांतरं मला नसतील.''

कृष्ण त्याच हळू, गोड आवाजात म्हणाले, ''पुनर्जन्म फक्त मनुष्यांनाच नाही,

अवतारांनाही घ्यावा लागतो. मी तर असंच म्हणेन, की राजत्याग, संसार नाकारणं, संबंधांचा तिरस्कार करणं, जीवन नाकारणं आणि भीष्मप्रतिज्ञा करण्यानंच जर जन्मजन्मांतर, ऋणं, अनुबंध यांपासून सुटका होत असती, तर सर्वांनी तसंच केलं असतं!''

एवढं बोलून गोविंदनी आसपास बघितलं आणि म्हणाले, ''आज मला दुसरीच एक गोष्ट– वेगळंच सत्य समजावयाचं आहे. मी आपल्याला आज्ञा तर करू शकत नाही; परंतु माझं एक म्हणणं आपण ऐकलंत, तर मला आनंद होईल.''

''सांगा ना वासुदेव, जे सांगायचं असेल, ते सांगा,'' मी म्हणालो. ''पितामह, आजची रात्र– फक्त आजचीच रात्र. तुम्ही साक्षीभावानं– स्वत:कडे दुरून बघत असाल तर– तुमचा जन्म, आयुष्य आणि तुम्ही केलेले निश्चय आणि प्रतिज्ञा यांच्याबद्दल विचार करा. अगदी मनापासून तुमच्या सरलेल्या आयुष्यातील प्रत्येक घटना आठवा. मी उद्या सकाळी येईन आणि तेव्हा तुमच्या या इच्छेचं कारण समजून घेईन, की आता सूर्य मकरवृत्तात प्रवेश करेपर्यंत मृत्यूला थांबवून धरणं तुम्हाला आवश्यक का वाटतं.''

मी कृष्णांना स्पष्टपणे उत्तर दिलं– ''नाही! मला असा काहीही विचार करायचा नाही. मला भूतकाळ आठवायचा नाही. कशासाठी मी असं करू? का म्हणून शेवटच्या दिवसांमध्ये माझा निर्णय बदलू? कृष्णा, भीष्मानं ठरवलं आहे, की तो दक्षिणायनात मृत्यू स्वीकारणार नाही, म्हणजे त्याचा एकच अर्थ की तो तसा मृत्यू नाहीच स्वीकारणार.''

यावर कृष्णांनी खूप प्रेमपूर्वक विचारलं, ''पितामह, मला हे समजत नाही, की असं काय घडलं, ज्यामुळे तुमचा प्रत्येक शब्द म्हणजे तुमची प्रतिज्ञा समजली जाते?''

''ते तर मलाही माहीत नाही; परंतु मला वाटतं, की माणसांच्या मनात प्रत्येक व्यक्तीबद्दल, त्याच्या वागण्या-बोलण्याबद्दल, एक पक्कं मत बनून जातं, मग त्या व्यक्तीकडे ते कुठल्या वेगळ्या दृष्टीनं बघूच शकत नाहीत. जे मत एकदा झालं, त्यापेक्षा वेगळं काही असू शकतं, असा विचारही मनात आणणं त्यांना पाप केल्यासारखं वाटतं.''

''बरं, ठीक आहे,'' आणि मग परत जाता जाता त्यांनी पुन्हा सांगितलं की, ''आपलं उत्तर असंच असलं, आणि दक्षिणायनात देहत्याग न करण्याची आपली प्रतिज्ञा असली, तरीही मी उद्या सकाळी परत येईन.'' एवढं बोलून कृष्ण गेले; परंतु जाता जाता नेहमीसारखा त्यांनी मला प्रणाम केला नाही, की मी त्यांना आशीर्वाद दिला नाही.

गोविंद सांगून गेले आहेत की ते उद्या सकाळी लवकर येतील, आणि त्यांनी

सांगितलं आहे, म्हणजे ते परत येतीलच.

मला वाटत होतं की हिंस्र पशूंना माझ्यापासून दूर ठेवायला ओळीनं उभ्या केलेल्या सेवकांची रांग ओलांडून गोविंद बाहेर पडतील त्याच्या आधीच मी स्वस्थपणे झोपून गेलेला असेन; पण आज माझं मन निर्विकार राहू शकलं नाही.

नेहमी झोपायच्या वेळी शांत सरोवरासारख्या, विचार न करणाऱ्या, स्वप्नं न पडणाऱ्या माझ्या मनात आज मंद मधुर हालचाल जाणवत होती– बघा ना, जणू ऋषी आपवांचा शाप ऐकू येतो आहे– जणू माझ्या मनुष्यजन्माच्या तयाऱ्या चालल्या आहेत!

मला स्पष्ट दिसतंय की गंगामातेनं इतकं समजावल्यावरही एकही वसू– खुद्द द्योही पृथ्वीवर दीर्घकाळ आयुष्य घालवायला तयार झाला नव्हता. प्रत्येकाला लगेच परत स्वर्गात जायचं होतं– स्वर्गाच्या मोहिनीतून एकही वसू मुक्त होण्यास तयार होऊ शकत नव्हता. सगळे एकमेकांकडे बघत होते!

शेवटी पृथूनं सुचवलं, "देवी! चला, असं करू या, की आम्ही सातही जण आपल्या पोटी जन्म घेऊ, आणि आपणही हे मान्य करा, की आपण आम्हा सातही जणांना जन्मल्याबरोबर निश्चिंतपणे पाण्यात सोडून द्याल. त्याच्या बदल्यात आमच्या जन्मसमयी आम्ही प्रत्येकजण आमचा एक अंश आपल्यापाशी सोडून जाऊ. ते सातही अंश मिळून शेवटी आठव्या मुलाच्या रूपानं आपल्या पोटी जन्म घेता येईल."

पृथूच्या या योजनेला आम्ही सर्व खुशीने कबूल झालो. द्यो तर आनंदानं म्हणाला, "हो, हो! आमच्या अंशांमधून जन्मलेलं ते मूल पृथ्वीवर मानवरूपात राहील, मानव म्हणून जगेल, आणि मृत्यूनंतर पुन्हा आम्हा सातजणांत मिसळून जाईल. शिवाय ते मूल आम्हा सातजणांचं अंशरूप असल्यानं, आम्हा सातहीजणांना पृथ्वीवर जन्म घेऊन जगण्याचा ऋषींचा शापही पूर्ण झाला असं म्हणता येईल."

"मला तर हेही फार योग्य वाटत नाही," माँ म्हणाली, "देव असोत की वसू असोत, स्वर्गातील कोणी स्वार्थाशिवायचा विचारच का करू नाही शकत?"

"का? यात स्वार्थ कुठे आला?" द्योनं विचारलं, आणि पुढे शांतपणे म्हणाला, "अशा तऱ्हेनं आमचा एक अंश देऊन टाकून आम्ही तर धोकाच पत्करत आहोत. आमच्या सर्वांच्या पत्नी तर आमच्या एक सप्तमांश कमी अशा रूपाचा तिरस्कार करतील तर आम्हाला स्वर्गात राहूनही शापाचा त्रास सहन केल्यासारखंच होणार!"

पाण्याच्या उंचावरून खाली पडणाऱ्या धबधब्याच्या तळाच्या कुंडाला जे खोल दुःख भोगावं लागत असेल तसं दुःख माच्या चेहऱ्यावर उमटून गेलं आणि मग एक निःश्वास टाकत जरासं स्मित करत ती म्हणाली, "तुम्हा सातही जणांचा थोडा

थोडा अंश घेऊन जे अस्तित्व पृथ्वीवर अवतार घेईल, त्याला किती त्रास होईल याचा काही विचार केलात? सात-सात वेगळ्या अस्तित्वांचे अंश स्वत:मध्ये घेऊन जन्मलेलं ते मूल मनानं किती त्रास सहन करत राहील, याचा काही विचार केलात?''

पृथू म्हणाला, ''होय, परंतु तो आमचाच अंश असल्यानं त्याचा मानसिक त्रास आम्हाला समजेल तर नक्कीच, शिवाय पृथ्वीवर राहणाऱ्या आमच्या अंशाची आम्हाला सदैव काळजी वाटत राहील. चुकूनही त्यानं असा काही निर्णय घेतला, की ज्यामुळं त्याला पुन्हा मनुष्य म्हणून जन्म घ्यावा लागेल, तर आम्ही कायमच एक अंश कमी असलेले राहू!– त्यामुळे हे एक धाडसच आहे.''

त्या वेळी, जेव्हा माझा जन्मही झाला नव्हता, तेव्हा पृथूचं म्हणणं आम्हाला सर्वांना पटलं होतं. आम्हाला सगळं किती सोपं वाटलं होतं! गंगेसारख्या मातेच्या पोटी जन्म घ्यायचा, लगेच मृत्यू मिळवून परत स्वर्गात पोहोचायचं, हां, आमच्या एका अंशाला काही वर्षं पृथ्वीवर जगावं लागेल हे खरं; पण वसूंच्या अंशांतून प्रकट झालेल्या मनुष्यत्वाला भक्कमपणे विमुक्त राहून एक आयुष्य घालवणं फार अवघड तर होऊ नये.

–परंतु, आज गोविंदनं सांगितलं, तसा भूतकाळ आठवू लागल्यावर लक्षात येतंय, की आम्हाला वाटलं होतं तितकं सोपं काहीच नव्हतं. सात प्राणांच्या एक-एक अंशानं मिळून एका देहाचा जन्म घेणं, संबंध– नातीगोती कशाचीच माहिती नसताना जंगलात वाढणं, तशाच एकांतात विद्या शिकणं आणि एकाएकी अनेक नातेसंबंधांची माहिती होऊन, त्यांच्यामध्ये गुंतत जाऊन, मुक्त राहण्यासाठी भीषण प्रतिज्ञा करत जाणं– यापैकी काहीही कुठं सोपं होतं?

आमचं म्हणणं ऐकल्यानंतर माझ्या गंगामानं आम्हा वसूंना पुन्हा सावध करत विचारलं होतं– ''तुमच्या अंशांमधून जन्मलेल्या त्या बाळाला पुन्हा जन्म घ्यावा लागू नये, यासाठी तुम्ही काय करणार आहात, ते मला आत्ताच सांगा.'' ती पुढे स्पष्टच म्हणाली, ''त्यानं स्वत:चं नियतीनं ठरवून दिलेलं आयुष्य पुरं करण्यापूर्वी तुम्ही त्याची हत्या तर करणार नाही ना?''

'आम्ही? छे छे– नाही नाही.' असं आम्ही तोंडातल्या तोंडात म्हणालो होतो. माच्या प्रश्नाला स्पष्ट उत्तर कोणीच दिलं नव्हतं. सगळे खाली माना घालून बसले होते. कितीतरी वेळ कोणीच काही बोललं नाही.

गंगा विचारमग्न होऊन भविष्यकाळ बघत असावी तशी बसून राहिली.

त्या वेळी मग आम्हाला गंगेबद्दल खूप सहानुभूती वाटली. कित्येक वर्षांपूर्वी भगिरथ त्याच्या पितरांना मुक्ती मिळवून देण्यासाठी तिला स्वर्गातून पृथ्वीवर घेऊन गेला होता. आता आम्ही आमचं काम व्हावं म्हणून तिला मानवदेह धारण करायला

सांगत होतो!

ती मायाळू मनाची देवी आमची विनंती मान्य करेल, असं समजून आम्ही तिच्याकडे बघत राहिलो होतो.

शेवटी गंगा एकदम उठून उभी राहिली, आणि तिच्या मार्गानं जाता जाता फक्त एवढंच म्हणाली, ''मी तुमचं म्हणणं स्वीकारते.''

आमचा आनंद उसळून आला आणि आम्ही म्हणालो, ''माते! आम्हाला श्रद्धा होती की तुम्ही आमचा उद्धार कराल! असंही नाहीतरी, सर्वांना– कोणालाही– दोषांमधून मुक्ती मिळवून देणं, हाच तर तुमच्या असण्याचा– अस्तित्वाचा अर्थ आहे!''

''बस! बस!'' पुन्हा जरा थांबून ती म्हणाली, ''अजून तुम्हाला मुक्ती मिळालेली नाही. अजून वाट बघा. मला बरंच काही करायचं बाकी आहे.''

''त्या वेळेपर्यंत आम्ही स्वर्गात राहू शकू,'' द्यो तर खूश झाला होता.

''आठवं बाळ जन्म घेईल आणि पृथ्वीवरचं आयुष्य सुरू करेल, त्याआधी तुम्ही स्वर्गात राहू शकता असं सांगण्याचा अधिकार फक्त वसिष्ठांना आहे. हां– तुम्ही स्वर्गगंगेच्या किनाऱ्यावर राहाल, तर त्याला मी विरोध करणार नाही, एवढं मी सांगू शकते,'' एवढं बोलून गंगा अदृश्य झाली.

आज या क्षणीही मला हे सर्व जसंच्या तसं आठवतं आहे. मला माझ्या मन:चक्षूंपुढे दिसतं आहे, की पृथ्वीवर जन्म घेण्याची वाट बघत आम्ही सातही वसू पृथ्वी व स्वर्ग यांच्यामध्ये, मधल्या अवकाशात खळखळ वाहणाऱ्या आकाशगंगेच्या किनाऱ्यावर थांबलो आहोत.

पृथ्वीवर जन्म घेण्याची आमची वेळ होण्याची वाट बघता बघता, स्वर्गही नाही आणि पृथ्वीही नाही अशा आकाशाच्या रहस्यपूर्ण अवकाशात विहरत राहणाऱ्या आम्हाला, ती बघा देवी गंगा अजूनही समजावू बघते आहे, ''बाळांनो, निसर्ग जीवनासाठी निर्माण केला गेला आहे. नवनिर्माण व्हावं म्हणून त्यामध्ये निसर्गानं मृत्यू ठेवला आहे...''

मनुष्य म्हणून माझा जन्म झाल्यावर जवळजवळ बारा-तेरा वर्षांपर्यंत तर मला वसूंबद्दल किंवा माझ्याबद्दलही काहीच माहिती नव्हती. माझ्या माँनं मला माझ्या पूर्व अवताराविषयी सांगितलं नसतं, तर आजपर्यंतही मला काही ठाऊक झालं नसतं!

ते तर ठीक; पण मनुष्य म्हणून जन्माला आल्यावरही, मी कोण आहे, त्याबद्दल मी सहा-सात वर्षांचा होईपर्यंत काहीच न समजता मी मोठा झालो.

जन्मानंतर बाळाला आपोआपच समजतं तसा मी माझ्या माँला ओळखू लागलो, तेव्हापासून मी तिच्याशिवाय कोणाही माणसाला पाहिलं नव्हतं. माझं जग घनदाट जंगलं, उंच उंच वृक्ष, वेली, जंगलातले प्राणी, समोर वाहणारी नदी, मासे, मगरी आणि माँला बघणं– तिचं बोलणं ऐकणं, एवढंच होतं.

माझी माँ मला कधी कधी एखाद्या वृक्षाकडे– वेलीकडे, एखादा हत्ती किंवा तशाच कोणा शहाण्या-मायाळू प्राण्याकडे सांभाळायला सोडून कुठेशी जायची आणि बऱ्याच वेळानंतर परत यायची. मी तर त्या जंगलात माझ्या निसर्गातल्या मित्रांबरोबर न घाबरता खेळत रहायचो. हां – वाघ, बिबट्या, मगरी अशा प्राण्यांच्या फार जवळ जायचं नसतं एवढं मला आपसूकच समजायचं – कोण जाणे मुळात कोणी शिकवलं होतं!

मला रांगायचं असलं, तर लोळत लोळत मी नदीकाठच्या वाळूत जात असे. मला चालायला शिकवण्यासाठी माँ आणि हत्ती मला नदीजवळच्या मोठी सपाटी असलेल्या खडकांवर घेऊन जायचे. मी ज्या ठिकाणी मोठा होत होतो, त्या जंगलांमध्ये आम्ही केव्हापासून राहत होतो, तेही मला माहीत नव्हतं. अशा तऱ्हेनं आयुष्याची सुरुवातीची सुमारे सात वर्षं तरी माझी माँ, वृक्ष-वेली, जंगलातले प्राणी आणि जीवजंतू– एवढंच माझं छोटंसं जग होतं.

आणि हां, माँ मला गाणं म्हणायला शिकवायची. ती सगळी गाणी देवभाषेत– संस्कृतमध्ये आहेत. झुळुझुळु

वाहणाऱ्या नदीच्या तालावर माँ गायची, तेव्हा प्राणीही ऐकायला येऊन बसायचे!

मग आणखी थोड्या दिवसांनी माँनं मातीत अक्षरं काढून मला लिहायला शिकवलं. कधी कधी एका मोठ्या राज्याच्या आणि तिथल्या महान राजवंशाच्या गोष्टीही माँ सांगायची. त्या सगळ्या फार समजायच्या नाहीत; पण ऐकायला आवडायचं.

मी सात वर्षांचा होतो तेव्हा अचानक माँ मला महाभार्गव ऋषींजवळ विद्याभ्यास शिकण्यासाठी ठेवायला घेऊन गेली, तेव्हा मला खूप आश्चर्य वाटलं.

माँ मला नदीच्या प्रवाहाच्या कडेकडेनं चालत खालच्या दिशेला घेऊन जात होती. मी पाण्यात पाय छबछबावत चालत होतो. निर्जन जंगलं संपली तेव्हा किनाऱ्यावर माणसांची ये-जा बघून मला मजा वाटली. उंच भिंती असलेले वाडे, किल्ले, महाल, घरं, झोपड्या अशा सगळ्यांची चित्रं काढून माँ मला माहिती सांगायची, ती प्रत्यक्ष अशी मी प्रथमच पाहिली. बऱ्याच ठिकाणी मला जे नवीन दिसलं ते म्हणजे माँपेक्षा वेगळी दिसणारी, वेगळ्या तऱ्हेनं वागणारी आणि वेगळे कपडे घालणारी माणसं.

माँ आणि ती माणसं यांमध्ये उघड दिसणाऱ्या अशा फरकाबद्दल मी माँला विचारलं, तेव्हा तिनं सांगितलं, ''मी स्त्री आहे आणि ते सगळे पुरुष आहेत.''

''मला तर वाटायचं की माणूस म्हणजे तू. सगळी तुझ्यासारखीच दिसत असतील– तू ज्यांना स्त्री म्हणते आहेस, तशी! पण हे तर अगदीच वेगळे आहेत– नाही? शिवाय, तुझ्याबरोबर मी आहे, या सर्वांबरोबर तर कोणीच नाही!'' मी साहजिकच म्हटलं.

''तू तर लहान मूल आहेस. मूल साधारणपणे त्याच्या माँच्या बरोबर असतं, मूल मोठं झालं म्हणजे ते स्त्री असेल तर पतीबरोबर आणि पुरुष असेल तर पत्नीबरोबर किंवा एकटंही राहतं.''

''म्हणजे मोठं झाल्यावर माँजवळ कोणीच राहत नाही, असं?'' माँला हसू आलं. ती म्हणाली, ''अगदी असंच असं नाही. या जगात पुरुष आणि स्त्री दोघांचे त्यांचे त्यांचे धर्म– जगण्याच्या तऱ्हा आहेत. तू मोठा झालास, की तुला हे समजेल.''

मी लहान मुलाला जसं वाटेल तसंच म्हटलं होतं– ''सगळं जग स्त्री माणसांचंच असतं तर किती चांगलं झालं असतं!''

मला घेऊन जाता जाता माँला हसू आलं. म्हणाली, ''तुझं जग तर स्त्रियांनीच भरलेलं आहे! द्योच्या पत्नीनं नंदिनी गाईसाठी हट्ट केला नसता तर तुझा जन्म झाला नसता आणि मला स्त्रीरूपानं प्रकटही व्हावं लागलं नसतं. तसं पाहिलं तर तुझ्या जन्माच्या कारणाच्या मुळाशी स्त्रियाच आहेत!''

"आणि माझ्या मरण्याचं कारणही स्त्रीच असेल ना?'' मी विचारलं. माँ काय सांगत होती, द्योपत्नी कोण आहे, माँचं स्त्रीरूपानं प्रकट होणं म्हणजे काय, हे मला काहीच समजलं नव्हतं. माँ सांगत होती त्याच्या संदर्भात मी आपलं असंच म्हटलं होतं!

पण तो प्रश्न ऐकून माला खूपच हसू आलं होतं– म्हणाली होती, "अरे बाळा! तू कशाला मरणार?''

थोडा वेळ मला वाटलं, की मला समजेल अशा रीतीनं तिनं सांगावं; पण मग मी आपल्याच नादात चालत राहिलो. पायांनी पाणी उडवत, खांदे उडवून मी रुसून म्हटलंही, "मी तुझ्याशी बोलणारच नाही; कारण तू बोलतेस त्यातलं मला काहीही समजत नाहीये.''

मी रुसून तसाच चालत असताना बघून माँला हसू आलं. ती वरचेवर माझ्याकडे बघत राहिली व चालत राहिली.

चालता चालता एकदम काही सुचावं तसा माझा हात पकडून माँ म्हणाली, "तू भगवान परशुरामांकडे राहून परत येशील, तोपर्यंत तुला सगळं समजू लागलेलं असेल, ती वेळ योग्य म्हणायची. तेव्हा मी तुला सारं काही सांगेन. आणि मग तुला तुझ्या पित्याकडे सोपवलं, की मी निश्चिंत होईन.''

"पिता?'' मी विचारलं, "म्हणजे माझे पिताही आहेत?''

"हो, आहेत तर! श्रेष्ठ वंशातले उत्तम पुरुष तुझे पिता आहेत. ती सगळी हकिगत तुला नंतर सांगेन. आत्ता तू शिक्षण घे, मग सावकाशीनं तुला सर्व सांगेन.''

"ओ! उत्तम पुरुष!'' मी बडबडलो; पण मी पुढे काही विचारण्याआधी माँ आमच्या नदीला येऊन मिळणाऱ्या एका दुसऱ्या नदीच्या वरच्या अंगाला चालू लागली.

"हे आता आपण परत जातोय?'' मी विचारलं.

"अं हं, आपण दुसऱ्या नदीकाठी चालत आहोत. ही नदी आपल्याला महेन्द्र पर्वतापर्यंत घेऊन जाईल,'' असं सांगून माँ मला त्या नदीच्या किनाऱ्याला घेऊन आली.

कितीतरी चालल्यानंतर आम्ही पुन्हा दाट झाडीत असलेल्या एका आश्रमात प्रवेश केला. हा आश्रम, माँ सांगायची त्या गोष्टींमधल्या आश्रमांसारखा रमणीय नव्हता. एक-दोन झोपड्या, एखादं मोठं झोपडं, एका बाजूला थोड्या गाई आणि समोर ओट्यावर धनुष्य-बाण नीट करत बसलेला एक वृद्ध. चमचमणाऱ्या पांढऱ्या जटांमध्ये अजून काळी दिसणारी एखादी बट, चमकदार डोळे आणि मजबूत स्नायूंचा देह असलेल्या त्या वृद्धानं कडक आवाजात माँचं स्वागत केलं– "यावं,

देवी गंगे.''

''प्रणाम, महाभार्गव!'' माँ म्हणाली. ''सध्या या पृथ्वीवर माझ्या पुत्राला सर्व विद्यांमध्ये पारंगत करू शकेल अशा दुसऱ्या कोणा गुरूला मी ओळखत नाही. आणि हा माझा पुत्रही श्रेष्ठ शिष्य आहे. आपल्याशिवाय कोणी त्याला शिकवू शकणार नाही, म्हणून मी त्याला आपल्याजवळ सोडून जात आहे. त्याचा अभ्यास पूर्ण होईल, तेव्हा मी त्याला घेऊन जायला येईन.''

''ठीक, ठेवून जा येथे देवी,'' भगवान परशुराम जरा कडक स्वरात पुढे म्हणाले, ''पुत्राच्या समोरच त्याच्याविषयी एवढं सांगितलं नसतंत तर बरं झालं असतं.''

एवढं बोलून मग त्यांच्याच वयाच्या, तेथेच थोड्या अंतरावर काहीतरी काम करत असलेल्या मित्राला महाभार्गवांनी सांगितलं, ''अकृतव्रण, इकडे ये. ही देवी गंगा काय म्हणतेय बघ! माझ्या शिष्याचा अभ्यास पूर्ण झाल्यावर ती त्याला घ्यायला येईल असं म्हणतेय!''

अकृतव्रण हसत हसत जवळ आले आणि माला म्हणाले, ''देवी! तुझा पुत्र येथे राहिला, म्हणजे मग त्याला घेऊन जायला यावं लागणार नाही. देवी, तू स्वर्गात असलीस तरी स्वत:च्या शक्तीवर तो तेथे पोहोचू शकेल, इतका समर्थ केल्यानंतरच जामदग्नेय त्याला जाऊ देतील.''

अकृतव्रणचं हे बोलणं मला तर काही समजलं नाही. माँलाही हसू आलं. तिनं होकारार्थी मान हलवली.

परशुराम हसून म्हणाले, ''अकृत, तू कधी सरळ बोलणार आहेस की नाही?''

अकृतव्रण म्हणाला, ''प्रभू! मला माहीत आहे, की मी सरळ साध्या शब्दांतच सांगितलं पाहिजे; परंतु अतिशय वाचनामुळे माझी भाषा अशी होऊन गेली आहे! नाथ, मी प्रयत्न करेन, की आपल्या सर्वांसारखा मी साध्या भाषेत बोलू लागेन.''

''बोली भाषेत,'' माँ अकृतला म्हणाली. मग ती महाभार्गवनाही म्हणाली, ''त्या बिचाऱ्याला आपण महेन्द्र पर्वतावरून कधी खाली उतरूही दिलं नाहीत, तर त्याला बोली भाषा येईल कशी?''

थोडा वेळ गुरूंशी बोलून माँ मला तेथेच सोडून परत गेली. तिनं एकदाही मागे वळून बघितलं नाही! मी एकदा माँ गेली, त्या रस्त्याकडे आणि एकदा महाभार्गवांकडे बघत उभा होतो. महाभार्गवही माझ्याकडे बघत उभे होते.

अकृतव्रण माझा हात पकडून मला घेऊन जाता जाता म्हणाला, ''भरतश्रेष्ठा, मोह सोडून आता चला. भगवान भार्गवांचे शिष्य म्हणून दीक्षा घेण्याची तयारी करा. उद्या सकाळपासून तुमचा विद्याभ्यास सुरू होईल.''

माँ सांगायची त्या गोष्टींमध्ये विद्याभ्यासाविषयी ती खूप सांगायची; पण मला

भरतश्रेष्ठ का म्हटलं गेलं, आणि दीक्षा घ्यायची म्हणजे काय करायचं, ते मला अजून कळलं नव्हतं! मी तेथेच उभा राहिलो.

भगवान भार्गवांना ते समजलं असावं, तसं हसून ते म्हणाले, ''अकृतव्रण, भरतवंशाच्या या युवराजाला शस्त्रविद्येखेरीजही पुष्कळ शिकावं लागेल असं मला दिसतंय. तुलाही मेहनत करावी लागली त्यासाठी, तर नवल नाही!''

माँ सांगायची त्या गोष्टींमध्ये भरतवंश यायचा. तिथल्या कोण्या महाराजाची गोष्टही यायची. त्याच्या राजपुत्राची गोष्टही होती; परंतु हे दोघे म्हणत होते, तसं माँनं मला कधीही युवराज म्हटलं नव्हतं! मी गोंधळून जाऊन उभा राहिलो.

अकृतव्रणला हसू आलं. तो म्हणाला, ''राम, मी तुमचा मित्र– सेवक– जे म्हणाल ते आहे. मी काही आश्रमातला शिक्षक नाही. मी तर मदत करेन, सेवा करेन, शिकवणार नाही.''

गुरू आमच्याजवळ आले आणि म्हणाले, ''सेवा किंवा मदत, हे तर सर्वांत अवघड काम आहे. तुझं बघून कुमार सेवा करायला शिकला, तर ते उत्तम शिक्षण म्हणता येईल; पण तुला ठाऊक आहेच, की येथे युवराज येतात, त्यांना धनुर्विद्येपलीकडे जास्त, वेगळं काही शिकायचं नसतं!''

मग माझ्या खांद्यावर हात ठेवून महाभार्गव म्हणाले, ''पुत्रा, तुला तर खूप शिकावं लागेल. बिल्व तुला राज्यशास्त्र शिकवेल, चित्राकडून तू लोकविद्या शिकू शकशील. धनुर्विद्या मी शिकवेन आणि भाषा आणि साहित्य शिकण्यासाठी तुला या जंगलाच्या थोडं बाहेर जाऊन बहुश्रुताच्या आश्रमापर्यंत जावं लागेल. हा अकृतव्रण तुला तिकडे घेऊन जाईल. परशुराम तुला जे शिकवेल, ते जगात दुसरं कोणीही शिकवू शकणार नाही. नीट लक्ष देऊन सगळं शीक. माझ्यासारखाच माझा शिष्यही अप्रतिम समजला गेला पाहिजे.''

एवढं बोलून गुरूंनी मला अकृतव्रणाबरोबर छात्रालयात जायला सांगितलं. छात्रालयाकडे जात असताना अकृतव्रणानं मला सांगितलं, ''हा तुझा गुरू आहे ना, तो माझा अत्यंत निकटचा मित्र आहे. मला त्याचा भक्त म्हणायचं तर भक्त म्हण, सेवक म्हणायचं तर सेवक म्हण. तो खूप प्रेमळ आहे; पण कडकही आहे. तो जे बोलेल– म्हणेल, त्यातला प्रत्येक शब्द तो अगदी प्रतिज्ञापूर्वक पाळतो. लोक त्याच्याबद्दल असं मानतात, की तो जे बोलतो, ते आणि तेच सत्य असतं असं तो मानतो आणि असं त्याचं मानणं आणि दिलेला शब्द पाळणं हीच त्याची जगात ओळख आहे.''

त्याचं बोलणं ऐकता ऐकता मी अकृतव्रणाबरोबर छात्रालयात पोहोचलो. माझ्याखेरीज आणखी कोणी विद्यार्थी मला दिसला नाही. तेथे पोहोचल्याबरोबर अकृतनं माझे कपडे काढून घेतले आणि मला फक्त लंगोट घालायला दिला. या

नव्या वस्त्रानं माझ्या मनाचा गोंधळ आणखी थोडा वाढला. आत्ता आत्ता तर मला 'युवराज' म्हटलं गेलं होतं. माँ चित्र काढायची त्यातल्या युवराज आणि राजकुमारांच्या अंगावर कितीतरी कपडे, दागिने असायचे! फक्त लंगोटच घातलेला युवराज मी कधीही– चित्रातच अर्थात– पाहिला नव्हता!

मला वाटलं की गुरू दुसऱ्याच कोणा युवराजाबद्दल बोलत असावेत; परंतु दुसरं कोणी तर इथं नव्हतंच! ही जागा मला फारशी आवडली तर नव्हतीच; परंतु माँनं तिच्या कितीतरी गोष्टींमध्ये सांगितलं होतं, की जगात अद्वितीय होण्यासाठी खूप कष्ट करावे लागतात, खूप सहन करावं लागतं– तसं होण्यासाठी हे सर्व मी स्वीकारलं.

आश्रमातल्या जीवनाच्या पहिल्या दिवशी बऱ्याच नव्या गोष्टी घडल्या. एका-पाठोपाठ एक शिक्षकांनी त्यांच्याजवळ बसवून आपापली ओळख करून दिली. कोणी गोष्टीही सांगितल्या. चित्रानं तर दीक्षा म्हणजे काय, दीक्षित का व्हावं लागतं, हेही त्या वयात मला समजेल अशा तऱ्हेनं समजावण्याचा प्रयत्न केला.

दुसऱ्या दिवशी सकाळी भगवान परशुरामांनी मला अग्निकुंडासमोर बसवून मंत्रदीक्षा दिली; की लगेच अभ्यास सुरू झाला. माझी सर्वांत पहिली शिक्षक चित्रा झाली. त्यानंतर जसजसं तिच्याकडे शिकत गेलो, तसतशी तिची 'लोकविद्या' इतकं साधं नाव असणारी विद्या खूपच गहन, गूढ, गंभीर आणि अत्यंत खोल, अंतच नसलेली, अशी वाटत गेली.

मी खूप भराभर शिकू लागलो. शेवटी मग गुरू स्वत: शिकवायचे ती धनुर्विद्या ते शिकवू लागले. ही विद्या मला कला आणि विद्या यांचं मिश्रण असल्यासारखी वाटायची आणि ती शिकण्यात एक वेगळाच आनंद वाटायचा.

भाषा आणि साहित्य शिकण्यासाठी बहुश्रुताच्या आश्रमात जायलाही मला खूप आवडायचं. बहुश्रुता अतिशय गोड आवाजात गाणी म्हणायची, सुरेख अक्षरात लिहायची आणि मला तिच्यासारखं लिहायला शिकवायची.

महाभार्गवांजवळ शिकत असताना मला समजत गेलं, की त्यांच्यासारखे गुरू शिक्षक व पालक असणं अत्यंत अवघड होतं– जवळजवळ असह्य होतं! ते म्हणतील तेच बरोबर आहे याची त्यांना खात्री असायची. माझी लहानशी चूक झाली तरी त्यांना खूप राग यायचा. कुठलाही प्रतिसाद न देता ते सांगतील तेच बरोबर असं म्हणावं लागायचं. त्यांचा स्वत:चा विद्यार्थी थोडंसुद्धा विरुद्ध काही म्हणाला, तर गोष्ट 'क्षमा माग किंवा माझ्याशी युद्ध कर'पर्यंत जाऊन पोहोचायची!

अशा गुरूला प्रसन्न करून त्यांच्याकडून त्यांच्या विद्येचं पूर्ण ज्ञान मिळवणं सोपं नव्हतं. सुरुवातीला तर मी रडायला लागायचो; पण दिवस, वर्षं सरत गेली, तसतसं मी पुष्कळ शिकत गेलो.

त्याचबरोबर माझ्या हेही लक्षात येत गेलं, की इतका कडक वागणारा, हट्टी, रागीट, जटाधारी, एकांतात राहणाऱ्या, अगदी थोड्या आणि निवडक विद्यार्थ्यांशिवाय कोणालाही न शिकवणाऱ्या, अशा या दरिद्री ब्राह्मणाला 'भगवान' का म्हटलं जातं.

आयुष्याची पहिली सात वर्षं मी निर्जन वनांमध्ये एका स्त्रीजवळ– माझ्या माँ-जवळ राहून, तिचा अतिशय कोमल, दयाळू स्वभाव आणि तिचं सर्व विश्वाकडे समान भावनेनं बघणारं वागणं बघत, समजून घेत घालवली होती. माझी विद्याभ्यासाची वर्षं एका कडक स्वभावाच्या आत्मकेंद्री पुरुषाच्या सहवासात गेली. त्यातही जेव्हा माझी खरी घडण होत होती, त्याच काळात मी भगवान परशुरामांचा शिष्य होतो.

शेवटी एक दिवस माझी दीक्षा संपली. भगवान परशुरामांनी मला बोलावून अंगावर पांढऱ्या रंगाचं वस्त्र पांघरलं आणि म्हटलं, "मुला, मला येत होत्या त्या विद्यांमध्ये तुला निष्णात करण्याचा प्रयत्न मी केला आहे. आणि एक गोष्ट समजून घे– कितीही समर्थ गुरू असले, तरी ते त्यांची इच्छा असते तितकं सर्व शिकवू शकत नाहीत. किती आणि काय शिकायचं हे तर शिष्यच ठरवतो– तसं नसतं, तर चांगल्या गुरूपाशी शिकलेले सर्वच शिष्य तितकेच समर्थ झाले असते!"

"प्रभू, मला आपलं म्हणणं समजलं आहे," मी म्हटलं, "मला वाटतं, की मीही श्रेष्ठ शिष्य होण्याचा प्रयत्न तरी केलाच आहे. आपल्यासारख्या समर्थ गुरूकडून माझ्या क्षमतेप्रमाणे मी पुष्कळ शिकलोही आहे."

गुरू त्यांच्या आसनावरून उठले. त्यांनी मला कवेत घेतलं आणि भरून येणारे डोळे न आवरता मला म्हणाले, "मुला, माझ्या प्रत्येक शिष्याला निरोप देताना मी कुठलं ना कुठलं दिव्य अस्त्र दिलं आहे; परंतु तुला निरोप देताना मी कोणतंही दिव्य अस्त्र देत नाहीये. कदाचित तू माझा असा पहिलाच शिष्य आहेस, ज्याला त्यानं शिकलेली विद्या आणि स्वत:ची समज, बुद्धी याशिवाय दुसऱ्या कशावर अवलंबून राहावं लागणार नाही. पुत्रा, दिव्य अस्त्राशिवायही तू अजेय आहेस. खुद्द इंद्रही तुझा पराजय करू शकणार नाही. भगवान शिव आणि मी, हे दोघं सोडून तुझ्याहून श्रेष्ठ धनुर्धर कोणी होणार नाही!"

मग मी माझ्या प्रत्येक शिक्षकाला वंदन केलं. जंगल ओलांडून जाऊन बहुश्रुताच्याही पाया पडून आलो. शेवटी पुन्हा एकदा भगवानांचे चरण पकडून मी त्यांना दंडवत घातला. गुरूनं मला उभं करून निरोप दिला आणि मी आश्रमाच्या बाहेर पडलो.

यावेळी जग अगदी वेगळंच दिसलं. येथे आलो, त्यापूर्वी जगाचा जो अर्थ होता, तो जणू बदलूनच गेल्यासारखा वाटला. तेव्हा मला ही जंगलं, हा निसर्ग आणि इथलं सर्व काही माझ्याहून महान वाटत असे. मला वाटायचं, की या सृष्टीच्या मी आधीन आहे. आज कोण जाणे का, पण मी विजेता आहे आणि

आसपासचं सर्व चराचर माझ्या आधीन आहे, असं वाटत होतं!

ज्या नदीच्या किनाऱ्यानं लहान लहान पावलं टाकत इकडे आलो होतो, त्याच नदीकाठानं मोठाल्या ढांगा टाकत आता परत चाललो होतो. माझ्या ओळखीच्या आणि जणू माझ्याच, अशा त्या वनांमध्ये प्रवेश केल्यावर आधी तर मला आनंदानं आरोळ्या ठोकत पळत सुटावंसं वाटलं! मग वाटलं की काहीतरी अप्रतिम धाडसाचं काम करावं आणि माँला थक्क करून सोडावं!

किनाऱ्यावर एका खडकावर बसून मी अग्नी प्रज्वलित केला आणि संध्या केली. बरोबर जे अन्न होतं, ते त्या अग्नीवर शेकून गरम करून जेवून घेतलं. आणि मग माँला चकित कसं करावं याचे बेत करत बसलो. असं काय करता येईल की ज्यामुळे मी आलो आहे हे माला समजेलही आणि ती चकितही होईल? माझ्या माँ-च्या मनाची तशी तर मला कल्पना होती. तिला सर्वांत प्रिय गोष्टी दोन– एक मी आणि दुसरा हा नदीचा प्रवाह. मी किंवा नदी दोन्हीपैकी काहीही एक मळून गेलं किंवा अडखळलं, तर ती किती अस्वस्थ व्हायची, हे मला चांगलं ठाऊक होतं. मी जर या नदीचा प्रवाह वाहायचा बंदच केला, तर माँ जिथं असेल तिथून खूप काळजी वाटून धावत येथपर्यंत येईल.

मी धनुष्य उचललं, भात्यातून बाण काढून मोजले, नीट लावले. जंगलातल्या बांबूंचे जास्त मोठे, लांब बाण बनवले आणि ते सगळे मंत्र म्हणून शुद्ध केले.

मग पाण्यात खाली राहणारे मासे व पाण्यात राहणारे इतर प्राणी आणि किनाऱ्यावर पाण्यावर अवलंबून असलेल्या जीवांसाठी जरूर तेवढं पाणी वाहतं ठेवून मला हा नदीचा प्रवाह केवळ माझ्या धनुर्विद्येचं कौशल्य दाखवून थांबवायचा होता.

दोन दिवस आणि दोन रात्री मी बांबू आणि दर्भ गोळा करीत राहिलो. आणि ते एकमेकांत कसे अडकवायचे याचा विचार करत राहिलो. तिसऱ्या दिवशी सूर्योदय झाल्याबरोबर दोन पर्वतांच्या मधून वाहणारा महानदीचा अंरुद पण खूप वेगानं वाहणारा प्रवाह थांबवायचं काम मी सुरू केलं.

पृथ्वीवर एकाच जागी उभं राहून, फक्त बाण, बांबू आणि दर्भ यांनी एखाद्या नदीचा प्रवाह थांबवण्याचं साहस कोणी केलं नसेल. माझा हा पराक्रम अप्रतिमच म्हटला गेला असता. त्या किशोरवयात, ऐतिहासिक म्हणता येईल असं काम करून दाखवण्याच्या उत्साहात मी बाणांची वर्षा करतच राहिलो. दुपारपर्यंत तर नदी जवळजवळ थांबलीच होती. खालच्या भागातले प्राणी सुरक्षित राहतील, एवढंच पाणी वाहत राहिलं.

आता माँला समजेलच की नदीचा प्रवाह बंद झाला आहे. कदाचित समजलंही असेल एव्हाना. ती धावत येऊन मला मिठी मारेल, माझ्या या पराक्रमाचं कौतुक करता करता काय काय म्हणेल! मी माँची वाट बघत राहिलो.

पण मला आश्चर्यच वाटलं की माँ येण्यापूर्वीच पाठीमागच्या जंगलातून घोड्याच्या टापांचा आवाज ऐकू आला! मी तिकडे बघितलं, तर थोड्याच वेळात एक तेजस्वी, राजवंशातला दिसणारा मनुष्य घोड्यावरून वेगानं येताना दिसला.

जवळ आल्याबरोबरच त्या पुरुषानं तो बांध बघितला आणि मोठ्यानं विचारलं, "अरे! हा बांध कोणी बांधला?"

त्याची दृष्टी माझ्याकडे गेल्याबरोबर तो माझ्याकडे आला आणि विचारलं, "अरे मुला! तू इथं का खेळतोयस? इथून वरच्या बाजूला पळ! दिसत नाही तुला ही नदी बंद झालीय ते? कोण जाणे केव्हा हा एवढा मोठा बांध भरून वाहू लागेल आणि मोडून पडेल! इथं बसून राहिलास, तर जोरात येणाऱ्या पाण्याच्या वेगानंच वाहून जाशील!– अरेरे! खालच्या भागात केवढं पाणी भरेल! मलाही माझ्या शिबिराला किनाऱ्यापासून दूर घेऊन जावं लागेल."

शूर, प्रतापी दिसणाऱ्या त्या पुरुषाला काळजीत पडलेला बघून मला मजा वाटली. मी जरा गर्वानंच म्हटलं, "तुम्ही म्हणताय तसं काहीही होणार नाही. महाभार्गवच्या शिष्यानं बांधलेल्या बांधातून सुटणं या प्रवाहासाठी सोपं नाही. तरी पण तुम्ही म्हणताय, तसं हे पाणी बांधावरून वाहू लागण्याइतकं वाढलं, तर मी त्याला हळूहळू मोकळा करेन."

"तू?" त्या नवागतानं आश्चर्यानं विचारलं, "या नदीला तू मोकळं करशील? आणि नदी थांबवणारा हा बांध कोणी– तू बांधलास? कसा? कशासाठी?"

मी त्याच्या प्रश्नांची उत्तरं देण्याऐवजी अभिमानानं सांगितलं, "तेही इथं, एका जागी उभा राहून, फक्त धनुर्विद्येचा उपयोग करून."

हे ऐकताक्षणी तो पुरुष घोड्यावरून उतरून जवळजवळ धावतच माझ्याकडे आला. मला जवळ घेऊन विचारू लागला, "अरे शूर मुला, सांग तरी, की तू कोण आहेस? भगवान परशुरामांचा शिष्य तू केव्हा होतास? तुझे आई-वडील कोण आहेत?"

एकापाठोपाठ एक विचारल्या जाणाऱ्या प्रश्नांची उत्तरं मी देणार तेवढ्यात माँ येऊन पोहोचली. तिनं लांबूनच ओरडून म्हटलं, "अरेरे! बाळा, नदीला वाहतं कर! लवकर– लवकर! तू तर माझाच प्रवाह बंद केलास!"

माँचा आवाज ऐकून त्या पुरुषानं तिकडे पाहिलं आणि दिङ्मूढ होत म्हणाला, "देवी गंगे! तुम्ही– तुम्ही– आणि– आणि हा आपला पुत्र?"

मीही माँनं म्हटलेलं 'माझाच प्रवाह बंद केलास...' आणि तो पुरुष म्हणाला ते 'आपला पुत्र' शब्द ऐकून दिङ्मूढच झालो होतो.

माँची आज्ञा माझ्यासाठी शिरसावंद्य होती. माँला काही न विचारता मी एकामागून एक बाण सोडत बांध तोडून टाकू लागलो. पाणी पहिल्यासारखं वाहू

लागलं, तेव्हा मी माँकडे वळलो. माँ त्या पुरुषाला घेऊन माझ्याकडे येत होती.

मग माँ गंगानं मला आणि महाराज शंतनू यांना ज्या कथा सांगितल्या, त्या मला लहानपणी सांगितल्या गेल्या असत्या, तर मी त्या परिकथा ऐकल्यासारख्या मजेत ऐकल्या असत्या; पण आत्ता यावेळी तर मला आयुष्याचा मार्ग ठरवून देणाऱ्या कठोर कथांचे पडसाद ऐकू आले.

यावेळी माँनं मला ज्या खऱ्या घडलेल्या गोष्टी सांगितल्या, त्या समजून माझ्या मनाला जरा त्रासही झाला. मी म्हटलं, ''माँ, देवांच्या सात वसूंचा मी अंश. मला माँ म्हणून महानदी गंगा मिळाली, ते माझं परमभाग्य; कारण मला मानवमातेच्या गर्भात वाढावं लागलं नाही; परंतु माझे पिता– ते जरी भरतवंशाचे पराक्रमी सम्राट असले, तरी ते मानववंशीय झाले ना?''

''नाही,'' माँनं सांगितलं, ''ती एक वेगळीच कथा आहे. एकदा मी ब्रह्माजींकडे गेले होते, तेव्हा सभेत बरेच दिव्य पुरुष उपस्थित होते. एकाएकी वारा आला आणि माझं शुभ्र चांदण्यांचं वस्त्र वर उचललं गेलं. तेथे असलेल्या सर्व महान पुरुषांनी माना खाली घातल्या– फक्त एक राजर्षी महाभिष अनिमिष नेत्रांनी माझ्याकडे बघत राहिले.''

एवढं बोलून माँ माझ्या पित्याकडे वळून म्हणाली, ''महाराज शंतनू, ते महाभिष म्हणजे तुम्ही स्वत:! त्या वेळी ब्रह्माजींनी तुम्हाला शाप दिला, की तुम्ही मनुष्य म्हणून जन्म घ्याल आणि त्या वेळी गंगा– म्हणजे मी– तुमच्या मनाविरुद्ध वागेन.''

''म्हणून तुम्ही प्रतिकूल अटी घातल्या आणि आपल्या पुत्रांना जन्मताच पाण्यात सोडून देण्याचं कारणही मला सांगितलं नाही! अरेरे! देवी गंगा! तुम्ही मला ही गोष्ट आधीच सांगितली असती, तर आज आपण एकत्र राहत असतो.''

''नाही– तसंच झालं असतं असं सांगता येत नाही,'' माँ म्हणाली.

त्या चौदा-पंधरा वर्षांच्या वयात एकाएकी एका क्षणी मी कोण आहे, ते समजून माझ्या मनात एक वेगळाच विचार आला होता. माझं अस्तित्व मला इतर सर्वांपेक्षा काही खास वेगळंच वाटलं. सगळे जसं वागतात, तसा मी वागू शकणार नाही, माझे विचार, बोलणं, वागणं, मनुष्यांसाठी उदाहरण– आदर्श झालं पाहिजे, अशी पुसटशी भावनाही मनात उद्भवली.

ते तर झालंच, पण त्या क्षणी माझ्या मनात असाही दृढ संकल्प निर्माण झाला, की मला पुन्हा जन्म घ्यायचा नाही! त्यासाठी जे करावं लागेल, ते मी करेन– म्हणजेच पृथ्वीवर मला फक्त हे आयुष्य जगायचं आहे, इतर सांसारिक व्यापातून अलिप्त राहायचं आहे.

–माँ आता हस्तिनापूरला येणार नव्हती. माँचा निरोप घेऊन मी पित्याबरोबर त्यांच्या शिबिरात गेलो. दुसऱ्या दिवशी आम्ही हस्तिनापूरला जायला निघालो.

| चार |

हस्तिनापूरला पोहोचल्या पोहोचल्याच पित्यानं मला युवराजपदावर बसवण्याची तयारी सुरू करण्यास सांगितलं. पहिल्या दिवशी तर त्यांनी मला दरबारात बोलावून मला सादर करत असल्यासारखं खास आसनावर बसवून उपस्थित मंडळींना तीच जुनी हकिगत सांगितली, की चौदा-पंधरा वर्षांपूर्वी महाराज शंतनूंनी ज्यांच्याशी विवाह केला होता, ती स्त्री म्हणजे खुद्द देवी गंगा होती. देवी त्यांच्या एकामागून एक सर्व पुत्रांना जन्मताच पाण्यात सोडून देत होत्या; आणि विवाह करताना घातलेल्या अटीप्रमाणे राजा शंतनू त्यांच्या बाळांची हत्या थांबवू शकत नव्हते किंवा काहीही प्रश्न विचारू शकत नव्हते.

शेवटी माझा जन्म झाला, तेव्हा राजानं महाराणीला बाळाला पाण्यात सोडण्यापासून थांबवलं आणि मी जिवंत राहिलो. अटीप्रमाणे देवी गंगा बाळाला घेऊन त्यांच्या मूळ स्थानी परत गेल्या. व्यवस्थित पालनपोषण व शिक्षण करून आता किशोरवयाच्या झालेल्या त्या मुलाला देवी गंगेनंच देवव्रत नाव देऊन त्याच्या पित्याकडे म्हणजे महाराज शंतनूकडे परत दिलं होतं.

रात्री आमच्या वृद्ध मंत्र्यांनी आम्हाला– पित्याला व मला एकांतात भेटून सांगितलं, ''महाराज, मंत्रिमंडळ, राज्यात काम करणारे सर्व कर्मचारी, सैन्य, सामान्य प्रजाजन किंवा राजमहालात काम करणारे– कोणीही कुमार देवव्रताला ओळखत नाही. मीही त्यांना पूर्ण ओळखत नाही. मला वाटतं की त्यांना युवराज म्हणून घोषित करण्याची घाई आपण करू नये. आपली प्रजा कुमार देवव्रतना आपला पुत्र म्हणून खरोखर स्वीकारते की नाही, हे आधी माहीत करून घेऊ या–''

महाराज मध्येच म्हणाले, ''तुम्ही वयोवृद्ध आहात, तुम्हाला ठाऊक आहे, की मी एकांतात, दरबारात, मित्रांबरोबर किंवा मित्र नसेल त्याच्याही बरोबर, कधीही असत्य बोललेलो नाही किंवा धर्मविरुद्ध आचरण केलेलं नाही. त्यामुळे माझ्या सांगण्या-बोलण्यावर कोणीही

अविश्वास दाखवत नाही. इथं राजाची वाणी देववाणी मानली जाते.''

मंत्री म्हणाले, ''खरं आहे महाराज. राजाचे निर्णय प्रजेला स्वीकारावेच लागतात– परंतु, मला वाटतं, की कोणालाही राजाच्या बोलण्यापेक्षा वेगळा विचार मनात येण्यासारखं एखादं कारणही महाराजांनी देऊ नये. माझ्या मताप्रमाणे म्हणाल, तर राजाबद्दलचं प्रजेचं मत पूर्णपणे शुद्ध असलं पाहिजे.''

मग पित्यानं मला म्हटलं, ''देवव्रत, तुझी इच्छा असेल, तर तू गुप्तहेरांच्याद्वारा अभिप्राय मिळवू शकशील.''

मग मंत्र्यांकडे वळून ते म्हणाले, ''आणि तुम्हालाही सांगतो– ऐका– आपल्या राज्यात राजाच्या निर्णयावर शंका घेणाऱ्या नागरिकाला दंड भरावा लागत नाही; परंतु त्याला प्रोत्साहनही दिलं जात नाही.''

गुप्तहेरांकडून प्रजेचं मत समजून घेण्याच्या कल्पनेनं त्या वृद्ध मंत्र्यांना धक्का बसला होता, हे त्यांच्या चेहऱ्यावर दिसत होतं. ते म्हणाले, ''आपले पिता प्रतीप महाराजांच्या वेळेपासून मी या राज्यात नीतिविषयी सल्ला देत आलो आहे. हस्तिनापूरच्या समर्थ प्रजेला राजाचा निर्णय काहीही शंका न घेता स्वीकारण्याची सवय लावायला मी कारण होईन, असं मला कधी वाटलं नव्हतं. महाराज जे करतील, ते सर्व योग्यच असणार आणि त्याबद्दल कोणी काही बोलणार नाही, अशी परिस्थितीच मला आवडत नाही. शिवाय गुप्तहेरांना खरी माहितीच मिळेल असं समजणंही चूकच म्हटलं पाहिजे.''

राजासमोर स्वत:चं म्हणणं बरोबर आहे, असं सिद्ध करायला उगीचच वाद घालणाऱ्या त्या मंत्र्यांचा मला राग आला, तरी पण पिताजींसमोर मी त्या वृद्धाला काही म्हटलं नाही. पिताजीही गप्प राहिले, आणि ते यावर विचार करतील असं दर्शवून मंत्र्यांना निरोप दिला.

त्यानंतर माझं मन अस्वस्थ राहू लागलं. बाहेर राज्यात माझ्याविषयी आपसात कुजबूज चालू होतीच. कितीतरी माणसांच्या वागण्यावरून मला वाटायचं, की इथं मी बाहेरून आणून ठेवलेली व्यक्ती होतो. माझा जन्म आणि संगोपन यांबद्दल सभेत जे सांगितलं गेलं, त्यातून देशभर किती आणि कशा तऱ्हेचं बोललं जात असेल, या विचारानं माझ्या मनाला त्रास होत होता आणि त्या त्रासातून सुटण्याचा उपाय मला सुचत नव्हता.

हस्तिनापूरची प्रजा आणि महालातल्या दास-दासींनाही खरं खरं सर्व माहीत नव्हतं. त्यांना तर एवढंच माहीत होतं, की त्यांचे महाराज शंतनू एक दिवस एकाएकी एका अत्यंत सुंदर स्त्रीला राणी म्हणून घेऊन आले होते, जिचं नाव महाराजांसकट कोणालाही माहीत नव्हतं, कोणी विचारलंही नव्हतं.

हां, त्या स्त्रीशी महाराज शंतनूंचं लग्न या महालात झालं होतं; परंतु त्यानंतरच्या

घटनांबद्दल खूप अफवा होत्या. राणी ही खरी कोण असेल, त्याविषयीचे अंदाज आणि समजुती अनेक होत्या– कारण जेव्हा जेव्हा राणी पुत्राला जन्म देत असे, तेव्हा लगेच ती त्या बाळाला घेऊन रहस्यमय रीतीने कोठेतरी निघून जात असे आणि दासींच्या सांगण्याप्रमाणे महाराजही लपूनछपून तिच्या मागे जायचे.

कितीदा तरी राजा आणि महाराणी दोघंही पाठोपाठ परत यायची; परंतु नवं जन्मलेलं बाळ परत येत नसे. सात वेळा असंच झाल्यावर आठव्या वेळी तर महाराणीही परत आल्या नव्हत्या. आठव्या वेळी राजा शंतनू परत आले, तेव्हा तेही अत्यंत दु:खी व मनानं खचलेले दिसत होते. ते एकटेच परत आले व आपल्या खोलीत त्यांनी स्वत:ला बंद करून घेतलं होतं. त्या दिवसापासून या महालात महाराज एकटेच राहत होते.

त्या दिवसानंतर कोणीही या राणीविषयी काहीही विचारलं नाही, राजांनी स्वत: काही सांगितलं नाही. जणू सर्व काही विसरून जावं, तसे महालातले सेवक मुकाट्यानं आपलं काम करतात. या महालात राणीचा उल्लेख करणंही जणू पाप मानलं जातं.

जर महालातल्या माहितीची ही स्थिती असेल, तर बाहेर, नगरात आणि देशातल्या प्रजेमध्ये माँबद्दल कोण जाणे कशा तऱ्हेची आणि काय काय माहिती असेल आणि काय काय गोष्टी बोलल्या जात असतील!

माझ्या मनातलं हे दु:ख पुन्हा पुन्हा पित्याला सांगून त्यांना दु:खी करण्याचा विचार मला नकोसा वाटत होता. असंही, इतकी वर्षं एकट्यानं राहिल्यानंतर त्यांना माँबद्दल समजलं होतं. इतक्या वर्षांनंतर त्यांना त्यांचा पुत्र मिळाला होता. त्यांचा उत्साह आणि आनंद कमी होईल असं काही मला करायचं नव्हतं.

शेवटी मी माँकडेच मदत मागायला गेलो. माँनं तर माझं सांत्वन करण्याऐवजी आदेश दिला– ''परत जा. एक योग्य युवराज आणि भावी राज्यकर्ता म्हणून प्रजेच्या मनात स्थान मिळवण्याचा प्रयत्न कर. याखेरीज दुसरा कोणताही मार्ग पत्करू नको.''

''पण माँ...''

मी आणखी काही बोलणार त्याआधी माँ पुढे म्हणाली, ''हे बघ, जे खरं आहे, त्याविषयी प्रजेच्या मनात जर शंका असतील, तर त्या राजानं दूर केल्या पाहिजेत. प्रजेच्या मनात जर शंका असतील, तर भले असोत, तू तुझ्या पराक्रमानं प्रजेच्या सर्व शंका दूर करायच्या आहेत. हा प्रश्न फक्त हस्तिनापूरच्या प्रजेचा किंवा तुझा नाही; स्वर्ग-पृथ्वी आणि पाताळ या तीनही लोकांना पवित्र करणारी म्हणून समजल्या गेलेल्या गंगेच्या सत्य बोलण्याचाही आहे, आर्यावर्तातल्या प्रजेचा आहे, देशातल्या तळागाळातल्या मनुष्याच्या श्रद्धेचा आहे!''

माँला काय म्हणायचंय ते लक्षात आलं, तसा मी शांत झालो. मी माँला प्रणाम केला आणि 'निरोप घेतो' म्हणालो, तेव्हा माँ म्हणाली, ''पुत्रा, तू युवराजपद स्वीकारच; पण त्याचबरोबर हेही बघ, की तुझे पिता परत लग्न करतील.''

''अरेरे माँ!'' माझ्या तोंडून निघालं, ''तू तर मला संसारात ढकलते आहेस! मी तर वसू आहे, आणि मला या सर्व सांसारिक व्यवहारांपासून दूर राहायचं आहे, हे माहीत असूनही तू मला या व्यावहारिक गोष्टींमध्ये ढकलते आहेस.''

माँचा आवाज ओलावला. म्हणाली,''तू फक्त वसूच नाहीस, तू मनुष्यरूपानं जन्मलेला गंगापुत्र आहेस आणि महाभार्गवांचा शिष्य आहेस, हे विसरू नको. हस्तिनापूर हे खूप मोठं राज्य आहे– लहानसा राजवाडा नाही आणि तू तिथला एकमेव पुत्र आहेस. संपूर्ण हस्तिनापूरचं पालन तुला करायचं आहे. भरतवंशाचे सर्व व्यवहारही तुलाच पार पाडायचे आहेत. आणि जरा विचार तर कर, की तुला कोणी भाऊ नसेल, तर भरतवंशाला पुढे चालू ठेवण्याची जबाबदारीही तुझ्यावर राहील. म्हणून तुझे पिता पुन्हा लग्न करतील तर चांगलं होईल. आणि आता त्यांचं लग्न तुझ्याशिवाय कोणी करून देऊ शकेल असं नाही.''

''पण माँ, मी एक किशोरवयाचा पुत्र स्वतःच्या पित्याला त्यांनी लग्न करावं असं कसं सांगू– कोणत्या तोंडानं?'' मी पार गोंधळून गेलो होतो.

माँला हसू आलं. ती म्हणाली, ''असा घाबरू नकोस. तुला काहीच करावं लागणार नाही. मी तुझ्या पित्याला व त्यांच्या स्त्रीविषयीच्या आकर्षणाला अगदी नीट ओळखते! महाराज महाभिषच महाराजा शंतनू म्हणून जन्माला आलेले आहेत. तू तुझ्या पित्याला काही सांगण्याची जरुरी नाही, तू फक्त त्यांच्या सारथ्याला सांग, की महाराज वनांमध्ये फेरफटका टाकायला निघतील, तेव्हा त्यानं रथ यमुनानदीच्या उत्तरेच्या किनाऱ्यावरच्या वनांमध्ये घेऊन जावा. नियतीच्या मनात असेल, तर सर्व काही आपोआपच होईल.''

मला माँच्या सांगण्याचा अर्थ फारसा समजला नाही. तरी पण माँची आज्ञा मानून तसं करण्याचं ठरवून मी परत आलो. हस्तिनापूरला परत आल्याबरोबर मी स्वतःला युवराजपदाला योग्य करण्यात लक्ष घातलं.

मी निर्णय घ्यायला सुरुवात केली. विद्याभ्यासासाठी वेगवेगळी केंद्रं, प्रवाशांसाठी अनेक चांगल्या व्यवस्था आणि इतर अनेक कामं सुरू करण्यात आली. लहानपणी ज्यांच्याबरोबर आणि ज्यांनी केलेल्या रक्षणानं मी मोठा झालो होतो, त्या भोळ्याभाबड्या प्राण्यांची आणि पक्ष्यांची शिकार मी बंद करवली. संपूर्ण राज्यात असं जाहीर केलं गेलं, की–

''वधः पशूवराहाणां तथैव मृग पक्षिणाम्!
शान्तनौ पृथिवीपाले नावर्तत तथा नृप।।''

(शंतनू जोपर्यंत पृथ्वीचं पालन करतो आहे, तोपर्यंत वराहांचा, हरिणांचा आणि पक्ष्यांचा वध होणार नाही.)

मग मी प्रत्येक पौर्णिमेला कुठल्याही एका गावात जाऊन तेथील नागरिकांचे प्रश्न समजून घेऊन ते दूर करण्याची व्यवस्था करू लागलो. लोक मला भरतवंशी म्हणून आणि माझ्या जन्माच्या कथेचा खरी घटना म्हणून स्वीकार करू लागले. पिताजींना यमुना किनाऱ्याच्या उत्तरेच्या वनांमध्ये घेऊन जाण्याचं राहत गेलं. चार वर्षं! चार वर्षं हस्तिनापूरच्या महालात अशीच निघून गेली!

एकदा पित्याला भेटून परत जात असताना एका ब्राह्मणानं मला बघितलं. मला बघून माझ्याकडे येऊन आशीर्वाद दिले आणि जवळ येऊन म्हणाला, "युवराज, आपली आणि महाराजांची महालात उपस्थिती असतानाही, तात्त्विक दृष्टीनं बघितलं, तर हस्तिनापूरचा महाल निर्जनच म्हणायचा. आपली संमती असेल, तर कितीतरी महान राजकुलांमध्ये अतिशय गुणी, स्वरूपवान, तसंच योग्य पती मिळण्याची इच्छा असलेल्या अनेक कन्या आहेत. युवराज, आपण तर नररत्न आहात आणि या भरतवंशाला पुढे नेऊ शकणारे आपणच आहात."

मी चमकलो. मी त्या ब्राह्मणाला वंदन करून म्हणालो, "द्विजश्रेष्ठ, आपण मला जे सांगितलंत, ते मी ऐकलं. शक्य तितक्या लवकर मी महालातील एकांत दूर करण्याचा प्रयत्न करेन."

ब्राह्मण निरोप घेऊन गेल्यावर मी लगेचच कोणाला समजू न देता पित्याच्या सारथ्याला भेटलो. मी त्याला सांगितलं, "हे बघ, जेव्हा केव्हा माझे पिता वनविहारासाठी किंवा दूरवर हिंडून येण्यासाठी निघतील, तेव्हा त्यांना यमुनेच्या उत्तर किनाऱ्यावर जी वनराजी आहे, तिकडे घेऊन जायचं. तेथे जे काही घडेल, ते लक्ष देऊन बघायचं, ऐकायचं आणि मी विचारलं, तर फक्त मलाच सांगायचं."

"जशी आज्ञा युवराज," सारथी म्हणाला, "मी असं समजतो, की महाराजांच्या हितासाठीच आपण मला असं करायला सांगता आहात."

मी म्हणालो, "महाराजांचं, भरतवंशाचं किंवा हस्तिनापूरचं हित ज्यात नसेल, तसं काम करण्याची आज्ञा मी करू शकेन असा विचार तुमच्या मनात येण्याला काही कारण आहे?"

सारथी पूर्ण आत्मविश्वासानं म्हणाला, "नाही– तसं नाही युवराज. आपण पवित्र, सत्यधर्मी आणि निष्पाप आहात; परंतु मीही महाराजांचा खूप जुना सेवक आहे, काहीही करण्यापूर्वी त्यांच्या हित-अहिताबद्दल समजून घेणं हा माझा धर्म आहे."

मला धीटपणे असं सांगणाऱ्या सारथ्याची हिंमत आणि स्पष्टवक्तेपणा मला आवडला. मी त्याला यावर काही बोललो नाही, आणि अस्त्रांचा अभ्यास करायला

निघून गेलो.

या प्रसंगानंतर एखादा महिना गेला असेल, तेव्हा एका संध्याकाळी मी पित्याला पाठीमागच्या खिडकीत उदास आणि चिंतामग्न असे बसलेले बघितले. मी त्यांच्याजवळ जाऊन 'असे उदास होऊन का बसला आहात' असं विचारलं, तेव्हा त्यांनी उत्तर दिलं, "मला काही नाही झालं बाळ, तू जा."

पित्याजवळ एका सेवकाला बसवून मी सारथ्याला भेटायला गेलो. माझ्या पित्याची अशी मन:स्थिती का झाली आहे आणि तशी केव्हापासून आहे, ते समजणं मला आवश्यक वाटलं.

सारथ्यानं आजच घडलेल्या घटनेचं वर्णन केलं– "आपल्या पित्याला यमुना किनाऱ्यावर हिंडता हिंडता एक युवती दिसली होती. तिच्या शरीरातून अलौकिक सुगंध पसरला होता. तिला विचारलं तेव्हा तिनं सांगितलं होतं, की ती एका कोळ्याची (मासेमार) सांभाळलेली (पालक पुत्री) मुलगी होती."

एवढं सांगून मग सारथ्यानं सांगितलं, "त्यानंतर आम्ही त्या कोळ्याच्या घरी गेलो. महाराज मला दूर उभा करून त्याच्या झोपडीत गेले. ज्या अस्वस्थ मन:स्थितीत महाराज परत आले, त्यावरून मला असं वाटतंय की महाराजांनी त्या मुलीला मागणी घातली असेल आणि त्या मासेमाऱ्यानं मुलगी देण्यास आढेवेढे घेतले असतील, असं झालं असावं."

एका साध्या कोळी जातीच्या माणसानं माझ्या पित्याला मुलगी देण्याचं नाकारलं हे ऐकून मला राग आला. मी सारथ्याला सांगितलं, "तुम्ही फक्त माझा घोडा घेऊन या. मला त्या निषादाला ताबडतोब भेटायचं आहे."

सारथी शांतपणे म्हणाला, "युवराज, विचारवंतांनी सांगून ठेवलं आहे, की उतावळेपणानं किंवा रागात असताना कुठलाही निर्णय घेऊ नये. शिवाय, आता रात्र झाली आहे, आपल्याला कबूल असेल, तर मी उद्या सकाळी आपल्याला घेऊन जातो."

त्या वृद्धाची विनंती मला योग्य वाटली. उजाडताच रथ तयार ठेवायला सांगून मी पित्याकडे गेलो. सेवक त्यांच्या संध्याकाळच्या भोजनाची तयारी करत होता. मी सांगितलं, "माझं भोजनही इथंच घेऊन या. आज मी पिताजींबरोबर त्यांच्या आवासातच राहीन."

निषाद खाली मान घालून उभा होता. त्याची पत्नी आणि कन्या झोपडीच्या दाराच्या आत उभ्या होत्या आणि बाहेर चाललेलं संभाषण ऐकत होत्या. आसपासच्या शेतांमधली कितीतरी माणसं येऊन गप्प उभी होती.

मी निषादाचं उत्तर ऐकत होतो– "देव, आपले पिताजी महान आहेत. त्यांनी

मनात आणलं असतं, तर माझ्या कन्येला पळवून घेऊन जाऊ शकले असते, तरीही आपल्या पित्यानं धर्म पाळला आहे.''

मी उत्तर दिलं, ''तुला ठाऊक आहे, की कन्या क्षत्रिय असेल किंवा त्यांच्याबरोबर तिची मैत्री झाली असेल, किंवा ती स्वयंवरासाठी उभी असेल, किंवा तिच्या मनात असलेल्या वराबरोबर जाण्यास तयार असेल, अशाच परिस्थितीत फक्त कन्येला पळवून नेण्याची परवानगी धर्म देतो. अन्य परिस्थितीत नाही. त्यातही प्रजेतल्या मुलींचे हरण करणाऱ्या राजाला स्वर्गप्राप्ती होत नाही, म्हणूनच तू नाही म्हणालास.''

''देवा, मी नाही म्हटलंच नाही,'' निषाद म्हणाला.

मी सारथ्याकडे बघितलं. त्यानं मान खाली घातली. कदाचित आयुष्यात प्रथमच त्यानं त्याच्या स्वामीला खोटी किंवा अपुरी माहिती दिली होती. जरा वेळ गप्पच राहून मी विचारलं, ''तर मग प्रश्न आला कुठे?''

''नाही प्रभू, काही प्रश्न नाही,'' निषाद म्हणाला, ''कोण इतका मूर्ख असेल, जो शंतनूसारख्या– ज्यानं कोणतंही पाप केलेलं नाही, अशा राजाला जावई करून घेण्याला नाही म्हणेल? मी 'नाही' म्हटलं नाही. माझ्या कन्येच्या हिताच्या इच्छेपलीकडे वेगळं मी काहीही म्हटलं नाही.''

माझ्य प्रजेतल्या एका निषादाची चलाखी बघून रागवावं की हसावं ते मला समजत नव्हतं! मी त्याला विचारलं, की त्याच्या कन्येचं हित कशात आहे?

निषादानं उत्तर दिलं, ''हे जनाधीश, जिच्या देहाचा सुगंध वाऱ्याबरोबर एका योजनाइतका जातो, ''(योजन = साधारण सहा मैल) ती माझी ही अतिशय सुरेख पुत्री खरं म्हणजे चेदिराजाची संतान आहे. अत्यंत गुणी आहे. चेदिराजांनी बरेचदा आपल्या पित्याविषयी माझ्याबरोबर चर्चा केली आहे. मी जाणून आहे, की सत्यवतीसाठी महाराज शंतनू श्रेष्ठ पती आहेत.''

मी मध्येच म्हटलं– ''तर मग मी माझ्या पित्यासाठी तुझ्या पुत्रीची मागणी करतो.''

''याचकश्रेष्ठ कुमार, ही कन्या देण्यासाठी माझी मागणी फक्त एकच आहे, की माझ्या या कन्येच्या पोटी जन्मलेलं बालकच हस्तिनापूरचं शासक होईल, दुसऱ्या कोणाच्या पोटचं नाही. बस. या विवाहात याशिवाय कोणतीही हरकत नाही. आपलं कल्याण होवो! कन्या न देण्याचा तर प्रश्नच नाही.''

माझ्याच प्रजेतील एका सामान्य, लोकांना नदीपार करून द्यायचं काम करणाऱ्या माणसाच्या या निर्भय बोलण्यानं माझ्या मनावर प्रभाव पडला. जर पिता इतका स्पष्टवक्ता आणि धीट असेल, तर त्याच्याबरोबर मोठी झालेली ही मुलगी तर त्याच्याहून कितीतरी जास्त निर्भय असेल. मी निषादाचं म्हणणं स्वीकारूनही सत्यवतीला घेऊन गेलं पाहिज, असा विचार माझ्या मनात आला, त्याबरोबरच

मला वाटलं की माझ्या अंतर्मनातून मला कोणीतरी लक्षात आणून देत आहे, की राज-सिंहासन आणि त्याबरोबर येणारी बंधनं, यांपासून दूर राहायला असं कारण मला पुन्हा मिळणार नाही! मी माझ्या गंगामाँचं मनोमन स्मरण केलं– आणि शीतल हवेची एकच झुळूक एकदम येऊन माझ्या कुरळ्या केसांना उडवून गेलीही!

मी मनोमन निर्णय घेतला आणि म्हणालो, ''सत्य बोलणारे निषादराज, आता मी जे सांगणार आहे, ते तुम्ही नीट ऐका आणि समजून घ्या. यापूर्वी असं कोणीही सांगितलं नसेल आणि पुढेही कोणी सांगणार नाही. मी, माता गंगेचा पुत्र देवव्रत तुमच्यासमोर प्रतिज्ञा करतो, की तुमच्या इच्छेप्रमाणेच होईल. तुमची कन्या सत्यवती, हिच्या पोटी जन्मलेला पुत्रच आमचा राजा होईल, दुसरा कोणीही नाही!''

पित्याचा वृद्ध सारथी धावत आला, त्यानं माझा हात पकडला आणि म्हणाला, ''नाही युवराज– नाही! आपल्या पिताजींना न विचारता आपण असा निर्णय घेऊ शकत नाही! चला, महालावर परत चला!''

वृद्ध सारथ्याला जवळ घेऊन मी त्याचं सांत्वन केलं आणि म्हटलं, ''आपण वडील आहात; पण आपण रिकाम्या हातांनी परत जायचं नाहीये. शिवाय देवव्रत एकदा जे बोलला, ते बोलणं कधीही बदलत नाही.''

मी पुढे काही बोलणार, त्याआधी निषाद पुन्हा म्हणाला, ''अत्यंत तेजस्वी कुमार, मला असं दिसतंय की राजा शंतनूच्या वतीनं तुम्हीच निर्णायक म्हणून आला आहात. आता तुम्ही माझं म्हणणं मान्य केलं आहे, त्यामुळे तुमचा या कन्येवर पूर्ण अधिकार आहे; परंतु या विषयाबद्दल मला आणखी काही म्हणणं आवश्यक होतं आहे, तेही मला सांगू द्या. त्यानंतर आपण तिला घेऊन जाऊ शकता.''

''हं, सांगा!'' मी जरा साशंक मनानं विचारलं.

निषादराज म्हणाला, ''हे धर्मपरायण राजकुमार, आपल्या मुलीवर खूप जीव असलेल्या तिच्या माहेरच्या माणसांना अगदी साहजिक आहे, तशाच विचारांना वश होऊन मी हे म्हणतो आहे, की सत्यवतीच्या हितासाठी आपण जी प्रतिज्ञा केलीत, ती योग्यच आहे, आणि ती प्रतिज्ञा आपण पाळाल याचा विश्वास जगात सर्वांनाच असेल; परंतु आपल्या पत्नीला जे पुत्र होतील, ते कदाचित या प्रतिज्ञेचं पालन करणारही नाहीत–''

''जा– यमुनेतून पाणी घेऊन ये–'' मी निषादाला पुढे बोलूच दिलं नाही. निषाद घाईघाईनं पाणी आणायला गेला. माझा काय करण्याचा विचार आहे, ते लक्षात आलेल्या सारथ्याच्या नेत्रांमधून अश्रूधारा वाहत होत्या. तो माझ्याकडे बघत 'नको' 'नको' अशी मान हलवत राहिला. जवळ उभी असलेली माणसं खूपच दचकली होती. मला मनात आनंद झाला होता. गंगा मानं पित्याला या बाजूला पाठवण्याची

सूचना का दिली होती, ते आता माझ्या लक्षात आलं होतं.

''सत्यवतीच्या पोटी जन्मलेला पुत्रच आमचा राजा होईल,'' असं सांगून राजगादीवर न बसण्याची प्रतिज्ञा मी केली होती. तसं करून मी राज्याच्या कारभारातून मुक्त होण्यासाठी पहिलं पाऊल तर उचललं होतं.

आता होडीवाल्याच्या मागणीमध्ये मला कुटुंब-संसार यांपासून दूर राहण्याचा मार्ग दिसला. मला वाटलं की माझा विजय होत आहे. काहीही लांछन, बंधन किंवा जंजाळ यांच्यात न अडकता आयुष्य जगून संपवायचा मार्ग मला मिळाला होता असं मला वाटलं. या पृथ्वीवर आता मला काहीही करायचं नाही, फक्त जगायचं आणि वेळ येईल तेव्हा मरण पावायचं. माझ्या मनात पूर्ण संतोषाची भावना आली आणि शांत झाली.

निषाद पाणी घेऊन आला. झोपडीतून योजनगंधा सत्यवती आणि तिची माँ बाहेर येऊन उभ्या होत्या. मी उजवा गुडघा उभा ठेवून डावा गुडघा जमिनीवर टेकवून सत्यवतीच्या पाया पडलो. डावा हात तिच्या अंगठ्याला लावून त्यावर उजव्या हातानं पाणी ओतताना मी म्हणालो, ''हे माते, मी गंगापुत्र देवव्रत, जन्मापासून आजपर्यंत कधीही असत्य बोललेलो नाही. आज तुमच्या, सूर्याच्या, यमुनानदीच्या, देवांच्या आणि वनस्पतींच्या साक्षीनं सत्य सांगतो आहे, की मी कधीही संतान होऊ देणार नाही. हे मी सत्य सांगत आहे.''

अचानक सूर्याचं तेज वाढावं तसा प्रकाश वाढला. मी सत्यवतीकडे बघून म्हणालो, ''माते, चला. आता आपण हस्तिनापूरच्या महाराणी आहात.''

हळूहळू पाय उचलत सत्यवती आल्या आणि रथात बसल्या. सारथ्याला माझ्याजवळ बसवून मी स्वत: घोड्याचा लगाम हातात घेतला आणि रथ नगराच्या दिशेला वळवला.

निषाद रडवेला झाला. मन भरून येऊन हात जोडून आम्ही जात असताना आमच्याकडे बघत राहिला. त्याची पत्नी रडत होती. आमच्या सारथ्याच्या डोळ्यांतूनही अश्रू वाहत होते. मी पाठीमागे वळून बघितलं, तर सत्यवतीच्या अंगावर भीतीनं– आश्चर्यानं का– आनंदानं– पण काटा आला होता. ती काही बोलू शकलीच नव्हती. तिच्या तोंडून अस्फुट शब्द निघाले– ''भीष्म...''

तिचा अस्फुट आवाज जणू रुणझुणत– नाजूक आवाज करत जाऊन आकाशात, नदीच्या पाण्यात, आसपासच्या वृक्षांमध्ये, धुळीत, दगडांवर, एवढंच नाही तर दूरवर वाहत जाणाऱ्या वाऱ्यावरही पसरत जाऊन चहूकडून प्रतिसाद येत राहिले– ''भीष्म... भीष्म.... भीष्म....'' (शब्दकोशात भीष्म शब्दाचे अर्थ दुरावह, कठीण, महान, दृढ, भयंकर असे आहेत.)

परतीच्या साऱ्या रस्त्यावर वृक्षांवरून सतत पुष्पवृष्टी होत होती!

| पाच |

माझी प्रतिज्ञा, तसंच आजपर्यंत जी निषादपुत्री होती, ती कन्या आता हस्तिनापूरची महाराणी होण्यासाठी जात आहे, या दोन्ही वार्ता वावटळीसारख्या पसरल्या. आपापल्या कामांसाठी बाहेर पडलेले लोक आम्हाला रस्त्यावरून जाताना बघायला उभे राहिले. आजूबाजूच्या शेतांमध्ये राहणारे लोकही आम्हाला बघायला धावत आले. वाटेत लागणाऱ्या लहान लहान गावांमधून स्त्री-पुरुष हाती आली ती फुलं आणि पूजेचं सामान घेऊन रस्त्यापर्यंत येऊन आमची वाट बघत उभे असलेले दिसत होते.

कितीतरी उत्साही लोक तर आमच्याबरोबर येण्यासाठी आपापल्या घोड्यांवर किंवा वाहनांमधून येत होते, ते सगळे आमच्या रथाच्या मागे येत राहिले. काही लोक पायीपायीही आमच्यामागे आले.

मी रथात उभा राहून, एका हातानं घोड्यांना सांभाळत, दुसऱ्या हातानं प्रजेचं अभिवादन स्वीकारत रथ चालवीत होतो. सारथी सारखा विनंती करत होता, की रथ त्याला चालवू द्यावा; परंतु सत्यवतीला महालात पोहोचवेपर्यंत रथ मलाच चालवायचा होता.

प्रासादावर पोहोचल्यावर मी आमच्या मागून आलेल्या सर्वांना अन्न आणि इतर भेटी– बक्षिसं दिली. लोकांशी बोललोही. हस्तिनापुराशिवाय भोवतालच्या गावांमधून ज्यांना कोणाला सत्यवतीच्या लग्नाला यायचं असेल, त्यांना दोन दिवसांनंतर लग्नाची तिथी विचारून घ्यायला सांगितलं, आणि निरोप दिला.

ब्राह्मणांनी पिताजी आणि सत्यवतीच्या लग्नासाठी सात दिवसांनंतरची तिथी निश्चित केली. त्याच्यामध्ये एक दिवस माझा जन्मदिवसही होता. त्या दिवशी माँला भेटता येईल अशी वेळ बघून मी हस्तिनापूरहून माझ्या बालपणाच्या वनांमध्ये गंगाकिनारी जायला निघालो. रात्री गंगाकिनारी पोहोचून वाहत्या पाण्यामधल्या एका खडकावर बसलो. अगदी थोड्याच वेळात, पाण्यातून वाहत आल्यासारखी येऊन माँ माझ्याजवळ बसली.

मी सांगितलं, ''माँ, मी तुझ्या आज्ञेप्रमाणे केलं आहे. या पौर्णिमेला दुपारी पिताजींचा विवाह सत्यवतींशी होईल.''

माँ गोड हसली आणि म्हणाली, ''मला ठाऊक आहे. योजनगंधा उत्तम स्त्री आहे. मला समाधान वाटतंय, की आता राजवाड्यात तुम्ही दोघंच नसाल. भरतवंशाला सम्राज्ञी मिळाली आणि तुला माँही मिळाली.''

त्यानंतर माँ इतर गोष्टींबद्दल बरंच काही बोलली. मीही माझ्या प्रतिज्ञेबद्दल सांगितलं आणि म्हटलं, ''माँ, आता मला काळजी नाही. भरतवंश पुढे चालू ठेवण्याची जबाबदारी असो, की हे साम्राज्य सांभाळण्याची. मी प्रतिज्ञा घेतल्या म्हणजे आता सर्व झालं. मला आशीर्वाद दे, की आता मी राज्य आणि संसार दोन्हींपासून मुक्त राहू शकेन आणि कुठेही बंधनात न अडकता लवकरच स्वर्गात परत जाईन.''

माँ माझ्याकडे बघत राहिली. तिचे डोळे पाणावले. तिनं मला जवळ ओढून माझ्या पाठीवर हात फिरवत म्हटलं, ''मी तसा आशीर्वाद दिला, तरी तसंच होईल असं तर नाही, काळ जाईल तसतसं काय घडेल, ते जगन्नियंत्याशिवाय कोणीही सांगू शकणार नाही.''

''तुझ्या बोलण्यात काही गूढ नाही आलं, तरच आश्चर्य!'' मी तिचे डोळे पुसत म्हणालो, ''तू मला वसूंविषयी सांगितलं नसतंस, तर मी स्वर्गात परत जाण्याची घाई करत राहिलो नसतो.''

''वसू...'' माँ जणू स्वत:शी बोलत होती... ''कदाचित त्या वसूंनीच तुला प्रतिज्ञा करायला उद्युक्त तर नसेल केलं? नाहीतर माझ्या पुत्राला अशी प्रतिज्ञा कशासाठी घ्यावी लागावी? कोण जाणे तुझ्या प्रतिज्ञांचे भविष्यकाळात काय परिणाम होतील!''

पुत्र संसारापासून अलिप्त राहण्याचं ठरवेल असं कोणत्याच आईला आवडणार नाही असं वाटून मी माच्या बोलण्याकडे फारसं लक्ष दिलं नाही. तेवढ्यात सूर्योदय झाला आणि मी माँला 'निरोप घेतो' म्हटलं.

माँ थोडं अंतर माझ्याबरोबर आली आणि घोड्याजवळ पोहोचल्यावर परत फिरताना ती म्हणाली, ''पुत्र, तू आता लहान मूल नाहीस. आता तुला माझ्याशिवाय राहावं लागेल. मलाही तुला तातडीनं भेटायला येणं आता क्वचितच जमेल. अर्थात् माझ्या मनाला शांतता आहे, की सत्यवतीसारखी गुणसंपन्न स्त्री तुला माँ म्हणून मिळाली आहे... तुला समजतंय ना मला काय म्हणायचंय?''

''हो माँ, समजतंय मला; पण तुला हेही सांगतो, की सत्यवतीला मी 'माँ' म्हणणार नाही. त्यांना मी माता म्हणेन. माँ, मला बोलायला यायला लागलं, तेव्हापासून 'माँ' तर फक्त तुला म्हणतो– फक्त तुला. शिवाय, मुलाचा अधिकार

आहे, की त्याची इच्छा होईल तेव्हा तो माँला भेटू शकतो!''

उत्तरादाखल माँ मनापासून हसली आणि माझा कान हलकेच पिरगाळताना म्हणाली, ''लबाड कुठला!''

मग गंगाजळ भरलेलं एक पात्र मला देऊन ती म्हणाली, ''हे बघ, ऐक. तुला जेव्हा मला भेटण्याची इच्छा होईल, तेव्हा हे पात्र उघडून या पाण्यात बघून माझी आठवण काढ. मी सदेह तुझ्याकडे येईन. स्वप्नं तर तुला पडणारच नाहीत, नाहीतर स्वप्नात भेटू शकलो असतो.''

मी जलपात्र घेऊन घोड्याला टाच मारली.

राजवाड्यावर पोहोचलो, तर लगेचच माझ्या मातापित्यांनी मला बोलावणं पाठवलं. माझ्या डोक्यावर हात ठेवून मला जन्मदिवसाचे आशीर्वाद दिले. मग दोघंही बरोबरच म्हणाली, ''पुत्रा, तू जशा प्रतिज्ञा केल्या आहेस, तशा यापूर्वी कोणी केलेल्या नाहीत आणि पुढेही कोणी करणार नाही. मुला, आम्ही दोघंही तुझ्यावर प्रसन्न आहोत. तुझ्या जन्मदिवसाचं म्हणून काहीतरी माग.''

''काही मागणं मला कधीही आवडलेलं नाही, पिताजी,'' मी म्हटलं– ''आणि जन्मदिवस हा तर मृत्यूकडे जात असल्याची सूचना करत असलेला दिवस समजला पाहिजे.''

यावर महाराज शंतनू म्हणाले, ''माझ्या निष्पाप मुला, तुझं म्हणणं खरं आहे; पण तू जन्मदिवशी असा विचार करू नयेस, म्हणून मी तुला वर देतो, की तुला दीर्घ आयुष्य मिळो. मुला, माझ्या पुण्याचा जो काही साठा असेल, त्यानं मी तुला इच्छामृत्यू...''

सत्यवतींनी एकदम पिताजींचा हात पकडला, त्यांना बोलताना थांबवून त्या स्वत: बोलू लागल्या, ''तुला जोपर्यंत जगण्याची इच्छा असेल, तोपर्यंत मृत्यू तुझ्याजवळ येणार नाही– तुझी आज्ञा घेऊन मगच मृत्यू तुझ्याकडे येईल. तोपर्यंत नाही, हे तुझ्या पित्याचं आणि माझंही वरदान आहे.''

संपूर्ण वातावरणात काही नवं चैतन्य पसरावं, तसे आकाशात थोडे मेघ जमा झाले. सूर्याभोवती वर्तुळाकार इंद्रधनुष्य तयार झालं, पक्ष्यांची किलबिल ऐकू आली आणि माझी माँ गंगा जवळच कोठेतरी आहे, अशी सूक्ष्म अनुभूती मला झाली!

मी माझ्या दालनात जाऊन जलपात्र उघडलं– माझी माँ जणू काही प्रकट होऊन समोर बसली. मी म्हटलं, ''माँ, पिताजी मला सांगू बघत होते तसा इच्छामृत्यूचा वर मला मिळाला असता, तर मी आत्ताच मृत्यूची इच्छा करून परत स्वर्गलोकात जाऊन वसूंमध्ये मिसळून गेलो असतो.''

माँ हसून म्हणाली, ''इच्छामृत्यूचं वरदान मिळालं असतं, तर कदाचित, तू तसं करू शकला असतास; परंतु सत्यवती तसं होऊ देणार नाही. तिनं तू इच्छा

करशील तेव्हा मृत्यू येईल असं नाही, पण तू इच्छा करशील तोपर्यंत मृत्यू तुला घेऊन जाण्याची वाट बघेल असं वरदान दिलं आहे. असं समज ना, की पित्यानं तुझ्या संमतीनं मृत्यू तुला घेऊन जाईल असं वरदान दिलं आहे.''

मी काही उत्तर दिलं नाही, तेव्हा माँ गंगा पुन्हा म्हणाली, ''बाळ, मृत्यू तर आयुष्याच्या शेवटी मिळेल, तोच श्रेष्ठ म्हणायचा. तुलाही तसाच मिळणार आहे. हां, त्या वेळी या वरदानामुळे, तुझी इच्छा असेल त्या जागी, त्या वेळी आणि तुला जवळ असायला हवे असतील त्यांच्या उपस्थितीत तू पृथ्वीवरून निरोप घेऊ शकशील! असं व्हावं, हीच माणसांची तीव्र इच्छा असते!''

''पण मा, स्वर्गात वसू माझी वाट बघत आहेत, त्यांचं काय?'' मला प्रश्न पडला.

माँ म्हणाली, ''बाळ, मला ठाऊक आहे, की घाईनं स्वर्गात जाण्याची इच्छा तुझी नाही. अशी प्रेरणा तर तुला वसू देत आहेत. मी त्यांना तसं करण्यापासून थांबवेन. ते सर्व असं करू शकत नाहीत. मनुष्याला आयुष्य जगण्यासाठी मिळत असतं, त्यांना नाकारून आयुष्यात करू शकण्याच्या ज्या शक्यता असतात, त्यांना अडवायचं नसतं– तुझं स्वर्गात जाण्याबद्दलचं बोलणं ऐकून मला हिमालयाच्या जंगलात राहणाऱ्या मलिंग पक्ष्याची आठवण येते. तो पक्षी सारखा 'मा-साहसम्' 'मा-साहसम्' असं म्हणत असतो, (धाडस करू नये) पण स्वत: सिंहाच्या जबड्यात शिरून त्याच्या दातांना चिकटलेलं मांस खाण्याचं साहस करत असतो! त्याचप्रमाणे, तू लगेच स्वर्गात जाऊ शकणार नाहीयेस, तरीही 'जायचंय' 'जायचंय' असं म्हणत राहतोस. मलिंग पक्ष्यासारखं खोटं कशाला बोलायचं?''

माँचे हे शब्द ऐकून माझ्या मनाला खूप यातना झाल्या. संध्याकाळी माता सत्यवतीनं मला बोलावलं. मी मातेसमोर जाऊन प्रणाम करून उभा राहिलो, तेव्हा त्या म्हणाल्या, ''पुत्रा, माझ्या पित्यानं तुला जे काही सांगितलं, त्यात त्यांचं मुलीबद्दलचं प्रेम आणि मुलीबद्दलची काळजी हेच कारण होतं.''

''मला माहिती आहे, माता. मी तर निषादराजांना दोष देत नाहीच.''

''मी तसं म्हणत नाहीये,'' त्या म्हणाल्या, ''मला असं म्हणायचंय, की मला झालेलं मूलच राजा होईल, ही मागणी माझी नाही– तुलाही मी माझंच मूल समजते. माझ्या पोटी जन्मलेले पुत्र तू राज्यकर्ता असताना निर्भयच असतील, हे मी जाणून आहे. म्हणून मी तुला तुझ्या प्रतिज्ञांमधून मुक्त करत आहे.''

मी म्हटलं, ''मी घेतलेल्या प्रतिज्ञांमधून मला दुसरं कोणी कसं मुक्त करेल?''

मातेनं निराश आवाजानं म्हटलं, ''तर मग बाळा, आता जितक्या वेळा मी तुला बघेन, तितक्या वेळा स्वत:ला दोष देत राहीन मी– ते आवडेल तुला?''

मी हसून उडवाउडवी करायला म्हणालो– ''तर मग तुम्ही आज्ञा द्या, की मी

कधीही तुमच्यासमोर येऊ नये! असंही मला उत्तर सीमेच्या प्रांतांमध्ये जायचं आहे.'

"अरे! स्वत:च्या आईला असं म्हणालास, तर पाप लागेल तुला, बेटा! आणि आत्ता तू कुठंही जायचं नाहीयेस. मी तर पार झोपडीतून इथं राजवाड्यात येऊन पडलेय, आणि अगदी नवखं आहे मला सगळं. इथलं सगळं नीट बघून, समजून घ्यायचंय, ते तुझ्या मदतीशिवाय होणार नाही. मी तुला कोठेही जाऊ देणार नाही."

मी म्हणालो, "माता, आत्तापर्यंत जी अनेकजणांना यमुनेच्या पार घेऊन गेली आहे, ती स्त्री या लहानशा महालातल्या थोड्या माणसांना पार घेऊन जाऊ शकणार नाही असं मला वाटतच नाही. प्रजा तर त्यांच्या महाराणीच्या शब्दाला वेदवाक्य मानते. कुठल्याही परिस्थितीवर मात करू शकाल, इतक्या समर्थ तर तुम्ही आहातच!"

मातेला स्वत:ची अशी स्तुती ऐकून हसू आलं. त्या म्हणाल्या, "बरं, तू म्हणतोयस तसं असलं, तरी आत्ता मला तुझी गरज आहे. तू जायचं नाहीस."

"ठीक माता, परंतु लग्नविधीनंतर लगेच मला जाऊ द्या. सीमेवर बऱ्याच समस्या उद्‌भवल्या आहेत. प्रजा संकटात असेल, तेव्हा मी इथं थांबू शकत नाही. आणि जर मी नाही गेलो, तर पिताजींना जावं लागेल. तसं मला होऊ द्यायचं नाहीये."

सत्यवती यावर काही म्हणाल्या नाहीत. मी वंदन करून म्हटलं, "माता, आत्ता तर मी जातो, लग्नाच्या तयारीवर देखरेख ठेवायला हवी ना?"

राजवाड्याच्या चौकात मंडप सजवला होता. ऋषी मंत्रोच्चार करत पवित्र जल शिंपडत होते. ब्राह्मण वेगवेगळ्या तयाऱ्या करत होते. गावं आणि शहरांमधून आलेल्या स्त्रियांच्या गीतांनी आणि त्यांच्या रंगीबेरंगी वस्त्रांनी मला जाणवलं, की भरतवंशाच्या या राजवाड्यातून कितीतरी वर्षांपूर्वी बंद होऊन गेलेल्या स्वरांचं आणि रंगांचं जग पुन्हा एकदा स्थापन झालं आहे.

त्यांच्या प्रिय राजाच्या लग्नात भाग घेतला असेल, तशी प्रजाजनांनी त्यांची घरंही सजवली होती.

माँ गंगा देवी गंगा लग्नासाठी आली, तेव्हा प्रजेच्या आनंदाला पारावार राहिला नाही. गंगेनं जवळ जाऊन आशीर्वाद दिल्यानंतर लोक शांत झाले.

पिताजी माझ्या माँ गंगाकडे पाहत राहिले. सत्यवतींनी साष्टांग प्रणिपात करून म्हटलं, "देवी! आपल्या पुत्राला समजावून सांगा ना, की त्यानं विवाह करावा आणि हा वंश पुढे न्यावा!"

माँ गंगानं म्लान चेहऱ्यानं म्हटलं, "माझा पुत्र अतिशय हट्टी आहे. तो प्रतिज्ञा सोडणार नाही; पण हां, मी तुला आशीर्वाद देते, की तुझ्या पोटी प्रतापी आणि तेजस्वी पुत्र जन्माला येवोत. धर्म, भूमी, तसंच प्रजेचं रक्षण करोत आणि वंश

उज्ज्वल करून पुढे नेवोत!''

सत्यवतींचा चेहरा उतरला. त्यांनी हळू आवाजात गंगामाँला जे सांगितलं ते मला अस्पष्टसं ऐकू आलं, ''देवी! एका स्त्रीच्या पोटी पुन्हा पुन्हा प्रखर, प्रतापी पुत्र जन्माला येत नाहीत!''

सत्यवती असं का म्हणाल्या असतील, ते मला समजलं नव्हतं.

| सहा |

उत्तर सीमेवर ओळीनं बरीचं युद्धं करावी लागली. कितीतरी राक्षस, यक्ष, गंधर्व असे लोक ठिकठिकाणी जंगले आणि पाण्याची तळी, सरोवरे इ. ठिकाणी कब्जा घेऊन बसले होते. वनांमधून जे जात असतील त्यांना किंवा कुंडं, तलाव, सरोवरं इ. ठिकाणी पाणी भरायला येणाऱ्या लोकांना अनेक तऱ्हांनी त्रास देऊन ते त्यांच्याकडून करही घेत असत किंवा त्यांची कामं करायला लावत.

मला त्या सर्वांबरोबर युद्ध करावं लागलं. माझी तशी इच्छा नसतानाही कितीजणांना ठार मारावं लागलं. कितीतरी जणांना तेथील प्रजेबरोबर मिळून- मिसळून राहायला समजावू शकलो. काहीजणांना त्यांच्या क्षेत्रांमध्ये हस्तिनापूरचे प्रतिनिधी म्हणून नेमलं, आणि स्थानिक प्रजेचं कल्याण होईल अशा योजना करण्याची आज्ञा दिली.

हस्तिनापूरच्या सीमेपलीकडच्या राज्यांमध्ये ब्रह्मकुंडाच्या वरच्या बाजूला चित्रांगद नावाचा फार मोठा, सदाचरणी गंधर्व राज्यकर्ता धर्मपूर्वक राज्य चालवतो असं ऐकलं, म्हणून थोडं साहस करून त्याला भेटायला त्याच्या राज्यात गेलो. त्या प्रजावत्सल गंधर्वाची अत्यंत शक्तिशाली राजनीती, प्रजानीती आणि युद्धनीती, तीनही गोष्टींचं मला आकर्षण वाटलं होतं.

गंधर्व चित्रांगद स्वत: अत्यंत बलशाली राज्यकर्ता असूनही, जरूर नसेल तोपर्यंत स्वत: होऊन कधीही युद्ध करत नसे. जंगलामधून येणाऱ्या राक्षसांपासून आणि हिमालयापलीकडून येणाऱ्या म्लेंच्छ, तसंच इतर जातींच्या लोकांच्या हल्ल्यांपासून स्वत:चं रक्षण करण्यासाठी त्यानं त्याच्या प्रजेतल्या तरुणांना शस्त्रं वापरायला शिकवून तयार केलं होतं.

मी चित्रांगदाचं राज्य– ब्रह्मकुंडावर तीन महिने राहिलो व नंतर माझ्या राज्याच्या सीमेवर पोहोचलो. पावसाळा संपला होता, नंतर वातावरण– हवामान शांत असे, त्यामुळे दर महिन्याला हस्तिनापूरहून माहितीचे

संदेश आणणारे आता सरळ येऊ शकत असत.

माझ्या लहान भावाच्या– कुमार चित्रांगदच्या जन्माचा समाचार तर भर पावसाळ्यातही आला होता. मातेची इच्छा होती, की माझा धाकटा भाऊ चित्रांगद यानं माझ्याजवळ राहून सर्व शिक्षण घ्यावं. मी निरोप पाठवला, की त्याला इकडे पाठवून द्यावं, हिमालयाच्या पवित्र वातावरणात राहून आयुष्याचे विद्येशिवायचेही आणखी बरेच अर्थ तो शिकेल.

तो आला नाही– किंवा त्याला पाठवायला माझ्या पित्याचा जीव झाला नाही– जे कारण असेल ते– पण धाकट्या भावाला प्रत्यक्ष बघणं लांबत गेलं. शेवटी माझ्या दुसऱ्या धाकट्या भावाचा– विचित्रवीर्याचा– जन्म झाला, तेव्हा मातेनं पाठवलेल्या निरोपाकडे मी दुर्लक्ष करू शकलो नाही. मातेनं लिहिलं होतं,'हे पत्र तुला मिळेल, तेव्हा धाकटा तर एखाद्या महिन्याचा व्हायला येईल. महाराज शंतनूंची इच्छा आहे, की विचित्रवीर्य सहा महिन्यांचा होईल, त्या वेळी कुमार चित्रांगदला राज्याभिषेक करून स्वत: निवृत्त व्हावं... चित्रांगदचं वागणं आणि योग्यता बघता, भरतवंशाची जबाबदारी त्याच्यावर आत्ता सोपवावी, हे मला योग्य वाटत नाही. मी तुला बघितलं त्यालाही आता बरीच वर्षं झाली, तेव्हा या पत्राला माझी आज्ञा समजून का होईना, पण आता तू परत ये.''

आता मला हस्तिनापूरला जाणं भागच होतं. मी परत आलो. कुमार चित्रांगदला भेटल्याबरोबरच मला वाटलं, की तो अत्यंत अभिमानी आणि फक्त स्वत:लाच श्रेष्ठ समजणारा राजपुत्र आहे. राज्याच्या वरिष्ठ अधिकाऱ्यांशीही त्याचं वागणं उद्धटपणाचं होतं.

अमात्यांनी मला सांगितलं, की कुमार चित्रांगद दुसऱ्या राज्यांच्या राजांना स्वत:पेक्षा कमी दर्जाचे मानतो. देवता किंवा महान असुर यांचाही तिरस्कार करतो, प्रजाजनांना त्रास देतो. ऋषींचा अपमान करायलाही तो कमी करत नाही.

मी आणि माता सत्यवती, दोघंच एकांतात कुमार चित्रांगदशी बोललो, तेव्हा त्यानं मातेला सांगितलं, ''माँ! हस्तिनापूरएवढं मोठं आणि महान राज्य सांभाळायचं आणि चालवायचं असेल, तर राजाला त्याला योग्य वाटेल तसं वागण्याची मोकळीक असलीच पाहिजे.''

माता सत्यवतीनं मान खाली घातली. मातेसमोर राजकुमाराला आणखी काही सांगावंसं मला वाटलं नाही. चित्रांगद गेल्यावर माता मला म्हणाली, ''राज्याची जबाबदारी तू सांभाळ.''

मी तरीही गप्पच राहिलो, म्हणून माता पुढे म्हणाली, ''तुला राजा व्हायचं नसेल, तर सांग, की कुरुवंशाची गादी सांभाळू शकेल, असा समर्थ दुसरा कोणी तुला दिसतोय?''

मी क्षणभर मातेकडे बघत राहिलो, मग स्पष्ट आवाजात म्हणालो– "नाही."

मातेचा चेहेरा उतरला होता. त्या दुःखानं म्हणाल्या, "ज्या धर्माच्या आधारे तू काही करू शकत नाहीस, त्या धर्माचा पुनर्विचार तर करू शकतोस."

मी सांगितलं, "मी तसं करणार नाही, माता! माझी प्रतिज्ञा आहे, की मी कुरू साम्राज्याचा फक्त सेवकच राहीन. भरताच्या आणि कुरूच्या या महान वंशाची गादी चालवायला योग्य शासक नेमण्याबद्दल मी पिताजींशी जरी चर्चा केली, तरी त्यांच्या निर्णयाबद्दल मी एक शब्दही बोलू शकणार नाही. हस्तिनापूरचा राजा किंवा निर्णयकर्ता भीष्म कधीच नसेल. मी माझी प्रतिज्ञा विसरून जाऊ शकणार नाही."

काही दिवस असेच गेले. त्या दिवसांमध्ये मी मातेचं दुःखं आणि काळजी, तसंच राज्याचं कल्याण याबद्दल खूप विचार करून मग कुमार चित्रांगदशी बोलायचं ठरवलं. एक दिवस सकाळी मी त्याला चर्चेसाठी बोलावणार तेवढ्यात अमात्य घाईघाईनं मला भेटायला आले. त्यांनी जी काही माहिती सांगितली, त्या माहितीनं मला खूपच चिंता वाटू लागली – "उत्तर सीमेच्या पलीकडून गंधर्वराज चित्रांगद आपल्याला भेटायला आले होते. कुमार चित्रांगद त्यांना महालाच्या बाहेरच्या परिसरातच समोर भेटले."

एवढ्या बोलण्यावरून मी बरंच काही समजून गेलो. इकडे अमात्य दोन्ही चित्रांगदांच्या बोलाचालीबद्दल सांगून त्यांच्यात झालेल्या उग्र चर्चेचं वर्णनही करत राहिले.

कुमार चित्रांगदाने त्याच नावाच्या गंधर्वांशी बोलताना वापरलेल्या कठोर आणि अपमानजनक शब्दांच्या उत्तरादाखल गंधर्व जे बोलले, ते सविस्तर सांगून अमात्य म्हणाले, "गंधर्व शेवटी जे म्हणाले, ते सेवकांनी ऐकलं होतं की, कुरूकुमार, एका अतिथीशी, आणि तो दुसऱ्या राज्याचा राजा असताना त्याच्याशी तुझं असं वागणं बघून सर्व समजून घेतल्यावर, मी माझंच नाव असलेल्या तुझ्यासारख्या माणसाला पृथ्वीवर राहू देणार नाही! ताबडतोब तुझं नाव बदलून टाक किंवा माझ्याशी युद्ध कर..."

शेवटी जे समजलं ते असं होतं, की दोघेही योद्धे युद्धाचा उन्माद चढून कुरुक्षेत्राच्या दिशेनं गेले आहेत. गंधर्वराज एकटे होते, म्हणून कुमारनंही कोणाला बरोबर नेलं नव्हतं.

मला धक्का बसला. मी ताबडतोब माझा घोडा घेऊन यायला सांगितलं. मी कुरुक्षेत्रावर पोहोचलो, तर कुमार चित्रांगदचं मृत शरीर मैदानात पडलेलं होतं. गंधर्वराज चित्रांगद कुठेच दिसत नव्हते आणि त्यांचा पाठलाग करण्यातही अर्थ नव्हता.

कुरुवंशाचा वारस आणि एक महान योद्धा कुमार चित्रांगद अचानक, काही

विशेष कारण न घडता असा एकाएकी, मध्येच मृत्यू पावतो, ही कोणाला सहन करता येईल अशी घटना नव्हती. पिताजींना तर हा आघात असह्यच झाला. थोड्याच दिवसांमध्ये तेही मृत्यू पावले!

पित्याच्या देहाची अंतिम यात्रा पुरी करून आम्ही परत आलो. मी रथातून उतरलो, त्याचक्षणी पित्याच्या सारथ्यानं माझ्यासमोर त्याची सर्व शस्त्रास्त्रं अंगावरून उतरवून माझ्या स्वाधीन केली आणि म्हटलं, "देव, मी सर्व जन्मभर आपले पिता महाराज शंतनू यांची सेवा केली आहे. ते गेले, आता मी दुसऱ्या कोणाची सेवा करू शकणार नाही."

मी सारथ्याला प्रणाम करून म्हणालो, "तुम्ही जन्मभर माझ्या पित्याची सेवा केलीत, तेव्हा आता दुसऱ्या कोणाची सेवा न करण्याची तुमची इच्छा मी समजू शकतो; परंतु तुम्ही सेवामुक्त झालात, तर त्यानंतर आता माझा सारथी कोण होऊ शकेल ते सांगा मला."

सारथी म्हणाला, "आपली इच्छा असेल, तर माझा पुत्र अधिरथ आपल्या रथाचं सारथ्य करून आपली सेवा करेल. माझा हा मुलगा तरुण आहे. कामात कुशल आहे आणि दक्ष आहे."

मी सारथ्याच्या खांद्यावर हात ठेवून म्हटलं, "तुम्ही म्हणताय, त्याप्रमाणे अधिरथ माझा सारथी झाला तर छानच. तो तुमचा मुलगा आहे. म्हणजे तुमच्यासारखा कुशल असेलच. त्याला अवश्य माझ्याकडे पाठवा– आजपासूनच तुमचा पुत्र माझा सारथी असेल."

सारथी जायला निघाला, तेव्हा त्याला आश्वासन देत म्हणालो, "हो, आणि ऐका, महाराज शंतनू गेले, तरीही तुम्ही स्वतः हस्तिनापूरच्या राजकुटुंबाच्या आश्रयाखालीच आहात, असं समजा. तुम्ही या पृथ्वीवर आहात, तोपर्यंत मी तुम्हाला सांभाळेन."

आवारातून मी माझ्या दालनाकडे जात होतो, तेव्हा मातेनं मला तेथेच थांबवलं आणि म्हटलं, "कुरूंचं सिंहासन राजाशिवाय असू शकत नाही. मी सर्व तयारी करवून घेतली आहे. तू जा, स्नान करून लगेच दरबारामध्ये ये. मी लगेच आत्ताच तुझा राज्याभिषेक करवून घेते– जरी संध्याकाळ व्हायला आली असली, तरी."

माता सत्यवतीचं दुःख अपार होतं. इतक्या थोड्या दिवसांमध्ये त्यांनी एकापाठोपाठ एक– पुत्र आणि पती गमावले होते. अगदी एकट्या पडलेल्या त्या स्त्रीच्या दुःखात सहभागी होईल, असं राजवाड्यात कोणीही नव्हतं. अशा प्रसंगीही त्या धीरानं, परिस्थितीशी एका हाती लढत होत्या! त्यांच्या पित्याच्या घरून त्यांना सन्मानानं रथात बसवून या घरी घेऊन येणारा मी स्वतः, त्यांचा पुत्र, त्यांना काहीही मदत करू शकत नव्हतो!

अशा परिस्थितीत मला 'राजा हो' सांगणाऱ्या आणि माझ्या राज्याभिषेकाची तयारी करवून घेणाऱ्या मातेला नकार कसा द्यावा, या विचारानं क्षणभर तर मी काही बोलू शकलो नाही; पण लगेच म्हणालो, "माते, माझी प्रतिज्ञा आहे, की...."

मी पुढे काही बोलणार त्याच्या आधीच सत्यवतींनी माझ्यावर हात उगारला, आणि मग परत खाली केला. त्यांना इतकं संतापलेलं मी कधीही पाहिलं नव्हतं. मी हात जोडून गप्प उभा राहिलो.

"ठीक तर," राग गिळून कोरड्या डोळ्यांनी त्या म्हणाल्या, "माझ्या आज्ञेपेक्षाही तुझी प्रतिज्ञा तुझ्यासाठी मोठी असेल, तर मग ठीक आहे. तू तुझी प्रतिज्ञा सांभाळ– मला तर कुरुवंशाला आणि हस्तिनापूरला सांभाळायचं आहे!"

मातेच्या बोलण्याला उत्तर देण्याची माझी हिंमत नव्हती. मी गप्प उभा. त्यांच्या सर्व शब्दांवर भार देत सत्यवतींनी विचारलं, "परंतु, तुला राजा व्हायचंच नसलं, तर मला सांग, की समस्त हस्तिनापुरात या राज्यासनावर बसण्यास श्रेष्ठ व समर्थ असं दुसरं कोणी सध्या तुला दिसतं आहे? जर तुला अशी व्यक्ती माहीत असेल, तर मला सांग, मी आत्ताच्या आत्ता त्या व्यक्तीला राज्याभिषेक करेन. तो कोणीही असला, तरी हरकत नाही. मी त्याला या क्षणीच राज्याभिषेक करवून घेईन!"

मी दचकून मातेकडे बघितलं. त्या शांत उभ्या होत्या. त्यांच्या चेहऱ्यावर प्रश्नचिन्हाशिवाय मला काहीही दिसलं नाही. तरी पण मला आठवलं तर खरंच, की सत्यवतीनं हा प्रश्न मला दुसऱ्यांदा विचारला होता!

आज येथे शरशय्येवर पडल्या पडल्या माझ्या लक्षात येतंय, की त्या संध्याकाळी माता काय सांगू बघतेय, ते समजून घेण्याचा मी प्रयत्नच केला नव्हता! केला असता, तर माझ्या लक्षात आलं असतं, की स्वत: सत्यवतीच हस्तिनापूरची जबाबदारी सांभाळू शकण्यास समर्थ होत्या.

आज समजतंय, की मी सांगण्याची वाट न बघता, माता सत्यवतीनं राज्याची धुरा सांभाळली असती, तर त्यांच्यासमोर उभे झाले असते ते प्रश्न– धर्माप्रमाणे काय योग्य काय अयोग्य– रिवाजांप्रमाणे काय चूक काय बरोबर, या सर्व आव्हानांना तोंड देऊन, गादीवर बसलेल्या राज्यकर्त्याचं रक्षण करणं, हीच तर भीष्माची प्रतिज्ञा होती!

कदाचित् त्यावेळच्या परिस्थितीमुळे मी समजूनउमजून सगळी समस्या समजत नसल्यासारखं करत होतो!

त्या वेळी मातेनं विचारलेल्या प्रश्नाचं उत्तर देणं टाळत मी म्हणालो होतो, "माते, विचित्रवीर्य अजून लहान मूल असला, तरी तो कुरुवंशाचा राजपुत्र आहे. आपण त्याचा राज्याभिषेक केला पाहिजे. मी त्याला दरबारात आणतो, पुरोहितांना

सांगा की, त्याचा राज्याभिषेक त्यांनी करावा.''

माता म्हणाल्या, ''देवव्रत, भूतकाळात कोणीही बालक राज्याचा राजा झालेलं मी ऐकलेलं नाही. शिवाय, इतकं लहान बाळ राज्यकारभार कसा करू शकेल याविषयी माझ्या मनात शंकांचं मोहोळ उठलं आहे. बाळ, तू सांगतोयस म्हणून, आणि तू राजाचा अगदी योग्य सांभाळ करशील या आशेनंच, मी विचित्रवीर्याचा राज्याभिषेक करायला मान्यता देते आहे. तू मला वचन दे वत्स, की हस्तिनापूरची गादी तू सांभाळशील, राजाच्या वतीनं कारभार बघशील.''

मी नम्रतेनं सांगितलं, ''माते, कुमार माझा भाऊ आहे. त्याला सांभाळणं हे माझं कर्तव्य आहे; परंतु राजा तो होईल, म्हणून माझ्या प्रतिज्ञेप्रमाणे मी राजाच्या आज्ञेत असेन. मी हस्तिनापूरच्या सिंहासनाला समर्पित असेन. त्या स्थानी जो असेल त्याच्या आज्ञेत राहण्याची माझी प्रतिज्ञा आहे. राज्यकारभार मी नाही करणार– हस्तिनापूरचा राजाच करेल.''

मातेनं निराश चेहऱ्यानं माझ्याकडे बघितलं. मी मातेला आश्वासन दिलं, आणि कुमारला आणायला त्याच्या दालनाकडे निघून गेलो.

मातेजवळून गेलो, तेव्हा त्यांना स्वत:शीच तसं हळू आवाजात बोलताना मी ऐकलं– ''भीष्म: स तदा विचित्रवीर्यस्य वचने स्थिता...'' (भीष्म– विचित्रवीर्य सांगेल तसा वागेल...)

बोलता बोलता सत्यवतींनी मान हलवत डोळे पुसले. मी मातेजवळ थांबून त्यांचं सांत्वन करून आश्वासन देईन, हे शक्य नव्हतं.

प्रासादाच्या अनेक कमानींमधून जाणाऱ्या लांबलचक वाटेवर मी जणू कधीच ओलांडून जाऊ शकणार नाही असं वजन माझ्या पायांवर आहे, असं वाटत मी कुमारच्या दालनाकडे चालत राहिलो.

| सात |

पुष्य आणि आश्लेषा नक्षत्रं पूर्वेच्या क्षितिजावरून जरा वर आली आहेत, आता सर्पमणी उगवू पाहत आहे. थेट पहाटेपर्यंत वासुकी असाच हळूहळू, क्षितिजाच्या पाठीमागून एकामागून एक तारका घेऊन येऊन, पूर्वेपासून ते दक्षिणेपर्यंतचं संपूर्ण आकाश व्यापून टाकेल. त्या वेळी पूर्वेकडून वर आलेले पुरुष आणि प्रकृती तर पश्चिमेला अस्ताला जातील.

माझ्या डोक्यावरून जाऊन दक्षिणेकडे झुकून चमचमणाऱ्या माझ्या माच्या स्वर्गीय अवतारासारख्या आकाशगंगेकडे माझी दृष्टी गेली. जरा कष्टानं मी मान वळवली. धनू नक्षत्राच्या बरोबर वर उत्तर दिशेच्या आकाशात आमच्या परामाता शर्मिष्ठाचं रूपही चमचमतंय, त्याच्या जरासं खाली अत्यंत सुंदर देवयानी चमकते आहे. आणि त्या दोन्हींच्या मध्ये आकाशातलं पुष्प असावं तसं ययातिमंडळ झगमगतं आहे.

माझे हे पूर्वज समोर दिसताक्षणी मला त्यांना विचारावंसं वाटतं, "अहो, माझ्या महान पूर्वजांनो! तुम्हीही माझ्या मातेसारखेच माझ्यावर रागावला आहात का?"

ध्रुवताऱ्याच्या आसपासच्या माझ्या पूर्वजांकडे बघून त्यांनाही विचारावंसं वाटतं, "माझ्या पवित्र पूर्वजांनो! त्या वेळी माझ्या मातेला माझा खूप राग येणं हे अगदी स्वाभाविक होतं; पण आपण सर्व तर समजून घेऊ शकाल ना, की भरताच्या वंशाला यशस्वीपणे पुढे नेण्याच्या माझ्या कर्तव्यात मी कधी चुकलो नाही? मी– गंगापुत्र देवव्रतानं– भीष्मानं– आपल्या वंशाची कीर्ती वाढावी आणि वृद्धी व्हावी, यासाठी धर्मपूर्वक वागून, जे काही मला करता येईल ते सर्व केलं आहे ना?"

आज आत्ता एकाएकी असा त्या संध्याकाळी मातेला आलेला क्रोध आठवला, तेव्हा मला तो दुसरा प्रसंगही आठवला. त्या वेळी माझी आणि माची मानसिक अवस्था वाईट होती– तसं वाईट तर आता वाटत नाही; परंतु

त्या भूतकाळातल्या प्रसंगाचा क्षण न् क्षण डोळ्यांसमोर तर येतच राहतो.

कित्येक वर्षांपूर्वीची ती संध्याकाळ. त्या संध्याकाळी मी छोट्या विचित्रवीर्याला झोपेतून उठवून राज्याभिषेकासाठी तयार करून राज्यसभेच्या दालनात घेऊन आलो होतो. पुरोहितांचा आवाज आणि शब्दही मला चांगले आठवतात. ते सांगू लागले, ‘‘हे सुज्ञ नरगजनहो, ऐका! या पौरवंशात कधीही कोणीही असा राजा झाला नाही– ज्यांचं चारित्र्य चांगलं नाही; असाही नाही– जो दुराचारी असेल, आणि असाही नाही– ज्याला संतती नसेल.’’

फार पूर्वी राजा नहुषचा पुत्र ययाति आणि शुक्राचार्यांची पुत्री देवयानी यांचे चार पुत्र प्रथम जन्मलेले – ज्येष्ठ – असूनही ययातिनं दानवराजाची पुत्री शर्मिष्ठा या दुसऱ्या पत्नीपासून झालेल्या सर्वांत लहान पुत्राला – पुरूला – राज्य सोपवून धर्माचं पालन केलं होत; कारण ययाति-देवयानीच्या चार ज्येष्ठ पुत्रांनी पित्याच्या आज्ञा मानल्या नव्हत्या. त्यापैकी यदूचा वंश ‘यादव क्षत्रिय’ म्हटला गेला. तुर्वसूच्या पुत्रांना ‘यवन’ म्हटलं गेलं. दुह्युचे पुत्र ‘भोजवंशी’ म्हणून प्रसिद्ध झाले आणि अनूच्या पुत्रांपासून ‘म्लेंछ’ जाती उत्पन्न झाली.

ययाति आणि शर्मिष्ठाचा पुत्र महात्मा पुरू याच्यामुळे पुढे हा वंश पौरव किंवा पुरुवंश म्हणून प्रसिद्ध झाला. राजा पुरूनं अनेक वर्षं या प्रदेशाचा उत्तम रीतीनं सांभाळ केल्यावर आपलं राज्य पुत्र प्रवीर याच्याकडे सोपवलं.

हस्तिनापूरच्या प्रजाजनांनो, राजा प्रवीरनं, तसंच त्याच्या नंतर आलेल्या त्याच्या पुत्र मनस्यूनं, तसंच त्यानंतरच्या पौरववंशी राजांनी समुद्रापर्यंत पसरलेल्या या प्रदेशाचा उत्तम सांभाळ केला आहे.

पुरोहितांच्या तोंडून माझ्या पूर्वजांची नावं आणि गुणगाथा मी प्रथमच ऐकत होतो. प्रत्येक राज्याभिषेकाच्या वेळी प्रजाजन हे सर्व ऐकतच असतील, तरीही तल्लीन होऊन ऐकत होते. विचित्रवीर्य माझ्या मांडीवर अर्ध्या झोपेत पडून होता.

पुरोहित पुढे म्हणाले, ‘‘नंतर पौरववंशामध्ये अनाधृष्टी हे राजा झाले, त्यांच्यानंतर मतिनार. त्यांचा पुत्र तंसु याने हा वंश पुढे चालवला आहे. तंसुचा इलिन नावाचा एक पुत्र महान राजा ठरला. इलिन आणि त्याची पत्नी रथन्तरी यांचा पुत्र दुष्यंत तरुण वयात राजा झाला. दुष्यंतच्या स्वत:च्या पराक्रमानं आर्यावर्तात तो खूपच प्रसिद्ध राजा झाला. त्याचा आणि शकुन्तलेचा पुत्र भरत. भरताच्या पराक्रमी राजवटीमुळे हा वंश पुढे भरतवंश या नावानं प्रसिद्ध झाला. हे प्रजाजनहो, या आर्यावर्त प्रदेशाला भारत हे नाव दुष्यंताचा पराक्रमी पुत्र भरत याच्यामुळे प्राप्त झालं आहे.

सम्राट भरताच्या तीन राण्यांना मिळून नऊ पुत्र झाले; परंतु त्यांच्यापैकी एकही जगला नाही, तेव्हा ऋषींची मदत घेऊन, यज्ञ करून, मग भूमन्यू नावाचा दहावा

मुलगा झाला आणि नंतर भरतानं त्याला आपलं साम्राज्य सोपवलं...''

माझ्या अनेक पूर्वजांपैकी जे राजा झाले होते, त्यांचीच नावं ते सांगत होते. माता सत्यवती माझ्याजवळ येऊन म्हणाल्या, ''पुत्र, प्रजेला फक्त जे राजा झाले, त्यांचीच नावं सांगितली जातात, इतरांची नाही. आणि स्त्रियांची नावंही फारदा येतच नाहीत. इतिहास काय नेहमी केवळ शक्ती आणि सत्ता यांच्यावर केंद्रित करूनच लिहिला जातो?''

मी म्हटलं, ''माते, हीच तर पद्धत आहे. राजाच्या वंशावळीतसुद्धा एकानंतर दुसरा जो राजा बनतो, त्याचंच नाव लिहिलं जातं. हां, कौटुंबिक वंशावळीची गोष्ट वेगळी. त्यात संपूर्ण कुटुंबाची विस्तृत माहिती असते खरी; पण या अशावेळी त्याचं महत्त्व नसतं.''

सत्यवती म्हणाल्या, ''मला असं करायचं आहे, की धर्माचं आणि सत्याचं निष्ठेनं पालन करणारी व्यक्ती– पुरुष असो की स्त्री– इतिहासानं तिची नोंद घ्यायला हवी.''

इकडे पुरोहित पुढे सांगत होते, ''भूमन्यूचा पुत्र सुहोत्र हाही महान राजा होऊन गेला.''

सुहोत्र खल्विक्ष्वाकु कन्या मुपमेवे सुवर्णानाम।
तस्यामस्य जरक्षो हस्ति, य इदं हस्तिनापुरं स्थापयामास।
एदअस्य हस्तिनापुरत्वम् ॥

(सुहोत्रला इक्ष्वाकुवंशाची कन्या सुवर्णा हिच्यापासून हस्ती नावाचा पुत्र झाला. ज्याने हस्तिनापूर नावाच्या नगराची रचना केली. हस्तीनं वसवलेलं हे नगर, म्हणून ते हस्तिनापूर या नावानं प्रसिद्ध आहे.)

प्रजाजनांनी आनंदानं टाळ्या वाजवल्या व जयघोष केला. पुरोहित पुढे सांगू लागले, ''हस्तीला विकुंठन नावाचा पुत्र होता, त्याला अजमीढ नावाचा पराक्रमी पुत्र झाला. अजमीढला कैकयी, गांधारी, ऋक्षा आणि विशाला या चार राण्यांपासून झालेल्या एकशेचोवीस पुत्रांना वेगवेगळी राज्यं दिली गेली आणि ते सर्व वेगवेगळ्या वंशांचे प्रवर्तक झाले. त्यांच्यातल्या एकाचा वंश पांचाल या नावानं ओळखला गेला. राजा अजमीढचा आणखी एक पुत्र ऋक्ष भरतवंशाचा राजा झाला. ऋक्षाच्याच वंशाचा राजा संवरण.''

प्रजाजन उत्सुकतेनं ऐकत होते.

या संवरणच्या काळात पृथ्वीवर महासंहार झाला. अनावृष्टी, क्षय तसंच इतर अनेक रोगांनी अनेक लोक मृत्यू पावले. शत्रूंच्या सैन्यानं भरतवंशाच्या सैन्याचा नाश केला. राजा संवरणला पळून जावं लागलं. ते सिंधू नावाच्या महानदीच्या किनाऱ्यावर, पर्वताच्या पायथ्याशी दुर्ग बांधून तेथे राहिले. त्या ठिकाणी भरतवंशी

क्षत्रिय दु:खी मनानं अनेक वर्षं राहिले. नंतर त्या क्षत्रियांनी वशिष्ठांना त्यांचे पुरोहित म्हणून स्थापून स्वत:चं राज्य पुन्हा मिळविण्याचे प्रयत्न सुरू केले.

या वंशावळीत लिहिल्याप्रमाणे महान राजा संवरण यांनी त्यांचा प्रदेश परत मिळवला आणि त्यांच्या हस्तिनापुरात पुन्हा येऊन राहू लागले. संवरणानं सूर्यकन्या तपतीशी विवाह केला आणि त्यांना कुरू नावाचा पुत्र झाला. महाराज कुरू खूपच पराक्रमी निघाले आणि त्यांनी केलेल्या पराक्रमांनी भरतवंश 'कुरुवंश' म्हणून प्रसिद्ध झाला व त्यांनी जिंकलेल्या प्रदेशाला लोक 'कुरुजांगाल' म्हणू लागले.

प्रतापी कुरूच्या वंशात तसेच महान राजा प्रतीप झाले आणि प्रतीपचे पुत्र– आपले महाराज शंतनू यांनी आपल्याला सुराज्य दिले. ते पवित्र, वीर राजा कोणा आजारी किंवा वृद्ध मनुष्याला स्पर्श करत असत तेव्हा त्या मनुष्याला अपूर्व शांततेचा अनुभव येऊन आपण निरोगी व तरुण झालो आहोत असं वाटायचं, त्यामुळे शंतनू हे नाव योग्यच होतं.

ते देवी गंगेचे आणि सत्यवतीचे पती होते. अशा राजा शंतनूचा सत्यवतीला झालेला पुत्र विचित्रवीर्य आज हस्तिनापूरचा राजा होईल."

एवढे बोलून पुरोहितांनी अनेक आशीर्वाद दिले. त्या वेळी प्रजाजनांपैकी कोणीतरी मोठ्यानं विचारलं– "अरे! अरे? कुमार भीष्म?"

वंशावळीत माझं नाव ऐकलं नाही हे त्या प्रजाजनाला अयोग्य वाटलं आणि त्यानं तसं विचारलं, यात चूक काही नव्हती; परंतु तो 'कुमार' म्हणाला, त्यामुळे एकदम सगळीकडे शांतता पसरली. पुरोहित गप्प झाले.

मी अतिशय क्षुब्ध झालो. मला समजत होतं, की आता मी 'कुमार' नव्हतो. तरुण वयात मी राजवाड्यात आलो, तेव्हा मला कुमार म्हटलं जायचं. थोड्या वर्षांनी मला 'युवराज' म्हणण्यात येऊ लागलं. माता सत्यवती महालात आल्यानंतर मी उत्तर प्रांतांमध्ये निघून गेलो. तेथे माझ्याबरोबर आलेले लोक मला 'महाराज' म्हणत आणि वेगवेगळ्या भाषा बोलणारी तेथील माझी स्थानिक प्रजा वेगवेगळ्या नावांनी संबोधन करायची.

विचित्रवीर्याच्या राज्याभिषेकाच्या वेळी मला कसं संबोधन करावं ते लगेच सुचलं नसेल म्हणून कोणीतरी 'कुमार' म्हणून गेलं असेल.

काही क्षणांतच एकाएकी प्रजाजनांमधून खूप आवाज येऊ लागले– "अरे? 'गांगेय?' 'गंगापुत्र भीष्म?' 'शंतनूनंदन' 'महात्मा भीष्माचं नाव काय?' लोकांनीच चूक सुधारली होती! हस्तिनापूरसाठी आता मी गंगेचा पुत्र गांगेय, शंतनूचा पुत्र शंतनूनंदन, एक महात्मा होतो– जो राजवाड्यात राहत होता.

सत्यवतीनं दोन्ही हात उंच करून लोकांना शांत केलं, तरीही लोक पुरोहितांनी माझं नाव सांगावं असा आग्रह करत राहिले.

आता माझ्या शोकग्रस्त मातेला पुढं यावं लागलं. त्यांनी पुढे यायला पाऊल उचलल्याबरोबर लोक शांत झाले. सत्यवती शांत, संयत आवाजात बोलण्याचा प्रयत्न करत म्हणाल्या, "महाराज शंतनू आणि देवी गंगाच्या या महान पुत्रानं– देवव्रतनं– मला तुमची महाराणी बनवण्यासाठी राजसिंहासन न स्वीकारण्याची, तसंच विवाह न करण्याची भीषण प्रतिज्ञा केली आहे, हे आपल्याला सर्वांना ठाऊक आहे."

मी मनातली खळबळ दिसू न देता स्वस्थ बसून राहिलो. माता पुढे म्हणाल्या, "आपल्याला सर्वांना हेही ठाऊक आहे, की राज्याभिषेकाच्या शुभ प्रसंगी, पूर्वी राजा होऊन गेलेल्या आणि स्वतःचा वंश पुढे चालवणाऱ्या पुरुषांच्या नावांचाच उच्चार केला जातो आणि गांगेय कुरुवंशाला...."

सत्यवतींना पुढे बोलवेना. त्यांचा गळा दाटून आला, डोळे भरून आले. त्यांनी हातानंच खूण करून पुरोहितांना विधी पुढे सुरू करायला सांगितलं आणि त्या जड पावलांनी मागे जाऊन बसल्या.

मी मातेकडे पाहिलं. त्या पदरानं डोळे पुसत होत्या. आमची दृष्टिभेट झाली तेव्हा त्यांच्या डोळ्यांमध्ये माझ्यावरचा राग दिसला. मी जरा हसण्याचा प्रयत्न केला तर मातेनं त्यांची क्रोधित दृष्टी वळवली होती.

राजा विचित्रवीर्य मोठा होत होता. बघता बघता तो स्वरूपवान, पराक्रमी तरुण झाला. आता लवकरच तो पुरेसा मोठा होईल आणि या महान कुरुवंशाच्या अधिपत्याखालील विशाल प्रदेशाचं पालन करू शकेल, या आशेनं मी त्याला श्रेष्ठ गुरूंकडून वेगवेगळ्या सर्व विद्या शिकवून घेत होतो.

तो विवाहयोग्य वयाचा झाल्याबरोबरच मी त्याच्यासाठी योग्य वधूचा तपास सुरू केला. एक दिवस आमच्या पुरोहितांनी माहिती आणली, की काशीराज त्याच्या तीनही मुलींच्या स्वयंवराचं आयोजन करत होता. मी माता सत्यवतीची आज्ञा घेऊन काशीला जाण्याचं ठरवलं. काशीमध्ये माझा अपमान होईल हेही शक्य होतं. तसं काही झालं तर ते माझ्या सेवकांसमोर व्हायला मला नको होतं, म्हणून मी एकट्यानंच माझी शस्त्रं घेऊन काशीकडे निघालो. सारथीही न घेता, रथ मी स्वतःच चालवला.

– आज या बाणशय्येवरही हे आठवून मला हसू येत होतं, की आयुष्यभर अविवाहित राहण्याची प्रतिज्ञा करणाऱ्या मला भाऊ, पुतणे यांच्यासाठी मुली शोधण्यासाठी कसे कसे निर्णय घ्यावे लागले होते! कुठे कुठे जावं लागलं होतं! या कामात कितीतरी वेळ घालवावा लागला होता!

मी काशीला पोहोचलो, तेव्हा स्वयंवर सुरू होणारच होतं. मी स्वयंवर मंडपाच्या प्रवेशद्वाराशीच रथ थांबवला. एक पुरोहित तेथे आसनांवर बसविण्यात आलेल्या तरुण राजपुत्रांचा परिचय करून देत होते. काशीराजाच्या तिघी कन्याही मंडपाच्या मध्यावर एका आसनावर बसल्या होत्या.

मला रथातून उतरताना बघून त्या मुलींच्या डोळ्यांमध्ये आश्चर्य आणि उद्वेग एकत्र उमटले. तिघीही जणी मंडप सोडून निघून जायचा विचार करत असाव्यात तशा उठल्याही. काशीराजानं 'उठू नका, बसून राहा' अशी खूण केली, तशा तिघीही परत बसल्या.

मंडपात हलक्या आवाजात कुजबूज सुरू झाली. कोणीतरी म्हणालं, "भरतवंशीयांमध्ये भीष्म तर धर्मात्मा म्हटला जातो!"

दुसरं कोणी कुजबुजलं, "हो ना! पण पहा तर खरा– निर्लज्जासारखा येऊन उभा आहे!"

तिसरं कोणी म्हणालं– "मिथ्याप्रतिज्ञो लोकेषु किं वदिष्यति भारत!
ब्रह्मचारी ति भीष्मो हि वृथैव प्रथितो भुवि॥"

(प्रतिज्ञाभंग करणारा भीष्म आता लोकांना काय सांगेल? भूमंडळात तो ब्रह्मचारी आहे अशा गोष्टी उगीचच पसरल्या आहेत!)

मला असं बोलणाऱ्यांचं डोकं उडवून टाकावंसं वाटलं! परंतु मला त्या वेळी वाटलेला अपमान हस्तिनापूरच्या राजवंशासाठी गिळणं भाग होतं. मी ठरवलं होतं, की समोरून कोणी हल्ला केला नाही, तर काशीकन्यांना हत्याकांड बघावं लागेल असं करायचं नाही.

मी मंडपाच्या मध्यावर जाऊन उभा राहिलो आणि उपस्थित राजांना सांगितलं, "असं पाहा, काही लोक धन घेऊन कन्यादान करतात, तो असुरीविवाह म्हटला जातो. कन्या आणि वर परस्पर संमतीनं विवाह करतात, त्याला गांधर्वविवाह म्हणतात. कितीतरी लोक यज्ञ करून त्यांच्या मुलीचं दान करतात, तो देवविवाह म्हणतात– अशा प्रकारे विवाहांचे आठ प्रकार आहेत–"

"होय– असतील; परंतु हे सर्व सांगायला का आपण येथे आला आहात?" शाल्वानं विचारलं.

"नाही शाल्व. मी फक्त एवढंच सांगायला नाही आलो. मला अजून बरंच काही सांगायचं आहे," असं म्हणत मी रथावर चढलो आणि माझा रथ कन्या बसल्या होत्या तिकडे नेला. तेथे उभं राहून मी सांगितलं, "एक प्रथा स्वयंवराची आहे. क्षत्रियांना स्वयंवर प्रथा आवडते. बरेच राजे स्वयंवराला जातात. अशा स्वयंवरामधून सर्व राजे बघत असतील तेव्हा जिचं स्वयंवर योजलेलं असेल, त्या कन्येचं हरण करून नेण्याचीही धर्मानं मान्य केलेली एक प्रथा आहे."

आता काशीराज घाबरले. त्यांनी विचारलं, ''आपण हे काय करत आहात आणि आता काय करण्याची आपली इच्छा आहे, महापुरुष?''

''मी असं सांगतो आहे, की हे सर्व राजे त्यांच्या पुऱ्या सामर्थ्यानं मला थांबवण्याचा प्रयत्न करतील, तरीही, मी स्वयंवराला उभ्या राहिलेल्या कन्यांचं हरण करून नेणार आहे. त्यांना हस्तिनापूरला घेऊन जाईन. माझ्या लहान भावाशी– विचित्रवीर्याशी– त्यांचा विवाह करून देईन,'' असं म्हणून मी तीनही बहिणींना 'रथात बसा' म्हणून सांगितलं.

घाबरलेल्या त्या तिघीही बहिणी माझ्या रथात बसल्या तर खऱ्या; पण सगळ्यात मोठी म्हणाली, ''मला राहू दे इथं. शिवाय आपल्याला एकच भाऊ आहे. मग, आमचं तिघींचंही का हरण करताय? माझ्यावर उपकार करा, मला राहू द्या!''

मी रथावर चढत सांगितलं, ''ज्यांचं स्वयंवर ठरवलं असेल, त्या कन्या म्हणजे तुम्ही तिघीही.''

''मला नका घेऊन जाऊ, मला जाऊ द्या!'' थोरली हात जोडून पुन्हा म्हणाली. मी तिला उत्तर देणार त्यापूर्वीच राजे लोकांनी उंची वस्त्रं बाजूला ठेवत शस्त्रं हातात घ्यायला सुरुवात केली. मग मी घोड्यांचा लगाम ध्वजदंडाला अशा तऱ्हेनं बांधला, की घोडे रथाबरोबर गोल गोल धावत राहतील. कितीतरी राजे माझं रौद्र स्वरूप बघूनच मागे वळले. बाकी सर्वांनी माझ्या धनुष्याचा टणत्कार ऐकून युद्ध करण्याचा विचार सोडून दिला!

काशीकन्यांना हत्याकांड बघावं लागू नये, म्हणून युद्ध मला टाळायचं होतं; परंतु आता युद्ध होणार असं वाटून त्या तीनही कन्या रथात मूर्च्छित होऊन पडल्या. मी घोड्यांना पुन्हा नीट बांधलं, आणि रथ हस्तिनापूरच्या मार्गाला नेऊ लागलो.

आम्ही काशीपासून थोडंच अंतर गेलो असू. तेवढ्यात पाठीमागून अत्यंत शूर व पराक्रमी समजला जाणारा शाल्व माझ्यावर हल्ला करायला येऊन पोहोचला. रथातून खाली उतरून मी त्याच्याशी युद्ध केलं. त्यात पराभूत होऊन शाल्व पुन्हा काशीला न जाता त्याच्या राज्याच्या दिशेनं पळाला.

तीनही कन्यांना मातेकडे सोपवताना मी मातेला सांगितलं, ''माते, या तिघी काशीराजाच्या कन्या आहेत. मी असं ऐकलं, की शील आणि सौंदर्य यात त्यांची बरोबरी कोणी करू शकणार नाही, म्हणून मी त्यांना त्यांच्या स्वयंवरातून विचित्रवीर्याशी लग्न करून देण्यासाठी हरण करून आणलं आहे.''

सत्यवतींनी तिघीही मुलींना त्यांच्याजवळ बोलावलं, ममतेनं त्यांच्या डोक्यावर हात ठेवून त्यांनी नावं विचारली. मातेला बघून आणि त्यांच्या प्रेमळ वागण्यानं धीर येऊन त्यांचे चेहेरे जरा उजळले. सर्वांत मोठ्या कन्येनं मातेला सांगितलं, ''मी

काशी नरेशची मोठी मुलगी– अंबा. माझ्याहून लहान, ही अंबिका– हिला कौशल्याही म्हणतात– आणि तिसरी अंबालिका.''

मातेनं अंबेच्या डोक्यावर हात ठेवून म्हटलं, ''तुमची लग्नं होईपर्यंत तुम्ही माझ्या दालनात राहायचं.''

अंबानं हिंमत करून सत्यवतींचा हात पकडून त्यांना थांबवलं. त्यांनी मागे वळून अंबाकडे बघितलं. तेव्हा अंबानं त्यांना सांगितलं, ''माता, मी आधीपासूनच सौम विमानाचा स्वामी राजा शाल्वला माझा पती मानत आले आहे. शाल्वानंही गुप्तपणे मला पसंत केल्याचं कळवलं होतं. या स्वयंवरात मी शाल्वला जयमाला घालणार होते– तेव्हाच आपल्या पुत्रानं आमचं हरण केलं. माता, मला मुक्त करा, मला आपल्या पुत्राशी लग्न करायचं नाही.''

वीज पडावी तसे मी व सत्यवती स्तब्ध झालो. काही क्षणांनी शांत होत माता बोलू लागल्या– त्यांच्या आवाजात चिंता होती आणि क्रोधही होता– त्या म्हणाल्या, ''तुला समजतंय का, की तू काय केलंस? आता थेट इथं पोहोचल्यावर तू सांगतेयस? तिथं काशीच्या मंडपातच किंवा वाटेतच भीष्माला हे सर्व सांगितलं असतंस तर?''

उत्तरादाखल अंबा माझ्याकडे हात दाखवत म्हणाली, ''माता, समजत तर तुमच्या पुत्राला नव्हतं. मी हात जोडून विनंती केली तेव्हा गंगापुत्र ऐकून घ्यायलाही तयार नव्हते. त्यांनी धनुष्याचा जो टणत्कार केला, त्यानं घाबरून आम्ही तिघीही मूर्च्छित झालो होतो. आम्ही शुद्धीवर आलो तेव्हा तेथे दुसरं कोणीही नव्हतं– रथात आम्ही तिघी आणि गंगापुत्र.''

मी फार मोठी चूक केली असावी तशा चेहऱ्यानं मातेनं माझ्याकडे बघितलं. मी खाली मान घालून उभा. माता मला म्हणाल्या, ''पुत्र! लग्नोत्सुक कन्येचे उसासे आणि शाप भयंकर असतात. ही माझ्या वंशाला शाप देण्यापूर्वी तू हिचं समाधान कर. अरेरे! पुत्र, धर्म चांगला समजत असूनही तू हे काय केलंस? आता तूच यातून मार्ग काढ.''

मी 'ताबडतोब या' सांगून वृद्ध मंत्र्यांना आणि ब्राह्मणांना बोलावून घेतलं. त्या सर्वांनी मांडलेल्या मतांप्रमाणे मी आणि मातेनं काशीराजाची कन्या अंबा, हिला शाल्वाकडे पाठवून देण्याचं ठरवलं. आता अंबा पळभरही थांबायला तयार नव्हती. जाताजाताही तिनं अत्यंत संतापानं माझ्याकडे बघितलं– माझ्या पश्चात्तापदग्ध मनाला खोलवर दु:ख झालं होतं.

अंबिका आणि अंबालिका माता सत्यवतीची सून होण्यास राजी होत्या. अंबा शाल्वाकडे पोहोचली असेल असं समजून मी तिचा विचार मनातून दूर करून विचित्रवीर्याच्या लग्नाच्या तयारीत मन गुंतवलं. आमचा राजवाडा आणखी एका

लग्नाच्या तयाऱ्यांमध्ये गुंतला.

लग्न उरकल्यावर लगेचच मी देशभर प्रवास सुरू केला. यावेळी मी दक्षिण सीमेला जायचं ठरवलं. ही सीमा पर्वतांच्या रांगा आणि अभेद्य अशा दाट वनांनी भरलेली होती. पावसाळ्यात प्रवास थांबवून मी रोज वाट बघत असे की माझ्या राजाच्या– विचित्रवीर्याच्या राण्यांनी बाळांना जन्म दिला आहे असा आनंदाचा, शुभ समाचार येईल; परंतु वाट बघण्यात सात वर्षं निघून गेली तशी मला चिंता वाटू लागली.

मी परत फिरण्याचा विचार करत होतो, तेवढ्यात एक दिवस समाचार आला, की महाराज विचित्रवीर्यांना क्षयरोग झाला आहे! मी ताबडतोब हस्तिनापूरला परत निघालो. दुप्पट वेगानं प्रवास करून घरी पोहोचल्याबरोबर लगेचच मी सरळ महाराजांच्या दालनात गेलो. माता सत्यवती आणि राजवैद्य, तसेच इतर मंडळी तेथे होती. मातेला प्रणाम करून मी महाराज विचित्रवीर्यांजवळ गेलो.

ज्या लहान भावाला तरुण, सुदृढ बघून मी येथून गेलो होतो, त्याच्या अतिशय फिकट झालेल्या शरीराकडे मला बघवेना! त्याचा हात हातात घेऊन खाली बसता बसता माझ्या तोंडून निघालं– ''अरेरे! बाळा! असा रे कसा होऊन गेलास तू? काय दशा झालीय तुझ्या देहाची!''

विचित्रवीर्याचे अश्रू वाहत होते. म्हणाला, ''दादा! मी कोणालाच सांभाळू शकलो नाही! माझ्या राण्यांनाही नाही आणि आपल्या मातेलाही नाही.''

ज्येष्ठ वैद्यांचे उपचार, आम्ही करत असलेली शुश्रुषा, सगळे प्रयत्न करूनही विचित्रवीर्य पुढे फार जगला नाही. काशीराजाच्या मुलींना पुत्रदान न करताच तो मर्त्यलोक सोडून निघून गेला!

भावाचा अंत्यसंस्कार करून परत आलो, तेव्हा सत्यवती समोरच उभ्या होत्या– मला मिठी मारून कितीतरी वेळ त्या रडत राहिल्या! मी मातेला इतकं दीनवाणं आणि शोकमग्न कधीही पाहिलं नव्हतं– मीही अत्यंत दुःखी झालो होतो. नंतर शास्त्राप्रमाणे दिवस आणि पूजा झाल्या.

त्यानतंर लगेच मातानं मला बोलावून सांगितल, ''पुत्रा, तुला धर्माचं संक्षिप्त तसंच पूर्ण ज्ञान आहे. तुझी निष्ठा आणि तुझ्या कुळाला योग्य असा तुझा सदाचारही सर्वांना माहीत आहे. संकटं येतात तेव्हा योग्य तो निर्णय घेण्यासही तू शुक्राचार्य आणि बृहस्पतींइतकाच समर्थ आहेस. म्हणून भीष्मा, तुझ्यावर विश्वास आणि भरवसा ठेवून मी तुला जे काम सोपवणार आहे, ते तू माझी आज्ञा समजून पार पाड.''

''सांगा माता!'' मी म्हणालो.

सत्यवतींनी मला सांगितले, ''भीष्मा, तुझा राज्याभिषेक करवून घे, आता तरी

तूच राजा हो. आणि हे बघ, तुझा भाऊ विचित्रवीर्य पुत्रहीनच मृत्यू पावला. त्याच्या राण्या– काशीराजाच्या मुली खूप सुरेख, सुशील आणि तरुण आहेत. बाळा, माझ्या तसंच तुझ्या पित्याच्या पिंडदानासाठी आणि घराण्याची कीर्ती राहावी म्हणून तू धर्मानुसार वर्तन करून त्या दोघींना पुत्रदान दे.''

मी सत्यवतींना सांगितलं, ''तुम्ही सांगता तसा धर्म असला, तरी मी त्या धर्माचं पालन करू शकणार नाही. माते, ज्या प्रतिज्ञा मी केल्या आहेत, त्या मी मोडणार नाही– नक्षत्र मंडले, सूर्य यांनी त्यांची गती थांबवली, तरीही नाही!''

माझं सांगणं ऐकायचंच नसेल तसं, आज्ञेच्याच सुरात त्या पुढे, पुन्हा म्हणाल्या–

''राज्ये चैवाभिषिचस्य भारताननुशाधिच ।
दारांश्च कुरु धर्मेण मा निमज्जी: पितामहान् ।।''

(राज्यावर शासन कर आणि भरतवंशीय प्रजेचं पालन करत राहा. धर्माप्रमाणे विवाह करून घे– पितरांना नरकात जाऊ देऊ नको.)

आता मी म्हणालो, ''माता, मला एका रात्रीचा अवधी द्या. आपण म्हणता आहात तसे माझे पितर नरकात जाऊ नयेत, यासाठी काही उपाय मी खात्रीनं शोधेन.''

माता सत्यवतींनी दु:खी मनानंच संमती दिली. त्या रात्री मी माँ गंगेचं स्मरण केलं. जलपात्रात प्रकट होऊन गंगा माँ मला म्हणाली–

''यथा ते कुलतन्तुश्च धर्मश्च न पराभवेत्।
सुहृदश्च प्रहष्येरंस्तथा कुरु परंतप ।।''

(हे परंतप, जे केल्यानं तुझ्या वंशाची परंपरा नष्ट होणार नाही, धर्माची अवहेलना होणार नाही, तसंच आप्त आणि सुहृदही संतुष्ट होतील, असं काहीतर कर.)

सबंध रात्रभर मी माँ गंगेचं सांगणं, धर्म, शास्त्राज्ञा, यांविषयी विचार केला आणि सकाळी सत्यवतींना सांगितलं, ''माता, कोणा पवित्र आणि ज्ञानी ब्राह्मणाला बोलावून, धन देऊन, नियोगाद्वारे कौशल्येला आणि अंबालिकेला पुत्रप्राप्ती करवता आली, तर ते पूर्णपणे धर्माला धरून आहे. आपण जर संमती देत असाल, तर तशा ब्राह्मणाचा मी शोध घेईन.''

माता म्हणाल्या, ''योग्य ब्राह्मणाला मीच बोलवून घेईन; परंतु त्यापूर्वी तुला माझ्या आयुष्यातली एक अत्यंत गुप्त गोष्ट सांगावी लागणार आहे, ती आता मी सांगते, ती तू ऐक.''

मी काही ऐकणार किंवा उत्तर देणार तेवढ्यात मला अकृतव्रण येताना दिसले. त्यांनी लांबूनच मला ओरडून सांगितलं, ''देवव्रत, आधी तू मी काय सांगतोय ते

ऐक. तुझे गुरू आणि माझे स्वामी परशुराम कुरुक्षेत्रात येऊन उभे आहेत, आणि तुझी वाट पाहत आहेत.''

गुरूंचं नाव ऐकताच मी अनवाणीच पळू लागणार त्याआधीच अकृतव्रणांनी मला थांबवून म्हटलं, ''वत्स, धीर धर. मला जे सांगायचं आहे, ते आधी नीट ऐकून घे.''

वृद्ध अकृतव्रण माझ्या गुरूंना येथे घेऊन न येता तिकडे दूर कुरुक्षेत्रात थांबवून ठेवून मला काय सांगणार असतील, ते मला समजेना! मी म्हटलं, ''आपण शांत बसा, माता सत्यवतींशी बोला, मला लगेच गेलं पाहिजे.''

अकृतव्रणांनी माझा हात सोडला नाही. ते म्हणाले, ''भीष्मा, ऐक, खुद्द परशुरामांनीच मला सांगितलं आहे की, तुला सर्व काही सांगावं, आणि तुझ्या गुरूची आज्ञाही तुला सांगावी.''

माता सत्यवती मला अतिशय गुप्त गोष्ट सांगणार आहेत, अकृतव्रणही काहीतरी रहस्यमय गोष्ट सांगणार आहेत– एकाएकी हे सर्व काय झालं आहे?

मला वाटत होतं मला माता सांगणार होत्या, ते ऐकून घेतलं पाहिजे. असंही कळत होतं की आत्ताच मला धावत कुरुक्षेत्राकडे गेलं पाहिजे; परंतु अकृतव्रणनी मला थांबवलं. मी काय करावं ते मला ठरवता येईना! अशा स्थितीत माता सत्यवती आणि अकृतव्रण दोघांच्या चेहऱ्याकडे आळीपाळीनं बघत मी तिथंच उभा राहिलो.

त्या क्षणी खरं तर पुत्रशोकात बुडालेल्या सत्यवतींच्या डोक्यावर एकाएकी केवढं तरी ओझं येऊन पडलं होतं! तरीही त्यांनी लगेचच गरम पाणी मागवून अकृतव्रणाचे पाय धुववून घेतले, त्यांच्यासाठी फळं मागवली, आणि योग्य असं आसन तयार करवून घेतलं. दुसरीकडे आमच्या पुरोहितांना परशुरामांच्या सेवेला पाठवलं, त्यांच्याबरोबर अशीच सर्व सामुग्री घेऊन सेवकांनाही पाठवलं, आणि मग माता मला म्हणाल्या, "आधी तुझ्या गुरूंची आज्ञा ऐकून घेऊ या. आपण नंतर बोलू."

मी मातेला आसन घालून दिलं आणि आम्ही अकृतव्रण काय सांगणार होते, ते ऐकायला बसलो. त्यांच्या बोलण्याच्या खास शैलीत ते सांगू लागले– "हे महापुरुष भीष्म, तू काशीराजाच्या तीनही कन्यांचं हरण केलंस आणि एका कन्येला – अंबाला – परत शाल्वाकडे पाठवून दिलीस. तिला शाल्वाच्या सभेत सोडून तुमचे ब्राह्मण हस्तिनापूरला परत आले."

"होय," मी म्हणालो, "अंबाला तिच्या स्थानी पाठवून देणं, हे माझं कर्तव्यच होतं."

अकृतव्रण हसून म्हणाले, "तू तुझ्या कर्तव्याचं पालन केलंस. त्यानंतर अंबानं शाल्वाकडे जाऊन सांगितलं, की 'हे नरवीर शाल्व, मला भीष्म हरण करून घेऊन गेले, तरीही मी तुला क्षणभरही विसरू शकले नाही. मी सतत तुझाचा विचार करत राहिले आहे. नरेश्वर, तूही एकांतात माझ्याशी विवाह करण्याची मागणी घातलीच होतीस! हे महान मनाच्या वीरा, आता मी तुझ्याकडे आले आहे, तर आपण धर्मानुसार लग्न करू या.'"

"हो, बरोबर, असंच झालं पाहिजे," मी म्हणालो.

अकृत बोलतच होते– "सुंदर अंबानं असं सांगितलं, तेव्हा शाल्वानं उत्तर दिलं, 'कल्याणी, तू भीष्माजवळ राहावंस हे योग्य आहे. सर्व राजांना आणि मला युद्धात हरवून त्याने तुला जिंकलं आहे. तेव्हा आता तू त्याची

संपत्ती आहेस. जी स्त्री आधीच दुसऱ्याची झाली असेल, तशा स्त्रीशी मी लग्न करणार नाही. हे मानिनी, स्त्रीधर्म तुला माहीत आहे, तू हे बरोबर समजू शकशील–''

अकृतव्रण त्यांच्या वेगळ्या बोलीत आणि शैलीत सर्व इत्थंभूत सांगत गेले, तसतसं माझं मन दु:खी होत गेलं.

अकृत पुढे म्हणाले, ''देवी अंबासाठी हा आघात असह्य होता. ती राग येऊन मोठ्यानं म्हणाली, 'शाल्व, मी भीष्माकडे कशी जाऊ शकेन? एक तर त्यानं स्वत:साठी आम्हा तिघी बहिणींना जिंकलं नव्हतं. माझ्या दोन लहान बहिणींचं लग्न त्यानं त्याच्या लहान भावाशी करून दिलं आणि मला मानानं निरोप देऊन येथे पाठवलं आहे; तेव्हा मी त्याची संपत्ती नाही! शिवाय जास्त महत्त्वाचं तर हे आहे, की माझं भीष्मावर प्रेम नाही आणि त्याचं माझ्यावर नाही!'

शाल्वानं पुन्हा तेच उत्तर दिलं, ''हे सुंदरी! जो राजा इतरांना धर्माचा उपदेश देत असेल, तो तुझ्यासारख्या, मनानं दुसऱ्याची झालेल्या स्त्रीला आपल्या घरात कसा ठेवेल? हे देवी, तुला भीष्माकडे जायचं नसेल, तर तू आता तुला जावंसं वाटेल तिथं जा. मी तुला स्वीकारू शकत नाही.''

अंबानं शेवटचा प्रयत्न करत म्हटले, ''राजेन्द्र शाल्व! या सगळ्यात माझा अपराधच नाही! भीष्माबरोबर मी माझ्या इच्छेनं किंवा आनंदान गेले नव्हते. त्यानं माझं हरण केलं होतं. रथात बसून मी कळवळून रडत होते, हात जोडत होते, ते तुम्ही सर्वांनी बघितलं होतं. शिवाय प्रिय शाल्वा, माझं तुझ्यावर प्रेम आहे, मी स्वेच्छेनं सर्वांत आधी तुझ्यासमोरच येऊन उभी राहिले आहे. आज आता माझ्या पित्यासकट कोणा पुरुषाचा माझ्यावर अधिकार नाही– नाहीच! म्हणून तू माझा स्वीकार कर.''

''तरीही,'' अकृतव्रण सांगत होते, ''त्या परंपरेला चिकटून राहणाऱ्या आणि अंगात धमक नसलेल्या शाल्वानं अंबाला त्याच्याजवळ राहू दिलं नाही!अत्यंत दु:खी झालेली अंबा तेथून बाहेर पडल्यावर फार काळजीत पडली. ती वनात जाऊन वृक्षांना सांगू लागली– 'माझा धिक्कार असो! शाल्वाचा धिक्कार असो! भीष्माचा धिक्कार असो! माझ्या मूर्ख पित्याचाच दोष आहे, की त्यांनी माझं स्वयंवर ठरवलं! माझीही फार मोठी चूक झाली, की शाल्व आणि भीष्म यांचं युद्ध झालं, तेव्हा मी भीष्माच्या रथातून उडी मारून शाल्वाच्या रथात बसायला पळाले नाही!' अकृतव्रणांनी भीष्माला हेही सांगितलं, की ''तुला तर अंबा शाल्वावर प्रेम असल्याचं सांगून येथून गेली होती, त्यामुळं ती परत हस्तिनापूरलाही येऊ शकत नव्हती!''

अंबा कल्पान्त करून सर्वांना दोष देत होती, तेव्हा वनात राहणाऱ्या तपस्व्यांनी तिला वृक्षांना सांगताना बघितली. तिचा कल्पान्त ऐकू आला तेव्हा तपस्वी तिच्याजवळ गेले, तिचं सांत्वन करून तिची सर्व हकिगत ऐकून घेतली. अंबानं

जे सर्व सांगितलं, ते ऐकून तपस्वी म्हणाले, "मुली, तपश्चर्या करून किंवा युद्ध करून तू भीष्माला पराजित करू शकशील. त्याला पराजित करूनच तुझ्या मनाला शांती मिळेल. तपश्चर्येसाठी तू आमच्याबरोबर राहू शकतेस; परंतु युद्ध करण्यासाठी मात्र तुला दुसरीकडे जावे लागेल."

अंबा त्या तपस्व्यांबरोबर पाच वर्षे राहिली, तरी तिच्या मनाला शांती मिळाली नाही. शेवटी ती त्या तपस्व्यांना म्हणाली, "हे पवित्र पुरुषांनो, इतकी तपश्चर्या केल्यावरही माझं मन शांत झालेलं नाही– उद्विग्नच आहे! माझ्यासारख्या लग्न करण्यास उत्सुक असलेल्या तरुणीला पतिविहीन करणाऱ्या भीष्माचा बदला घेतल्याशिवाय मी तप करणं व्यर्थ आहे. मला आता युद्धाशिवाय काहीच करायचं नाही. हे तपस्व्यांनो, युद्ध शिकण्यास मी कोठे जाऊ ते मला सांगा."

ते म्हणाले, "ठीक तर! तू युद्ध करून तुझा संताप शांत कर; परंतु आधी हा विचार कर, की असा कोण आहे, जो तुझ्यासाठी म्हणून भीष्माशी युद्ध करण्यास तयार होईल? कारण की, तू भीष्माचा पराभव करू शकशील कदाचित, पण तू स्त्री आहेस, क्षत्रियधर्म पाळणारा भीष्म तुझ्याशी कधीही युद्ध करणार नाही!"

"हाय रे क्षत्रियधर्म!" असं म्हणत म्हणत अंबा तेथून दूर गेली. तपस्वी तिच्याबद्दल चर्चा करत होते. बरेचजण म्हणत होते, की अंबानं तिच्या पित्याच्या घरी परत जावं.

काही दुसरे म्हणत होते, की कोणीतरी जाऊन शाल्वाला पटवून दिलं पाहिजे की त्यानं अंबाचा स्वीकार केला पाहिजे.

कोणी म्हणत होतं की भीष्म आणि सत्यवती यांनी अंबाला त्यांच्याकडेच जन्मभर सन्मानानं सांभाळलं पाहिजे.

अकृतव्रण बोलता बोलता जरा थांबले आणि दीर्घ श्वास घेऊन मग पुढे सांगू लागले– "अशा त्या वेळी योगायोगानं राजा सृंजय म्हणजेच होत्रवाहन त्या तपस्व्यांच्या वनात पोहोचले. तेथे अंबाबद्दल चाललेली चर्चा ऐकून त्यांना अतिशय वाईट वाटलं. ते त्या तपस्व्यांना म्हणाले, 'हे पवित्र मनुष्यांनो, तुम्ही जिच्याबद्दल बोलत आहात, ती अंबा तर माझी नात आहे! मी सृंजय तिचा मातामह आहे– आईचे वडील.'

तपस्व्यांनी ताबडतोब अंबाला परत बोलावली. होत्रवाहनांनी अंबाला त्यांच्या जवळ बसवून अगदी सुरुवातीपासूनची सर्व हकिगत ऐकून म्हटलं, "बाळे, तुला तुझ्या पित्याच्या घरी जाण्याची इच्छा नसेल, तर तू माझ्याकडे चल. मी तुझा मातामह आहे– तुझ्या आईचे वडील. मी तुला मदत करेन. बघ ना, रागानं आणि मनस्तापानं तू किती सुकून गेली आहेस!"

अंबा म्हणाली, "नाही मातामह, मी अशा कोणा पुरुषाला शोधायला जाईन,

जो भीष्माचा पराभव करून मला न्याय मिळवून देईल. भीष्माचा युद्धात पराजय होईल किंवा तो मृत्यू पावेल, तेव्हाच मी शांत होईन!''

होत्रवाहन म्हणाले, ''जर असंच असेल, तर मी तुला महेन्द्र पर्वतावर घेऊन जातो. तेथे माझा बालमित्र परशुराम आहे, त्याला भेटू. तो जमदग्नीचा पुत्रच तुझी इच्छा पुरी करू शकेल. त्याच्याखेरीज भीष्माला पराभूत करू शकेल असा कोणी पुरुष नाही.'' ''

माता सत्यवती आणि मी गप्प राहून त्यांचं सांगणं ऐकत होतो. अकृत पुढे म्हणाले, ''त्याच वेळी मी त्या तपोवनातून चाललो होतो. तपस्व्यांनी मला बघितलं, तेव्हा माझ्या आणि परशुरामांच्या मैत्रीबद्दल माहीत असल्यानं त्यांनी मला जवळ बोलावलं आणि विनंती केली, की होत्रवाहन आणि अंबाची परशुरामांशी भेट करून द्यावी.'' मी त्यांना सांगितलं, ''प्रभू राम तुम्हाला येथेच भेटू शकतील; कारण उद्याच ते येथे येणार आहेत.''

''अरेरे! हं!'' आत्ता कुठे माता सत्यवतींनी हुंकार दिला! माता सत्यवतींसारखंच मलाही वाटलं, की अंबानं जर सर्व हकिगत परशुरामांना सांगितली असेल, आणि त्यामुळं महाभार्गव येथे कुरुक्षेत्रात येऊन उभे असतील, तर ती फार गंभीर गोष्ट होती! माझ्यावर किंवा हस्तिनापूरवरही फार मोठं संकट येऊ शकत होतं!

अकृत सांगत गेले– ''दुसऱ्या दिवशी महाभार्गव तेथे आले. त्यांच्या बालमित्राला होत्रवाहनाला बघून त्यांना खूप आनंद झाला. होत्रवाहनांनी अंबाविषयी थोडी माहिती स्वत: सांगितली आणि मग अंबाला परशुरामांसमोर बोलावली.''

एखाद्या धगधगणाऱ्या अग्नीसारख्या महाभार्गवांना प्रणाम करून अंबा म्हणाली, ''जसं माझ्या मातामहांनी आपल्याला सांगितलं, तशीच माझी स्थिती आहे. इतका अपमान झाल्यावर पुन्हा माझ्या नगरात जाण्याची माझी इच्छा नाही. आता आपण सांगाल त्याप्रमाणे मी करेन. हे महापुरुष, माझ्या मनात तर आहे, की मी युद्ध करून भीष्मांचा वध करावा आणि शाल्वालाही मारून टाकावं.''

रामांनी जरा वेळ विचार करून म्हटलं, ''मुली, जशी तू सृंजय म्हणजे होत्रवाहनाची नात आहेस तशीच माझीही नातच म्हणायची. सृंजय आणि मी लहानपणचे मित्र आहोत. तुझं दु:ख मी जरूर दूर करेन.'' एवढं बोलून थोडा विचार करून परशुराम पुढे म्हणाले, ''तू दु:खी झालीस त्याला दोघंजण कारण आहेत– एक भीष्म आणि दुसरा शाल्व.'' एवढं बोलू परशुराम थांबले. मग एकदम रागानं उठून उभे राहून ते मोठ्यानं म्हणाले, ''बेटा, माझ्या शिष्यानं स्वत:च्या शक्तीच्या गर्वामुळे आणि अभिमानामुळे हे नीच काम केलं आहे. मी तुला भीष्माकडे पाठवेन. माझी आज्ञा ऐकताच तो तुझा स्वीकार करेल! आणि जर तुझा विचार भीष्माकडे राहण्याचा नसेल, तर तसं सांग– मी शाल्वाला आज्ञा करू?''

अकृत पुढे म्हणाले, ‘‘अंबानं मान खाली घालून उत्तर दिलं– ‘हे भृगुनंदन, मी आपल्याला सांगितलं आहे, की भीष्माला जेव्हा समजलं की माझं शाल्वावर प्रेम आहे, तेव्हा लगेचच त्यानं मला शाल्वाकडे पाठवून दिली होती; परंतु शाल्वानं मला चारित्र्यहीन म्हणून स्वीकारली नव्हती! प्रभू, जे सांगणं एका स्त्रीसाठी अत्यंत अवघड गोष्ट आहे, ते मला वारंवार अनेक व्यक्तींसमोर सांगावं लागलं आहे. आता आपण आपल्याला योग्य वाटेल तो निर्णय घ्या.’’’

‘‘मुली, मी ब्राह्मणांच्या आज्ञेशिवाय शस्त्र उचलत नाही, अशी माझी प्रतिज्ञा आहे. तरी पण, तू स्त्री आहेस आणि क्षत्रियांनी तुला दुःखी केलं आहे, म्हणून जरूर पडली तर मी युद्धही करेन; परंतु मुली, तू मला आधी हे सांग, की मी शिक्षा कोणाला करायची आहे?’’

अंबानं आता स्पष्टपणे म्हटलं, ‘‘हे राम, मी आपल्याला युद्ध करण्यास आमंत्रण देत आहे. आपण असुराप्रमाणे गर्जना करणाऱ्या, अभिमानी, लोभी आणि सदैव विजयी आणि अप्रतिम होऊन राहण्याची लालसा असणाऱ्या भीष्माचा वध करा!’’

अकृतव्रणांचं हे सांगणं ऐकून मला फार वाईट वाटलं. त्यांच्या प्रिय शिष्याबद्दल एका स्त्रीच्या तोंडून असे शब्द ऐकून माझ्या गुरूंना किती दुःख झालं असेल! माझे डोळे भरून आले. मी उपरणं डोळ्यांना लावलं. मातेनंही दृष्टी वळवली.

अकृतव्रण पुढे म्हणाले, ‘‘भगवान उठून उभे राहिले आणि म्हणाले, ‘मुली, भीष्म जरी पूज्य समजला जात असला, तरी तो तुझ्या पाया पडेल असं मी बघेन, आणि माझं म्हणणं त्यानं ऐकलं नाही, तर त्या गर्विष्ठाला मी मारून टाकेन असं मी ठरवलं आहे, चल आता. ’’

एवढं सांगून अकृतव्रण थांबले आणि म्हणाले, ‘‘त्यानंतर परशुराम पुन्हा बसले नाहीत; ते जेथे उभे होते, तेथून आम्ही सरळ येथेच आलो आहोत. काशीराजाची मुलगी अंबाही आमच्याबरोबरच आहे. आता मी तुला सल्ला देतो, की तू ब्राह्मणाला घेऊन कुरुक्षेत्री जा; विधिपूर्वक लग्न करून अंबाचा स्वीकार कर. तू असं करणं हे धर्माला धरून वागणं होईल. अधर्म करशील, तर गुरूच्या हातून मारला जाशील.’’

मी काहीच उत्तर दिलं नाही आणि अकृतव्रणांबरोबर चालत कुरुक्षेत्रावर पोहोचलो. दुरून मला अंबा दिसली. ती एखाद्या प्राचीन वृक्षाखाली बसून त्याची पूजा करत असेल, तशी जमिनीवर बसून परशुरामांचे थकलेले पाय चेपत होती. वयोवृद्ध, शुभ्र केशसंभार असलेले असे माझे गुरू केवढं तरी अंतर चालून आले होते, तरी बसलेही नव्हते. माझी वाट बघत यष्टीसारखे ताठ उभे होते.

मी धावत जाऊन गुरूंच्या पाया पडलो आणि विचारलं, ‘‘प्रभू, का म्हणून

आपल्याला माझा इतका राग आला आहे, की माझ्या गावातही येत नाही? देव, आपण तर मला चारही प्रकारचा धनुर्वेद शिकवला आहे, मी तर आपला शिष्य आहे!''

''देवव्रत!'' परशुराम म्हणाले, ''तुला जर कधीही पत्नी नको होती, तर मग तू काशीराजाच्या कन्येला का म्हणून घेऊन आलास? शिवाय नंतर तिला मानानं सांभाळण्याऐवजी परत पाठवून दिलीस? तुझ्या या सर्व वागण्याची धर्मानुसार काय कारणं होतात, हे मला सांग.''

मी गुरूंना काही उत्तर देण्याआधी ते पुढे म्हणाले, ''तुला ठाऊक आहे का, की तू अंबाचं हरण केलंस या एकमात्र कारणानं शाल्वानं तिला दुश्चारित्र्याची म्हटलं? आता मी तुला आज्ञा करतो, की आत्ताच्या आत्ता तू तिच्याशी लग्न कर, किंवा तू ज्याच्यासाठी तिला उचलून आणलंस, त्या तुझ्या भावाशी तिचं लग्न करून दे आणि कुरूकुळाची वधू म्हणून तिला पूर्ण सन्मानानं हस्तिनापुरात ठेव.''

– आज, या बाणशय्येवर झोपल्याझोपल्याही मला त्या वेळच्या माझ्या परिस्थितीवर दया येते आहे! खरोखर, त्या वेळी होती तशी परिस्थिती होईल, अशी कल्पनाही माझ्या जन्मापूर्वी कोणाही वसूनं केली नसेल! फक्त वसूच नाही, स्वर्गातल्या कोणत्याही देवतांना मनुष्याच्या आयुष्यात अचानक येऊन पडणाऱ्या अशा धर्मसंकटाची कल्पनाच येत नाही! अशा संकटांना तोंड देण्याची तयारी आणि त्यांना सहन करण्याची शक्तीही फक्त माणसांमध्येच असते– इंद्रासकट कोणाही देवतांमध्ये नाही!

मी माझ्या गुरूंना प्रणाम करून उत्तर दिलं– ''गुरुवर्य, मी काशीराजाच्या मुलींना माझ्या भावाशी लग्न करून देण्यासाठी उचलून आणल्या होत्या, हे खरं आहे; परंतु मी अंबाला परत पाठवून दिली हे खरं नाही!''

गुरू लक्ष देऊन ऐकत होते. मी सांगत राहिलो– ''अंबाचं लग्न होण्यापूर्वीच तिनं मला सांगितलं होतं, की तिची इच्छा शाल्वाशी लग्न करण्याची आहे, म्हणून मी तिला शाल्वाकडे पाठवून दिली होती. शिवाय माझा भाऊ तर मृत्यू पावला आहे, आणि हे गुरू, मी स्वत: तर अपरिणीत राहण्याची प्रतिज्ञाच केली आहे, तेव्हा मी कशाही परिस्थितीत अंबाचं लग्न करून किंवा करवून देऊ शकत नाही. शिवाय आत्ता तर मी माझ्या भावाच्या, तसंच माझी माता तरुण पुत्राच्या निधनाच्या शोकात आहे...''

''नरश्रेष्ठ भीष्म, जिला लग्नाच्या मांडवातून उचलून सरळ विधवेसारख्या स्थितीत ठेवली गेली असेल, त्या स्त्रीच्या शोकापेक्षा आणि दुःखापेक्षा तुमचं दुःख मोठं नाही! तू माझं म्हणणं ऐकणार नसलास, तर मी तुझ्या मंत्र्यांसकट तुझा वध करेन. मी अंबाला वचन दिलं आहे, की तिला न्याय मिळवून देण्यासाठी मी

युद्धही करेन.''

''आपल्यावर शस्त्र उगारलं तर मला कोणीही क्षमा करणार नाही. तरीही माझ्या गुरूची इच्छा युद्ध करण्याची असेल, ती मी– गंगापुत्र भीष्म– तुमच्याशी युद्ध करून पूर्ण करेन; कारण अंबाचा स्वीकार करण्याची आपली आज्ञा मी पाळू शकत नाही! भीती, दया, वडिलांची आज्ञा, धनाचा लोभ किंवा कोणत्याही इच्छेच्या आहारी जाऊन, मी माझी प्रतिज्ञा मोडणार नाही– माझ्या प्रतिज्ञेपासून मला कोणीही विचलित करू शकणार नाही!''

''तर मग युद्धासाठी तयार होऊन ये, आणि समोर तुझे गुरू आहेत असं मुळीच मनात आणू नको. या क्षणापासून आपण दोघं एकमेकांचे शत्रू आहोत. तू तरी मला मारून टाक किंवा मी तुझा वध करून टाकेन; परंतु मला मारण्याइतकं तुझं सामर्थ्य नाही!''

मी एक शेवटची विनंती केली, ''माझ्या सामर्थ्याविषयी शंका घेऊ नका, प्रभू; परंतु आपण माझे गुरू आहात, शिवाय ब्राह्मण आहात. आपली हत्या करण्यानं मला गुरूहत्येचं आणि ब्रह्महत्येचंही पाप लागेल. हे प्रभू, आपण माझ्यावर युद्ध करण्याची सक्ती करू नका. मी आपल्याला सत्य सांगतो आहे, की मी कोणतंही अधर्माचं आचरण केलेलं नाही!''

''गुरू आहात आणि ब्राह्मण आहात, असले बहाणे काढून बायकी बोलू नको! ब्राह्मण जर हातात शस्त्र घेऊन समोर उभा राहून लढत असेल, पाठ फिरवून पळत नसेल, तर धर्म त्याला क्षत्रियच मानतो. आता जा, आणि युद्ध करण्यास तयार होऊन ये. जर तू परत आला नाहीस, तर मी माझ्या एकाच बाणानं तुझं संपूर्ण हस्तिनापूर पेटवून देईन!''

मी धावतच हस्तिनापुरात आलो आणि माझी शस्त्रं घेऊन आणि कवच घालून मी बाहेर निघणार, तेवढ्यात जलपात्रातून प्रकट होऊन माँ गंगा आली आणि म्हणाली, ''हे तू काय करायला निघाला आहेस पुत्रा? परशुरामांना रणांगणात खुद्द शंकरही जिंकू शकणार नाहीत. हे तर तुलाही माहीत आहे. तू युद्ध करू नकोस. जर तू म्हणत असशील, तर मी तुझ्या गुरूंचीही विनवणी करेन, की त्यांनी हे युद्ध करू नये.''

''आता हे शक्य नाही मा!'' मी माचा चरणस्पर्श करत म्हटलं, ''आता मला थांबवू नको.''

– हे कृष्ण! तुम्ही मला हे काय सांगून गेलात? का म्हणून मला तुम्ही माझं पूर्वीचं आयुष्य आठवायला लावताय? त्या वेळी गुरूशी युद्ध करताना नव्हता झाला तेवढा मानसिक त्रास आत्ता मला या युद्धाच्या आठवणीनं होतो आहे! त्या युद्धाचे उन्माद चढलेले ते दिवस मी कसे घालवले होते, ते आठवतं तेव्हा अंगावर

काटा येतो! थोडे नाही– तेवीस दिवस!

एक निष्ठावान, गरीब ब्राह्मण, तो जिला अबला मानतो आहे, त्या स्त्रीला न्याय मिळवून देण्यासाठी, न थकता माझ्याशी लढत होता. मला परमपूज्य असलेल्या, माझ्याहून कितीतरी वृद्ध पुरुषाशी मी इतके दिवस कसा लढत राहिलो होतो, ते माझ्या मनालाच ठाऊक! माझ्यासारख्या आपल्याच माणसांशी लढणाऱ्याचे बाण त्यांच्या शरीरात घुसत होते, त्यापेक्षाही जास्त माझ्या मनात घुसत होते. माझे गुरू सकाळची संध्या करून लढू लागायचे, ते सूर्यास्तापर्यंत न थांबता, न थकता, लढत राहायचे.

त्यातही युद्धाच्या बाविसाव्या दिवशी जे काही झालं, त्याबद्दल मी मला स्वत:ला कधीही क्षमा करणार नाही!

एकविसाव्या दिवशी आम्ही गुरू-शिष्य दोघांनीही मोठाल्या शस्त्रांचे प्रयोग केले होते. त्यांच्या ब्रह्मास्त्राला नमवून ढळत्या संध्याकाळी मी युद्धभूमीवरून परत येत होतो. थोडीही माघार न घेणाऱ्या परशुरामांचा मला राग आला होता. उद्या काहीही करून त्यांचा पराभव करण्याच्या मार्गांचा विचार करता करता मी माझ्या शिबिराकडे जात होतो. बरोबर त्याचवेळी मावळतीला जाणाऱ्या सूर्यावर ढग आलेले दिसले.

ढगांमधून अतिशय देखणे आणि तेजस्वी असे सात पुरुष माझ्या दिशेनं उतरून खाली येत आहेत असा मला भास झाला. अचानकच कुठूनसे प्रकट झाले असतील तसे ते समोर येऊन उभे राहिले, म्हणून मी रथ थांबवला. त्या पुरुषांनी मला म्हटलं, "देवव्रत, तुला परशुरामांचा पराभव करायचा असेल, तर आमच्याकडे एक अमोघ उपाय आहे, तो उपाय वापरूनच तू परशुरामांना हरवू शकशील– एरवी तर ते अजिंक्य आहेत."

"परंतु आपण सर्व कोण आहात, आणि मला असा उपाय सांगायला का आला आहात? आणि तो उपाय काय आहे ते मला सांगा."

"आम्ही वसू आहोत," त्यांचा मुख्य असावा असा दिसणाऱ्या पुरुषानं सांगितलं, "तू परशुरामांसमोर हरलास, तर ते तुला तुझी प्रतिज्ञा मोडायला लावतील! तसं होऊ नये म्हणून आम्ही तुला उपाय सांगू इच्छितो."

"सांगा," मी म्हणालो, "मी प्रतिज्ञा मोडेन अशी भीती बाळगू नका! परंतु मला विजय हवा आहे, म्हणून तो उपाय सांगा."

"आम्ही तुला प्रस्वापनास्त्र देऊ. तू उद्या परशुरामांवर त्या अस्त्रानं वार कर. परशुराम प्रस्वापनास्त्रासमोर जिंकू शकणार नाहीत."

"परंतु प्रस्वापनास्त्राविषयी मला काहीच माहिती नाही! माझ्या गुरूंनी मला त्याचा उपयोग किंवा आवाहन-विलोपन काहीच शिकवलेलं नाही!"

"अरे, परशुरामांना स्वत:लाच प्रस्वापनास्त्राविषयी काहीच ज्ञान नाही, मग तुला कसं शिकवणार? हे वसूंनी बनवलेलं त्यांचं स्वत:चं शस्त्र आहे. त्याची माहिती ब्रह्मांडात दुसऱ्या कोणाला नाही. त्यामुळे तुझे गुरू परशुराम या अस्त्राचा सामना करू शकणार नाहीत. त्यांचा पराभव होईल."

दुसरा पुरुष पुढे म्हणाला, "ते आम्ही बनवलं आहे आणि आम्ही वापरलंही आहे. तू आमचा अंश असल्यामुळे तुझ्यामध्य ते कसं वापरायचं याचं ज्ञान आहेच. तू फक्त ते हातात घेऊन वापरायचं आहे. तसा नेम धरल्याबरोबर तुला तत्क्षणी त्याची पूर्ण माहिती कळेल. या एकमात्र उपायाखेरीज परशुरामांना हरवणं शक्य नाही!"

मी गप्प राहिलो. माझं मौन म्हणजे माझी संमती असं ते समजले, त्यात आश्चर्य नव्हतं. माझ्या रथात प्रस्वापनास्त्र ठेवून ते अंतर्धान पावले.

दुसऱ्या दिवशी, युद्धाच्या बाविसाव्या दिवशी, मी खुद्द गंगापुत्र देवव्रतानं, आर्यावर्तात प्रखर सत्यधर्मी, व्रतधारी महापुरुष समजल्या जाणाऱ्या भीष्मानं, एका स्वत:ला वाटणाऱ्या न्यायासाठी न थकता लढत राहिलेल्या, अकिंचन, वृद्ध, महान ब्राह्मण योद्ध्यावर, जे त्याला येत नव्हतं ते शस्त्र उगारलं! त्या वेळी युद्धाच्या उन्मादात जे समजलं नव्हतं, ते आता सारा प्रसंग समोर दिसू लागल्यावर समजतं आहे!

होय! आज मला स्वच्छ समजतं आहे, की माझ्याशी लढणाऱ्या गुरूंना मी कुठलं अस्त्र वापरणार आहे ते जरी माहीत नव्हतं, तरी दोन गोष्टी त्यांच्या ताबडतोब लक्षात आल्या होत्या. एक ही, की त्यांच्या प्रिय शिष्यानं त्यांच्या गुरूपदाला लाज आणली होती! दुसरी अशी, की एका नि:शस्त्र ब्राह्मणासमोर एक क्षत्रिय लढण्यापूर्वीच हरला होता!

परशुराम मोठ्यानं ओरडून म्हणाले, "वा: देवव्रत! वा:! तू जे अस्त्र वापरणार आहेस, त्या अस्त्राबद्दल मला काहीच माहिती नाही, हे तुला ठाऊक आहे; कारण मला ते येत असतं, तर ते मी तुला शिकवलं असतं!"

"होय," मी खोटं बोलू शकलो नाही, "गुरुजी, मी खरं ते सांगतो, की समग्र ब्रह्मांडात मी आणि वसू सोडून हे कोणाला ठाऊक नाही, दुसरा कोणी त्याचा प्रयोग करू शकेल किंवा ते निरुपयोगी करू शकेल, असंही नाही!"

त्या वृद्धानं लगेच त्याची अस्त्रं जमिनीवर ठेवली आणि म्हणाले, "तर चालव तुझं अस्त्र; परंतु नंतर कधीही म्हणू नकोस, की तू माझा शिष्य आहेस– कधी सांगू नको, की तू गंगापुत्र आहेस– असंही सांगू नकोस, की तू युद्धाचे नियम जाणणारा आणि पाळणारा क्षत्रिय आहेस, आणि समजू नको, की या युद्धात तू विजयी झाला आहेस!"

त्या क्षणीच, तेथे रणभूमीवर गंगा– माझी मा– स्वत: येऊन पोहोचली आणि म्हणाली, "अरेरे! देवव्रत, सरतेशेवटी वसूंनी तुझ्या डोक्यात हे भरवून दिलं? पण तुझ्या हे कसं लक्षात आलं नाही, की युद्धाच्या उन्मादात तुला विसर पडला, की प्रतिस्पर्ध्याकडे असेल, त्यापेक्षा उच्च दर्जाच्या अस्त्राचा प्रयोग करणं, हा अधर्म आहे? हे युद्ध आता धर्मयुद्ध राहिलं नाही, म्हणून ते ताबडतोब बंद करा!"

मग माझी माँ परशुरामांकडे गेली आणि हात जोडून म्हणाली, "युद्धाच्या उन्मादात माझ्या मुलानं चूक केली, त्याची मलाच लाज वाटते आहे! प्रभू, हे बघा, मी भीष्माला थांबवलं आहे. आपणही आता युद्धातून निवृत्त होऊन तपश्चर्या करा."

मी परशुरामांजवळ जाऊन त्यांच्या चरणी लोटांगण घातलं. माझ्या डोळ्यांमधून घळाघळा अश्रू वाहात होते; पण क्षमा मागण्याइतके शब्दही मी बोलू शकलो नाही.

गुरूंनी माझ्या मस्तकावर हात ठेवून म्हटलं, "तुझी बुद्धी सत्यामध्ये आणि धर्मामध्ये स्थिर राहो."

मग अंबाकडे वळून गुरू म्हणाले, "बेटा, माझी उत्तमातली उत्तम अस्त्रे वापरूनही मी भीष्मासमोर माझी श्रेष्ठता दाखवू शकलो नाही! शस्त्रधाऱ्यांमध्ये तो श्रेष्ठ आणि अजय आहे!"

गुरूंच्या या बोलण्यानंही मला आनंद झाला नाही. माझं मन उद्विग्न झालं होतं!

गुरूंनी अंबाला पुन्हा सांगितलं, "बाळ, माझी अधिकात अधिक शक्ती एवढीच होती. एवढंच बळ होतं. कल्याणी, तू आता वाटेल तेथे जाऊ शकतेस. मी तर आता तीर्थाटनाला जाईन. मुली, या क्षणी मी प्रतिज्ञा करतो, की आता जिवंत असेपर्यंत माझ्याजवळ माझ्या देहाशिवाय काहीही ठेवणार नाही– विद्याही नाही. अस्त्र-शस्त्रही नाही! सर्वांचा येथे कुरुक्षेत्रावर त्याग करून मी जातो. जे काही राहिलं असेल, ते जो मागेल, त्याला देऊन टाकेन."

"तुम्ही भले सर्व गोष्टींचा त्याग करणार असाल," अंबा तार स्वरात किंचाळून म्हणाली, "परंतु मी माझ्या वैराचा त्याग करणार नाही. भीष्माची हत्या करेपर्यंत मी स्वस्थ बसणार नाही!"

एवढं बोलून अंबानं त्राग्यानं पाय आपटले आणि ती एकटीच कोठेतरी निघून गेली! परशुराम आणि अकृतव्रणही पश्चिमेकडे निघून गेले. ते सर्वजण दिसत होते, तोपर्यंत मी तेथेच उभा राहून त्यांना पाठमोरं बघत राहिलो.

| नऊ |

माणसाचा जन्म घेण्यापूर्वी वसूंना माणसांचं आयुष्य किती साधं, सरळ वाटलं होतं! आम्हाला वाटायचं की पृथ्वीवरचं आयुष्य भले स्वर्गातलं असायचं तसं नसलं, तरी सरळ सरळ जगून तर टाकता येईल. माणसांना मुक्ती मिळण्याच्या मार्गात ज्या अडचणी येतात असं म्हणतात, तशा सर्व परिस्थितींपासून दूर राहता आलं, तर पुनर्जन्म घ्यावा लागणार नाही. जो येथे राहील, तो वसू संसार, मुलंबाळं यात पडला नाही, ब्रह्मचर्य पाळलं, आवडीनिवडी, भावना, महत्त्वाकांक्षा, नातीगोती यांच्यापासून अलिप्त राहिला, तर इथं एक आयुष्य जगून टाकण्यात अडचण येणार नाही. बस, अशा तऱ्हेने जगून टाकून मी पुन्हा स्वर्गात पोहोचलो, की वसूंचे अंश त्यांना परत मिळतील आणि सर्व काही पूर्ववत होईल. होय! आमची समजूत अशी होती!

–आता, बाणशय्येवर पडल्या पडल्या मी जगलेल्या माझ्या आयुष्याचा विचार करतो, तेव्हा मला समजतं, की माणसांचं आयुष्य खूप सुंदर खरं, पण तितकंच अवघडही असतं. माणूस देवतांसारखा फक्त स्वत:साठी, आपला आपला स्वतंत्रपणे जगत नाही. तो अनेकांसाठी आणि अनेकांना बरोबर घेऊन जगतो.

होय! असंच आहे, म्हणून तर माता सत्यवतींना त्या दिवशी जे दु:ख झालं ते मलाही मनात खोल कुठेतरी जाणवलं होतं. एवढंच नाही, तर त्यांच्या दु:खाला मी कारणीभूत होतो, हेही माझ्या लक्षात आलं होतं.

त्या वेळी सत्यवतींनी मला सांगितलं, ''पुत्रा, कदाचित सूर्यालाही माहीत नसेल, इतकी माझी एक खासगी गोष्ट मला आज तुला सांगावी लागेल–'' तेव्हा स्वत:बद्दल मला अभिमान वाटला होता, की सत्यवतींनी आजपर्यंत कोणालाही न सांगितलेलं रहस्य त्या फक्त मला सांगणार आहेत! मी आतुरतेनं त्यांचं ते सांगणं ऐकून त्यांना सल्लाही दिला होता!''

– परंतु आज, आत्ता असं वाटतंय, की ती गुप्त

गोष्ट मला सांगण्यापूर्वी माता सत्यवतींना मला जे सांगणं तेव्हा आवश्यक वाटलं, ते तोपर्यंत त्या कधीही बोलल्या नव्हत्या!

खरोखर, सत्यवती कधीही काहीही बोलल्या नव्हत्या. अरेरे! माता, तुम्ही तेव्हाही असं का नाही म्हणालात, की भीष्मा, एका स्त्रीसाठी सदैव गुप्त ठेवण्यासारखं माझं खासगी आयुष्य आज तुला फक्त या कारणानं सांगावं लागत आहे, की तू माझं सांगणं ऐकलं नाहीस! प्रथम मी तुला सांगितलं की तू लग्न करून टाक, तेव्हा तुझी प्रतिज्ञा आड आली. तुझ्या गुरूंनी तर तुझ्याशी युद्ध करून तुला सांगितलं, की तू अंबाचा स्वीकार कर, तरीही तू तुझा हट्ट सोडला नाहीस! शेवटी, अंबिका आणि अंबालिकांना, आपद्धर्म म्हणून पुत्रदान करण्याच्या माझ्या विनंतीचाही तू स्वीकार केला नाहीस! भीष्मा! या सर्वामुळे, केवळ तुझ्या हट्टीपणामुळे, मला माझं रहस्य उघड करावं लागलं!

– हे माता! मी तुम्हाला खूप दु:खी केलं! माझ्या शरीरात घुसलेल्या बाणांच्या यातनांपेक्षाही जास्त आणि असह्य यातना मी तुमच्या मनाला दिल्या! आज, मी माझ्या शरीरात घुसलेल्या बाणांच्या, या अंधाऱ्या रात्रीच्या, नक्षत्रांसह आकाशात वाहणाऱ्या मंदाकिनीच्या आणि येथे आजूबाजूला जे कोणी असेल, त्यांच्या सर्वांच्या साक्षीनं कबूल करतो आहे, की मी– भीष्मानं, पती नसलेल्या, पुत्र नसलेल्या, एकाकी स्त्रीला तिचं अत्यंत गुप्त रहस्य सांगायला भाग पाडलं होतं! एक मनुष्य म्हणून तो माझा अतिशय मोठा अविवेक होता! मातेच्या बाबतीत तर तो माझा अपराधच होता असंच म्हटलं पाहिजे!

– त्या दिवशी प्रथमच माता आमच्यामध्ये पडदा घालून । बसल्या. एका बाजूला मला बसवून माता दुसऱ्या बाजूला बसल्या आणि सांगू लागल्या– "ऐक आता, मी उपरिचर वसूची मुलगी. माझ्या पालक पित्याला मी माशाच्या पोटात सापडले. लोक मला 'काली' या नावानं हाक मारायचे. माझ्या देहाला मासळीसारखा वास यायचा म्हणून 'गंधमती' किंवा मत्स्यगंधाही म्हणत असत. तरुण झाल्यावर मी यात्रेकरूंना यमुनेच्या पलीकडे होडीतून घेऊन जाण्याचं काम करत असे."

मी म्हणालो, "माता, आपल्याबद्दल हे सर्वच मला माहीत आहे. "

"होय," सत्यवती म्हणाल्या, "पण आता माझ्याबद्दल मी जे सांगणार आहे, ते या पृथ्वीशिवाय कोणालाही ठाऊक नाही– कदाचित सूर्यालाही नाही! कारण दाट धुक्यामुळे चारी बाजूंना अंधार झाला होता," सत्यवती म्हणाल्या. पडद्यामागून सांगत होत्या, तरीही त्यांच्या आवाजात आता संकोच जाणवू लागला

"एक दिवस मी नाव चालवायचं काम करत होते, तेव्हा एक महर्षी माझ्या नावेत बसले. पवित्र ऋषी नावेत होते म्हणून दुसऱ्या यात्रींना न घेता मी नाव चालवू लागले. आम्ही अर्ध्या अंतरावर पोहोचलो तेव्हा ऋषी मला म्हणाले, "हे कन्या,

आत्ताच्या नक्षत्रं आणि ग्रहांप्रमाणे जर मी आत्ताच कोणा स्त्रीला पुत्रदान केलं, तर तो पुत्र अत्यंत बुद्धिवान, तेजस्वी आणि लोकांचं कल्याण करणारा असा जन्माला येईल.''

मला केवळ शांत राहून ऐकून घ्यायचं होतं, ते मी खाली बघत राहून ऐकून घेतलं,'' सत्यवती सांगत होत्या, ''त्या महर्षींनी त्यांचं नाव पराशर आहे, असं सांगून त्यांच्या कुळाचा परिचयही सांगितला. मग ते म्हणाले की ते माझ्यावर मोहित झाले होते.''

एवढं सांगून मग एक दीर्घ सुस्कारा टाकत माता पुढे म्हणाल्या, ''मी महर्षींना सांगितलं, ''हे महापुरुष, मी तर एका कोळ्याची मुलगी आहे, माझ्या देहाला मासळीचा वास येतो, शिवाय मला माझ्या पित्याच्या क्रोधाची भीती वाटते.''

त्या वेळी ऋषी पराशरांनी दुर्लभ वरदान देऊन मला उत्साहित केले. मी अशीही जवळजवळ त्यांना वश झालेच होते, आणि कदाचित ते मला शाप देतील याचीही मला भीती वाटत होती. अशा मन:स्थितीत मी माझी संमती दाखवत म्हटलं, ''परंतु, मुने, दोन्ही किनाऱ्यांवर होडीची वाट बघणाऱ्या आणि इतर होड्यांनी प्रवास करणाऱ्या लोकांना आपण दिसू–''

ऋषींनी लगेच एक मंत्र म्हणून वातावरणात दाट धुकं पसरवून टाकलं. काही क्षणांत तर सूर्याचा येणारा प्रकाशही बंद झाला. ऋषी माझ्याजवळ आल्याबरोबर माझ्या शरीराचा मासळीचा वास नष्ट होऊन मधुर सुगंध येऊ लागला.

त्यानंतर मी माझ्या कौमार्याबद्दल चिंता व्यक्त केली, तेव्हा ऋषी म्हणाले की पुत्राचा जन्म झाल्यावर मी पुन्हा कुमारी होईन. तरीही मी पुत्राच्या जन्माबद्दल अनेक शंका व्यक्त केल्या, म्हणून ऋषींनी मला सांगितले की ''कल्याणी, तू यमुनेच्या बेटावर पुत्राला जन्म दे आणि त्याला तेथेच ठेवून तुझ्या पित्याच्या घरी जा. तुझ्याशिवाय कोणालाही कळणार नाही, की तू पुत्राला जन्म दिला आहेस.''

एवढं बोलून माता थांबल्या, मग थोड्या वेळानं पुन्हा बोलू लागल्या, ''भीष्मा, अशा तऱ्हेनं जन्माला आलेला माझा आणि ऋषी पराशरांचा पुत्र– तुझा भाऊ– सावळ्या रंगाचा असल्यानं कृष्ण आणि द्वीपावर सोडून दिलेला म्हणून द्वैपायन म्हटला जातो. त्यानं वेदांचा गाढ अभ्यास (बिन्यास) केलेला आहे आणि तो मनाच्या वेगानं हिंडू शकतो. त्यानं मला वचन दिलं आहे, की जेव्हा केव्हाही मी त्याची आठवण काढेन, तेव्हा त्या क्षणी तो येथे येईल आणि माझ्या आज्ञेचं पालन करेल.''

अत्यंत आनंद आणि आश्चर्य वाटून मी मोठ्यानं ओरडूनच म्हणालो, ''महर्षी व्यास?'' आणि मधला पडदा सरकवून मातेकडे जाऊन म्हणालो, ''माता! महामुनी व्यासांचं नाव माहीत नाही, असा ब्रह्मांडातही क्वचितच कोणी असेल! मला

अतिशय आनंद वाटतो आहे, की जो मनुष्य सदैव धर्म-अर्थ-काम यांविषयी चिंतन करत असतो, करण्यासारखी कामं कोणती व न करण्यासारखी कोणती, हे ठरवतो, तो तुमचा पुत्र आहे! माता, मीही भाग्यवान आहे, की व्यासासारखा समर्थ आणि ज्ञानी पुरुष माझा भाऊ आहे! माते, लगेचच त्यांना बोलावून घ्या आणि विचित्रवीर्याच्या पत्नींना पुत्रदान करण्यास सांगा!''

माता सत्यवतींनी डोळे बंद केल्याबरोबर बाहेरून वेदव्यास मंत्रपाठ करत करत आम्ही उभे होतो तेथे आले. आम्ही दोघांनी परस्परांकडे नुसतं बघूनच काही सांगावं न लागता एकमेकांची ओळख करून घेतली. माता सत्यवती कितीतरी वेळ व्यासांना बिलगून रडत राहिल्या!

आम्ही– त्यांच्या दोन्ही पुत्रांनी– त्यांना रडू दिलं. त्या शांत झाल्या, तेव्हा व्यासांनी त्यांच्या कमंडलूमधून पाणी घेऊन त्यांच्या चेहऱ्यावर शिंपडलं आणि त्यांच्या उत्तरीयानं मातांचा चेहरा पुसत विचारलं, ''आता बरं वाटतंय? सांगा आता, माझ्यासाठी काय आज्ञा आहे?''

मातांनी त्यांच्यासमोर दोन आसनं ठेववून घेतली आणि आम्हाला दोघांना त्यावर बसायला सांगितलं. मग पदर डोक्यावरून नीट सारखा करून घेत त्या बोलू लागल्या, ''द्वैपायन, आपल्या मुलावर माता आणि पिता दोघांचा अधिकार असतो. तू माझा सर्वांत मोठा पुत्र आहेस आणि विचित्रवीर्य माझा सर्वांत धाकटा मुलगा होता. गंगाचा पुत्र असूनही, महाराज शंतनूचा पुत्र असल्यानं, भीष्म जसा विचित्रवीर्याचा भाऊ म्हणायचा, त्याचप्रमाणे तू पराशरचा पुत्र असलास, तरी मी तुझी माता आहे म्हणून त्याचा भाऊ होतोस. असे तुम्ही दोघेही माझ्या पुत्रहीन मृत्यू पावलेल्या लहान पुत्राचे भाऊ होता. म्हणून त्याच्या भार्यांना पुत्रदान करण्यास योग्यही आहात; परंतु भीष्माची प्रतिज्ञा आहे, की तो आजीवन ब्रह्मचर्य पाळेल.''

मी माता सत्यवतींच्या चेहऱ्यावरचे भाव बघत होतो. त्यांच्या डोळ्यांमध्ये नातू हवा असल्याची, हस्तिनापूरला राजा हवा असल्याची आत्यंतिक इच्छा आता परम सीमेला पोहोचली होती. व्यासही त्यांच्या माता-कालीचा चेहरा निरखून पाहत होते. माता सत्यवती व्यासांना पुढे म्हणाल्या– ''हे निष्पाप पुत्रा, भीष्मानं राज्यशासनाचाही त्याग केला आहे. तेव्हा आता तुझ्या मृत भावाचं परलोकातलं वास्तव्य चांगलं व्हावं, यासाठी मी तुला जे करायला सांगेन, ते तू करशील असं मला वचन दे.''

''मी वचन देतो, माँ,'' व्यास म्हणाले.

मग सत्यवती म्हणाल्या, ''तुझ्या धाकट्या भावाच्या देवींसारख्या सुस्वरूप, तरुण आणि गुणी अशा दोन्ही भार्यांना तू पुत्रदान कर. त्या दोघींच्या पोटी अशी संतानं दे, जी कुळाची वृद्धी आणि परंपरेचं रक्षण करण्यासाठी समर्थ असतील.''

व्यासांनी उत्तर दिलं, ''माँ, कुठलीही इच्छा किंवा वासना न ठेवता, केवळ

तुमची आज्ञा म्हणून मी तुमच्या दोन्ही सुनांना पुत्रदान करेन; परंतु त्यासाठी त्या दोघींना आणि मला एक वर्षभर काही व्रतं आणि नियम पाळावे लागतील.''

"एक वर्ष?'' मातेच्या स्वरात निराशा दाटून आली, "एवढा काळ राज्य राजाशिवाय कसं ठेवणार द्वैपायन? लहान बाळ असेल, तर त्यालाही राजा करून राज्य चालवता येईल, मग भीष्म त्याला लहानाचा मोठा करेल.''

मातेच्या या विचारावर मी काहीच बोललो नाही– हे मी यापूर्वीही केलं होतंच!

व्यास म्हणाले, ''परंतु माँ! या नियमांशिवाय, व्रतं पाळल्याशिवाय, मला आजच पुत्रदान करण्याची तुमची आज्ञा असेल, तर तुम्हाला बरंच काही करावं लागेल. माँ, मी तुमचा पुत्र आहे, म्हणून तुम्ही मला जवळ घेऊ शकता; परंतु काशीराजाच्या नाजूक मुली माझ्या शरीराचा असा वास, माझं हे भीती वाटेल असं रूप आणि माझा हा वनवासी वेष, हे सगळं सहन नाही करू शकणार!''

सत्यवती जरा विचारात पडल्या; मग म्हणाल्या, ''मी त्या दोघींशी बोलून ठेवेन; परंतु वर्षभर वाट बघणं मला शक्य नाही. माझ्या हयातीत, मी त्याबद्दल काही करू न शकता माझा कुरुवंश इथंच संपला, तर परलोकी गेल्यावर मला पूर्वजांना उत्तर द्यावं लागेल ना?''

"ठीक तर. मी मध्यरात्री येईन,'' असं सांगून व्यास जसे आले होते, तसे गेले आणि दिसेनासे झाले.

माता राणीकक्षात गेल्या. थोड्याच वेळात परत येऊन त्या मला म्हणाल्या, ''कौशल्याला तुला भेटण्याची इच्छा आहे.''

मी कौशल्याच्या महालाच्या दाराशी जाऊन उभा राहिलो. कौशल्याही येऊन दाराआड उभी राहून म्हणाली, ''आमचं नशीब फुटलं त्यामुळे माता सत्यवतींना भरतवंशाचा नाश जवळ आलाय असं वाटतं आहे. त्यांनी आम्हाला आज्ञा केलीय, की तुम्ही दाखवाल त्या मार्गानं आम्ही जायचं; आणि पुत्रांना जन्म द्यायचा. मातांनी आडून असंही सुचवलं आहे, की आज आमच्या पतीचा एक भाऊ आमच्याकडे येईल, आणि आम्हाला पुत्रदान करेल. हे धर्मपुरुष, असं असेल तर मग यापूर्वीच तुम्ही आमचा स्वीकार का केला नव्हता?''

"बस् कौशल्या बस्स!'' मी कानांवर हात ठेवत म्हणालो, ''कौशल्या, खरं काय आहे ते तुला ठाऊक नाही! मी मातेला सांगतो, की तुला सर्व काही समजावून सांगावं,'' आणि मी लगेच मातेला भेटायला गेलो.

माता त्यांच्या महालात नव्हत्या. दासींनी सांगितलं की त्या दोन्ही राण्यांना स्नान करवण्याची तयारी करवून घेत आहेत. मी स्नानगृहाकडे गेलो, तर मार्ग बंद करून उभ्या असलेल्या दासींनी सांगितलं, की आत्ता माता सत्यवतींना भेटणं शक्य नाही. त्या आत्ता अंबालिकाला स्नान घालवून घेत आहेत, व त्यानंतर कौशल्याचे

स्नान इत्यादी संस्कार करवून घेतील.

संध्याकाळ उलटली होती. मला वाटलं मी स्वत:च कौशल्याची चुकीची समजूत दूर केली पाहिजे. मी माझ्या दालनात जाण्यापूर्वी अंबिकाच्या दारात गेलो. दरवाजापाशी पोहोचून मी काही बोलण्यापूर्वीच कौशल्या आणि तिच्या सखीचं बोलणं मला ऐकू आलं–

"श्वश्वास्तद् वचनं श्रुत्वा शयाना शयने शुभे।
साचन्तयत् तदा भीष्ममन्यांश्च कुरुपंगवान ॥"

(सासूबाईंचं सांगणं ऐकून ती पवित्र शय्येवर पडून मनोमन भीष्म, तसंच इतर श्रेष्ठ कुरुवंशींचं चिंतन करू लागली.)

मी तिथं उभा राहू शकलो नाही, आणि माझ्या दालनात जाऊन झोपून गेलो.

अंबिकेचा पुत्र आंधळा आहे आणि धाकट्या अंबालिकेचा पुत्र पंडुरोगानं त्रस्त असा जन्मला आहे, हे समजल्यावर सत्यवतींनी मला बोलावून घेतलं. मी जाऊन उभा राहिलो, तेव्हा त्या म्हणाल्या, "पुत्र! मला वाटतं मीच दुर्दैवी आहे. नाहीतर ज्या पौरवंशात आजपर्यंत पूर्ण निरोगी आणि उत्तम राजे झाले आहेत, त्या वंशात अशा अपूर्ण बालकांचा जन्म का व्हावा?"

"माते," मी म्हणालो, "असा मनाला त्रास करून घेऊन दु:ख करण्याचा काही उपयोग नाही. आपल्याला निर्णय घ्यावा लागेल. थोरला आंधळा आहे, तेव्हा त्याला राजा करता येणार नाही. धाकटा जो पंडुरोगी आहे, त्याला राजा करा. उत्तम वैद्यांना बोलावून त्याचे उपचार करता येतील."

"नाही," त्या ठामपणे म्हणाल्या, "मला आणखी एक प्रयत्न करून बघायचाय. मी पुन्हा माझ्या मुलाला– व्यासाला– बोलावून घेऊन अंबिकाला पुन्हा एकदा पुत्रदान करवून घेईन."

"माता, तुम्हाला मी नाही तर म्हणू शकत नाही! परंतु यावेळी तरी अंबिकाला आधीपासून सर्व काही सांगून ठेवा."

"तिला सर्व काही ठाऊक आहे," त्या म्हणाल्या, "पहिल्या अनुभवानं तिला सर्व समजलं आहे."

मला म्हणावंसं वाटलं, की आता हे माहीत असणं, हीच अडचण होऊ शकेल! पण मातेसमोर मी तसं म्हणू शकलो नाही.

माता सत्यवतींनी व्यासांना दुसऱ्यांदा केव्हा बोलावलं, ते मला माहीत नव्हतं. मला तर अमात्यांनी प्रासादात झालेली चर्चा सांगितली, की महर्षी आले, तेव्हा अंबिकानं स्वत:ऐवजी कुठल्या एका दासीला व्यासांकडे पाठवली होती! जाता

जाता व्यास सत्यवतींना सांगून गेले होते, की आता ते या कामासाठी पुन्हा येणार नाहीत!

सत्यवती अतिशय क्षुब्ध आणि दु:खी होत्या. मी त्यांना भेटायला गेलो, तेव्हा त्यांनी माझ्याशी बोलून मन मोकळं केलं. त्या म्हणाल्या, "माझ्या मुलानं तर मला सांगितलं होतं, की एक वर्ष वाट बघा. मीच हे असं होण्याला कारण झाले. त्याला बघून अंबिकानं घाबरून डोळे मिटून घेतले असतील, म्हणून थोरला आंधळा जन्माला आला! अंबालिकाही भीतीनं फिकी पडली असेल– नाहीतर माझ्या व्यासासारख्या समर्थ मुलाचं बाळ असं पंडुवर्णाचं?"

मी सांगून बघितलं, "माता, असं काही नसतं– जी नियती असेल, तसं होतं!"

"नाही," त्या म्हणाल्या, "प्रत्येक मूल गर्भधारणा होते तेव्हाचे संस्कार घेऊन जन्माला येत असतं."

मी म्हणालो, "तसं असेल, तरीही, आता तुम्ही दु:ख करून काही बदलणार तर नाही– होय ना?"

मातांनी उत्तर दिलं– "पुत्रा, मी दु:खी नाही. मला स्वत:चाच खूप राग आला आहे. तू मला सांगितलं होतंस, तरीही मी अंबिकाला खरं खरं सांगितलं नाही आणि त्यामुळं तिनं दुसऱ्या वेळेस तिच्या दासीला पाठवलं!"

मी सत्यवतींना बोलू दिलं, आणि काहीही उत्तर दिलं नाही. बरंच बोलल्यानंतर त्या एकदम म्हणाल्या, "आता जे झालं, ते झालं! खरं म्हणजे ती दासीही आता माझी सूनच म्हटली पाहिजे! तिचा मुलगाही माझा नातूच ना?"

"माता," मी उत्तर दिलं, "मी वचन देतो, की मी तसंच समजेन. इतर सर्वजणही तसंच समजतील, असा प्रयत्नही आपण करू या; परंतु आपण हे जग ओळखता. दासीपुत्राला राजकुटुंबात स्थान देणं सोपं तर होणारच नाही!"

"अरेरे! दैव!" त्या म्हणाल्या.

| दहा |

''न चैवशक्यते युद्धे विशेषयितुमन्तत:।
न चाहमेन यास्यामि पुनर्भीष्म कदंचन ।।''

(शेवटी आपण भीष्मापेक्षा आपलं श्रेष्ठत्व सिद्ध करू शकला नाहीत आणि मलाही आता तर कोणत्याही प्रकारानं (नात्यानं) भीष्माजवळ राहण्याची इच्छा नाही.)

''गमिष्यामि तु तत्राहं यत्र भीष्म तपोधन।
समरे पतयिष्यामि स्वयमेव भृगुद्वह।।''

(भृगुश्रेष्ठ, तपोधन परशुराम! आता मी तेथेच जाईन, जेथे मी अशी होऊ शकेन, की भीष्माला मारून रणांगणात पाडू शकेन.)

''मी खरं तेच सांगतोय, महाराज!'' दूरच्या कुठल्या गावाहून आलेल्या त्या ब्राह्मणानं सांगितलं; ''मी माझ्या यजमानांच्या शेतावर नांगराची पूजा करवून घ्यायला जात होतो, तेव्हा रस्त्यात एका स्त्रीला भ्रमिष्ट झाली असावी अशा स्थितीत, मोठमोठ्यानं काहीतरी बोलत समोरून येताना बघितली. ती समोरून येऊन पुढे गेली, त्या वेळी हे तिचं बोलणं मी स्पष्ट ऐकलं, ज्यात आपल्या आणि महाभार्गवांच्या नावांचा उल्लेख झाला, तेव्हा मी आपल्याला येऊन हे सांगितलं पाहिजे, असं वाटून मी येथे आलो.''

''बरं, चांगलं केलंस,'' असं म्हणून त्याला दक्षिणा देऊन व आभार मानून मी त्याला निरोप दिला. ती स्त्री कोण असावी, हे समजल्यावर अमात्यांनी गुप्तहेरांना लक्ष ठेवण्यास सांगितलं. सुरुवातीला तर रोज अंबाची माहिती राजवाड्यात पोहोचत होती.

ज्या दिवशी अंबानं अरण्यात जाऊन कठोर तपश्चर्या सुरू केल्याचं समजलं, त्या दिवसापासून माझं मन व्यथित, उदास राहू लागलं. मला सतत चिंता वाटत असे आणि ती माझ्या चेहऱ्यावर दिसत असे.

त्या सुमारास माता सत्यवतींना भेटायला त्यांचे पिता निषादराज आले होते. त्यांनीही मला म्हटलं, ''असं उदास, व्यथित राहू नका. आपल्यासारख्या योद्ध्यानं काशीराजाच्या मुलीबद्दल काळजी करू नये. केवढंही

मोठं तप करूनही तिला काय मिळेल?''

आणि मी गर्वानं उत्तर दिलं होतं, ''मातामह, (आजोबा) कायम तप करत असणारे परशुरामही जर माझा सहज पराभव करू शकले नाहीत, तर दुसरं कोणी तपश्चर्या करून माझा पराजय करेल, अशी काळजी मला कधी वाटेल का? शिवाय मी क्षत्रिय आहे. मृत्यूला घाबरत नाही! या पृथ्वीवर माझ्यासारखं कोणी झालेलं नाही, आणि होणारही नाही!''

''तर मग प्रभू, चेहेरा इतका उदास न् केविलवाणा का?''

मी उत्तर दिलं नव्हतं. आजही कोणी मला त्या वेळी, माझ्या मनाला काय त्रास होत होता असं विचारलं, तर मी उत्तर देऊ शकेनच, असं नाही.

वसूंना मी असं उदास होणं आवडलं नसेल! परंतु एक तरुण कुमारिका, तिचा स्वत:चा काहीही दोष नसताना, मला दोष देत रानोमाळ भटकते आहे, हे समजून मला काहीच वाटणार नाही, असं तरी कसं होईल? वसू असलो, तरी शेवटी मी माणसाचं मूल म्हणून जन्म घेतला आणि आयुष्य जगलो आहे!

ती मुलगी अनवाणी चालत सर्व आश्रम होते तेथे पोहोचली. तेथे यमुनेच्या काठी एकटी राहिली, तिनं माणसाच्या कुवतीच्या पलीकडे, इतकं कठोर तप केलं; खाणं बंद केलं. शरीरावर धूळ साठली, पावलांच्या टाचांपर्यंत पोहोचणाऱ्या तिच्या सुंदर केसांच्या धूळभरल्या जटा झाल्या, तोपर्यंत ती फक्त हवेवर जगली आणि पिंपळाच्या बुंध्यासारखी एका जागी उभी राहिली. अरेरे! कशासाठी हे सगळं? मला या प्रश्नाचं उत्तर अजूनही सापडलेलं नाही!

माँ गंगाही अंबाला भेटायला गेल्या आणि तिची समजूत घालण्याचा त्यांनी खूप प्रयत्न केला; परंतु तिनं हट्ट सोडला नाही. तप सोडायला सांगणाऱ्या प्रत्येकाला ती सांगायची–

''यत्कृते दु:खवसतिमिमां प्राप्तास्मित शाश्वतीम।
पतिलोकाद् विहीना च नैव स्त्री न पुमानिह।।
नाहत्वा युधि गांगेयं निवर्तिष्ये तपोधना:।
एष मे हृदि संकल्पो यदिदं कथितं मया ।।''

(ज्याच्या वागण्यानं मी कायमची दु:खी झाले, पती मिळाला नाही; तसंच स्त्रीही राहिले नाही– ना पुरुष होऊ शकले, त्या गंगापुत्र भीष्माला युद्धात ठार मारल्याशिवाय मी तप सोडणार नाही, असं मी ठाम मनानं ठरवलं आहे.)

अंबा आमच्या राजवाड्यात राहत नव्हती, तरी इथं तिच्या नावाचा वरचेवर उल्लेख व्हायचा, कधीकधी तर माझ्या प्रतिज्ञेची किंवा अशी काही गोष्ट निघाली की तेव्हाही खुद्द माता सत्यवतीही माझ्यावर चिडून म्हणायच्या– ''एक तू आहेस, आणि दुसरी ती अंबा आहे. न जाणे कोठून माझ्याच नशिबात ही तितकीच हट्टी

दोघं आली!''

बरीच वर्षं अंबाबद्दल चर्चा चालायची– नंतर मग हळूहळू आम्ही तिघा कुमारांच्या संगोपनात मग्न झालो. मोठ्या कौशल्येच्या– अंधपुत्राचं नाव धृतराष्ट्र ठेवलं, अंबालिकेच्या पुत्राचं पांडू आणि तिसऱ्या– दासीच्या पोटी जन्मलेल्याचं नाव विदुर ठेवलं. या तीनही मुलांच्या संगोपनात, शिक्षणात आम्ही स्वत:ला गुंतवून टाकलं.

तिघांमध्ये पांडू जास्त दंगेखोर होता. त्याचे पराक्रम बघून, तो पराक्रमी राजा होण्याचं ते चिन्ह समजून माता सत्यवती आनंदात असायच्या. त्या आनंदात असायच्या याचं मलाही समाधान असायचं. असं वाटायचं, की आयुष्य सरळ जाईल असे दिवस आता दूर नाहीत. मग या तीन पुतण्यांपैकी कोणा तरी एकावर किंवा तिघांवर एकत्र सगळं सोपवून मी वनात जाऊन राहू शकेन.

सगळं काही सुरळीत चाललंय असं वाटत होतं, त्यात एक दिवस पांचाल देशातून आलेल्या दूतानं द्रुपदाच्या लग्नाचं निमंत्रण देऊन पांचालांना हस्तिनापूरच्या हद्दीतून त्यांच्या सैन्यासकट पुढे जाण्याची परवानगी मागितली.

राजाच्या वतीनं मी आणि माता सत्यवतींनी लगेच परवानगी दिली. सत्यवतींनी तर परत येताना द्रुपदाच्या वऱ्हाडाला आग्रहानं हस्तिनपुरात काही दिवस राहाच, असंही सांगितलं आणि बऱ्याच भेटवस्तू देऊन निरोप दिला.

काश्मीरच्या राजाच्या कन्येशी विवाह करून परत जाताना द्रुपदाचं वऱ्हाड दोन दिवस आमच्याकडे राहिलं. राजवाड्यात उत्सवासारखं वातावरण झालं.

तिसऱ्या दिवशी सकाळी निरोप घेण्यापूर्वी पांचालचे राजे पृषत् मला भेटायला आले आणि क्षमायाचनेच्या स्वरात म्हणाले, ''प्रभू, आपण मोठ्या मनानं वऱ्हाड ठेवून घेतलंत, आमच्या सैन्याला हस्तिनापुरातून पुढे जाऊ दिलंत; परंतु माझ्या हातून एक चूक झाली आहे. सुमारे एक महिन्यापूर्वी घडलेल्या एका घटनेबद्दल आपल्याला माहिती द्यायला ताबडतोब दूत पाठवण्याचं काम माझ्याकडून आजपर्यंत राहून गेलं.''

''अरे! लहानसहान गोष्टींचं एवढं वाटून घेऊ नका!'' द्रुपदाच्या राज्याभिषेकाच्या वेळी मला आणि मातांना निमंत्रण पाठवलं नव्हतं, त्याबद्दल म्हणत असतील असं वाटून मी म्हणालो.

''गोष्ट लहान तर नाहीये,'' राजा पृषत् म्हणाले, ''द्रुपदाचा राज्याभिषेक समारंभ पूर्ण झाला आणि बरोबर तेव्हाच, एखाद्या बैराग्यासारखी दिसणारी एक स्त्री राजसभेत येऊन पोहोचली. धुळीनं भरलेलं एकच वस्त्र अंगावर गुंडाळलेली, हातात पांढऱ्या फुलांची माळ असलेली, अशी ती स्त्री इतक्या वेगानं आली की पहारेकरी तिला थांबवू बघत होता, त्यापूर्वीच ती थेट आत येऊन पोहोचलीही!''

"हं!" आता मी कान टवकारले.

पांचालचे राजे पृषत् आता पुढे सविस्तर सांगू लागले, "ती स्त्री माझ्या पुत्राला द्रुपदाला ती माला दाखवून म्हणाली, 'द्रुपद, हस्तिनापूरच्या भीष्माचा मला सूड घ्यायचा आहे. मी केलेल्या कठोर तपानं प्रसन्न होऊन भगवान शंकर प्रकट झाले व त्यांनी मला ही माला दिली. त्यांनी सांगितलं की ती माला जो घालेल, तो भीष्माचा वध करू शकेल.'"

पृषत् सांगत राहिले. मी ऐकत होतो– आम्ही सर्व स्तब्ध होऊन ऐकत होतो.

ती स्त्री पुढे म्हणाली, "मी आर्यावर्ताच्या प्रत्येक राजाला भेटून, ही माला घालून भीष्माला मारण्याची विनंती करून बघितली; परंतु एकाही क्षत्रियामध्ये एवढं धाडस नव्हतं, की तो भीष्माशी युद्ध करेल. द्रुपद, तू तरुण आहेस, आजच राजा झाला आहेस. नीतीप्रमाणे नव्यानं राजा होणाऱ्यानं काही अद्वितीय पराक्रम करून दाखवला पाहिजे. शिवाय, क्षत्रिय नेहमी स्त्रीला मदत करत असतात, म्हणून द्रुपद, तू ही माला घालून भीष्माला मार आणि माझ्या वतीनं सूड घे."

आम्ही कोणी काही उत्तर देणार त्याआधी द्रुपदानं त्या स्त्रीला सांगितलं, "देवी! आपल्याला भीष्माशी युद्ध करण्यासाठी काही कारण असेल. आम्हाला हस्तिनापूरशी युद्ध करण्याचं काहीही कारण नाही. शिवाय, आपण म्हणता, त्याप्रमाणे जर ही माला घालणाऱ्याला भीष्माला मारून टाकण्याची शक्ती येत असेल, तर आपण स्वतःच ती घालून आपलं वैर शांत करू शकाल अशा आहात. आपल्याला हवी असतील त्या शस्त्रांची मदत मी करेन."

द्रुपदाचं हे सांगणं ऐकून ती स्त्री खूप रागावून म्हणाली, "मूर्खा! महादेवानं दिलेली ही माला मी घातली, तर कोणत्याही शस्त्राशिवायही मी भीष्माला मारू शकते! परंतु भीष्म माझ्याशी युद्ध करणार नाही. तो म्हणेल, क्षत्रिय स्त्रीशी युद्ध करत नाहीत!"

असं म्हणून ती स्त्री तिरस्कारानं पुढे म्हणाली, "तुम्ही दंभी क्षत्रिय! तुम्ही स्त्रीला लग्नमंडपातून उचलून नेऊ शकता, तुमच्या मनात असेल त्याच्याशी तिचं लग्न लावून देऊ शकता, मनात येईल तेव्हा घराबाहेर काढू शकता, तिचं काहीही झालं, किंवा तिच्याशी कोणीही कसंही वागलं, तरी ते चालू देता, फक्त तिच्याशी युद्ध करू शकत नाही!"

एवढं बोलून ती स्त्री राजसभा सोडून जाऊ लागली.

"तिचं म्हणणं तर खरंच आहे!" मी बोलून गेलो.

राजा पृषत् माझ्याकडे आश्चर्यानं बघत राहिले होते; आणि मग पुढे सांगू लागले, "जाता जाता सभागृहाच्या दरवाजाशी पोहोचल्यावर तिनं ती माळ सभागृहात फेकून दिली आणि म्हणाली, 'द्रुपद, जर या माळेतली फुलं कधीही सुकली नाहीत,

तर तुला पटेल की मी खरं बोलत होते. राजा, मी या दरवाजातून भीष्माच्या वधाचं ध्येय मनाशी धरून जात आहे. तू बघच, मी आता असं काहीतरी करेन, की याच दरवाज्यातून निघून मी भीष्माला मारायला रणांगणात जाईन.' ''

''आम्हाला तर काही समजलं नाही,'' राजानं सांगणं संपवताना म्हटलं; पण द्रुपदाच्या राज्याभिषेकाच्या वेळीच हे सर्व घडलं, त्यामुळे आम्ही जरा खिन्न झालो होतो. तेवढ्यातच द्रुपदाचा लहानपणाचा सहाध्यायी द्रोण येऊन पोहोचला आणि 'आपण बालमित्र होतो, म्हणून अर्धं राज्य मला दे' असं मागू लागला! तसा त्यावरून वादविवाद झाला आणि दोन मित्रांमध्ये भांडण झालं. द्रोण भगवान परशुरामांकडे निघून गेला. या सर्व घटनांमध्ये आपल्याला हे सर्व कळवायचं विसरून गेलं.''

मी म्हटलं, ''काही हरकत नाही. त्या स्त्रीला मी ओळखतो. तिच्यापासून मला काहीही भीती नाही. तुम्हीही आता काळजी करू नका.''

आपली चूक कबूल करत पृषत् मग म्हणाले, ''खरं सांगायचं, तर मला आत्ताही हे सांगायची आठवण झाली नसती! पण आत्ताच एक समाचार आला आहे, की हे सर्व आठवलं.''

''कसला समाचार?''

त्यानंतर पांचालच्या राजानं जे सांगितलं, ते असं होतं– ''पांचालच्या गुप्तहेरांनी आणलेला समाचार असा होता, की सभेतून बाहेर पडलेली ती स्त्री, योगी, सिद्ध इत्यादी लोकांचे तीर्थ समजल्या जाणाऱ्या रैवत पर्वताच्या पायथ्याशी गेली होती. तेथे तिने स्वतःच सुकी लाकडं गोळा करून चिता पेटवली होती. चिता नीट पेटली तेव्हा योग्यासारखा दिसणारा एक अघोरी प्रकट झाला. स्त्रीनं त्या योग्याच्या पायांना हात लावून नमस्कार करून संकल्प केला, की ती भीष्माचा वध करेल. त्या अघोरी योग्यानं तिच्या डोक्यावर हात ठेवून सांगितलं–

''यथोक्तमेव कल्याणी, सर्वमेतद् भविष्यति...''

(कल्याणी, मी जसं सांगितलं आहे, तसं सर्व काही होईल...)

एवढं त्यांच्या तोंडून ऐकल्याबरोबरच त्या स्त्रीनं जळत्या चितेत उडी घेतली! तो सिद्ध योगीही तेथून अंतर्धान पावला!''

पृषत् बोलत होते, त्यांचा एक-एक शब्द ऐकून जणू माझीच त्वचा जळत असावी, तशा यातना मला होत होत्या!

शेवटी मला शांत करू बघत हसून राजा पृषत् म्हणाले, ''अशा सगळ्या बातम्या तर येत राहतात! आणि आता तर ती जिवंतही नाही!''

मध्येच ''ठीक तर, ठीक'' असं म्हणून मी त्यांना जास्त बोलू दिलं नाही. अंबाच्या अग्निप्रवेशाबद्दल माता सत्यवतींना समजलं तर त्या अस्वस्थ होतील, या

विचारानं बोलणं संपवायला मी म्हटलं, "आपल्या पुढच्या प्रवासासाठीची पूर्ण व्यवस्था केलीच आहे; तरीही काही जरूर वाटली, तर मला तसं सांगा."

थोड्या वेळानं पांचालचे राजे व बरोबरचे लोक यांनी निरोप घेतला. आज या गडद अंधार असलेल्या थंड रात्री कुरुक्षेत्रावर सैनिकांनी पेटवलेल्या शेकोट्या दिसतात, तेव्हा जिवंतपणी चिताप्रवेश करणारी अंबा आठवते. जणू तिचा धडधड जळणारा देह माझ्या डोळ्यांसमोर जळतो आहे!

आणि त्याचबरोबर माता सत्यवतींचा विलापही आठवतो. अंबानं रैवत पर्वताच्या पायथ्याशी जाऊन अग्निस्नान केलं, हे कळल्याबरोबर त्या कळवळून म्हणाल्या, "भरतवंशाला त्या पोरीच्या हत्येचं पाप लागल्यावाचून राहणार नाही! देवव्रत, तू तुझ्या प्रतिज्ञाधर्माची ढाल पुढे करून सुटशील, पण मी? मी कुठे जाणार?"

"माता–" मी काहीतरी म्हणणार एवढ्यात त्या म्हणाल्या, "काही सांगूच नकोस. तुझ्या सर्व प्रतिज्ञा तर केवळ मला येथे आणण्यासाठी घेतलेल्या होत्या. तेव्हा या पोरीचे शाप आणि तुझ्या या वागण्याचं पाप, दोन्ही मलाच स्वीकारलं पाहिजे!" असं म्हणत माता पुढे खूप रागानं म्हणाल्या, "देवव्रत, तू असं करशील असं माहीत असतं, तर मी तुला कधीही 'भीष्म' म्हटलं नसतं. आताही, येथून पुढे मी तुला फक्त 'पुत्र' किंवा 'देवव्रत' अशीच हाक मारेन."

अंबानं असं का केलं? मनुष्य इतक्या टोकाला कसा जाऊ शकत असेल? विचार करून कृती न करता मनुष्य भावनांच्या आहारी का जात असेल? युद्धं काय अशा भावनांच्या आहारी जाण्याचाच परिणाम असतो? विचारांचा नाही? असो!ज्या अंबाला विसरून जाण्याचा मी सतत प्रयत्न करत होतो, तीच आयुष्याच्या शेवटच्या दिवसांमध्ये जणू अगदी समोर उभी असावी, तशी आठवते आहे!

– या दिवसांमध्ये मात्र मी अंबाचा विचार करण्याचं लगेचच सोडून दिलं होतं. मी आणि माता सत्यवतींनी लहान राजकुमारांच्या संगोपन आणि शिक्षणाच्या प्रगतीकडे लक्ष देण्यास सुरुवात केली होती. धृतराष्ट्र आणि पांडू दोघेही वेगवेगळ्या गुरूंकडे आपापले अभ्यास करत होते.

विदुर त्या दोघांच्या गुरूंकडे शिकत होता, शिवाय, वेद, स्मृती, वेगवेगळ्या वंशांचा इतिहास आणि वर्तमानकाळाचा अभ्यासही करत होता.

पांचालांच्या द्रुपदाच्या वऱ्हाडाला घरी ठेवून घेतलं होतं आणि काश्मीरराजाच्या कन्येला वधूच्या रूपात बघितली होती, तेव्हापासून माता सत्यवतींना त्यांच्या तेवढ्याच वयाच्या नातवांची लग्न करून टाकण्याची इच्छा होणं स्वाभाविक होतं.

माता मला म्हणाल्या, "तिघंही मुलगे आता तरुण झाले म्हणता येईल. त्यांच्यासाठी आता मुली शोधल्या पाहिजेत आणि मुली शोधण्याचं काम फक्त पुरोहितांवर सोडण्यात येत नाही ना? त्यात तू स्वतः लक्ष घाल. गुणी आणि उत्तम

राजकन्यांसाठी सगळीकडे जावं लागलं, तर जा.''

मातेची आज्ञा ऐकून मला हसू आलं. मला– एका आजीवन ब्रह्मचाऱ्याला, कन्यांनी जितकं दु:खं दिलं होतं, तितकं कोणा पुरुषानंही दिलं नव्हतं!

मातेनं मला असं सांगितल्यावर मी विदुराला बोलावून घेतलं आणि सांगितलं, ''विदुर बेटा, आपलं हे कूळ खूप सद्‌गुणसंपन्न आणि प्रसिद्ध आहे. मध्ये काही काळ संकटं आली; परंतु माता सत्यवती आणि कृष्ण द्वैपायन व्यास यांच्या प्रयत्नांनी कुरुवंश पुन्हा स्थापित झाला आहे. आता कुळाचा धागा पुढे जात राहील याचा आधार तुम्हा तिघा भावांवर आहे. तू कितीतरी मोठमोठ्या वंशांचा अभ्यास करतो आहेस. तुझ्या वाचनात जर कुठल्या कुळांमध्ये तुम्हा तिघांच्या लायक मुली आल्या असतील, तर मला सांग.''

विदुरानं उत्तर दिलं, ''पितामह, यदुवंशाच्या सूरसेनची मुलगी पृथा, जिला आता राजा कुंतिभोजानं दत्तक घेतली आहे, ती वय, विद्या आणि साहसी स्वभाव अशा सर्व दृष्टींनी आपल्या कुळाला अनुरूप म्हणता येईल. त्याशिवाय, गांधार-नरेशाची मुलगी गांधारी, तसंच मद्रनरेशाच्या कुळात त्याची बहीण माद्री या आहेत.''

अंबाच्या घटनेनंतर मला कुठल्याही कन्येला किंवा तिच्या पित्याला लग्नाला संमती देण्यास अडचणीत आणायचं नव्हतं. त्यामुळेच मातांनीही पुरोहिताला पाठवायचं नाही असं सांगितलं. तरीही, विदुरानं सांगितलेली माहिती ऐकल्यावर आधीच स्वत: जाण्याऐवजी मी एका उत्तम पुरोहितांना गांधारला पाठवलं.

मला तर असंच वाटत होतं, की हस्तिनापूरसारख्या राज्याची आणि भीष्माच्या दूताची मागणी सरळ सरळ नाकारणं कुठल्याही राजाला शक्यच होणार नाही. तरी पण धृतराष्ट्र आंधळा आहे, हे सांगितल्यावर गांधारनरेश सुबलनं लगेच 'हो' म्हटलं नाही!

त्यानं आमच्या पुरोहितांबरोबर निरोप पाठवला की, आत्ता तो राजपुत्र धृतराष्ट्रासाठीची मागणी स्वीकारू शकत नाही, यात आपल्याला विरोध किंवा कुरूंचा अपमान करण्याचा हेतू नाही. आमचा मुलगा शकुनी आत्ता सीमेवर गेला आहे. त्याला परत बोलावून त्याच्याबरोबर आणि पुत्री गांधारीबरोबर नीट चर्चा करून मी आपल्याला लवकरच उत्तर देईन, तोपर्यंत आपण धीर धरावा अशी माझी विनंती आहे.''

भीष्मासारख्या समर्थ व्यक्तीला असं उत्तर ऐकून घ्यायला जितका संयम पाहिजे तेवढा मी दाखवला.

गांधारीनंतर लगेचच मी कुंतिभोजच्या दत्तक घेतलेल्या पृथाविषयी माहिती गोळा करायला सुरुवात केली. यदुवंशाची राजकन्या पृथा हिला कुंतिभोजच्या घरी कुंती म्हणत असत. सेवा करण्यास सदैव तत्पर, सहनशील, उत्साही आणि

धाडसी निर्णय घेऊ शकणारी म्हणून त्या राजकन्येची कीर्ती आर्यावर्तातल्या अनेक राज्यांमध्ये पसरली होती.

मी एका चतुर पुरोहितांना दूत म्हणून पाठवले. ते थोड्याच दिवसांमध्ये परत आले. राजा कुंतिभोजनं निरोप सांगितला होता की, हे कुरुश्रेष्ठ, माझ्या कन्येसाठी अनेक राजपुत्रांकडून मागण्या आल्या आहेत. आम्ही कोणालाच नाही म्हणू शकत नाही म्हणून आम्ही पृथाचं स्वयंवर करण्याचं ठरवत आहोत. कुंती स्वयंवरात स्वत:च स्वत:चा पती वरेल, म्हणजे विवादाला स्थान राहणार नाही. कुंतीनं आपल्यासारख्या कुटुंबाला पसंत केलं, तर ते आमच्यासाठी आणि आमच्या मुलीसाठी सद्‌भाग्यच म्हणायचं.

सध्या तर माझ्या कन्येनं दहा महिने काहीतरी व्रत करण्याची प्रतिज्ञा केली आहे आणि ती एकांतात राहते. आम्ही कोणी तिला भेटू शकत नाही. तिचं व्रत पूर्ण झालं, की आम्ही ऋषींच्या आज्ञा, पूर्वजांचे रिवाज आणि कन्येची संमती यानुसार स्वयंवराचं आयोजन करू. आपण सर्व कुरूंना राजकुमार पांडूला घेऊन उपस्थित राहण्याचं निमंत्रण आम्ही वेळेवर पाठवूच...''

असं कोणतं व्रत असतं त्याबद्दल मला माहिती नव्हती. विदुरानंही असं काही व्रत ऐकलं नव्हतं. तो असंही म्हणाला, की 'हे शक्य आहे, की पृथा एकांतात राहून एखाद्या देवाचं तप करू इच्छित असेल. तिची स्वत:ची अशी काही साधनाही असू शकेल.'

विदुराचं म्हणणं मला बरोबर वाटलं, तरीही दूत म्हणून पाठवले होते त्या पुरोहितांना बोलावून विचारलं की, तुम्ही कुंतिभोजकडे राहिलात, तेव्हा त्याच्या कन्येविषयी आश्चर्य वाटेल असं तुम्ही काही बघितलं किंवा ऐकलं का?''

पुरोहितांनी उत्तर दिलं–

''सा नियुक्ता पितुर्गेहे देवतातिथ पूजने।
उग्र पर्यचरत् तत्र ब्राह्मणं संशितव्रतम्।।
निगूटनिश्चयं धर्मे यं ते दुर्वाससं विदु।
तमुग्रं संशितात्मनं सर्वयत्नैरतोषयत्।।

(पित्याच्या घरी तिला देवता व अतिथी, यांची सर्व देखभाल करण्याचं काम सोपवलं होतं. काही दिवसांपूर्वी तेथे कठोर व्रतं असणाऱ्या, त्यांच्या गूढ निश्चयांना सैदव गुप्त ठेवणाऱ्या अशा ब्राह्मणमहर्षी दुर्वासांचं आगमन झालं होतं. ते अत्यंत उग्र स्वभावाचे आणि कठोर मनाचे आहेत असं म्हणतात. तरीही राजकुमारीनं त्यांना सर्व प्रयत्न करून संतोष देऊन खूप प्रसन्न केलं होतं.)

महाराज, मुनी दुर्वास राजकुमारीवर प्रसन्न होणं, या गोष्टीचं मला अतिशय आश्चर्य वाटलं. त्यातही मी असं ऐकलं होतं, की त्यांनी कुंतीला काही गुप्त

आशीर्वाद किंवा वरदान दिलं आहे. दुर्वासांसारख्या रागीट माणसाच्या मनाला इतकं जिंकू शकणारी कुंती धैर्यवती, धाडसी आणि चतुर तर असेलच– त्याशिवाय दुर्वासांकडून असं वरदान मिळवणं कोणालाही शक्य नाही.'' पुरोहितांनी असं सांगितलं.

स्वत:च्या सर्व गोष्टी गुप्त ठेवणाऱ्या दुर्वासांना काही विचारून त्यांचा राग ओढवणं शक्य नव्हतं. वेळ येईल तेव्हा समजेल, अशा विचारानं मी संयमानं वाट बघायचं ठरवलं. त्याचबरोबर मनात हेही ठरवलं, की कुंतिभोजच्या या कन्येला कुरुकुलात आणून तिला कुरुवंशाची मूलाधार करायची.

काही दिवसांनंतर मी पुन्हा रथ तयार करवला, अधिरथाला माझा सारथी म्हणून घेतला, आणि दुसरे पाच रथ व त्यांचे सारथी घेतले. काही वृद्ध ब्राह्मण आणि लहानसं सैन्य घेऊन मी मद्रदेशाच्या राजधानीला गेलो वाहिकवंशी राजा शल्यानं आमचं स्वागत केलं आणि संध्याकाळी जेवणं झाल्यावर आमच्या येण्याचं कारण विचारलं.

महत्त्वाचं कामच प्रथम सांगून टाकावं असं वाटून मी सांगितलं, ''मी कन्येसाठी आलो आहे. मी असं ऐकलं आहे, की आपली बहीण अत्यंत सुशील, गुणी आणि प्रतिभावान आहे. मी माझ्या भावाचा मुलगा– हस्तिनापूरचा युवराज पांडू याच्यासाठी माद्रीचा हात मागायला आलो आहे.''

शल्यानं जरा विचार केला आणि मग अगदी स्पष्ट शब्दांमध्ये सांगितलं, ''महाराज, आपण महान आहात, आपलं कुळही महान मानलं जातं. कुरुकुळात मुलगी देणं तर उत्तमच...''

एवढं म्हणून शल्य जरा थांबला. त्याच्या या बोलण्याचा मला आनंद झाला होता, की प्रथमच कुठल्या कन्येच्या वडिलांनी आम्हाला लगेच किंवा सरळच ''नाही'' म्हटलं नव्हतं!

शल्याच्या बोलण्याला मी काही उत्तर देण्यापूर्वी त्यानं हातानं खूण करून मला थांबवलं आणि त्याला आणखी काही सांगायचं आहे, असं सुचवलं. शल्याचं हे वागणं मला अपमानजनक वाटलं, तरी पण मी शांत राहून तो पुढे काय सांगणार आहे, ते ऐकण्याची तयारी दाखवली.

जरासं स्मित करून शल्य पुढे म्हणाला, ''परंतु आमच्यामध्ये अशी लग्नाबद्दल बोलणी करताना आधी मुलीचं मूल्य घेण्याचा रिवाज आहे. यात काही नवंही नाही. आमचे पूर्वज अनेक वर्षं असं करत आले आहेत, आणि आम्हीही करतो. आपण तर सर्वज्ञ आहात. आपल्याला ही गोष्ट माहीतच असेल. त्यामुळे आपण येऊन सरळच 'कन्या आम्हाला द्या' असं म्हणणं हे धर्माला धरून नाही! आपल्यासारख्या महान पुरुषानं उंची वस्त्रं, दागिने, योग्य त्या भेटवस्तू असं सर्व घेऊन येऊन

विनयानं कन्येची मागणी केली पाहिजे– ते धर्माला धरून होईल.''

मी अनेक वेळा अशा परिस्थितीशी सामना केला आहे. काली– सत्यवतीचे पिता निषादराज असोत, गांधारनरेश सुबल असो, कुंतिभोज असो की मद्रनरेश शल्य असो– कन्येच्या हाताची मागणी करताना मला प्रत्येकासमोर नमतं घ्यावं लागलं आहे! त्या दिवशीही, देवदूतांच्या वसूंचा अंश, अप्रतिम, अजेय आणि ज्याला तोंड देणं शक्य नाही अशा भीष्माला, असा अपमान गिळून टाकण्याशिवाय दुसरा उपाय नव्हता! मी शल्याच्या वागण्याला 'माणसं' असंच वागणार' असा विचार करून सोडून दिलं होतं.

मानव माता-पित्यांच्या मनात, त्यांच्या नजरेत, त्यांच्या सर्व वागण्यात मला त्यांच्या मुलांविषयीचं प्रेम आणि काळजी दिसली आहे. भीष्मांसमोर उभं राहून बोलायलाही ज्याला धाडस करावं लागतं, अशा व्यक्तीही त्यांच्या मुलींचा प्रश्न आला, की भीष्मांना नकार देण्याचीही हिंमत करतात!

धक्का बसला असूनही मी शांत राहिलो आणि म्हणालो, ''राजन, तुमच्या पूर्वजांनी जर असा नियम केला असेल, तर तो सर्व दृष्टींनी योग्यच असेल. हस्तिनापूर आपल्याला सैन्य, शस्त्रं, दागिने आणि धन असं सर्व मूल्य देण्यास तयार आहे. मी थोड्याच दिवसांत हे सर्व घेऊन परत येईन.''

हस्तिनापूरला परत जात असताना वाटेत विदुर मला म्हणाला, ''पितामह, राजा देवकाकडे एक कन्या आहे. दासीच्या पोटी ब्राह्मण पित्याने जन्म दिलेली ती कन्या राजानं स्वतःच्या मुलीसारखी मानून वाढवली आहे. आता ती उपवर झाली आहे; परंतु कोणीही राजा एका दासीच्या मुलीला आपली सून म्हणून स्वीकारायला तयार नाही!''

मी विदुराकडे बघत राहिलो! मला वाटलं, धृतराष्ट्र भले राजा होणार, पांडू भले समर्थ, पराक्रमी योद्धा होईल; पण विदुरासारखी समज आणि परिस्थितीचं आकलन कोणामध्येही नाही. मी म्हणालो, ''हस्तिनापूरला पोहोचलो की लगेचच आपण देवकराजाकडे जाऊ.''

एका सकाळी उजाडताच आम्ही देवकाकडे जाण्यास निघणार त्या आधीच गांधारचा राजकुमार शकुनी त्याच्या बहिणीला घेऊन हस्तिनापूरला आला. माता सत्यवतींना भेटून त्यानं सांगितलं, ''देवी, माझ्या मातापित्यांच्या आज्ञेप्रमाणे, मी, माझी बहीण, गांधारनरेशपुत्री गांधारी, हिचा आपले नातू महाराज धृतराष्ट्र यांच्याशी विवाह करून देण्यास घेऊन आलो आहे. आपण लग्नाची तयारी करवून घ्या, आणि तोपर्यंत माझी बहीण कोठे राहील ते मला सांगा.''

लग्नाची तयारी होईपर्यंत मातेनं शकुनीला राहण्यास वेगळं निवासस्थान दिलं, आणि गांधारच्या राजकन्येची पालखी नगराच्या सीमेवरून सरळ मातेच्या कक्षातच

घेऊन येण्यास सांगितलं. कन्येच्या स्वागतासाठी काही ब्राह्मण आणि काही कुमारी मुली, यांना नगरसीमेवर पाठवलं. त्या सर्वांबरोबर शकुनीही प्रसन्न होऊन आपल्या बहिणीला घेऊन येण्यास गेला. अर्थातच तात्पुरतं आम्ही देवक राजाकडे जाणं लांबवलं.

पालखी येत आहे असं समजल्यावर आम्ही सर्वजण गांधारकन्येचं मुखदर्शन करण्यास व स्वागत करण्यास सत्यवतीच्या महालाच्या प्रवेशद्वाराशी स्वागताची सर्व तयारी बरोबर घेऊन उभे राहिलो. आर्यावर्ताच्या अत्यंत सुंदर समजल्या जाणाऱ्या राजकुमारींपैकी एक, अशा गांधारनरेशाच्या कन्येचं स्वागत करण्यास मी आतुर होतो.

पालखी आली. खाली ठेवली गेली. पडदा सरकवून अळता लावलेले आपले नाजूक पाय पालखीच्या बाहेर ठेवून उभी होत असलेल्या कन्येनं तिचा चेहरा वर केला, तत्क्षणी सत्यवतीचा चेहरा काळंवडला! माझ्या डोक्यावर वीज पडावी, तसा माझ्या हृदयाचा ठोका चुकला! पालखीजवळ हात जोडून उभ्या असलेल्या कन्येनं स्वत:च्या डोळ्यांवर पिवळं रेशमी वस्त्र बांधलं होतं!

ती पालखीजवळच उभी राहिली. शकुनी तिला घेऊन मातेसमोर गेला. कन्येनं सत्यवतींच्या चरणावर हात ठेवून प्रणाम केला. हळू आवाजात मातेनं आशीर्वाद दिला.

कन्येला माझ्यासमोर घेऊन येण्यापूर्वीच मी मुकाट्याने माझ्या दालनाकडे गेलो.

। अकरा ।

सर्पमणीनंतरचे, वासुकीचं शरीर म्हटले जाणारे तारे आता पूर्वेच्याऐवजी जरासे दक्षिणेकडून वर येतील. सापाचं शेपूट समजले जाणारे तारे तर अगदी दक्षिणेतून बाहेर येताना दिसतील. बरोबर पूर्व क्षितिजावर आत्ता तर मघा चमकतो आहे, तरी पण आयुष्यातल्या फारच थोड्या झोपू न शकलेल्या रात्रींपैकी एक, अशा आजच्या या रात्री मी जागा आहे! कृष्णालाही मी सांगितलं होतं, की मला झोपून जायचं आहे– पण तरी आता विचार आणि आठवणी थांबत नाहीत. कदाचित् आयुष्यात प्रथमच, मी जे करेन असं म्हटलं होतं, त्याच्यापेक्षा वेगळंच काही होत आहे!

त्या सकाळी झालेलं गांधारीचं पहिलं दर्शन मला आजही जसंच्या तसं आठवतं. तिची लग्नात नेसायची पांढरी साडी आणि अंगावर पांघरलेला 'घरचोळु'चा लाल शेला, यांच्यामधून जरासे डोकावणारे गोरेपान हात जणू त्या महालाच्या बाहेरचं दालन उजळून टाकत होते! आत्ता आता ती उभी राहिली, की सत्यवतींच्या दालनासकट सर्व काही प्रकाशानं आणखीन उजळून निघेल!

त्या आठवणींशिवाय आज या क्षणी नव्यानं हे लक्षात येतंय, की त्या तरुण मुलीला डोळे आणि अर्धा चेहरा झाकून टाकणारं पिवळं वस्त्र बांधून उभी राहताना बघून मला नुसता धक्काच नव्हता बसला, मला मनातून खोल कुठेतरी अपराधीही वाटलं होतं.

तसं नसतं, तर ज्यानं इन्द्रिय जिंकली आहेत, जो भावनांच्या आहारी जात नाही असा जो भीष्म, तो आजपर्यंत हा प्रसंग का विसरू शकलेला नाही? मला का अस्वस्थ वाटतंय, की मी मृत्यूला मला घेऊन जाण्याची परवानगी देईन. त्यापूर्वी जर गांधारी मला भेटायला आली, तर आयुष्याच्या त्या शेवटच्या क्षणांमध्ये मी तिला काय सांगेन?

गांधारीचा धृतराष्ट्राशी विवाह करून देऊन कुमार शकुनी गांधारला परत जायला निघाला. माता सत्यवतींनी

त्याला खूप भेटवस्तू दिल्या आणि आशीर्वादही दिले. मातेच्या चेहऱ्यावर तिच्या अंध नातवाचा विवाह चांगल्यांमध्ये गणना होणाऱ्या गांधार राजाच्या अतिशय सुंदर राजकन्येशी झाला, याचा खूप संतोष दिसत असे. तो बघून आम्हा सर्वांना बरं वाटत असे. चांगले, सुखाचे दिवस आले होते.

हां, हे तर खरंच, की मातेच्या एवढ्या मोठ्या सुखामध्ये सांगता येत नाही आणि सहनही होत नाही, असं एक दुःख तर होतंच. त्यांच्या अत्यंत सुरेख पौत्रवधूचा पूर्ण चेहरा त्या बघू शकत नव्हत्या, आणि रिवाजाप्रमाणे तिला बघायला येणाऱ्या स्त्रियांनाही दाखवू शकत नव्हत्या!

बाहेरून येणाऱ्या सगळ्या तिच्या चेहऱ्यावरच्या पट्टीचं कारण विचारायच्या– सत्यवतीकडे त्याचं एकच उत्तर होतं– "मी तर खूपदा विचारलं; पण ती कारण सांगत नाही. एवढंच म्हणते, की 'जिच्या पतीचं जग अंधःकारमय असेल, त्या स्त्रीला उजेड हवा कशाला?"

गांधारीलाही वेगवेगळ्या तऱ्हेनं किंवा सरळ सरळ विचारणाऱ्या सर्वांनाही असंच उत्तर मिळायचं– "मी प्रतिज्ञा केली आहे, की मी आजन्म प्रकाश बघणार नाही!"

"अरेरे!" असं म्हणून कधीकधी कोणी वडील स्त्रिया त्यांचं मत बोलूनही दाखवायच्या की, स्त्रीचा धर्मच मुळी पतीची सेवा करणं हा सांगितलेला आहे. तूच सांग बरं, की उघड्या डोळ्यांनी होईल तशी सेवा तू बंद डोळ्यांनी कशी करू शकशील? काही नाही, तर माता सत्यवतींची आज्ञा समजून का होईना, पट्टी सोडून टाक, बेटा...

याचंही उत्तर गांधारी असं द्यायची, "माझ्या पतीच्या हातापायांची सेवा करणारे या राजवाड्यात अनेक आहेत. त्यांच्या दुसऱ्या कोणत्याही सेवेत मी कमी पडणार नाही, हीसुद्धा माझी प्रतिज्ञाच आहे!" आणि पुढे म्हणाली– "आणि पितामहांना विचारा, कुरुवंशाची तर फार जुनी परंपरा आहे, की घेतलेली प्रतिज्ञा कोणी जीव गेला तरी तोडत नाही किंवा बदलत नाही! आता सांगा, राजमातांची किंवा दुसऱ्या कुठल्याही वडील माणसांची आज्ञा असली, तरी एकदा केलेली प्रतिज्ञा मी कशी मोडू?"

हळूहळू सत्यवतीही 'गांधारीला जे करायचं असेल ते करू दे' यात संतोष मानायला शिकल्या. असं होत होत एक गोष्ट नक्की झाली, की नंतर आम्ही कोणीही गांधारीच्या शब्दाला आव्हान देणार नव्हतो.

गांधारीच्या बाजूनं तिचा मोठेपणा हा होता, की तिनं आमच्या या परिस्थितीचा गैरफायदा आयुष्यात कधीही घेतला नाही. लग्न करून ती जेथे, ज्या कुळात आली होती, त्या कुळाच्या कल्याणाशिवाय दुसऱ्या कशाची इच्छा केली नाही. नेहमी खरं

तेच बोलली. डोळ्यांना पट्टी बांधून जगली, हे एक सोडलं, तर स्वत:चं कोणतंही दुःखं तिनं कधी तोंडानं बोलून तर दाखवलं नाहीच; पण कधीही कोणाला दिसूही दिलं नाही.

– हे सगळं आज समजतंय. त्या वेळी तर एकामागून एक इतक्या गोष्टी घडत गेल्या, की असा विचार करायला वेळही मिळाला नव्हता.

गांधारी आणि धृतराष्ट्राच्या लग्नानंतर मला विदुरासाठी बोलणं करायला देवकला भेटायला जायचं होतं. दुसरीकडे मद्रदेशच्या शल्याकडेही जायचं होतं– त्याला 'आम्ही सर्व भेटवस्तू घेऊन पुन्हा येऊ' असं सांगून आलो होतो. कुंतीच्या स्वयंवरात ती पांडूलाच माळ घालेल का दुसऱ्या कोणाला ते नक्की नव्हतं, त्यामुळे माद्रीचा विचार सोडून देता येत नव्हता.

देवक आणि शल्यपैकी आधी कोणाकडे जावं, ते नक्की करू शकण्याच्या आधी कुंतिभोजानं आम्हाला ''पांडूला घेऊन कुंतीच्या स्वयंवरासाठी या'' असं निमंत्रण पाठवलं!

विदुर म्हणाला, ''पितामह, राजा देवकला, तर माहीतही नाहीये, की आपण त्याच्या घरी जाणार आहोत; परंतु शल्याला आपण सांगितलं होतंत, की आम्ही पुन्हा येऊ. मला वाटतं, आपण सर्वजण पांडूला घेऊन कुंतिभोजाकडे स्वयंवराला जा. मी आपले अमात्य आणि पुरोहित यांना घेऊन देवी माद्रीसाठी योग्य अशा भेटवस्तू, दागिने वगैरे घेऊन मद्रदेशला जातो.''

विदुर शल्याच्या राजकुमारीसाठी भेटवस्तू, दागिने इ. घेऊन मद्रदेशला जायला निघाला आणि आम्ही बाकीचे सहकुटुंब कुंतिभोजाचे पाहुणे होण्यास निघालो.

कुरूंना राहण्यासाठी कुंतिभोजनं मुख्य महालाच्या आवारातच व्यवस्था केली होती. पुरुषांना महालाच्या पूर्वभागात असलेल्या दालनांमध्ये आणि स्त्रियांना कुंतिभोजाच्या राणीच्या निवासाजवळ असलेल्या दालनांमध्ये जागा दिली गेली. सत्यवतींनी तर स्वयंवरासाठी तयार होत असलेल्या कुंतीला प्रत्यक्ष बघितलीसुद्धा.

माझ्या दालनातून मुख्य प्रासाद स्पष्ट दिसत होता. रेताळ किनारा असलेल्या पात्रातून वाहत असलेली एक सुंदर नदी महालाला चिकटूनच पुढे जात होती. राजकुमारीच्या दालनातून सरळ नदीकाठी उतरता येईल असा दरवाजा व पायऱ्याही होत्या; परंतु महाराजांनी तो दरवाजा उघडायला मनाई केली आहे; कारण पुढे जाऊन ही नदी गंगेला मिळते आणि कितीदातरी गंगेतल्या मगरी या नदीतही येऊन पोहोचतात!

बिचारी कुंती– माझ्या मनात आलं, घराखालूनच वाहणारी नदी असून, त्यात तोंड धुवायला, पाय बुडवायलाही ती पायऱ्या उतरून जाऊ शकत नसेल!

त्याचबरोबर असाही विचार आला, की रोज उठल्याबरोबर खिडकीतून नदीचं

दर्शन होणाऱ्या कुंतीनं जर पांडूला पसंत केलं, तर नदी बघायला तिला रथात बसून खास जावं लागेल! हस्तिनापूरची गंगा तर प्रासादापासून खूप लांबून वाहते–!

स्वयंवराच्या दिवशी आम्हाला नगरापासून दूर घातलेल्या मंडपात नेलं गेलं. एका टेकडीच्या पायथ्याशी उभ्या केलेल्या स्वयंवराच्या मंडपाची भव्यता वेगवेगळ्या राजांची आयुधं आणि वैभवी राजवस्त्रे, कपडेलत्ते इ.नी जास्तच उठून दिसत होती.

सर्व राजांच्या जवळजवळ मध्यावर बसवण्यात आलेला पांडू त्याच्या वेगळ्या, उठून दिसणाऱ्या रूपानं शोभत होता. कुंती हातात वरमाला घेऊन एकामागून एक राजांसमोरून जाता जाता पांडूपाशी थांबली आणि तिनं त्याला वरमाला घातली!

माता सत्यवतींचे डोळे भरून आले. इतक्या सर्व राजांमध्ये कुतीनं स्वयंवराच्या मंडपात तिचा लाडका नातू पांडू याला पसंत करून, त्याला वरमाला घातली होती!

पांडूच्या लग्नानंतर कुंतिभोजानं माता सत्यवतींना, मला आणि आमच्या सर्व वऱ्हाडाला त्यांच्या घरी आणखी काही दिवस राहण्याचा खूप आग्रह केला; परंतु सत्यवतींनी खूप विनयपूर्वक नकार दिला. त्या म्हणाल्या, ''पृथानं वरमाला पांडूला घातली हे खरं; पण परंपरेप्रमाणं लग्नविधी आम्हाला हस्तिनापुरातच करायचा आहे.''

आम्ही शक्य तितक्या लवकर हस्तिनापूरला परत आलो. पांडू आणि पृथाच्या स्वयंवराच्या आदल्या दिवशीच विदुरानं निरोप कळवला होता, की तो मद्रदेशहून शल्याला आणि माद्रीला घेऊन निघाला आहे.

शल्यानं येऊन पोहोचल्यावर माता सत्यवतींना विनंती केली, ''माता, मी माझ्या बहिणीला– माद्रीला घेऊन आलो आहे, आपण तिचं लग्न पांडूबरोबर करून द्या आणि मला कुळाच्या ऋणातून मुक्त करा.''

मातेनं निर्णय घेतला, की कुंती व माद्रीचे विवाह एकाचवेळी करून टाकायचे. खूप वर्षांनी आम्ही एका वेळी प्रासादाच्या प्रांगणात एका वराशी दोन कन्यांची लग्नं होताना बघत होतो. मी अंबिका आणि अंबालिकांकडे बघितलं. त्यांच्या चेहऱ्यावर एक अनाकलनीय स्मित होतं आणि त्यांना मनातून कसं वाटत असेल ते कळायला मार्ग नव्हता!

धृतराष्ट्र आणि पांडू दोघांची लग्न झाली होती. आता मला विदुराच्या लग्नासाठी जास्त वाट बघायची नव्हती. यावेळी मी कोणालाही बरोबर न घेता स्वत:च बऱ्याच भेटवस्तू घेऊन देवक राजाच्या अंगणात जाऊन उभा राहिलो. देवकला स्वत:लाच त्याची कन्या पालक हिच्याबरोबर हस्तिनापूरला येण्याचं निमंत्रण देऊन विदुरचं लग्न करून दिलं.

आता कुमारांपैकी कोणाला तरी एकाला राजा म्हणून जाहीर करण्याची वेळ आली होती. माता, मंत्रिगण, ब्राह्मणमंडळी आणि इतर सल्लागारांचं मत होतं, की

धृतराष्ट्र मोठा असला, तरी तो अंध आहे, म्हणून पांडूला राजा म्हणून घोषित करावं.

पांडूला याविषयी समजल, तेव्हा त्यानं स्वत:च मला सांगितलं, "काका, मला तर डोंगरदऱ्यांमध्ये हिंडायला जास्त आवडतं. युद्ध करणंही मला आवडतं. गादीवर बसून प्रजापालन करण्याचं काम मला नाही जमणार. ते काम माझा मोठा भाऊ माझ्यापेक्षा जास्त चांगलं करू शकेल. तो राजा होणं हेच चांगलं होईल. तो म्हणेल, तर मी सर्व पृथ्वी त्याला जिंकून देईन आणि आपल्या राज्याच्या प्रजेचं पालनही मी करेन."

असं सांगून पांडू सिंहासनापासून दूर राहिला. त्यानं दिग्विजय केले, राज्याच्या सीमा वाढवल्या आणि जास्त सुरक्षित केल्या. तो जेव्हा हस्तिनापुरात असेल, तेव्हा महिनोन् महिने हिमालयाच्या उतारांवरच्या जंगलांमध्ये दोन्ही पत्नींना घेऊन राहण्यास जात असे.

दिवस जात राहिले. कुमारांच्या लग्नांना बरेच दिवस झाले होते, तरीही तिघा भावांपैकी कोणाच्याच पत्नीला मूल नव्हतं. सत्यवती गांधारीला तर काही विचारत किंवा सांगत नसत. माद्री आणि कुंती पतीबरोबर वनांमध्ये बराच काळ राहत असल्यानं घरापासून दूरच असायच्या.

माता सत्यवती चिंतामग्न असत; आणि पांडू व त्याच्या भार्या वनांमधून परत येण्याची वाट बघत असत. सत्यवतींना त्या दोघींशी या गंभीर विषयावर चर्चा करून त्यांना विचारायचं होतं, की लग्नाला इतकी वर्षं झाली, आणि तरी दोघांपैकी एकाही नातसुनेला दिवस गेले असल्याची काही चिन्हं नाहीत, असं का?

शेवटी त्यांनी पांडूला परत बोलावून आणायला सेवकांना वनांमध्ये पाठवलं. मातेची आज्ञा ऐकून पांडू लगेच सपत्नीक परत येईल अशी खात्री वाटून आम्ही त्यांची आतुरतेनं वाट पाहत होतो.

अशावेळी वनांमध्ये राहणारे बरेच ऋषी हस्तिनापूरला येऊन पोहोचले व त्यांनी 'मला ताबडतोब भेटायचं आहे' असं अमात्यांना सांगितलं. मी त्यांचं योग्य स्वागत करून त्यांच्या येण्याचं कारण विचारलं, तेव्हा त्यांच्यापैकी ज्येष्ठ होते, त्यांनी सांगितलं, "गंगापुत्र, आपला पुतण्या पांडू, जेथे हरणं व साप खूप आहेत, अशा वनात फिरत होता. त्या वेळी त्याला एक हरीण आणि हरिणी प्रणयमग्न स्वरूपात दिसली."

"हं!" म्हणून डोळे मिटून डोकं खाली घालून मी ऐकत राहिलो. ऋषी पुढे म्हणाले, "पांडूनं पाच फणा असलेला बाण मारून त्या युग्माला मारून टाकलं! दुर्भाग्य असं, की ते मृगयुग्म खरं म्हणजे किंदम ऋषी व त्यांची पत्नी होते!"

अरेरे! माझ्या मनात हाहा:कार झाला! पांडूला वनांमध्ये हिंडण्याची व शिकारीची अत्यंत आवड होती, हे मला माहीत होतं; परंतु कुरुवंशातला राजपुत्र कोणत्याही

प्रणयमग्न प्राण्याची किंवा पक्ष्याची हत्या करेल, याचाच मला मोठा धक्का बसला. त्यात ही तर एका ऋषींची आणि ऋषिपत्नीची हत्या!

मी आलेल्या ऋषींसमोर क्षमा मागण्यासाठी हात जोडले; परंतु मी पुढे काही म्हणण्याआधीच नकारार्थी मस्तक हलवत ऋषी म्हणाले, ''आता आपण कोणाची क्षमा मागण्याची जरुरी नाही. जे झालं आहे, त्याची क्षमा मागण्याला अर्थही नाही. पांडूला त्याच्या कर्माची शिक्षा मिळाली आहे. ऋषी किंदमांनी आपल्याला मुलासारखा असणाऱ्या पुतण्याला शाप दिला आहे की, हे पांडू, जेव्हा केव्हा तू तुझ्या प्रेयसी किंवा पत्नीबरोबर समागम करशील, त्याच क्षणी तू यमलोकाला जाशील!

अशा शापाचं निवारण होण्यासारखं नव्हतं! ज्यांनी शाप दिला होता, तेच शापाचं निवारण करू शकले असते; पण ते ऋषी किंदम आता जिवंत नव्हते, आणि दुसरं कोणीही हा शाप टाळू शकेल असं माझ्या लक्षात येत नव्हतं!

हे कृष्णा! भूतकाळ आठवून बघायला सांगून तुम्ही मला दाखवून दिलं आहे, की स्वत:ला अप्रतिम आणि अजेय समजणारा भीष्म त्या क्षणी किती पराभूत आणि असाहाय्य होता!

मी काही न बोलता ऐकत राहिलो. ऋषी माझं सांत्वन करावं तसं म्हणाले,

''सतामपि कुले जाता: कर्मणाबत दुर्गतिम्।
प्राप्नुवन्त्यकृतात्मन: कामजलविमोहिता:।।''

(ही दु:खद गोष्ट आहे, की श्रेष्ठ पुरुषांच्या उत्तम कुळात जन्मलेले मानवही स्वत:च्या मनावर ताबा ठेवू न शकल्यानं अयोग्य काम करून बसतात आणि त्यामुळे अतिशय वाईट परिस्थिती ओढवून घेतात!)

मी काही म्हणायच्या स्थितीतच नव्हतो. क्षणभर मी माझा चेहरा दोन्ही हातांमध्ये लपवला; पण मग लगेच मी अंबिकेला म्हणजे पांडूच्या मातेला– कौशल्येला बोलावून घेतली. ती येऊन पडद्यामागे बसली, मग मी ऋषींना विचारलं, ''अहो पवित्र पुरुष हो! माझा तो पुतण्या आत्ता कोठे आहे?''

ऋषी म्हणाले, ''महात्मन्, पांडूला शाप मिळाल्याबरोबर ते लगेचच शतशृंग पर्वताकडे निघाले आहेत. त्यांनी निश्चय केला आहे, की आता ते त्यांचे पिता वेदव्यासांच्या उत्तम वृत्तींचा आसरा घेतील; नेहमी वृक्षांच्या खालीच राहतील. शरीर आणि मनानं कठोर तपस्या करत राहतील. भीष्मा, पांडूंना आता आशीर्वादाचीही इच्छा नाही. ते नेहमी प्रसन्न राहतील आणि प्राणिमात्रांसाठी समभाव ठेवून काम करतील. देवी कुंती व माद्री यांनीही पतीच्या बरोबर त्यांच्याचसारखं राहण्याची प्रतिज्ञा केली आहे आणि त्याही शृतशृंगाकडे गेल्या आहेत.''

दुसरे एक ऋषी म्हणाले, ''तुमच्या कुळाची ही महान परंपरा आहे, की दिलेलं वचन तुम्ही मोडत नाही. याआधी तुम्ही लग्न न करता ब्रह्मचारी राहण्याची प्रतिज्ञा

केली आहे, आणि आता महाराज पांडूंनी त्यांच्या दोन तरुण व सुंदर पत्नींसह राहूनही ब्रह्मचर्य पाळण्याचा निश्चय केला आहे!''

तिसरे ऋषी म्हणाले– ''श्रेष्ठ! श्रेष्ठच!''

कौशल्या हुंदके देत रडू लागली. पांडूनं घेतलेल्या व्रताची हकिगत ऋषींच्या तोंडून ऐकून मीही थक्क झालो होतो. मी थक्क का झालो, ते मलाच तेव्हा समजलं नव्हतं; पण आज त्या प्रसंगाची आठवण झाली, तेव्हा अचानक लक्षात आलं, की पांडूनं जर त्यानं घेतलेलं व्रत पाळून दाखवलं, तर माझ्या भीष्मपणाला ते आव्हान होईल! मी अप्रतिम असल्याचा माझा अभिमान सदैव टिकून राहणार नाही!

त्या वेळी माझ्या मनात सहजच येणारे असे विचार झटकून टाकून तरुण पिढीचा विचार करू लागलो. मी हात जोडून ऋषींना विचारलं, ''मी आपल्याला जे विचारणार आहे, त्याचं खरं उत्तर मला द्या. आपल्याला ठाऊक आहे, की पांडू प्रकृतीनं जरा अशक्त आहे. त्याच्या दोघी भार्याही नाजूक आहेत आणि महालांमध्ये लहानाच्या मोठ्या झालेल्या आहेत. ती सगळी पहाडांमध्ये आयुष्य काढू शकतील? का मृत्यू पत्करतील? आपणा सर्वांना शतशृंगाविषयी जी काही माहिती असेल, ती काहीही न लपवता मला कृपा करून सांगा. मला जाणून घ्यायचं आहे, की हिमालयात, बर्फाळ पहाडांमध्ये पांडू स्वतःचं आणि दोन्ही भार्यांचं पालनपोषण कसं काय करेल?''

एका ऋषीनं उत्तर दिलं, ''महाराज, पांडूलाही त्याच्या पत्नींविषयी चिंता वाटली. त्यांनी देवी कुंती व माद्री यांना सांगितलं होतं, की तुम्ही दोघी हस्तिनापूरला जा. तेथे माता अंबिका, अंबालिका, विदुर, राजा धृतराष्ट्र आणि आजी सत्यवती ज्यांच्या आश्रयानं सुखानं राहत आहेत, त्या पितामह भीष्मांच्या आश्रयानं तुम्हीही राहा; परंतु दोन्ही राण्यांनी त्यांच्या पतीच्या आश्रयानंच राहण्याचा दृढ निश्चय केला.''

दुसरे ऋषी म्हणाले, ''गंगापुत्र, शतशृंग ही हिमालयातल्या पवित्र स्थानांमधील एक अशी समजली जाणारी अत्यंत पवित्र, शांत, मनोहर जागा आहे. बर्फाच्छादित सात शिखरांच्या मधल्या शतशृंगाच्या हिरव्यागार दरीत अनेक प्रकारची फुलं, झाडं उगवतात, तेथे कितीतरी पवित्र पुरुषांचे आश्रम आहेत. देवतांनाही येऊन राहावंसं वाटेल, अशा त्या ठिकाणी अनेक उत्तम ब्राह्मण राहतात. तेथे योग्य तेवढाच पाऊसही पडतो.''

तिसरे एक ऋषी म्हणाले, ''हे गंगापुत्र, तेथे शतशृंगावर कोणीही अकाली मृत्यू पावल्याचं आम्ही ऐकलेलं नाही. आपली मुलं तेथे आनंदात, सुखानं राहतील.''

आम्हाला मनातून जरा सुटल्यासारखं वाटलं. कौशल्या ऋषींना म्हणाली, ''हे

सर्व सांगून तुम्ही आमची चिंता पुष्कळ दूर केली आहे. मी आपल्या सर्वांची राहण्याची वगैरे सर्व व्यवस्था करते. आपण आमच्या नगरीत थोडे दिवस आराम करा, आम्हाला आणि इतर प्रजाजनांना आपली सेवा करण्याची संधी द्या.''

सर्व ऋषी म्हणाले, ''हे शुभा, आम्ही आहोत वनवासी. शिवाय आमची रोज करण्याची व्रतं, आन्हिकं, यज्ञ वगैरे असतात, तेव्हा आम्ही राहणार नाही. जे सांगायला आलो होतो, ते सविस्तर सांगितलं, आता आम्ही जातो.''

आम्ही त्यांना भोजन करून जाण्याची विनंती केली, तीही नाकारत ते म्हणाले, ''आम्हाला भिक्षा द्यायला सांगा. नगराच्या बाहेर वनात थांबून आम्ही स्वतःच शिजवून घेऊ.''

मी मंत्र्यांना सांगितलं, की भिक्षेमध्ये धान्य, कपडे, इतर जरुरीच्या वस्तू व गाई घेऊन सेवकांना ऋषींबरोबर नगराच्या बाहेर पाठवावं.

मग ऋषींना निरोप देऊन मी माता सत्यवतींच्या दालनाकडे जायला निघालो. पांडूला मिळालेल्या शापाची हकिगत सत्यवतींना कशा रीतीनं सांगावी, हेच मला समजत नव्हतं. जिचा विचित्रवीर्यासारखा समर्थ मुलगा स्त्रियांबद्दल अती आसक्तीमुळे लहान वयातच मरण पावला होता, त्या मातेला तिचा नातूही अशाच कारणानं मृत्यू पावू शकेल अशा परिस्थितीत आहे, हे कटू सत्य सांगण्याइतकी हिंमत मी कशी करू?

ते तर झालं, जास्त अवघड हे होतं, की सत्यवतींची पणतू बघायची इच्छा कदाचित आता स्वप्नच राहील! जर नशिबात नसेल व गांधारीला मुलगा नाही झाला, तर कुरुवंश पुढे वाढवण्यासाठी काय नवे उपाय करता येतील, या प्रश्नाचा पुन्हा एकदा विचार करावा लागेल!

मन असं अस्वस्थ असताना मी मातेच्या दालनापर्यंत गेलो. दासीनं सांगितलं की, ''राजमाता गंगास्नानासाठी गेल्या आहेत. धाकट्या महाराणीही त्यांच्याबरोबर गेल्या आहेत. त्या दोघी संध्याकाळपर्यंत गंगाकिनारीच थांबतील. चंद्रोदयानंतर चंद्रदर्शन करून परत येतील.''

मी अधिरथाला– माझ्या सारथ्याला– बोलावलं, आणि आम्ही लगेच गंगेवर जायला निघालो. वाटेतही माझं मन मुलं असणं– होणं– याच विचारात होतं म्हणून असेल, मी सहजच अधिरथाला विचारलं, ''अधिरथ, तुला किती मुलं आहेत?''

''फक्त एक,'' प्रवेशद्वारातून रथ बाहेर घेत सारथी म्हणाला, ''परंतु महाराज, आपल्यापासून मी सत्य लपवू शकणार नाही. ज्याला आम्ही आमचा पुत्र म्हणतो, तो खरं म्हणजे आमचा पालक-पुत्र आहे. आजपासून पाचएक वर्षांपूर्वी तो गंगेतून मिळाला. अत्यंत कुशल कारागिरानं बनवलेली होडी असावी, तशी बांबूची, फार

सुंदर, वरून बंद होईल अशा टोपलीत ठेवलेलं ते बाळ माझ्या पत्नीला– राधाला– मिळालं. तो बांबू आता सडायलाही लागला असेल, तरीही राधानं ती टोपली सांभाळून ठेवली आहे.''

''हे असं घडलं होतं, हे तू मला सांगितलं नाहीस, मी कधी ऐकलंही नाही!'' मी म्हणालो.

रथ गंगेच्या दिशेनं वळवून घेता घेता अधिरथ म्हणाला, ''लग्न होऊन दहा वर्षं झाली, तरी आम्हाला मूलबाळ नव्हतं. आपल्याला मूल असावं अशी आमची अतिशय इच्छा होती. त्यासाठी एकदा राधानं एक सबंध वर्षं निद्रिस्त पाण्याला जागं करण्याचं व्रत घेतलं. रात्री तिसऱ्या प्रहरी उठून ती नदीवर जायची, दुसऱ्या कोणाचा पाण्याला स्पर्श होण्यापूर्वी पाण्यात एक डुबकी मारून ती परत यायची. एकदा अशीच अंधारात डुबकी मारून बाहेर येता येता राधाच्या मस्तकाला कसला तरी स्पर्श झाला– एक पेटी होती, बांबूची असाविशी वाटली. ती घेऊन राधा घरी आली. महाराज, त्या तरंगणाऱ्या पेटीत बाळ मिळालं आहे, त्याबद्दल तिनं कोणालाही सांगितलं नव्हतं, नंतरही आम्ही कोणाला सांगत नव्हतो.''

एवढं सांगून अधिरथ जरासं हसून म्हणाला, ''महाराज, क्षमा करा; पण आम्हाला भीती वाटायची, की कदाचित कोणी 'आमचं आहे' असं म्हणून बाळाला घेऊन जाईल, म्हणून मी सांगितलं नाही. एक महिनाभर तर राधानं ते बाळ कोणाच्या दृष्टीलाही पडू दिलं नव्हतं.''

''कोणाला कसं नाही? तुला तरी झोपेतून उठवून दाखवलंच असेल ना?'' मी थट्टेनं म्हणालो.

''नाही महाराज. राधाला तो मुलगा मिळाला, तेव्हा मी आपल्याबरोबर मद्रदेशात होतो. आपण परत आल्यावर राधानं मला सगळं सांगितलं आणि बाळ दाखवलं. तेवढ्यात तर आपलं लगेचच महाराणी कुंतीच्या स्वयंवरासाठी जाण्याचं ठरलं. त्यामुळे मी आपल्याला हे सर्व सांगू शकलो नाही– मी आपली क्षमा मागतो!''

माझं डोकं सुन्न झालं! अधिरथाला ते बाळ आम्ही मद्रदेशला गेलो, तेव्हा मिळालं– म्हणजे कुंतीचं ते व्रत पूर्ण झालं असेल, त्या वेळेच्या आसपास! कुंतीच्या दालनाला चिकटून वाहणारी नदी पुढे जाऊन गंगेला मिळते– माझ्या मनात अनेक वादळं उठली.

कुंती इथं असती, तर तिच्यासमोर बसून मला बरंच जाणून घेता आलं असतं. मला खात्री आहे, की निर्भय स्वभावाची कुंती जराही न बिचकता मला स्पष्ट सांगून मोकळी झाली असती! पण तेव्हा ती इथं नव्हती. दूर शतशृंगच्या डोंगरांकडे जात असणाऱ्या त्या अनन्य स्त्रीला मी आत्ता काही विचारू शकत नव्हतो.

तरीही माझ्या एकदम बरंच काही स्पष्ट लक्षात आलं आणि मनाला शांत आणि

सुटल्यासारखं वाटलं. स्वाभिमानी आणि धाडसी कुंतीला दुर्वासांनी जे काही वरदान दिलं असेल, ते जरी कोणाला ठाऊक नसलं, तरी, कदाचित– कदाचित– कदाचित– मला वाटतंय तसं काही गुप्त वरदान दिलं असेल, तर मग कुरुकुलाचे बरेच प्रश्न सुटत होते! कुरुवंशाचा पुढचा मार्ग उज्ज्वल आणि चांगला असेल, याबद्दल मला शंका राहिली नाही.

गंगाकिनारी बसून मी सत्यवती आणि अंबालिका दोघींनाही पांडूला मिळालेल्या शापाबद्दल आणि त्यानं संन्यास घेतला असल्याबद्दल सांगितलं. त्या दोघी आपल्या नशिबाला दोष देत दुःखी झाल्या. अधिरथच्या पुत्राबद्दल सांगण्याची मला आवश्यकता वाटली नव्हती.

घरी परत येताना सत्यवतींचा रथ बरोबर रक्षक घेऊन सर्वांत पुढे गेला. अंबालिकानं तिचा रथ त्याच्या मागे घ्यायला सांगितलं. मी माझा रथ त्यांच्यामागून घ्यायला सांगितलं. वाटेत मी अधिरथला विचारलं, "तुझं घर गंगेच्या किनाऱ्यावरच्या कुठल्या गावातच आहे ना?"

"होय महाराज, येथून खालच्या बाजूला सुमारे दहा कोस दूर माझं गाव आहे," तो म्हणाला, "पण आम्ही गावात राहत नाही. नदीच्या काठावरच आमचं लहानसं शेत आहे. त्यात लहानसं घर बांधलं आहे. त्यात आम्ही राहतो. मी हस्तिनापूरपर्यंत होडीतून येतो आणि तसाच घरी जातो. माझे वडीलही तसेच यायचे."

गंगेच्या किनाऱ्याकडे हात दाखवत तो म्हणाला, "येथून थोडं पुढे नगराच्या नावघाटावर आमची स्वतःची, होडी बांधायची पिढीजात जागा आहे." 'आमची स्वतःची' म्हणताना अधिरथच्या चेहऱ्यावर एक वेगळाच आनंद दिसला.

माणसांसाठी स्वतःचा अधिकार ही खूप महत्त्वाची गोष्ट असते. मोठमोठ्या राज्यांच्या लढायांच्या मागेही अनेक बाबतींमध्ये अधिकार करण्याची, आणि तो टिकवून ठेवण्याची वृत्ती सर्वांत प्रबळ असेल– नाहीतर स्वतःच्या मालकीचं शेत असणाऱ्यालाही, एक होडी बांधण्याएवढी छोटीशी जागा, आमच्या पिढीजात मालकीची आहे, ही इतक्या आनंदानं आणि अभिमानानं सांगण्यासारखी गोष्ट का असावी?

जरा पुढे गेलो तेव्हा मातांनी त्यांचा रथ थांबवून मला त्यांच्या रथात बसवलं. मी तेथे जाऊन बसलो, तेव्हा माता माझ्याकडे टक लावून पाहत राहिल्या. मी त्यांच्या पाठीवर हात ठेवून त्यांना शांत केलं. म्हणालो, "माता, श्रद्धा ठेवावी, सगळं काही ठीक होईल."

माता हळू आवाजात म्हणाल्या, "पुत्रा! या तरुण मुलांच्या लग्नांना पाच-सहा वर्षं होत आली. अजून तरी विदुराच्या घरी किंवा या तीन राण्यांपैकी कोणालाही

मूल नाही! मी तर कुंती आणि माद्रीच्या येण्याची वाट बघत होते.''

मी पुन्हा तेच म्हटलं– ''सगळं काही ठीक होईल, माता, तुम्ही काळजी करू नका.''

''मी काळजी करत नाहीये– मला आता काय केलं पाहिजे त्याचा, आणि ते कसं करायचं याचा विचार करतेय.''

''मला सांगा ना माता, मी योग्य तो उपाय जरूर करेन.''

''उपाय तू करायचा नाहीयेस,'' सत्यवती ठामपणे म्हणाल्या, ''उपाय तर मी ठरवला आहे. कुंतिभोजाची मुलगी इकडे आली असती, तर तिला मी आज्ञाही केली असती; पण तू सांगितलंस, की त्या दोघी तर पांडूबरोबर शतशृंगला जाऊन राहिल्या आहेत– मी घरी पोहोचल्यावर लगेचच तिला पत्र लिहिते, उद्या सकाळी कोणाला तरी शतशृंगवर पाठवेन.''

''आपलं पत्र वाचून ती सगळी परत येतील माता? आणि समजा आली, तरी किंदम ऋषींच्या शापाचं निवारण होणं, हे तर मला शक्य दिसत नाही! मला वाटतं कुंतीला आणि माद्रीला त्यांच्या नशिबावर सोडून द्यावं.''

''तुला जे काय वाटत असेल ते वाटू दे,'' माता जरा रागानं म्हणाल्या, ''मला जे सुचलं आहे, ते मला करू दे,'' आणि मग गप्प बसून दुसरीकडे बघत राहिल्या.

मला कळून चुकलं, की मातेला आता जे सांगायचं असेल, ते रस्त्यात सांगणार नाहीत. मीही गप्प बसलो आणि पूर्वेकडे उगवणाऱ्या चंद्राकडे बघत बसलो. निरभ्र आकाशाखाली आमचे रथ प्रासादाच्या रस्त्यानं जात राहिले.

घरी पोहोचल्याबरोबर मी सेवकांना बोलावून सांगितलं, ''माझ्या दालनातून भूर्जपत्र आणि लेखनसामग्री आणून राजमातांच्या दालनात नेऊन द्या.''

मातेनं पत्र लिहून मला दिलं आणि सांगितलं, ''हे न वाचता बंद करा. आणि एखाद्या विश्वासू माणसाला शतशृंगला पाठवा. हे पत्र कुंतीच्याच हातात द्यायला सांगा.''

घटकाभर मला वाटलं, की सत्यवतींनी दोघी सुनांना एखाद्या तपस्वी ब्राह्मणाकडून नियोगानं पुत्राला जन्म द्यावा असं लिहिलं असेल.

''माता,'' मी शेवटचा प्रयत्न करण्यासाठी म्हटलं, ''का, कोण जाणे मला वाटतंय की कुंतीला...''

पुढे काय सांगावं याचा विचार करायला मी क्षणभर थांबलो, तेवढ्यात त्या म्हणाल्या, ''तुला काय वाटतंय ते मला ठाऊक आहे.''

आणि असं म्हणून हातानंच खूण करून मला तेथून जायला सांगितलं! काही न बोलता मी बाहेर पडलो, तेव्हा स्वत:शीच बोलावं तसं त्या पुटपुटल्या, ''तुला सांगण्यासारखं असतं, तर मी सांगितलंच असतं रे!'' मी दरवाजापर्यंत पोहोचलो,

तेव्हाही पुढचं स्वगत ओझरतं ऐकू आलं– ''मी पोरीला वचन दिलंय!''

मला वाटलं, आज प्रथमच मातेनं मला त्यांचं पत्र वाचायचं नाही, असं स्पष्टपणे सांगितलं, याच्यात काही तरी रहस्य नक्कीच आहे. अर्थात पत्र कुंतीला लिहिलेलं आहे, तेव्हा ते मी वाचायचं नाही, हे साहजिकच होतं; परंतु मातेनं मला 'न वाचता बंद करा' असंही म्हटलं, ते मला साहजिक नव्हतं वाटलं.

दोन महिन्यांनंतर माझी माणसं परत आली. पांडूनं त्याच्या बाबतीत जे काही घडलं ते सर्वच लिहिलं होतं. त्याचा पश्चात्ताप, आता तो नियमांचं आणि व्रतांचं पालन करून आनंदात राहत आहे. इ. सर्व लिहिलं होतं. माद्रीनंही सत्यवतींना पत्र लिहिलं होतं, आणि तिच्या भावासाठीही एक पत्र पाठवलं होतं. विदुर ते पत्र घेऊन स्वत:च शल्याला देण्यासाठी मद्र देशाला गेला.

कुंतीनं माता सत्यवतींना दोन पत्रं पाठवली होती. त्यांनी ती दोन्ही उघडून वाचली. एक पत्र स्वत:जवळ सांभाळून बाजूला ठेवून एक मला देत त्या म्हणाल्या, ''आता या मथुरेच्या बाबतीत काहीतरी करावं लागेल. धृतराष्ट्र तर काही करणार नाही. पांडू आता असून नसल्यासारखाच म्हणायचा. तु तुझ्या गुरूंसारखा घायकूत करशील, तर सगळं काम बिघडवशील. राहिले मी; पण मी तर बाईमाणूस ना? मला तर कोणी काही करू देणार नाही!''

मातेचं 'मला तर कोणी काही करू देणार नाही!' हे वाक्य बाणासारखं टोचलं. मी काही उत्तर न देता पत्र वाचू लागलो–

''प्रिय सत्यवती आजी,
आपली आज्ञा शिरसावंद्य आहे. बाकी सर्व सोबतच्या पत्रात आहे.

सध्या आम्ही चैत्ररथाच्या वनांमध्ये आहोत. आता कालकूट जवळून हिमालय ओलांडून गंधमादन पर्वतावर पोहोचू. सिद्ध लोक आणि ऋषी आमचं रक्षण करतात, तेव्हा काळजी करू नका. आता लवकरच आम्ही इन्द्रद्युम्न सरोवरावर पोहोचू आणि तेथून अकूरपार नावाचा प्रचंड कासव आम्हाला शतशृंगाचा रस्ता दाखवेल.

दुसरं म्हणजे, मी असं ऐकलं आहे की, मथुरानरेश कंसानं माझ्या यदुवंशी भावाला– वसुदेवाला नजरकैदेत ठेवलं आहे. कंसाच्या मनात कोणीतरी भरवलं आहे, की माझी वहिनी देवकी हिच्यापोटी जन्मणारं आठवं मूल त्याची हत्या करेल. लोक असं म्हणतात, की माझ्या वहिनीच्या पोटी जन्मणारं प्रत्येकच मूल जन्मल्याबरोबर कंस मारून टाकणार आहे!

हे मी शतशृंगाकडे येणाऱ्या प्रवाशांकडून ऐकलं. सध्या खरोखर तेथे

काय परिस्थिती आहे, याचा तपास करण्याची माझी इच्छा आहे. मी सतत
त्या काळजीत असते–''

पृथाचे प्रणाम.

पत्र वाचल्याबरोबर माझ्या भुवया वर चढल्या. मी मातेकडे बघितलं. माझ्या
चेहऱ्याकडे बघून त्या म्हणाल्या, "तू मध्ये पडू नकोस. मला सर्व काही अगदी
गुपचूप करायचं आहे. कंसाबरोबर जरासंधासारखे बरेच आहेत. सर्व आर्यावर्त
ढवळून निघेल असं मला काही करायचं नाही.''

"मला समजतंय ते माता,'' मी म्हणालो. "परंतु पृथा– कुंतिभोजाची दत्तक
पुत्री, तुमची सर्वांत लाडकी नातसून, तिच्या भावाच्या आणि वहिनीच्या मुलांची
हत्या थांबवावी म्हणून हस्तिनापूरला पत्र लिहून कळवते आणि आपण काहीच
करायचं नाही, असं तर होणारच नाही!''

माता म्हणाल्या, "सर्व काही होईल; पण ते तू नाही करणार आणि आत्ता तर
नाहीच. आठवं मूल जन्मणार असेल तेव्हा, तोपर्यंत कंस, वसुदेव-देवकींना ठार
मारणार नाही. तो घाबरलेला राजा, कुंतीच्या भाऊ-वहिनीच्या हत्येचं पाप करणार
नाही, अशी मला श्रद्धा आहे.''

एवढं बोलून सत्यवती जरा हसल्या आणि म्हणाल्या, "या कालीनं लहानपणापासून
यमुनेत होडी चालवली आहे. कित्येक जणांना नदी पार केली आहे. आता एखाद्या
नव्या जन्मलेल्या बाळाला यमुनेपलीकडे नेऊन लपवून ठेवायला वेळ लागणार
नाही! तू आता या सगळ्यात कोठेही नाहीस असं समजूनच राहा. मी सर्व लक्षात
ठेवेन– तू विसरून जा.''

| बारा |

कृष्णा! या वैराण वीरभूमीवर पडून राहून गतकाळाकडे नजर टाकण्याची तुमची सूचना तर मला माझ्या शरीरात घुसलेल्या बाणांपेक्षाही जास्त वेदना देत आहे! जे होऊन गेलंय ते मी बदलू शकणार नाहीये, आणि पुढील काळात ते सुधारण्याची संधी मला मिळणार नाही; कारण सूर्याचं उत्तरायण सुरू झालं, की माझ्या आयुष्याची कहाणी संपेल!

अशावेळीही मनश्चक्षूंसमोर उभी राहणारी दृश्यं हटायचं नाव घेत नव्हती! माता सत्यवतींनी देवकी-वसुदेव यांच्याबद्दल काय ठरवलं होतं, ते जाणून घेण्याला मी उत्सुक होतो, तरीही त्यापासून अलिप्त राहण्याची मला आज्ञा होती. असाही मी प्रतिज्ञाबद्ध तर होतोच, त्यामुळे माझ्या राजाची आज्ञा नसेल, तोपर्यंत बाहेरच्या कुठल्याही राज्याबद्दल मी काही करू शकणार नव्हतो.

आमच्या आयुष्याचा तो काळ चिंता, विषाद, राग, अडचणी यामधून जात होता. मातेला तर दोन चिंता होत्या– एक तर मथुरेत जन्मतील त्या बाळांची आणि दुसरी शतशृंगावर न जन्मणाऱ्या बाळाची!

सत्यवती दर एक-दीड वर्षांनी कुठल्यातरी अज्ञात ठिकाणी यात्रेला जायच्या आणि खूप धक्का बसावा, अशा दीनवाण्या स्थितीत परत यायच्या. आल्या की त्यांच्या दालनात प्रवेश बंद करून पडून राहायच्या.

दोन-तीन दिवसांनी मन शांत झाल्यावर शतशृंगला एखादं गुप्त पत्र लिहून द्यायच्या आणि म्हणायच्या– "भीष्म, बघ ना रे बाळ, काहीही कारण नसताना कोणी तान्ह्या बाळाची हत्या करावी? किती निर्दय माणूस असेल हा! सांग ना, याला कसलं पाप म्हणायचं? त्याला काय शिक्षा मिळावी?"

अशावेळी मातेला काय उत्तर द्यावं ते मला समजत नसे. मी गप्प बसून, खाली बघत, मातेनं दिलेलं पत्र हातात धरून बसून राहायचो. मनाची अशी काही स्थिती व्हायची, की खूप उदास वाटायचं आणि गोंधळून

जायला होत असे.

माझ्या उदास वाटण्याचं खरं कारण मला स्पष्टपणे कळत नव्हतं. आज स्पष्ट समजतंय! आज लक्षात येतंय की मनाचा गोंधळ आणि औदासीन्य अशामुळे होतं, की मीही कोणाकडून तरी अशाच हत्या करवून घेतल्या होत्या!

होय! माझ्या माँ-गंगेला, एका पवित्र स्त्रीला, तिचा कोणताही गुन्हा नसताना, स्वत:च्याच बाळांना जन्मल्याबरोबर नदीत सोडून द्यायला आम्ही वसूंनीच तर सांगितलं होतं! अरेरे! तसं करताना त्या मातेच्या मनाची स्थिती काय होत असेल! त्या निष्पाप स्त्रीला अशा अधम दु:खात ढकलणारे आम्ही वसूच होतो ना? होय– हे पापच होतं. आणि त्याचा भार वसूंनीच भोगला पाहिजे! त्या वसूंमध्ये मीही होतो– होतोच तर!

त्या सर्व काळात प्रासादात जणू स्थिर झालेलं औदासीन्य तेव्हा संपलं, जेव्हा सत्यवती घरी नव्हत्या आणि गांधारीच्या सेविका घाईघाईनं त्यांना शोधत होत्या.

मी त्या सर्वांना थांबवून विचारलं, "का? काय धावपळ चाललीय?"

जरा काही क्षण त्या सगळ्या उत्तर द्यायला अडखळल्या. मग त्यांच्यातली मुख्य वाटणारी सेविका हसून म्हणाली, "पितामह, आपल्याला, सत्यवतींना आणि समग्र हस्तिनापूरला आनंद होईल, अशी बातमी आहे."

ती पुढे काही बोलणार, तेवढ्यात दुसरी एक घाईनं म्हणाली, "महाराणी गांधारींना पुत्र होईल, अशी लक्षणं दिसतायत!"

मला अतिशय आनंद झाला. मी त्या सर्व सेविकांना बक्षिसी देऊन खूश केलं. गांधारीकडे बघायला खास व्यवस्था करायला सूचना दिल्या. माता सत्यवती यात्रेहून परत आल्यावर हे ऐकून त्यांना किती आनंद होईल, याचा विचार करत मी त्यांच्या येण्याची वाट बघत होतो. एवढ्यात एक दिवस एक तरुण आश्रमवासी प्रासादात आला आणि मला भेटण्याची इच्छा व्यक्त केली.

अमात्य त्याला माझ्याकडे घेऊन आले. त्या तरुणानं मला आशीर्वाद देणारा एक श्लोक म्हणून सांगितलं, "महाराज, मी हिमालयात श्रेष्ठ समजल्या जाणाऱ्या शतशृंगावरून आलो आहे. तेथे राहणाऱ्या पवित्र लोकांबरोबर महाराज पांडूही त्यांच्या दोन्ही राण्यांसह तपस्वी जीवन जगत आहेत."

"होय. मला माहीत आहे," मी सांगितलं. त्या तरुणाची भाषा ऐकून मला अकृतव्रणची आठवण झाली. "पुढे सांगा."

तरुण म्हणाला, "आपण पणजोबा झाला आहात! गेल्या पौर्णिमेला मध्यरात्री महाराणी कुंतींना मुलगा झाला आहे."

"काय?" आनंदानं माझा आवाज चिरकला, "पुन्हा सांगा. सविस्तर सांगा," असं म्हणताना मनात पांडूचा विचार आला.

“महाराज पांडू कुशल आहेत,” त्या तपस्व्याला जणू माझी काळजी समजली, “माता सत्यवती आणि महाराज पांडूंच्या पुत्रप्राप्तीची इच्छा महाराणी कुंतींना माहीत होती. महाराज पांडूंचा तर नेहमी आग्रह असायचा, की कुंतीनं नियोगद्वारा पुत्र मिळवावा.”

“हं.”

“महाराजांनी खूप आग्रह केल्यावर महाराणी कुंतीनं त्यांना असं सांगितलं, ‘महाराज, मी किशोरवयाची असताना महर्षी दुर्वासांनी, आमच्याकडे ते राहिले व मी केलेल्या सेवेनं संतुष्ट झाले, तेव्हा मला वरदान म्हणून एक मंत्र दिला होता. त्या मंत्रानं, मला इच्छा असेल तेव्हा, ज्या देवाला बोलवावंसं वाटेल त्याला बोलावून त्याच्याद्वारा मी संतान प्राप्त करू शकते.’

महाराज भीष्म, शापामुळे पुत्राला जन्म देण्यास असमर्थ झालेल्या आपल्या पुतण्यानं– महाराज पांडूंनी पत्नीला धर्मदेवतेकडून पुत्र मिळवण्याची विनंती केली, त्यानंतर पतीची इच्छा म्हणून देवी कुंतींनी धर्मदेवतेला एकांतात बोलावून पुत्र मिळवला आहे.”

क्षणभर तर मला त्या तपस्व्याला मिठी माराविशी वाटली; पण मग इच्छा दाबून ठेवून मी त्याचं बोलणं ऐकत राहिलो. तो पुढे म्हणाला, “आम्ही सर्व ऋषींनी राणी कुंतींच्या इच्छेला मान देऊन धर्मापासून झालेल्या त्या मुलाचं नाव ‘युधिष्ठिर’ ठेवलं आहे.”

“उत्तम!” मी म्हणालो.

तपस्वीनं मला आशीर्वाद देत म्हटलं, “महाराज, धर्मराजाचा अंश पुत्ररूपे मिळाल्यानंतर महाराज पांडूंची इच्छा बल, तेज, विद्या इत्यादी गुण असणाऱ्या एक एक पुत्राची प्राप्ती करण्याची आहे.”

मी तपस्वींना प्रणाम केला. त्यांच्या विश्रांतीची आणि भोजनाची व्यवस्था करण्यास सेवक नेमले आणि ते निघण्यापूर्वी त्यांना एक हजार गाईंचं दान देण्याची तयारी करण्यास सांगितलं.

आता मात्र मातेच्या परत येण्याची वाट बघत राहणं मला शक्य नव्हतं! मंगल वाद्यं वाजू लागली, त्याबरोबर सगळीकडे बातमी पसरली की हस्तिनापूरच्या राजपुत्राच्या जन्माचा आनंदोत्सव सुरू झाला आहे! नव्या राजपुत्राला आशीर्वाद द्यायला सकाळपासून लोक प्रासादाच्या दरवाजाशी उभे राहत असत, आणि मी प्रांगणात उभा राहून त्यांचे अभिवादन स्वीकारत असे.

लोकांचा उत्साह समजण्यासारखा होता. शंतनूनंतर त्यांना कोणीही तसा प्रतापी राजा मिळाला नव्हता. माझ्यावर लोकांनी ठेवलेली आशा माझ्या प्रतिज्ञांमुळे धुळीला मिळाली होती आणि नंतरचे राजे– विचित्रवीर्य, पांडू किंवा धृतराष्ट्र यातल्या

एकाही राजानं प्रजेला आश्वासक श्रद्धा वाटेल असं शासन केलं, असं प्रजेला वाटत नव्हतं!

कुंतीच्या पोटी जन्मलेला राजपुत्र खुद्द धर्मराजाचा अंश आहे असं म्हणतात. पवित्र ऋषींमध्ये देवी कुंती राहत असताना त्याचा जन्म होऊन, तो तेथे वाढतो आहे. तो प्रजावत्सल, धर्मपरायण आणि महान राजा होण्याची चांगलीच आशा होती. अशा तऱ्हेनं हस्तिनापूरची प्रजा, त्यांनी अजून ज्याला बघितलाही नव्हता, त्या राजपुत्र युधिष्ठिराला त्यांच्या गौरवाचा आणि सुखाचा विधाता मानू लागली. वारंवार राजपुत्राचा आणि पृथा-पांडूच्या नावांचा जयजयकार होत राहिला. आणि हां, मला असंही आठवतंय की मधून मधून एखादा क्षीण आवाज महात्मा भीष्माच्या नावाचा जयकार करणाराही ऐकू येत होता!

अशातच एका रात्री माता सत्यवती यात्रेहून आल्या. युधिष्ठिर जन्माबद्दल आणि गांधारी गर्भवती असण्याबद्दल त्यांना प्रवासातच कळलं असणार. तरीही त्यांच्या चेहऱ्यावरच्या आनंदामागे लपलेली एक व्यथा बघताच मला समजलं, की मथुरेत आणखी एक भ्रूणहत्या झाली आहे आणि सत्यवती त्या बाळाला वाचवायला काही करू शकलेल्या नाहीत. कदाचित त्याही कंसासारखीच देवकीच्या आठव्या बाळाची वाट बघत असतील. मधल्या जन्माला येणाऱ्या मुलांना वाचवायला जाऊन कंसाला सगळं कळण्याची जोखीम ती योजनगंधा घेणार नाही!

असो. आम्ही खूप आनंदात होतो. एकदोनदा तर शतशृंगला जाऊन युधिष्ठिराला बघून येण्याची इच्छाही झाली. मी मातेला सांगितलं, तर त्या म्हणाल्या, ''जावंसं तर मलाही वाटतंय; परंतु मथुरेत सात बाळांना तर मारून टाकण्यात आलं आहे, आता तर सतत जागरूक राहिलं पाहिजे. प्रत्येक पळ आता महत्त्वाचा आहे– मला आठव्या बाळाला मारलं जाऊ द्यायचं नाहीये!''

मातेचं म्हणणं बरोबर होतं. मथुरेच्या नजरकैदेत काय चाललंय, आणि देवकी पुन्हा माता होण्याचे योग केव्हा उभे होतील ते सांगणं कठीण होतं. माता खुद्द तेथे पोहोचून सर्व माहिती काढत असत– त्यात चूक झाली किंवा निरोप पोहोचण्यात घोटाळा झाला, तर देवकीच्या आठव्या वेळेला पोहोचणं अशक्यच होतं.

म्हणून मग आम्ही शतशृंगला जाण्याचं तात्पुरतं तरी रहित केलं. गांधारीच्या सुयोधनचा जन्म झाला आणि पृथानं वायूला बोलावून घेतल्यावर भीमाचा जन्म झाला. यावेळीही सत्यवती नगरात नव्हत्या. त्या तर एक महिन्यापूर्वीच कुठल्या तरी अज्ञात प्रवासाला गेलेल्या होत्या. यावेळी तर माझ्याही लक्षात आलं, की देवकी आठव्यांदा बाळाला जन्म देणार होती. तेव्हा आता माता केव्हा येतील, हे नक्की नव्हतं!

मला आठवतंय, की भीमाच्या जन्माचा निरोप घेऊन आलेल्या ऋषीकुमारना

मी एक महिन्याहून जास्त दिवस थांबवून घेतलं होतं. ते जायला निघणार होते, त्याच्या आदल्या रात्रीच माता यात्रेहून परत आल्या होत्या. अत्यंत थकलेल्या असूनही त्यांनी निरोप पाठवून मला त्यांच्या दालनात बोलावून घेतलं आणि म्हणाल्या, "हे बघ, ऐक. कुंतीला पत्र लिही. तिचे भाऊ-वहिनी आणि त्यांचं बाळ सर्वजण स्वस्थ आणि सुरक्षित आहेत."

एवढं बोलून माता हसल्या. मग हळू आवाजात म्हणाल्या, "बघ हं, असं स्पष्ट लिहू नको! कोणी उघडून वाचलं, तर मी केलेलं सगळं धुळीला मिळेल! असं लिही की 'कोळ्याच्या मुलीनं होडी नीट चालवून सर्व यात्रेकरूंना पैलतीरी पोहोचवलं आहे. सगळी सुरक्षित आहेत. चिंता करू नको.' मग पुन्हा हसून म्हणाल्या, "आता कंसानं हजार प्रयत्न केले, तरी मुलगा त्याच्या हाती लागणार नाही."

त्यानंतर इतक्या थकलेल्या असूनही सत्यवती शतशृंगहून आलेल्या ऋषीकुमारना भेटल्या. कुंतीबद्दल आणि बाळ भीमाबद्दल सर्व काही बारीकसारीकही विचारलं. थेट झोपायला जायच्या वेळी कौशल्याचा हात त्यांच्या अंगाला लागला आणि लगेच मला निरोप पाठवला, "वैद्यांना बोलवा. मातांना खूप ताप आहे."

मी धावत मातेकडे गेलो. तर त्या म्हणाल्या, "काही नाही रे बाबा, यावेळी यमुना दुथडी भरून वाहत होती! त्यात आणखी अखंड, मुसळधार पाऊस आणि घोंघावणारा वारा– शिवाय हे सारं मध्यरात्री! पण बघ तर खरा, की यमुनेनं वाट करून दिली, नाहीतर तिथेच राहिलो असतो! ही परत आली आहे तुझ्याकडे. तेही माझ्या नाही, त्या बाळाच्या भाग्यानं– नाहीतर या वयात शरीर इतकं सहन कसं करू शकलं?"

मी काही बोललो नाही– फक्त वैद्यांना बोलावलं.

गांधारीच्या सुयोधन, दुःशासन आणि इतर पुत्रांचा दंगा, हसणं, खेळणं यांनी हस्तिनापूर प्रासाद गजबजून गेला होता. तिकडून शतशृंगवरून कुंतीने अर्जुन आणि माद्रीने सहदेव आणि नकुलला जन्म दिल्याच्या वार्ता आल्या. माता सत्यवती बऱ्या होऊन संतुष्ट आणि आनंदी होत्या. त्यामुळे माझं मनही शांत झालं होतं.

छोटी मुलं माझ्याशी माझ्या मांडीवर चढून खेळायची, तरी मी मनानं सावध राहायचो, की धृतराष्ट्र, गांधारी आणि सत्यवतींसारखा मीही मनानं त्या मुलांच्यात बांधला जाऊ नये! माझ्या मनोमन ती मानवांची बाळं होती आणि मी वसू होतो! मी कोणाच्याही मायेत गुंतून पडणं बरोबर नव्हतं. सुयोधनाच्या त्रास देण्यानं कंटाळून जाऊन वडील माणसं त्याला दुर्योधन म्हणू लागली होती!

माझ्या हस्तिनापूरला प्रतिबद्ध राहण्याच्या प्रतिज्ञेप्रमाणे माझं काम या राजकुमारांसाठी उत्तम गुरू शोधून त्यांना या साम्राज्यांच्या वारसांना शोभेसं शिक्षण

मिळेल हे बघण्याचं होतं.

महाभार्गवांनी तर त्यांच्या सर्वस्वाचा त्याग करून आश्रम बंद करून टाकला होता. तसं नसतं तरीही महाभार्गवांचे शिष्य होण्याची योग्यता आमच्या एकाही राजपुत्रामध्ये मला दिसत नव्हती. जन्मापासूनच अफाट संपत्ती आणि सत्ता यांमध्ये वावरणाऱ्या या राजपुत्रांना प्रासादाबाहेरचं जग माहीत नव्हतं! ही मुलं दास-दासींमध्ये वाढत होती. आदेश द्यायचे आणि त्यांच्या सांगण्याप्रमाणे होतंय ना, हे बघणं एवढंच त्यांना समजत होतं!

शतशृंगमध्ये काय होत होतं ते मला ठाऊक नव्हतं; पण एवढं तर माहीत होतंच, की पांडूच्या मुलांची आज्ञा पाळणारं तेथे कोणी नव्हतं– हो, कदाचित कधी कधी त्यांना कोणी आज्ञा देतही असेल!

त्या सर्वांना हस्तिनापूरला बोलावून घेऊन त्यांच्या शिक्षणाची व्यवस्था करता यावी म्हणून मी बरेच आश्रम बघितले; पण कुरुवंशाच्या राजपुत्रांना ज्याच्याकडे ठेवता येईल, असा कोणीही ब्राह्मण मला सापडत नव्हता.

तेवढ्यात मला एकदम आठवलं, की पांचालचा राजा पृषत् यानं मला सांगितलं होतं, की द्रुपदाचा राज्याभिषेक झाला, तेव्हा भारद्वाजचा मुलगा द्रोण, द्रुपदानं लहानपणी दिलेल्या वचनाप्रमाणे अर्धं राज्य मागायला आला होता. द्रुपदानं त्याचा अपमान केला होता, म्हणून तो महाभार्गवांकडे शिक्षण मिळवायला निघून गेला होता. पृषत्चं ते सांगणं ऐकून, स्वत:चा हेतू सिद्ध करण्यासाठी भगवान परशुरामांकडे विद्याभ्यास करायला जाणाऱ्या त्या ब्राह्मणाचं मला कौतुक वाटलं होतं. या गोष्टीला तर आता खूप वर्षं झाली होती. द्रोण आता कोठे आहे, ते द्रुपदालाच विचारलं पाहिजे.

मी हस्तिनापूरहून पांचालशी जोडलेल्या सीमेकडे प्रवास सुरू केला. मला वाटलं होतं, तसं झालं. थोड्याच वेळात कांपिल्याच्या अमात्यानं येऊन मला सांगितलं, ''आपण आमच्या सीमेपर्यंत आला आहात, तर कांपिल्यचं आतिथ्यही स्वीकारा, अशी महाराज द्रुपदाची प्रार्थना आहे.''

आणि मी कांपिल्यला गेलो. पृषत् तर आता नव्हते. द्रुपद आता प्रौढ राजासारखा दिसत होता. त्यानं सहकुटुंब, नगरीच्या प्रवेशद्वाराशी येऊन माझं स्वागत केलं. महाराणीच्या अगदी जवळ उभ्या असलेल्या राजपुत्र शिखंडीकडे लक्ष जाताच मी जरा चमकलो. त्याच्या नजरेतही एक विचित्र चमक माझ्याकडे बघताना दिसली. मला त्याच्याबद्दल करुणा वाटली आणि तो माझ्याकडे तिरस्कारानं बघत राहिला.

पांचालमध्ये मी दोन दिवस राहिलो. आर्यावर्ताची राजनीती बदलत होती. राजधर्माचं पालन करणारे राजे फार थोडे होते. विशेषत: कंस आणि जरासंधाची

युती प्रजेसाठी आणि लहान राजांसाठी नुकसानकारक तर होतीच; पण घातकही होती.

अशा परिस्थितीत पांचाल देशानं आणि हस्तिनापूरनं कसं धोरण ठेवावं, त्याबद्दल बरीच चर्चा झाली. राजकुमार शिखंडीही तेथे होता. बोलता बोलता तो म्हणाला, ''कंस समजा क्रूर असला, तरी हेही शक्य आहे, की सुशासन मथुरेतून सुरू होईल आणि आपण कंसापेक्षाही क्रूर तऱ्हेनं आपल्याच प्रदेशात महायुद्धाला आमंत्रण देऊन बसू!''

मी हसून म्हटलं, ''कुमार भविष्यशास्त्राचे अभ्यासी आहेत असं दिसतं!''

शिखंडी सरळपणे म्हणाला, ''नाही. मला भविष्याचं ज्ञान नाही; पण सर्वांना माहीत असतो, तसा भूतकाळ मला माहीत आहे; आणि मला नेहमी वाटत आलंय, की भूतकाळच भविष्यकाळाला घडवत असतो.''

मी पुन्हा चमकलो आणि आश्चर्यानं कुमारकडे बघत राहिलो. त्यानंही गूढ स्मित करत माझ्या पाठीमागच्या भिंतीकडे बघितलं. मी मान वळवून बघितलं, तर तेथे लाकडाच्या खुंटीवर, पांढऱ्या रंगाच्या कधी सुकत नसावीत अशी दिसणाऱ्या फुलांची माळ टांगली होती!

अचानक मला खूप वर्षांपूर्वी सांगितलेले महाराज पृषत्चे शब्द आठवले. त्यांनी सांगितलं होतं, ''ती स्त्री जाता जाता सभागृहाच्या दाराशी पोहोचली आणि तिनं ती माळ सभागृहात फेकत म्हटलं होतं, 'द्रुपद, जर ही माळ सुकली नाही, तर समज, की मी खरं सांगत होते. हे राजा, मी या दरवाजातून भीष्माच्या वधाचं ध्येय घेऊन निघते आहे. बघच तू, आता मी असं काही करेन, की याच दरवाजातून निघून मी भीष्माला मारायला युद्धात जाईन.' ''

माझ्या समोर बसलेला शिखंडी कोण आहे, ते मला लगेच समजलं! मी त्याच्याकडे बघून स्मित केलं. तोही हसला. आणि उठून महालात निघून गेला.

मग मी द्रुपदाला द्रोणाबद्दल विचारलं, ते त्याला फारसं आवडलं नसावं असं वाटलं. द्रुपदाला हरवून त्याचं राज्य जिंकण्याच्या हेतूनं तो महाभार्गवांचा शिष्य होण्यासाठी गेला. आत्ता तो कोठे असेल, हे द्रुपदाला माहीत नसेल असं होणारच नाही, तरीही, द्रोण नक्की कोठे आहे, ते न सांगता तो गोल गोल बोलत राहिला! तो म्हणाला, येथून तर तो महेन्द्र पर्वतावर परशुरामांकडे गेला होता. स्वत:ची ओळख सांगून पाया पडून तो परशुरामांना म्हणाला, ''मी अंगिरसच्या कुळात जन्मलेला, भारद्वाजाचा अयोनिज पुत्र द्रोण आहे.''

मला असल्या क्षुल्लक गोष्टींमध्ये रुची नव्हती– मला तो आत्ता कोठे आहे, ते जाणून घ्यायचं होतं– तरीही द्रुपद सांगत राहिला, ते ऐकणं भाग होतं!

द्रुपद गोष्ट सांगावी तसा सांगत राहिला– ''परशुरामांनी त्याच्या येण्याचं कारण

विचारलं, तेव्हा तो लोभी ब्राह्मण म्हणाला, 'हे द्विजश्रेष्ठ, मी फक्त धनाच्या इच्छेनं आपल्याकडे आलो आहे. असं धन– जे कधीही नष्ट होणार नाही!' परशुरामांनी उत्तर दिलं, 'हे तपोधन, तुझं स्वागत आहे. माझ्याकडे जे काही सोनं आणि इतर सर्व धन होतं, ते तर मी ब्राह्मणांना देऊन टाकलं आहे. गावं, नगरं इत्यादी. मी जिंकलेली सर्व भूमी मी महर्षी कश्यपांना दान केली आहे. आता माझ्याकडे माझं शरीर आणि सर्व शस्त्र-अस्त्रांचं ज्ञान एवढंच राहिलं आहे. यातील तू माझं ज्ञान अथवा शरीर मागून घे, मी केव्हाही तत्परतेनं देईन.'''

द्रुपदानं द्रोणाच्या स्थितीबद्दल सांगितलं तिकडे माझं लक्षच नव्हतं– माझं मन माझ्या गुरूंच्या स्थितीवर रडत होतं. एकेकाळी दिग्विजयी, सर्व पृथ्वीचे धनी, भगवान शंकरांच्या नंतरचे श्रेष्ठ धनुर्धर म्हटले जाणारे माझे गुरू, द्रोणासारख्या सामान्य ब्राह्मणासमोर आपली गरिबी सांगताना त्यांच्या मनाला किती त्रास झाला असेल! आणि तो त्रास माझ्यामुळेच ना! मला युद्धात जिंकून अंबाला न्याय मिळवून देऊ शकले नाहीत म्हणून स्वत:च्या सर्वस्वाचा त्याग करण्याची प्रतिज्ञा करून बसले!

''तो बिचारा मागायला गेला ते मिळालं नाही आणि महाभार्गवांकडे गेल्यावर परतही फिरता आलं नाही!'' द्रुपदाच्या आवाजानं पुन्हा माझं लक्ष त्याच्या बोलण्याकडे गेलं, ''मग द्रोणानं मागितलं, 'महात्मा, आपण मला संपूर्ण अस्त्र-शस्त्राचं ज्ञान शिकवा.'

''तथास्तु,' ते म्हणाले, आणि तेव्हापासून द्रोण त्यांच्याकडे सर्व व्रतं, धनुर्वेद, सगळं शिकत होता. आता माहीत नाही– तिथं असेल किंवा विद्याभ्यास पूर्ण करून तेथून गेलाही असेल. द्रोण खरोखरच जर हे सर्व शिकला असेल, तर तो पांचालवर हल्लाही करेल, म्हणून आम्ही नेहमी अगदी तयार असतो.''

द्रुपद सरळ तर काही म्हणाला नाही; पण त्याच्या बोलण्यावरून एवढं कळत होतं, की द्रोण आमच्या राजपुत्रांचा गुरू झाला आणि त्याला हस्तिनापूरचा आधार मिळाला, तर ते द्रुपदच्या हिताचं नव्हतं. मी त्याला आणखी पुढे काही विचारलं नाही.

मी पांचालच्या सीमेवरून परत येऊन द्रोणाचा शोध चालू ठेवला. विदुराचं म्हणणं होतं, की आता जास्त वाट न बघता कुमारांचा अभ्यास सुरू करून दिला पाहिजे. म्हणून आम्ही मुलांना कृपाचार्यांजवळ शिकायला ठेवायचं ठरवलं. कृपाचार्य धनुर्वेदात निपुण समजले जायचे आणि बरेच राजे त्यांचे शिष्य होते.

एका सकाळी उजाडत पूजा करून परत येत असलेल्या विदुराला थांबवून मी त्याला कृपाचार्यांना आदरानं बोलावून घेऊन यायला सांगितलं, तेव्हा विदुर मला म्हणाला, ''पितामह, नीतीप्रमाणे कुमारांचा विद्याभ्यास सुरू होण्यापूर्वी पांडुपुत्रांनाही

हस्तिनापूरला बोलावून आणलं पाहिजे. फक्त धृतराष्ट्राच्या मुलांनाच शिक्षित करण्यात पांडुपुत्रांवर अन्याय होईल.''

विदुर प्रत्येक बाबतीत नीती काय असली पाहिजे ते सांगायचं चुकत नसे! त्याचं म्हणणं चूकही नव्हतं. मी म्हणालो, ''बाळ, तुझं म्हणणं बरोबर आहे; परंतु निर्णय मी घेऊ शकत नाही– मी प्रतिज्ञाबद्ध आहे, नीतीप्रमाणे चूक का बरोबर हे मी ठरवू शकत नाही! माझ्या राजाची इच्छा व आज्ञा असेल तरच मी हे करू शकेन.''

''पितामह, खुद्द आपण असं म्हणालात तर कसं चालेल?'' सकाळच्या प्रकाशात विदुराच्या चेहऱ्यावर दुःख दिसलं. तो खूप लवकर भावनांच्या आहारी जायचा.

''नाहीच चालणार!'' मी म्हणालो आणि विदुराला जवळ घेऊन त्याच्या खांद्यावर थोपटलं.

विदुर माझ्याकडे बघत राहिला, तेव्हा मी पुन्हा त्याला सांगितलं, ''बाबा रे, मी, अंबालिकानं किंवा माता सत्यवतीनं, पांडूला आणि त्याच्या कुटुंबाला इकडे आणण्याचे प्रयत्न केले नसतील असं का तुला वाटतंय? ऐक! मी त्यांना बोलावून आणू शकत असतो, तर ते सर्व केव्हाच येथे आलेले असते.''

आम्ही असं बोलत होतो, तेव्हाच भरधाव वेगानं घोड्यावरून येऊन एका दूतानं एक संदेश आणून दिला– ''महाराजांचा जय असो! उत्तर दिशेनं पवित्र मंत्रांचा घोष करणारे ऋषी नगराकडे येत आहेत. ऋषींबरोबर महाराणी कुंती आणि पाच राजकुमार आहेत.''

धृतराष्ट्राचा खासगी सेवक आणि सारथी असलेल्या संजयला महाराजांना उठवून नगराच्या बाहेर घेऊन यायला सांगितलं आणि मी व विदुर त्वरेनं नगराच्या बाहेर जायला निघालो.

अजून प्रासादाच्या बाहेर निघतोय, तर दिसलं, की नगरजनही घाईघाईनं जाऊ लागले होते. स्त्रियांना घेऊन ब्राह्मणांचे व क्षत्रियांचे समुदाय, वैश्य तसेच कर्मठ ब्राह्मण– सगळेच पायी किंवा जे मिळेल ते वाहन घेऊन उत्तर दरवाजाकडे जात होते.

नगराच्या बाहेर पोहोचून लगेच आम्ही एका मैदानात सैनिक उभे केले आणि लोकांच्या गर्दीला नक्की जागा करून तेथे थांबवण्याची नीट व्यवस्था केली. असं केलं नसतं, तर नगरवासियांची वाहनं किंवा चालणं, यामुळे रस्त्यांवर धुळीचे लोट येऊन धूळ भरली असती.

दिवस जरा वर येईपर्यंत तर सगळं हस्तिनापूर तेथे येऊन पोहोचलं होतं. माता सत्यवती, कौशल्या आणि अंबालिका रथांची वाट न बघता पायीपायीच येऊन

पोहोचल्या होत्या! त्यातही अंबालिका तर अनवाणीच पळत आली होती!

लांबून पांढरी वस्त्रं आणि काळे केस असणाऱ्या ऋषीकुमारांची रांग दिसली. हिमालय उतरून क्वचितच लोकांमध्ये येणारे ऋषी बघून प्रजेने जयघोष केला. ऋषींनी हात वर करून आशीर्वाद देत असल्याची खूण केली.

तरुण ऋषीकुमारांच्या मागून संथ पावलांनी चालत येणारे एक वृद्ध तपस्वी आणि त्यांच्याबरोबर पांढऱ्या वस्त्रांमधली मंदिरातल्या जळून गेलेल्या वातीसारखी दिसणारी कुंती चालत येत होती. तिच्याभोवती जणू तिच्या रक्षणासाठी असतील असे गोल करून चालणारे पाच पांडूकुमार दिसले.

कुंती आणि कुमार दिसताक्षणी आधी तर प्रजेनं जयघोष केला; परंतु लगेचच कुंतीची सफेद वस्त्रं दिसली, त्याबरोबर जयघोषाचं स्थान आक्रोशानं घेतलं! माता सत्यवतींनी माझा आधार घेतला. अंबालिका तर "हे पुत्र! हे पुत्र!" असा विलाप करता करता बेशुद्ध होऊन पडली. विदुरानं मातेला आधार दिला आणि अंबालिकाला सांभाळून उपचार करवले.

ऋषींनी जवळ येऊन आशीर्वाद दिले. पूर्ण मैदान अगदी शांत झालं. ऋषीकुमार दोन रांगा करून नतमस्तक उभे राहिले. मग ते वृद्ध तपस्वी त्यांच्यामधून चालत कुंतीला आणि कुमारांना घेऊन आमच्यासमोर आले.

मी सर्व ऋषींना प्रणाम केले, त्यांना योग्य आसनं देऊन त्यांची विधिवत पूजा करून स्वागत केलं. नगरजनांनीही त्यांचे पाय कोमट पाण्यानं धुतले, आणि प्रणाम करून आशीर्वाद मागितले.

त्यानंतर एका वृद्ध ऋषींनी एका रथावर चढून गर्दीवर नजर टाकली आणि सर्वांना ऐकू जाईल अशा मोठ्या आवाजात सांगितलं, "हे नगरजन हो, मी सांगतो ते ऐका. कुरुनंदन भीष्माचा नातू पांडू विषयभोगांचा त्याग करून शतशृंगमध्ये येऊन राहिला होता. त्याने त्याच्या तपस्येनं तेथे राहणाऱ्या ऋषींना प्रसन्न केलं होतं–"

प्रजा शांत होती. तपस्वी पुढे म्हणाले, "तेथे महाराज पांडूंनी कुरुवंशाला पुढे नेण्याच्या दिव्य हेतूनं खुद्द धर्मराजाकडून कुंतीच्या पोटी हा सर्वांत ज्येष्ठ पुत्र प्राप्त केला आहे– त्याचं नाव आम्ही ऋषींनी 'युधिष्ठिर' ठेवलं आहे."

प्रजाजनांनी जयघोष केला नाही. पित्याचं छत्र नसलेल्या, मातेच्या जवळ गोळा होऊन उभ्या असलेल्या, अजून तर अगदीच लहान असलेल्या त्या कुमारांना बघून लोकांची मनं दयेनं, करुणेनं भरून आली होती. कसंबसं रडं आवरून लोक ऋषींची गंभीर वाणी ऐकत राहिले. थोडं थांबून ऋषी पुढं म्हणाले–

"तथैनं बलिनां श्रेष्ठं तस्य राज्ञो महात्मना।
मातरिश्वा दधौ पुत्र भीम नाम महाबलम्॥"

(त्याच तऱ्हेनं वायुदेवानं हा भीम नावाचा महाबली पुत्र प्रदान केला आहे.)

ऋषी सांगत गेले– ''हा तिसरा पुत्र धनंजय इंद्राच्या अंशातून कुंतीच्या पोटी जन्मला आहे आणि हे दुसरे दोन कुमार अश्विनीकुमारांनी माद्रीच्या पोटी जन्माला घातले आहेत. हे दोघेही नरश्रेष्ठच आहेत.''

एवढं सांगून वृद्ध ऋषी रथावरून खाली उतरले. त्यानंतर एक तरुण तपस्वी रथावर चढला, आणि मला उद्देशून, परंतु सर्वांना ऐकू जाईल एवढ्या मोठ्यानं म्हणाला, ''हे भीष्म, पांडूंनी वनात राहूनही तुमच्या कुळाचा विचार केला आहे. त्यांनी तुमच्या विस्कटलेल्या वंशाचा पुनरुद्धार केला आहे.''

सत्यवतींनी लगेचच माझ्याकडे बघितलं! कुरुवंशाच्या या दुःखासाठी त्या मलाच जबाबदार धरायच्या! त्यांच्या डोळ्यांमध्ये कायम दिसणारा आक्षेप त्या क्षणीही मला दिसला. कुरुवंशाला वाढवण्याचे प्रयत्न मी केले नव्हते, असं मला वाटत नसूनही मी मान खाली घातली!

ऋषी सांगत राहिले– ''त्या महान राजाचा मृत्यू झाल्यावर आम्ही त्याचा विधिवत अग्निदाह केला, त्या वेळी तेजस्विनी माद्री अत्यंत दुःखी झाली व तिने चितेत प्रवेश केला. भीष्म, आता तुम्ही, तसंच धृतराष्ट्र या यशस्विनी कुंतीदेवींना आणि पांडूंच्या या उत्तम संतानांना योग्य रीतीनं आपलंसं करून घ्या– हाच धर्म आहे. आणि आता तुम्हाला पांडूचं आणि माद्रीचं श्राद्धकर्म करायचं आहे.''

ऋषी नगरात आले नाहीत. प्रजाजनांची त्या तपस्व्यांबरोबर जितके दिवस राहता येईल, तितकं राहण्यासाठी त्यांना पोहोचवायला जाण्याची इच्छा होती; परंतु तपस्वींनी 'नाही' म्हणून सगळ्यांना थांबवलं. मग लोक आपापल्या घरून धान्य, भांडी, कपडे गाई– जे त्यांच्याकडे होतं, ते तपस्व्यांना भेट द्यायला घेऊन आले. राज्यातर्फे शतशृंगमध्ये उपयोगी पडतील अशा अनेक वस्तू आणि गाई भेट दिल्या, मग ऋषीजन परत जाण्यास निघाले, तेव्हा कुंती त्यांना प्रणाम करून रडली. कुमारांनीही त्यांना नमस्कार केला. जाता जाता ऋषींनी मला आणि धृतराष्ट्राला जवळ बोलावून, पण सर्वांना ऐकू जाईल इतक्या मोठ्यानं सांगितलं–

''कुंती समर्था पुत्राणां योगक्षेमस्य धारणे।
अस्या हि न समाबुद्ध्या यद्यपि स्यादरुंधती॥''

(कुंती मुलांचं पालनपोषण करण्यास समर्थ आहे. कुठलीही स्त्री– साक्षात अरुंधती तरी, बुद्धिमत्तेत कुंतीची बरोबरी करू शकेल अशी नाही.)

तपस्वींना यातून काय सांगायचंय ते मला लगेच लक्षात आलं. मी काही उत्तर न देता त्यांचा आदेश, अर्थ समजून स्वीकारला.

आता ऋषींनी धृतराष्ट्राला हाक मारून, त्याला सांगितलं, ''हे राजन, वृष्णिवंशातील लोक तसंच स्वतः महाराज कुंतिभोज, कुंतीच्या मदतीला आहेत, हे नीट समजा

आणि लक्षात ठेवा. तिचे पाच पुत्रही तिच्याजवळ आहेतच. ती मुळीच एकटी नाही.''

शेवटी पुन्हा 'आम्ही सांगितलेलं विसरू नका' असं सांगून तपस्वींनी निरोप घेतला.

त्यानंतर बारा दिवस चाललेल्या पांडू आणि माद्रीच्या श्राद्धासाठी माता सत्यवतींनी खुद्द द्वैपायन व्यासांनाच बोलावून घेतलं. सर्व पार पडल्यानंतर महर्षी व्यासांनी माता सत्यवतींना, मला, कौशल्या आणि अंबालिकांना त्यांच्या दालनात बोलावून घेतलं, आणि सत्यवतींना सांगितलं, ''माता, शतशृंगाचे ऋषी जाताना धोक्याची सूचना देऊन गेले आहेत. सूचना सुखी भविष्यकाळाबद्दल नाही! माता, सुखाचे दिवस संपले असं समजा! उत्तरोत्तर वाईट दिवस येतील!''

आम्ही सर्व अगदी स्तब्ध होऊन गेलो. सत्यवतींनी तर लगेच कौशल्याकडे बघून सांगितलं–

''तत् कौशल्याभिमामातां पुत्रशोकाभिपीडिताम्।
वनमादाय भद्रं ते गच्छामि यदि मन्यसे।।''

(जर तुझी परवानगी असेल, तर पुत्राच्या दु:खानं व्याकुळ झालेल्या या अंबालिकाला घेऊन मी वनात जाते.)

उत्तरादाखल कौशल्यानं स्वत:ही सत्यवतींबरोबर वनात जाण्याची परवानगी मागितली. तसंच अंबालिकानंही बरोबर जाण्याची इच्छा व्यक्त केली. मी मातेकडे बघून विचारलं, ''माता, मला एकट्याला सोडून जाल? येथे राहून मी काय करेन? आपण सगळेच वनात जाऊ.''

– आज या नक्षत्रलोकाखाली पडल्या पडल्या ती वेळ आठवते! सत्यवती, धृतराष्ट्राची माता अंबिका – म्हणजेच कौशल्या, आणि पांडूची माता अंबालिका यांना घेऊन वनात जायला निघाल्या. त्या सर्व महर्षी व्यासांबरोबर जात होत्या, तेव्हा मी म्हणालो होतो, ''माता, मला वाटतं माझं कामही आता पूर्ण झालंय. परवानगी द्याल, तर मी आत्ताच मृत्यूला निमंत्रण देतो आणि इच्छेनं मृत्यू मागून स्वर्गात जातो.''

मातांनी म्लान स्मित करून उत्तर दिलं, ''तुला तसं करावंसं वाटलं, तरी तू तसं करू शकणार नाहीस. तू बोलावून मृत्यू येणारही नाही. तू वरदान समज की, शाप समज, तू मृत्यूला बोलावू शकत नाहीस– फक्त त्याला थांबवून धरू शकतोस. ''

– आज इथं शरशय्येवर पडल्या पडल्या असं वाटतं, की माझ्या पित्याला बोलताना थांबवून, स्वत: वरदान देण्यासाठी पुढे येऊन सत्यवतींनी खरं म्हणजे मला शापच दिला होता.

| तेरा |

आम्ही द्रोणाचा शोध पुन्हा सुरू करणार, त्यापूर्वी तोच आमच्याकडे आला आणि त्याच्या स्थितीचं वर्णन करत म्हणाला, "महाराज, मी अत्यंत गरीब स्थितीत आहे. माझ्या मुलाला– अश्वत्थाम्याला मी गाईचं दूधही प्यायला देऊ शकत नाही. मला माझ्या आयुष्यात काही अर्थ वाटत नाही. महाराज, पांचालांचा राजा द्रुपद आणि मी बरोबर अभ्यास करत होतो, त्या वेळी त्यानं मला वचन दिलं होतं, की तो जेव्हा राजा होईल, तेव्हा तो त्याचं अर्धं राज्य मला देईल; परंतु त्यानं त्याचं वचन पाळलं नाही आणि माझा अपमान करून मला हाकलून दिलं."

मग विदुराकडे वळून द्रोण पुन्हा म्हणाला, "अहो, मोठ्या मनाचे विदुर, मी माझी पत्नी आणि मुलगा यांना बरोबर घेऊन, वाटेत त्यांना खूप आशा वाटेल अशा गोष्टी सांगत सांगत, द्रुपदाकडे गेलो होतो, आणि त्या नीच द्रुपदानं काय करावं?"

आम्ही काही बोललो नाही, तेव्हा द्रोण पुढे सांगू लागला–

"स मां निराकारमिव प्रहसन्निदमब्रवीत्।
अकृतेयं तव प्रज्ञा ब्रह्मन् नास्तिसमज्जसा।।

(त्यानं मला हलक्या जातीच्या माणसासारखा म्हणत असं म्हटलं, 'ब्राह्मणा, तुझी बुद्धी अत्यंत अनुचित आणि मलीन आहे.')

भीष्म, द्रुपद मला बरेचसे टोमणे मारत राहिला आणि शेवटी कटू शब्दांची मर्यादाही ओलांडत म्हणाला–

"एक रात्रं तु ते ब्रम्हन् कामं दास्यामि भोजनम्।
एव मुक्तस्त्वहं तेनसदार: प्रस्थितस्तदा।।"

(ब्राह्मणा, तुझी इच्छा असेल, तर मी तुम्हाला सर्वांना एक रात्रीचं जेवण तर देईन. हे ऐकून मी माझ्या पत्नीला आणि मुलाला घेऊन तेथून निघून गेलो.)

एवढं सांगून तो पुन्हा मला सांगू लागला, "हे महात्मा, मी त्या वेळी प्रतिज्ञा केली, की मी कसंही करून, कोणत्याही मार्गाने धन आणि सत्ता मिळवेन.

आणि मग, माझ्या स्वत:च्या बळावर नाही, तर मागून मिळवलेल्या विद्येनं का होईना, पण मी द्रुपदाचा पराभव करेन. भीष्मा, आपण जर मला कुरुकुमारांचा गुरू नेमाल, तर मी महाभार्गवांचा शिष्य, माझ्या शिष्यांना अजिंक्य योद्धे बनवेन, याबद्दल नि:शंक राहावं.''

मी विदुराकडे बघितलं. त्याच्या डोळ्यांमध्ये नकार होता. मी द्रोणाच्या रात्रीच्या राहण्या-जेवण्याची व्यवस्था केली व दुसऱ्या दिवशी सकाळी आम्हाला भेटायला सांगितलं.

त्या रात्री मी विदुराला त्याचं मत विचारलं, तेव्हा तो म्हणाला, ''पितामह, द्रोण स्वत:ला परशुरामाचा शिष्य म्हणवतो, ती लबाडी वाटते; कारण त्याचं विद्याप्राप्तीचं ध्येय स्वच्छ नव्हतं– पैसा व सत्ता मिळवणं हे होतं. गुरू कधीही त्याच्या शिष्याला तिमिरपंथी– कनिष्ठ ध्येयाकडे नेणारं शिक्षण देणार नाही. जो शिष्य स्वत: कनिष्ठ ध्येयासाठी शिकतो आणि गुरूच्या शिक्षण देण्यामागच्या उच्च ध्येयाला समजू शकत नाही, तो स्वत:ही उच्च ध्येय ठेवून सांभाळू शकत नाही, तो शिष्यच राहत नाही– तरीही द्रोण स्वत:ला त्या शुद्ध गुरूंचा शिष्य म्हणवतो, स्वत:ला भगवान परशुरामाच्या पठडीतला म्हणतो, तो अधर्म आहे.''

''होय, बरोबर आहे,'' मी म्हणालो '' पण राज्याचा सेवक म्हणून मला तर राजकुमार श्रेष्ठ विद्या शिकतील, हे बघितलं पाहिजे, आणि आत्ता तरी या पृथ्वीवर द्रोण सोडून अशी विद्या शिकवणारं मला कोणी दिसत नाही.''

विदुर म्हणाला, ''तर मग ठीक! ठेवून घ्या द्रोणाला– पण लक्षात ठेवा की तो कुमारांना काहीही शिकवत असेल, तेव्हा द्रोणाच्या मनात ज्ञानाच्या, शिक्षणाच्या श्रेष्ठ प्रकाशाचा विचारही नसेल! जो माणूस पैसा, वैर, सत्ता असे हेतू सिद्ध करण्यासाठी शिष्य झाला होता आणि आता तेच हेतू घेऊन गुरू होऊ बघतो आहे, त्याला मी पाठिंबा देणार नाही!''

– आज समरांगणाच्या या कोपऱ्यात, शरीरातून रक्त ठिबकत असताना मला आठवतंय, की विदुरानं इतकं स्पष्ट सांगितल्यावरही माझ्या प्रतिज्ञेपायी मी द्रोणाला ठेवून घेण्याचा निर्णय घेतला होता. सकाळी विदुराला बरोबर घेऊन द्रोणाची व्यवस्था केली होती तेथे जाऊन सांगितलं होतं– ''आपण इथं राहा आणि कुमारांना निपुण बनवा. माझी अपेक्षा आहे, की आपण कुमारांना निर्लोभी, निर्वैर, नि:स्वार्थी, असं फक्त विद्येसाठी विद्या असं शिक्षण द्यावं.''

द्रोण म्हणाला ''मी अशा कोणत्याही अटी पाळून शिक्षण देऊ शकणार नाही. ज्या ध्येयासाठी मी अवघड अभ्यास करून शिकलो आहे, ते ध्येय प्राप्त करण्यापासून मला कोणी विचलित करू शकणार नाही. शिवाय गुरूला शिष्याकडून अपेक्षा

ठेवण्याचा अधिकार आहे.''

विदुर म्हणाला, ''गुरू स्वत:च शिष्याला अमुक हेतूनंच विद्यादान करत असेल, तर मग शिष्य तरी गुरूनं आखलेल्या वर्तुळातून बाहेर कसा निघू शकेल?''

द्रोण हसून म्हणाला– ''माझी अपेक्षा माझ्या ध्येयप्राप्तीशिवाय कशाचीच नसेल!''

मी काहीच बोललो नाही. त्या वेळी देशात त्याच्याइतका समर्थ शिक्षक कोणी नव्हता. द्रोणाला ठेवून घेण्याशिवाय काहीही पर्याय मला नव्हता!

आम्ही नगरापासून दूर वनांमध्ये आश्रम तयार केला आणि द्रोणाला विद्यालय सुरू करण्यास निमंत्रण दिलं. राजकुटुंबातले सर्व सभ्य, अमात्य आणि हस्तिनापूरच्या नगरजनांच्या उपस्थितीत द्रोणानं त्याच्या विद्यार्थ्यांचं स्वागत केलं. ते स्वत: काय आणि कसे शिकले आहेत ते सांगून शेवटी असं म्हणाले–

''कार्यं मे कांक्षितं किंचित् द्वदि सम्परिवर्तते।
कृतास्त्रनस्तन् प्रदेयं मे तद्देतद् वदतानघा।।''

(हे निष्पाप राजकुमारांनो, माझ्या मनात एक काम करण्याची इच्छा आहे. तुम्ही अस्त्रविद्या प्राप्त केली, म्हणजे तुम्हाला माझी ती इच्छा पूर्ण करावी लागेल. याबद्दल तुमचं काय म्हणणं आहे, ते मला सांगा.)

युधिष्ठिर काही बोलणार, त्याआधी अर्जुन पुढे येऊन म्हणाला, ''मी आपल्याला गुरू म्हणून स्वीकारलं आहे, तर आपल्या कुठल्याही आज्ञेचं पालन करणं हा माझा धर्म होतो. मी वचन देतो प्रभू, की आपल्याकडे अस्त्रविद्या शिकल्यानंतर आपली इच्छा मी जीव गेला तरी पूर्ण करेन.''

सर्व लोक स्तब्ध झाले. माझी मान खाली गेली. कुंती आणि विदुर सभा सोडून निघून गेले!

क्षितिजावर चित्रा आणि स्वाती डोकावतायत. मध्यरात्र व्हायला एखादी घटका बाकी असेल. आत्तापर्यंत माझ्या भूतकाळातली स्मरणयात्रा कितीतरी करून झाली, आणि तरी ती अजून चालूच आहे!

काळ किती भराभर जात होता! धृतराष्ट्राच्या मुलांना, त्यांनाच फक्त खरे कुरुवंशी म्हणवून घ्यायला आवडायचं. पांडुपुत्रांना दुर्योधन कुरुवंशी मानतच नसे– तो त्यांना कौंतेय किंवा पांडव असंच म्हणायचा. युधिष्ठिराला आणि बाकीच्या भावांना तर त्यांना कुरुवंशी म्हणा की पांडुपुत्र म्हणा– काही फरक पडत नसे. आईवडिलांच्या नावानं ओळखलं जाणं त्यांना आवडायचं.

जसे कुरुकुमार प्रसिद्ध होऊ लागले होते, तसाचा अर्जुनाच्या जन्माच्या वेळीच मथुरेत जन्मलेला कुंतीच्या भावाचा मुलगाही प्रसिद्ध होऊ लागला होता. त्याला

कोठे लपवला होता, ते कंसाला कळण्यापूर्वीच सामान्य लोकांना समजलं होतं!

या किशोराची ख्याती खूपच वाढली. पांचालातले लोक, वृष्णी प्रजा, अंधक आणि यवनच काय, सामान्य लोकांची नजरही कौरव, पांडव आणि गोकुळात नंद व यशोदेजवळ वाढणाऱ्या त्या मुलाकडे होती. त्याला कृष्ण म्हणत असत आणि त्याचा मोठा भाऊ बलराम म्हणून ओळखला जायचा. लोक त्या दोघांना अवतारी पुरुष समजत असत.

माझं मन आश्वासित होतं, की कुरुवंशाचे कुमार अजेय आणि अतुल्य होत आहेत; तरी पण त्यांचं सगळ्यांचं शिक्षण पूर्ण होऊन ते राज्य सांभाळतील तेव्हा मग मी निश्चिंत होऊन गंगाकिनारी जाईन. ही माझी कल्पना खरी होण्याइतकं मन मात्र आश्वासित आणि शांत होतच नव्हतं– गुरूकडे असतानाही कुमारांमध्ये वैर वाढत चाललं होतं– एकी आणि प्रेम अजिबात दिसत नव्हतं.

आणि द्रोणानं हे वैर कमी करावं म्हणून काही केलंच नाही. उलट ते स्वत:च्या विद्यार्थ्यांमध्ये स्वत:च भेदभाव करायचे आणि सर्वांच्या समोर वरचेवर अर्जुनाला स्पष्टच सांगायचे–

"प्रयतिष्ये तथा कर्तुं यथा नान्यो धनुर्धरः।
त्वत्समा भविता लोके सत्यमेतद् ब्रवीमिते।।"

(अर्जुन, मी असं करण्याचा प्रयत्न करेन, की जगात दुसरा कोणी धनुर्धर तुझ्यासारखा नसेल, हे मी सत्य होईल असंच सांगतो आहे.)

हे सर्व अगदी टोकाला जात होतं, तेव्हाच मथुरानरेश कंसाच्या हत्येबद्दल समजलं. जरासंध आणि शिशुपाल यांचा विचार करून धृतराष्ट्रानं या सर्व गोष्टींपासून लांब राहण्याचं ठरवलं होतं. तसं असलं तरी मी मात्र घटनांवर लक्ष ठेवून होतो. कृष्णाबद्दलच्या आख्यायिका आणि जनमानसातील त्याचं स्थान, यांचं मला आश्चर्य वाटायचं. माझ्या राजाची परवानगी नसली, तरीही मी गुप्तपणे मथुरेला जाऊन कृष्णाला भेटून यायचं ठरवलं होतं.

परंतु मी तिकडे जाण्यापूर्वी जरासंधानं मथुरेवर हल्ला केला, आणि कृष्ण मथुरा सोडून पळून गेल्याचं ऐकलं, त्यानं मला खूप वाईट वाटलं. निधड्या छातीनं लढण्याऐवजी पाठ दाखवून पळून जाणं, ही मला भ्याडपणाची शर्थ वाटली. कृष्णाविषयी ऐकलेल्या गोष्टी मला निरर्थक वाटल्या. माझ्या मनातल्या त्याच्याबद्दलच्या कल्पनांचा अगदीच चुराडा झाला!

त्याच सुमाराला द्रोणानं कुमारांची परीक्षा घेण्याचं ठरवलं. अधिरथाचा पुत्र कर्णही त्यात भाग घेण्यासाठी आला. त्यानं जे करून दाखवलं त्यानं मी आणि द्रोणही आश्चर्यचकित झालो. महाभार्गवांच्या शिष्याशिवाय दुसरा कोणी असा पराक्रम करू शकेल, हे मला खरंच वाटत नव्हतं. मी कुंतीकडे बघितलं. कर्णाला

बघून तिच्या चेहऱ्यावर जे भाव दिसले, ते बघून मी बरंच काही समजून गेलो.

मी अधिरथाला बोलावून विचारलं, "तुझा मुलगा धनुर्वेद केव्हा आणि कोणाजवळ शिकला आहे?"

अधिरथ म्हणाला, "बऱ्याच वर्षांपूर्वी मी त्याला रथ चालवण्याचं शिक्षण देण्याचं ठरवलं, तेव्हा तो घरून पळून गेला होता. तो महेन्द्र पर्वताकडे गेला आणि तेथे भगवान परशुरामांकडे राहिला, हे मला समजलं होतं."

सांगता सांगता अधिरथ जरा अडखळला आणि म्हणाला, "क्षमा करा महाराज, परंतु एक सूतपुत्र धनुर्वेद शिकत आहे, हे समजल्यावर राजसत्ता मला शिक्षा तर करणार नाही, असे वाटून मी माझा मुलगा परशुरामांकडे आहे, हे कोणाला सांगितलं नव्हतं."

मी स्तब्ध झालो! क्षणभर मला वाटलं, की अधिरथाला सांगून टाकावं, की कर्ण तुझा मुलगा नाही, तो कुठल्या तरी देवाचा आणि खुद्द कुंतीचा पुत्र आहे! परंतु ती वेळ हे सत्य उघड करायची नव्हती. मी गप्प राहिलो.

माझ्या मनात आलं, की ब्राह्मण आणि क्षत्रिय सोडून कोणालाही शिष्य न करणाऱ्या महाभार्गवांना कर्णानं स्वत:ची काय ओळख सांगितली असेल? अरेरे! माझ्या वृद्ध गुरूंना त्यांच्या अवस्थेत काय दोघादोघांनी फसवलं? एक त्या द्रोणानं आणि दुसरं या कर्णानं?

त्या दिवशी परीक्षेच्या वेळी कर्णानं अर्जुनाला आव्हान दिलं. द्रोण समजून चुकले, की अर्जुनाला जगातला श्रेष्ठ धनुर्धर बनवण्याचं त्यांचं वचन खोटं ठरू शकेल असा प्रसंग आला आहे. प्रस्थापित नीतिनियमांचा आधार घेऊन ते म्हणाले, "राजकुमार शूद्रांशी युद्ध करत नाहीत."

दुर्योधनानं तिथल्या तिथं कर्णाला अंगदेशचा राजा घोषित केलं, आणि तेथेच त्याचा अभिषेक केला आणि जाहीर केलं, " आता कर्ण राजा आहे. आता अर्जुनाला त्याच्याशी युद्ध करण्यात कोणतीही अडचण येणार नाही."

कर्ण दुर्योधनाला म्हणाला, "आपण फार मोठं औदार्य दाखवून मला– सूतपुत्राला– राजा केलं आहे, त्यामुळे मी आपला ऋणी आहे. आता आपण म्हणाल, ते मी करेन."

दुर्योधनानं उत्तर दिलं, "हे राजशार्दूल, मी तुझ्याशी अशी मैत्री ठेवू इच्छितो, जी कधीही अस्त पावणार नाही."

कुंतीचा चेहरा पांढराफटक पडला आणि दुसऱ्या क्षणी ती बेशुद्ध झाली! सेविकांच्या मदतीने विदुर तिला नगरात घेऊन गेला. अर्जुनाकडे बघून तिरस्कारयुक्त स्मित करत कर्ण तिथून निघून गेला.

परीक्षेनंतर द्रोणानं जे ठरवलं होतं तेच सांगितलं. त्यानं त्याच्या विद्यार्थ्यांना

सांगितलं, ''पांचालराज द्रुपदाला बंदी बनवून माझ्यासमोर आणा.''

हस्तिनापूरचे कुमार आणि द्रोणाचे शिष्य आता अजय होते. द्रुपदाला बंदी अवस्थेत द्रोणासमोर नमावं लागलं. त्याच्या राज्याच्या कमाईचा अर्धा भाग द्रोणाला देण्याचं कबूल करावं लागलं. द्रोण द्रुपदाला त्याची पत्नी आणि मुलगा यांच्या समक्ष वाटेल तसे बोलला आणि मग दया करावी अशा तऱ्हेनं त्याला सोडून दिलं.

वर्षं जात राहिली. आधी द्रोण वैर विसरू शकत नव्हता, आता द्रुपद वैर मनात धरून सूड उगवण्यासाठी काय करावं याचा विचार करत होता. त्यानं द्रोणाला मारू शकेल असा पुत्र मिळवण्यासाठी यज्ञ केले. लोकांच्या बोलण्यावरून कुमार धृष्टद्युम्न आणि पुत्री द्रौपदीचा जन्म, यज्ञाचा परिणाम म्हणून अग्निकुंडातच झाला होता!

सर्व आर्यावर्ताला आश्चर्याची गोष्ट म्हणजे द्रुपदानं धृष्टद्युम्नाला द्रोणांकडेच धनुर्वेद शिकायला ठेवला आणि द्रुपदाचा तो मुलगा त्याची हत्या करण्यासाठीच जन्मला आहे, हे माहीत असूनही द्रोणानं त्याला शिष्य म्हणून स्वीकारलंही!

या सर्वांत, तिकडे रण सोडून पळून गेलेले कृष्ण आणि बलराम यांनी गोमंतकाच्या टेकड्यांमध्ये जरासंधाचा पराभव करून त्याला हाकलून दिल्याचं समजलं, तेव्हा मी थक्क झालो. हा कृष्ण म्हणजे काय मनुष्य आहे, ते समजण्यसाठी त्याला भेटलंच पाहिजे, असं वाटलं, आणि मी मथुरेला जाण्याचं ठरवत होतो, तेवढ्यात कालयवन आर्यावर्तात येऊन पोहोचल्याची बातमी आल्यावर मी नगर सोडलं नाही.

कालयवन कोठे आहे आणि त्याची शक्ती कशात आहे, हे जाणून घ्यायला गेलेले हस्तिनापूरचे गुप्तहेर ज्या गोष्टी सांगत आले, त्या खऱ्या वाटण्यासारख्या नव्हत्या. ते म्हणाले, ''महाराज, स्वत: ज्यांनी प्रत्यक्ष बघितलं, त्या तेथील गावातील लोकांनी, समोर पळणारे कृष्ण आणि त्यांच्या मागे लागलेल्या कालयवनाला मुचकुंद–गुहा नावाच्या गुहेत जाताना पाहिलं. मग थोड्या वेळानं आतून पूर्ण पेटलेला व किंचाळणारा कालयवन बाहेर आला, आणि राख होऊन पडला. बऱ्याच वेळानं कृष्ण अगदी शांत, स्वस्थ असे गुहेच्या बाहेर आले, आणि मथुरेकडे निघून गेले!''

''मला कृष्णाला भेटायला मथुरेला गेलं पाहिजे,'' मी म्हणालो आणि सारथ्याला सांगितलं, की रथ तयार करावा.

हे ऐकून त्या गुप्तहेरांनी म्हटलं, ''मथुरेला आता कोणीही नसेल! आत्तापर्यंत कृष्णांनी संपूर्ण नगर रिकामं करून, मथुरावासींना रैवताचलच्या पलीकडे समुद्रकिनाऱ्यावर कोठे नव्या जागी वस्ती करण्यासाठी प्रयाणही केलं असेल!''

आर्यावर्तात एक व्यक्ती अगदी वेगळ्याच तऱ्हेनं युद्ध करते! रण सोडून पळून

जाण्यातही कमीपणा मानत नाही– आणि मग एकाएकी वेगळ्याच कुठल्या तऱ्हेनं ते युद्ध जिंकते! मथुरेसारख्या साऱ्याच्या साऱ्या राजधानीच्या शहराला एका ठिकाणाहून दुसऱ्या ठिकाणी नेऊन तेथे वसवते! मला तर या सगळ्या परीकथेसारख्या गोष्टी वाटत होत्या!

आमच्या राजकुमारांनाही त्या तरुणाबद्दल खूप आदर वाटायचा. अर्जुन तर त्यांच्याबद्दल काहीही समजलं, की लगेच येऊन गोष्ट सांगावी तसा सांगून जायचा.

यादवांना रैवताच्या पलीकडे एकांत जागी, समुद्राकाठी वसवून, कृष्ण स्वत: तर त्यांचे राजेही झाले नाहीत! यादव स्थिरस्थावर झाल्यावर ते स्वत: तर जणू आर्यावर्ताच्या प्रवासाला निघावे तसे वेगवेगळ्या राज्यात हिंडत राहिले.

मला त्यांना भेटायची फार इच्छा होतीच, तेवढ्यात विदुरानं येऊन सांगितलं, ''पितामह, माझ्या घरी एक पाहुणे आले आहेत– यादवशिरोमणी कृष्ण!''

ही पहिलीच वेळ होती, की बाहेरच्या कुठल्याही राज्यातील महत्त्वाची व्यक्ती हस्तिनापूरच्या राजाला किंवा मला न कळवता आली असेल. मला हे शिष्टाचार मोडल्यासारखंही वाटलं. कृष्णांना भेटल्यावर हे प्रथम सांगायचं ठरवून मी विदुराच्या घरी गेलो.

कृष्ण अगदी साध्या कपड्यांमध्ये, घरच्या माणसासारखे जमिनीवर मांडलेल्या पाटावर बसून विदुराच्या पत्नीशी बोलत होते. मी येताना दिसताच ते उभे राहिले आणि वाकून नमस्कार करून म्हणाले, ''पितामह, आपल्याविषयी मी इतकं ऐकलं होतं, की आपल्या दर्शनाची खूपच इच्छा होती. आज ती पुरी झाली! मी आपल्याबद्दल जशी कल्पना केली होती, तसेच आपण आहात!''

कृष्णांना शिष्टाचार न पाळण्याबद्दल काही म्हणायचंही मी विसरून गेलो– त्यांना उभं करून मिठी मारत मी म्हणालो, ''मीही आपल्याबद्दल खूप ऐकलं होतं आणि आपल्याला बघायला माझं मन आतूर होतं.'' मग पुढे थट्टेनं म्हणालो, ''आणि आपण सगळे आर्यावर्त हिंडलात, पण हस्तिनापूरला आला नाहीत? कांपिल्यला तर खूपदा जाऊन आलात!''

कृष्ण सस्मित म्हणाले, ''कांपिल्य तर माझ्या मैत्रिणीचं– कृष्णाचं नगर आहे; पण पितामह, आपणही मला 'आपण' म्हणताय? इथं तरी मला 'तू' म्हणा! असं वाटू दे ना, की मी माता सत्यवतीच्या नगरात, आणि माझ्या कुंती आत्याच्या घरी आलो आहे!''

मी म्हणालो, ''कृष्ण, सगळ्यांच्या नशिबात सगळं नसतं! माझी कितीही इच्छा असली, तरी हस्तिनापूरची जबाबदारी मी माझ्या डोक्यावरून उतरवू शकत नाही. त्या गादीचा सेवक आहे, म्हणून राज्याच्या अतिथीला 'तू' किंवा 'तुम्ही' म्हणण्याचा अधिकार मला नाही. प्रतिज्ञाबद्ध आहे बाबा मी, आणि मला तसंच

राहायचं आहे.''

कृष्ण पुन्हा जरासं हसले आणि म्हणाले, ''पितामह, आपण कधी तरी प्रतिज्ञांच्या पलीकडे जाऊन भेटू या, अशी मी इच्छा करतो! पण तो विषय नंतर. आत्ता मी आपल्याला आणि विदुरकाकांना काहीतरी सांगायला आलो आहे.''

''तर मग माझ्याकडे यायचं होतं ना?''

''राजाच्या महालात अनेक धोक्याच्या जागा असतात. मला तिथं बसून या विषयावर बोलणं योग्य वाटलं नाही,'' कृष्णांनी उत्तर दिलं.

आम्ही बसलो, तेव्हा कृष्ण सहज सांगावं तसं म्हणाले, ''मी वारणावतला गेलो होतो.''

''हं,'' विदुरानं कान टवकारले.

कृष्ण पुढे म्हणाले, ''तेथे मी हस्तिनापूरची बोली भाषा ऐकली. जवळपासच्या गावकऱ्यांना विचारलं, तेव्हा त्यांनी सांगितलं, की हस्तिनापूरचे बरेच कारागीर त्यांच्या पुरोचन नावाच्या एका मंत्र्याबरोबर राहून एक घर बांधत आहेत.''

विदुर म्हणाला, ''मला शंका तर होतीच. शकुनी आणि दुर्योधन पांडवांना वारणावतला पाठवा अशी मागणी धृतराष्ट्राजवळ करत असतात.''

''जर तसं असेल, तर सावध राहिलं पाहिजे,'' कृष्ण म्हणाले, ''कारण ते घर ताबडतोब पेट घेतील असे पदार्थ आणि लाख यांनी बांधलं जातंय् हे मी माझ्या डोळ्यांनी बघून आलो आहे.''

या तरुणाकडे समग्र आर्यावर्ताची खडा न् खडा माहिती असली तर त्यात नवल नव्हतं. कृष्णांशी दोन-तीन पळं बोलणाऱ्यालाही ते का, कसे मोहून टाकतात हे आणि ते कशामुळे सर्वांहून समर्थ आहेत, ते समजायला कोठेही जाण्याची जरुरी नव्हती!

मी काही म्हणण्याआधीच विदुर म्हणाला, ''दुर्योधन तर सांगत राहतो, पण माझे मोठे भाऊ ऐकत नाहीत. ते म्हणतात, की घरची मोठी माणसं आणि राज्याचे मंत्री ऐकणार नाहीत.''

कृष्ण मार्मिक हसून म्हणाले, ''वडील माणसं आणि मंत्री, यांच्याबद्दल दुर्योधनाचं काय मत आहे, ते सांगू?'' आणि होकाराची वाट न पाहता पुढे म्हणाले, ''दुर्योधनानं धृतराष्ट्राला सांगितलं, की–

''मध्यस्थसततं भीष्मो, द्रोणपुत्रो मयिस्थितः।
यतः पुत्र स्ततो द्रोण भविता नात्र संशयः''

(भीष्म तर नेहमीच मध्यभागी राहणार, द्रोणाचा मुलगा माझ्या पक्षाचा आहे, म्हणून द्रोणही तेथेच राहणार, याबद्दल शंकाच नाही.)

मी कृष्णांकडे बघितलं तर त्यांच्या चेहऱ्यावर खोडकर हास्य दिसलं. मी

सरळच विचारलं, "यादवश्रेष्ठ, हे त्यांचं मत आहे, असं आपण काल्पनिक सांगताय का सत्य सांगताय?"

आता कृष्णांनाही हसू आलं आणि ते म्हणाले, "तात, मी कदाचित काल्पनिक सांगत असलो, तरीही तेच सत्य आहे. मी त्याला भेटलेलो नाही, तरी दुर्योधन काय म्हणेल, ते मला ठाऊक आहे. तुम्हा सर्वांचा अनादर करूनही धृतराष्ट्र पांडवांना वारणावतला जायला सांगेल आणि त्यासाठी पुढे असेही म्हणेल, की जेथे द्रोण, तेथेच कृपाचार्य. वर आणखी असंही सांगेल, की विदुरकाका तर तुमच्या आर्थिक बंधनात आहेत. ते जरी गुप्तपणे पांडवांना मदत करत असले, तरी ते एकटे काही करू शकणार नाहीत!"

हस्तिनापूरच्या त्या वेळच्या परिस्थितीचं पूर्ण चित्र— कधीही न आलेल्या त्या यादव तरुणाच्या तोंडून ऐकून मला आणि विदुराला शरम वाटली.

मी म्हणालो, "कृष्णा, मी काय करू? मी पांडूला 'राज्य सांभाळ' असं अनेकदा सांगितलं होतं; पण तो नेहमी युद्धामध्ये नाहीतर वनांमध्ये रमायचा— नाहीतर धृतराष्ट्राला राज्य सोपवायला मी कधीही कबूल झालो नसतो."

कृष्ण माझ्याजवळ आले आणि खूपच प्रेमानं म्हणाले, "पितामह, हे सारं मी आपला किंवा विदुरकाकांचा अपमान करण्यासाठी नाही सांगितलं. मी तर जी परिस्थिती आहे, त्याबद्दल सावध करायला आणि आता आपण काय केलं पाहिजे ते विचारायलाच आलो आहे."

मी कृष्णांकडे टक लावून बघत म्हणालो, "आपण इच्छा असली, तर पांडवांना वारणावतला जाऊ द्यायचं नाही असं करू शकतो; परंतु तसं केलं, तर येथे त्यांच्यावर दुसरे काही प्रयोग होतील! तेव्हा दुसरा काही उपाय शोधावा लागेल."

कृष्ण म्हणाले, "आपण म्हणता ते खरं आहे. जाऊ देत पांडवांना. आपण आणखी दुसरे उपाय शोधूया," आणि मग जणू लहान मुलांना एखादा खेळ शिकवावा आणि सोपा करून सांगावा, तसं ते म्हणाले, "गंगेकाठच्या वनांमधून वारणावतपर्यंत भूमिगत रस्ता तयार करता येईल. जर स्थानिक लोकच हे काम करतील, तर कोणाला शंकाही येणार नाही. ज्या दिवशी ते घर बांधण्याचं काम पूर्ण होईल, आणि पांडव तेथे राहायला जाऊन पोहोचतील, त्या दिवशी गुप्त भूमिगत रस्ता त्या घराशी जोडून टाकता येईल."

मी कृष्णांचे हात माझ्या हातात घेतले आणि म्हणालो, "कृष्ण, तसंच होईल. शिवाय पांडव हस्तिनापूर सोडतील त्या दिवसापासून दाट वनांमध्ये गंगेच्या काठी एक होडी कायम राहील. आपण कल्पना करत आहो तशी कठीण वेळ आली, तर त्या नावेतून गंगेपलीकडे जायला मी युधिष्ठिराला सांगून ठेवेन."

कृष्ण परत गेले. त्यानंतर थोड्याच महिन्यांमध्ये धृतराष्ट्रानं पांडवांना 'वारणावतला राहायला जा' अशी आज्ञा केली. त्यांनी अजिबात 'हो-नाही' न करता किंवा कारण न विचारता काकांची आज्ञा स्वीकारली. कुंतीनंही मुलांबरोबर जाण्याची तयारी केली. प्रजेमध्ये बातमी पसरली की पांडवांना हद्दपार केलं आहे.

लोक माझ्याकडे येऊन सांगू लागले की, असं करणं अधर्माचं आहे. निष्पाप राजपुत्रांना हद्दपार केल्यासारखं आहे. वारणावत हिमालयातल्या अतिशय दुर्गम आणि कनिष्ठ समजल्या जाणाऱ्या ठिकाणी वसलेलं आहे, हे माहीत असून हे महापुरुष भीष्म, तुम्ही या गोष्टीला संमती कशी दिलीत?

त्या लोकांना मी कसंबसं समजावलं, आणि पांडव अशाच ठिकाणी जन्मले आणि मोठे झाले आहेत इ. आठवण देऊन अनेक बहाणे केले. शेवटी असंही म्हटलं, की राज्यव्यवस्था नीट चालावी आणि प्रजेला त्रास होऊ नये म्हणून बरेच दुःखद निर्णय घ्यावे लागतात. असं सर्वांना समजावून परत पाठवलं.

कुमारांनी निघण्याची तयारी केली. जाण्यापूर्वी युधिष्ठिर आणि सर्व भाऊ मला प्रणाम करायला आले. मी पांडवांना जवळ बसवलं आणि विदुराला बोलावून घेतलं. तो आल्यावर मी युधिष्ठिराला म्हणालो, ''मी काही सामान्य, व्यवहारी गोष्टी सांगणार आहे. आणि हो, तुम्ही जरी वनांमध्ये जन्मून मोठे झाला असलात, तरी मी तुम्हाला वनातल्या इतर जीवांविषयीही बऱ्याच गोष्टी सांगणार आहे.''

युधिष्ठिरानं जरा आश्चर्यानं माझ्याकडे बघितलं आणि मग लगेच गंभीर होऊन तो लक्षपूर्वक ऐकू लागला.

मी म्हणालो, ''बाळ, नीट ऐक. जो पुरुष त्याच्या शत्रूच्या नीतिशास्त्राचं अनुसरण करण्याची बुद्धी समजून घेईल, तो पुरुष असे उपाय करू शकेल, की ज्यामुळे शत्रू त्याचं नुकसान करू शकणार नाही.''

युधिष्ठिर म्हणाला, ''पितामह, आपल्याला काय म्हणायचंय ते माझ्या लक्षात आलं आहे. आता मला आणखीही सांगा.''

आता विदुर म्हणाला, ''मुला, अनेक शस्त्रांपैकी एक, असं एक महाभयंकर शस्त्र आहे, जे लोखंडाचं नसलं तरी शरीर संपूर्ण नष्ट करू शकतं. ज्या व्यक्तीला या शस्त्राची माहिती आहे, तिनं तिच्या प्रहारापासून वाचायचा उपाय आधीपासूनच ठरवून ठेवावा.''

युधिष्ठिर म्हणाला, ''काका, त्या शस्त्राविषयीची कल्पना मी करू शकतो.''

आता मी म्हणालो, ''मुला, किती आश्चर्याची गोष्ट आहे ना, की वणवा गवतापासून, ते सुकलेल्या वृक्षांपर्यंत संपूर्ण वनाला नष्ट करू शकतो, तरी तो भूमिगत बिळांमध्ये राहणारे उंदीर आणि इतर प्राणी, यांना इजासुद्धा करू शकत नाही!''

"जी!" युधिष्ठिरानं उत्तर दिलं आणि त्याच्या भावांकडे एकदा नजर टाकून तो पुढे म्हणाला, "काका, मला माहीत आहे, की जो डोळे बंद ठेवतो, त्याला रस्ता सापडत नाही. जो धैर्य धरू शकत नाही, घाबरून जातो, तो बुद्धीचा उपयोग करून वाचू शकत नाही."

विदुरानं सांगितलं, "मुला, जो माणूस नक्षत्रांकडे बघून दिशा ओळखतो, आणि जो पाचही इंद्रियं सतर्क ठेवतो, त्याला शत्रू त्रास देऊ शकत नाही."

युधिष्ठिरानं उठून उभा होत मला प्रणाम केला आणि म्हणाला, "पितामह, आपण आणि विदुरकाकांनी जे सांगितलं, ते सर्व काही मला समजलं आहे. एकांत मिळेल तेव्हा मी हे सर्व ज्ञान माझी माता कुंती आणि माझे भाऊ यांना सांगेन. आम्ही सर्वत्र हिंडून नीट बघून घेऊ आणि जे शोधायचं आहे, ते शोधून मिळवू."

"तथास्तु," मी म्हणालो.

पांडवांनी निरोप घेतला. विदुर त्यांना निरोप द्यायला लांबवर गेला.

गुप्तचरांनी नगरात चाललेली चर्चा माझ्यापर्यंत पोहोचवली, आणि सांगितलं, "लोक म्हणतात, की फक्त सहाजण बाहेर निघून गेले; पण हस्तिनापूरच रिकामं झाल्यासारखं वाटतंय!"

| चौदा |

रात्रीचा दुसरा प्रहरही संपत येईल. दूर युद्धक्षेत्राकडे दृष्टी गेली, तर ठिकठिकाणी अग्नी प्रकटलेला दिसतो. त्यातली किती अग्निकुंडं शेकोट्यांसाठी असतील, आणि किती चिता असतील ते नक्की मोजता तर येत नाही; पण इच्छा करतो, की सगळी अग्निकुंडं शेकोट्याच असतील!

कितीतरी वर्षांपूर्वी– वारणावतला लागलेली आग आणि जळणारी शरीरं बघून पळत सुटलेल्या कोणा वनवासीनं हस्तिनापुरात येऊन ज्या आरोळ्या ठोकल्या होत्या, त्यामुळे साऱ्या नगराला पांडव जळून मेल्याचं समजलं होतं. लोकांची टोळकी महालाकडे धाव घेणार त्याच्या आधी मी आणि विदुर उत्तर दरवाजाच्या समोरच्या चौकात पोहोचलो. लोकांची टोळकी येतच होती.

आयुष्यात प्रथमच हस्तिनापूरची प्रजा मला बघून शांत झाली नाही. लोक काहीच्या काही म्हणत होते, काही स्पष्ट समजत नव्हतं. वातावरण तापत होतं– उग्र होत होतं.

विदुर एका उंच ओट्यावर चढला आणि त्यानं बरेचदा हात उंच करून, मोठ्या आवाजात लोकांना शांत व्हायला सांगितलं, तेव्हा लोक जरा शांत झाले.

पण आम्ही काही बोलणार त्याच्या आधीच कोणीतरी म्हणालं, "हे असं होणार, हे तुम्हा सर्वांना ठाऊक होतं! पापी दुर्योधनाचंच हे कारस्थान होतं!"

दुसरा म्हणाला, "धृतराष्ट्रालाही त्याच्या मुलाच्या कारस्थानाची माहिती होती, त्यानंच जाणूनबुजून जाळून मारायला पांडवांना वारणावतला पाठवलं होतं."

एक ब्राह्मण तर अत्यंत संतापून समोरच्या घराच्या ओट्यावर चढला आणि त्यानं, "हाय रे कुंती! अरेरे धर्मराज! हाय भीम! अरेरे अर्जुना!" असा शोक करत आपले केस ओढायला सुरुवात केली! सगळ्यांचं लक्ष त्याच्याकडे गेलं, मग तो मोठ्यानं म्हणाला,

"नूनं शांतनवोपीह न धर्ममनुवर्तते।
द्रोणश्च विदुरश्चैव कृपाश्चान्ये च कौरवा:।।"

(नक्कीच याबाबतीत शंतनूनंदन भीष्मानं धर्माचरण केलं नाही. द्रोण– विदुर– कृपाचार्य आणि कौरव– सगळे असेच आहेत.)

हे जे घडत होतं, ते राजवाड्यात पोहोचल्याबरोबर सैनिक येतील आणि टोळक्यांना हटवायला दंडुके वापरू लागतील, या भीतीनं मी आणि विदुरानं लोकांना शांत करण्याचे प्रयत्न सुरू केले. आम्ही दोघेही हात जोडून, मस्तकं नमवून उभे राहिलो. लोकांनी काहीही म्हटलं किंवा केलं, तरी आम्ही तसेच उभे राहणार होतो.

आमच्या सुदैवानं लोकांच्या रागाचं हिंसेमध्ये परिवर्तन झालं नाही. थोडी शांतता झाली तेव्हा मी सर्वांना ऐकू जाईल अशा आवाजात सांगितलं, ''हे प्रजाजन हो, तुमचं दु:ख मला समजतं. मी तुमचं सर्व बोलणं ऐकूनही घेतलं आहे. आता मी सांगतो, ते लक्ष देऊन ऐका.''

विदुरानंही पुन्हा एकदा दोन्ही हात उंच करून लोकांना शांत होण्याची आणि माझं म्हणणं ऐकून घेण्याची विनंती केली.

लोकांचा आवाज शांत झाल्याबरोबर मी म्हणालो, ''मी, गंगापुत्र भीष्म, असं जाहीर करतो, की पांडूचे पुत्र आणि कुंती यांना मी मृत मानत नाही. माझं मन सांगतंय, की एक दिवस आपण आपल्या डोळ्यांनी पांडवांना आणि कुंतीला नगरात प्रवेश करताना बघू.'' एवढं म्हणून मी विदुराकडे बघून त्यालाही काहीतरी सांगण्याची खूण केली. विदुर म्हणाला, ''पितामहांसारखंच मलाही वाटतं आहे. असं मी भावनेच्या भरात बोलतोय असं नाही. मी प्रतिज्ञा करतो, की पांडवांच्या आणि कुंतीच्या श्राद्धविधींमध्ये मी भाग घेणार नाही, किंवा मी त्यांचं तर्पणही करणार नाही.''

''फारच उत्तम!'' ''उत्तम!'' अशा लोकांच्या आवाजापाठोपाठ प्रश्नही आले–

''वारणावतात जे मृतदेह मिळाले, ते कोणाचे आहेत?''

''पांडवांना परत केव्हा आणलं जाईल?''

विदुरानं अवघड प्रश्न सांभाळून घेत सांगितलं, ''कुरू राज्याएवढ्या मोठ्या विस्तीर्ण राज्यात, आणि कुरूंच्या आत्ता आहे तेवढ्या मोठ्या कुटुंबाला सांभाळायचं असताना याचं उत्तर लगेच देता येणं शक्य नाही. मी एवढंच सांगेन, की पृथ्वी पांडवरहित झालेली नाही असा मला विश्वास आहे.''

आश्चर्य वाटावं, तसं आमचं सांगणं ऐकून लोक विखुरले. हळूहळू चौक रिकामा झाला. थोड्या वेळापूर्वी आमचा जो अनादर झाला होता, तो आम्ही विसरून गेलो.

मी आणि विदुरानं श्राद्धात भाग घेतला नाही आणि तर्पण केलं नाही, त्यामुळे शकुनीला जरा शंका आली; परंतु दुर्योधन त्याला म्हणाला, ''लोकनिंदेपासून

वाचायला त्या दोघांनी प्रतिज्ञा घेण्याची सोंगं केली असणार. ती दोघं तर्पण नाही करणार, तर चांगलंच! त्या भीमाला मुक्ती न मिळो...''

त्यानंतर काळ जात राहिला, तसतशी माझी चिंता वाढत होती. पांडव आहेत अशी काहीही बातमी येत नव्हती. आम्ही ज्याला गंगाकिनाऱ्यावर होडी घेऊन बसवला होता, तो नाविकही 'पाच देवांसारखे दिसणारे तरुण आणि माता गंगेपलीकडच्या वनांमध्ये होडी थांबवून उतरले,' यापलीकडे काही सांगू शकत नव्हता. ती वनं राक्षसांच्या ताब्यात होती, त्यामुळे तेथून काही बातमी बाहेर येईल असं नव्हतं.

तो काळ माझ्यासाठी अवघड आणि काळजीचा होता. एका बाजूला मी जाहीरपणे सांगितल्यासारखे पांडव येत नव्हते. वारणावतात खरोखर झालं काय, ते स्पष्ट कोणालाच कळलं नव्हतं. दुसरीकडे भीष्माचं सांगणं म्हणजे दगडावरची रेघ मानणाऱ्या लोकांचा माझ्यावरचा विश्वास डळमळीत झाला, तर माझ्या जगण्याला काही अर्थ राहणार नव्हता!

माझे स्वतःचे गुप्तहेर सगळीकडे हिंडून परत येत होते; परंतु कोठेही पाच पुत्र आणि एक माता, यांचा थांगपत्ता लागत नव्हता. मी विदुराला बोलावून प्रजेचं एकूण मत आणि आता काय करावं याविषयी विदुराचं मत समजून घेण्याचा प्रयत्न केला.

विदुर म्हणाला, ''होय, परिस्थिती काळजी करण्यासारखीच होती; परंतु आपल्या बोलण्यावरचा लोकांचा विश्वास डळमळीत होण्याआधीच गोविंदानं सगळं सांभाळून घेतलं.''

''गोविंद? कोण गोविंद?'' ऐकू आलं तरी खरं वाटू नये अशी गोष्ट मला चटकन खरी वाटेना, मी पुन्हा विचारलं, ''कृष्ण वासुदेव?''

''जी!'' विदुर म्हणाला, ''गेल्या पौर्णिमेला मथुरेला जाता जाता ते नगराबाहेरच्या आंबावाडीत थांबले होते. त्यांच्या आगमनाबद्दल कोणालाही न सांगण्याची आज्ञा करून त्यांनी मला तिथं बोलावलं होतं.''

''विदुर!'' मी जवळजवळ आरोप करण्याच्या सुरात म्हणालो, ''मला न कळवता नगरात–''

माझं बोलणं संपायच्या आतच विदुर म्हणाला, ''महाराज, मी आपला अनादर करत नाही; परंतु वासुदेव नगरात मुळी आलेच नव्हते. वाटसरू जसा कोठेही थांबतो, तसे ते नगरापासून पाच कोस दूर, घटका दोन घटका झाडांखाली थांबले, आणि मला सावध करून निघून गेले.''

''सावध?'' त्या दिवशी विदुर मला धक्क्यावर धक्के देत होता!

''हो,'' विदुर म्हणाला, ''भगवान मला म्हणाले, की वर्ष उलटून गेलं, तरी पांडव आलेले नाहीत. अजूनही, ते केव्हा येतील, ते तुम्हाला कोणाला माहीत

नाही. हस्तिनापुरात तुमच्या विश्वसनीयतेला धोका आहे, त्याचा उपाय करा.''

–हा पोरगा! देवकीचं आठवं बाळ– एकेकाळी हा गोकुळात गुरं राखायचा. आज सर्व यादवप्रजेला घेऊन, रैवताचलाच्या पलीकडे एका कोपऱ्यात थेट दर्याकाठी जाऊन वस्ती केली आहे न् तिकडे जाऊनही, संपूर्ण भारतातली लहानातली लहान गोष्ट त्याला माहीत असते, प्रत्येक माणसाची चिंता करतो!

मी काही बोललो नाही, तेव्हा विदुरानं पुढं सांगितलं की, नगरातल्या प्रजेला हे माहीत झालं पाहिजे, असं वासुदेवांनी सुचवलं की, आजपासून एक वर्षापूर्वी वारणावतच्या दक्षिणेच्या बाजूला असलेल्या राक्षसभूमीतल्या हिंडिंबवनातला प्रमुख कोणा मानवाशी युद्ध करत असताना त्या मानवाने त्याला मारला होता.

''हं,'' मी म्हणालो.

विदुरानं पुढे सांगितलं, ''पुढे वासुदेवांनी असंही सांगितलं, की हिडिंबची बहीण हिडिंबा हिनं त्याच मानवाशी विवाह केला– ज्यानं हिडिंबला मारलं, त्यानं आणि त्या राक्षसीनं एका पुत्राला जन्म दिला आहे.''

सांगता सांगता भरून येऊन विदुराच्या तोंडून, ''हे पुत्र!'' असे उद्गार निघाले– त्याला थांबवायचा प्रयत्न न करता मी त्याचं सांगणं ऐकत राहिलो. ''आणि शेवटी वासुदेवानं मला सांगितलं, की आत्ता, अगदी नुकतंच, एकचक्रा नगरात राहणारा राक्षस बकासुर हा मानवभक्षी होता, त्याला कोणी ब्राह्मण तरुणानं हातांनीच युद्ध करून मारून टाकलं.''

''असं?''

विदुर म्हणाला, ''या कथा मी नगरातल्या लोकांमधे पसरवल्या. आता नगरात या घटनांची कुजबुजत चर्चा होत आहे, की या जगात हिडिंब आणि बकासुर यांच्यासारख्यांना हातांनी लढून मारू शकणारे फक्त चारजण आहेत. एक दुर्योधन– जो कोठेही गेलेला नाही, येथेच आहे; दुसरे भगवान कृष्ण, तिसरे बलरामजी– जे दोघे तर थेट तिकडे द्वारकेत आहेत आणि चौथा कुंतिपुत्र भीम– जो जळून मेला असं समजलं जातं.''

''हे कृष्ण! हे वासुदेव!'' माझ्या तोंडून निघालं. कृष्ण किती चतुर आणि हुशार आहे, हे त्या क्षणी माझ्या पूर्ण लक्षात आलं होतं! त्या दिवशी मला शांत आणि सुटल्यासारखं वाटण्याचा अद्‌भुत अनुभवही आला होता.

मनात आलं, पांडवांना शोधून त्यांना वाजतगाजत नगरात घेऊन यावं; माझी सत्ता आणि लोकांची माझ्यावरची श्रद्धा पुन्हा अजेय बनवावी. मी कृष्णानं सांगितलेल्या दिशेला गुप्तहेरांना पाठवायची तयारी करून माझ्या खासगी गुप्तहेरांना 'परत हस्तिनापूरला पोहोचा' असा आदेश पाठवला.

त्याच सुमारास कृष्णाचं पत्र घेऊन द्वारकेचा दूत मला भेटायला आला. मी

विदुराला माझ्या दालनात बोलावून दूतानं आणलेलं पत्र वाचायला सांगितलं. विदुरानं वाचलं. पत्र असं होतं–

"पितामह,

कृष्ण वासुदेवाचं वंदन!

यज्ञसेन नावानं ओळखल्या जाणाऱ्या पांचालराज द्रुपदाच्या कन्येचं स्वयंवर नक्की करण्यात आलं आहे. तो दिव्य स्वयंवर महोत्सव बघण्यासाठी आम्हीही जाणार आहोत.

मी असं ऐकलं आहे, की धौम्य ऋषींना पुरोहित म्हणून घेऊन काही ब्राह्मण आणि एक वृद्ध माताही स्वयंवरासाठी जात आहेत. ते सर्व रैवतच्या वनांमधून बाहेर निघाले, तेव्हा मी धौम्य ऋषींचा सत्कार करण्यासाठी गेलो होतो. त्या वेळी मी त्या ब्राह्मणांना बघितलं आणि स्वयंवरासाठी ते निघालेले बघून कारण विचारलं, तेव्हा असं उत्तर मिळालं की–

प्रतिगृह्यच तत् सर्वं दृष्टवा चैव स्वयंवरम्।
अनुभूयोत्सवं चैव गमिष्यामि यथोत्सितम्।।

(स्वयंवरात ते लोक देणार आहेत ते सर्व घेऊन, स्वयंवर बघून आणि उत्सवाची मजा बघून आम्ही सर्व आमच्या योग्य स्थानी परत जाऊ.)

– कृष्ण

पत्र वाचून झालं, तेव्हा विदुरानं दूताला आरामगृहात पाठवून दिलं आणि तो माझ्या प्रतिभावाची वाट बघावी तसा माझ्यासमोर उभा राहिला!

मी स्मित करत म्हणालो, "हा कृष्ण माझ्या दोन पावलं पुढंच असतो! मी वाट बघणार आहे, की कधीतरी एक दिवस मी त्याचा पराभव करू शकेन!"

विदुरही स्मित करत म्हणाला, "त्यासाठी वाट बघण्याची जरूर नाही! तुम्ही कृष्णाला हार खायला सांगितलंत, तर तो त्या क्षणी आनंदानं हार खाईल!"

"तरीही, कधीतरी, कशासाठी तरी..." मी पुढे काही बोललो नाही.

त्यानंतर आम्ही कृष्णाच्या पत्राचा अर्थ आणि त्याबाबत आम्ही काय केलं पाहिजे, याविषयी बोललो. विदुरानं अशी योजना केली होती, की विश्वासातल्या गुप्तहेरांना कांपिल्यला पाठवायचं आणि तिथं काय काय घडतंय, याची बारीकसारीक सर्व माहिती रोज मिळवायची.

मग हस्तिनापूरहून स्वयंवराला कोणकोण जाईल, याबद्दल बोलणं निघालं. तेव्हा विदुरानं शकुनी, दुर्योधन आणि कर्ण यांची नावं घेतली. आणि पुढे सांगितलं,

“मला समजलं आहे त्याप्रमाणे दुर्योधनानी कर्णाबरोबर संगनमत करून त्याला असं सांगितलं आहे, की त्याला जर स्वयंवरात वधू मिळाली, तर ती त्यानं दुर्योधनाला ‘भेट’ म्हणून द्यायची! परंतु दुर्योधनानं केलेली दुसरी विनंती – की स्वयंवरात दुसरं कोणी जिंकलं तर कर्णानं कन्येचं हरण करावं – ती मात्र कर्णानं स्वीकारली नाही.”

“योग्यच!” मी म्हणालो, “कांपिल्यमध्ये काय घडतंय याची माहिती मला थोड्या थोड्या दिवसांनी मिळत राहिली पाहिजे– अगदी सर्व माहिती,” मी विदुराला सांगितलं. ‘होय पितामह’ असं म्हणून विदुर परत गेला.

माझ्यासाठी ते परीक्षेचे दिवस होते– काळ माझी आणखी मोठी परीक्षा घेण्याची तयारी करत होता. लोकांना वाटायचं, की पांडव त्यांना जसे प्रिय आहेत, तसेच मलाही प्रिय आहेत. कौरव आणि शकुनीही मला पांडवांच्या बाजूचा मानायचे; परंतु मला पांडव नाही, कौरव नाही, फक्त माझ्या प्रतिज्ञेला बद्ध राहायचं होतं, आणि कुठल्याही बंधनात न अडकता स्वर्गात पोहोचण्याची माझी इच्छा होती.

माझं कर्तव्य हस्तिनापूरच्या सिंहासनाचं, आणि त्याच्यावर जो राजा बसला असेल त्याचं रक्षण करणं हे होतं. माझा राजा जो निर्णय घेईल तो अमलात येत आहे की नाही, हे माझ्या वैयक्तिक भावना किंवा मत यांना महत्त्व न देता, निर्लेप राहून बघणं माझं काम आहे, असं मी स्पष्ट समजत होतो.

हां, कुमार– मग ते कौरव असोत की पांडव– त्यांना मी कधीकधी सल्ला देत असे; परंतु अंतिम निर्णय घेणं किंवा आज्ञा देणं, हे माझ्या हातात नव्हतं. माझ्या डोक्यावर आंधळा असला, तरी राजा होता!

माझ्या राजाच्या कुमारांची, तसंच स्वयंवरासारख्या महत्त्वाच्या प्रसंगाची पूर्ण माहिती मला नियमित मिळत राहील, याची व्यवस्था झाली होती. कांपिल्यहून रोज एकजण संदेश घेऊन येत असे, व तेथील वृतान्त तोंडी सांगत असे.

भव्य मंडपाची वर्णनं, भाग घेणाऱ्या राजांची नावं, स्वयंवरात होणार असलेली धनुर्विद्येची खूप अवघड परीक्षा, कृष्णाची उपस्थिती, आणि क्षत्रिय जर परीक्षा जिंकू शकले नाहीत, तर ब्राह्मणांनाही स्वयंवरात भाग घेण्याची परवानगी– हे सर्व ऐकल्यावर मी समजून गेलो, की या स्वयंवराची योजना द्रुपद किंवा धृष्टद्युम्नापेक्षा जास्त कृष्णानंच केली आहे! समजत नव्हतं ते हे, की याज्ञसेनी द्रौपदी कुठल्या श्रद्धेच्या बळावर अशी जोखीम घेण्यास तयार झाली?

स्वयंवराच्या दिवसाचा वृतान्त आणणारा संदेशवाहक सांगत होता, की कोणी एक तेजस्वी तरुण ब्राह्मण ती परीक्षा जिंकला. द्रौपदीनं एका ब्राह्मणाला माळ घातली, तेव्हा काही काळ थोडी अंदाधुंदी माजली होती; परंतु त्या ब्राह्मण तरुणानं,

तसेच त्याच्या बरोबर असणाऱ्या प्रचंड शक्तिवान मोठाड ब्राह्मणानं उलट युद्ध करण्याची तयारी दाखवली. एकाएकी शकुनीला शंका आली आणि मग समजलं, की तो ब्राह्मण आणि त्याचा साथीदार, हे मृत समजले जाणारे अर्जुन व भीम आहेत! त्या वेळी दुर्योधनाचं आश्चर्य, बसलेला धक्का आणि संताप, यांनी हद्द ओलांडली होती. त्यानं युद्ध करण्याची मागणी आणखी जोरात केली. जोडीला शकुनीनं त्याला असा सल्ला देऊन भरीला घातलं, की–

"अयं देशश्च कालश्च पांडवोद्धरणाय नः।
न चे देवं करिषध्वं लोके हास्या भविष्यथ।।"

(पांडवांचा समूळ नाश करण्यासाठी आपल्यासमोर हीच उपयोगी जागा व काळ आहे. जर आत्ता तुम्ही तसं केलं नाहीत, तर जगात हास्यास्पद ठराल.)

वर तो असंही म्हणाला, की हे पांडव आत्ता ज्या राजाच्या आश्रयानं राहिले आहेत, त्या पांचालराजाचा पराक्रम व शक्ती माझ्या मते फार कमी आहे.

"यावदेतान् न जानन्ति जीवितो वृष्णिपुङ्वाः।
चैद्यश्च पुरुषव्याघ्रा शिशुपालः प्रतापवान्।।"

(जोपर्यंत वृष्णिवंशाच्या श्रेष्ठ वीरांना पांडव जिवंत आहेत हे माहीत नाही, नरसिंह चेदिराज शिशुपालालाही याचा पत्ता नाही, तेवढ्यात पांडवांना मारून टाकलं पाहिजे.)

कर्णानं या बोलण्याचा स्वीकार किंवा विरोध केला नव्हता. तो दुर्योधनाच्या आज्ञेची वाट पाहत होता. तेवढ्यात भूरिश्रवानं शकुनीचा विरोध करत म्हटलं–

"अशक्यान् पांडवान् मन्ये देवैरपि सवासवै।
येषामर्थे सदा युक्तौ कृष्ण संकर्षणावुभौ।।"

(मला असं वाटतं, की ज्यांच्या मदतीला कृष्ण, बलराम दोघे कंबर कसून उभे आहेत, त्या पांडवांचं इंद्र वगैरे देवताही काही नुकसान करू शकणार नाहीत.)

"श्रेयस्य सदिमन्यध्वं मन्मतं यदि वो मतम्।
संविदं पांडवैः सार्धं कृत्वा याम तथागतम्।।"

(तुम्ही जर माझं बोलणं तुमच्या हिताचं आहे असं मानत असाल, जर तुमच्या मते माझं हे मत बरोबर असेल, तर आपण पांडवांबरोबर सामोपचारानं बोलून जसे आलो होतो, तसं परत जावं.)

असं म्हणून भूरिश्रवाने नगराची सुव्यवस्था, अभेद्य किल्ला आणि अवघड युद्धचक्रांच्या रचनेविषयी सांगूनही दुर्योधनाला शांत राहण्याचा सल्ला दिला.

तरीही शकुनीचा सल्ला ऐकून दुर्योधनानं भांडण सुरू केलं. दुसऱ्या काही राजांनीही त्यांना चिथावलं, आणि धमाल सुरू केली. भीम आणि अर्जुन दोघांनी सर्वांचा हल्ला परतवला. जास्त चिघळण्याआधी कृष्णानं परिस्थिती सांभाळली.

त्या रात्री कर्ण झोपेत असलेल्या दुर्योधनाला या सर्वांतून सांभाळून बाहेर घेऊन आला. आता ते सर्व हस्तिनापूरच्या वाटेवर आहेत.

हा निरोप कळल्यावर लगेच मी लग्न समारंभाच्या वृतान्ताची वाट पाहत होतो. तीन दिवस तर एवढंच कळत राहिलं की कांपिल्यमधे काही गुंता निर्माण झाला आहे. राजवाड्यात वेगवेगळ्या विद्वानांना आणि धर्मज्ञांना बोलावून दारं बंद करून धर्मचर्चा होत आहेत; पण लग्न का होत नाहीये, ते कळत नव्हतं. विदुराचे गुप्तहेर काही बातमी आणू शकत नव्हते.

चौथ्या दिवशी आलेल्या संदेशवाहकानं सांगितलं, ‘‘महर्षी व्यासांना महाराजांच्या प्रांगणात मी स्वत: बघितलं. या माझ्या डोळ्यांनी बघितलं!’’ एवढं सांगतो तर त्याचे डोळे आनंदाश्रूंनी वाहत होते! पण स्वत:ला लगेच सांभाळत त्याने सांगितलं, ‘‘महाराज द्रुपद सपरिवार त्यांची पूजा-प्रार्थना करून मुनींना महालात घेऊन गेले, तोपर्यंत मी पाहतच राहिलो–’’ म्हणजे म्हणून त्याला उशीर झाला होता!

जरा थांबून तो पुढे सांगू लागला– ‘‘लगेच नगरात घोषणा झाली, की महामुनी व्यास नगरात आले आहेत आणि महाराज द्रुपद, महाराणी, कुमार धृष्टद्युम्न, शिखंडीजी, श्रीकृष्ण वासुदेव आणि खुद्द कुमारी द्रौपदी– सर्वांना त्यांचं मार्गदर्शन हवं आहे. नगरजनांनी आज महालात येऊ नये. प्रभू श्री वेदव्यास उद्या सकाळी नगराच्या चौकात– त्रिनेत्र महादेवाच्या चौकात एक घटका नागरिकांना दर्शन देतील.’’

एवढं बोलून नंतर माझ्या संदेशवाहकानं जे सांगितलं, त्यानं मी स्तब्ध आणि आश्चर्यचकित झालो! दुसऱ्या दिवशी सकाळी त्रिनेत्र चौकात महामुनींनी कुमारी द्रौपदीला बरोबर ठेवून नगरजनांना स्वत: सांगितलं, ‘‘हे कांपिल्याच्या नगरजन हो, तुम्हा सर्वांचे महाराज द्रुपद, तुम्हा सर्वांना, तुमच्या लाडक्या राजकुमारी द्रौपदीच्या लग्नाचं आमंत्रण देत आहेत. ही माझ्याजवळ उभी आहे ती, देवी पांचाली. पाच कुंतिपुत्रांची पत्नी बनण्यासाठी दैवानं ठरवली आहे. आज गोरज मुहूर्तावर महाराज द्रुपद त्यांच्या अग्निजन्मा कन्येचं कन्यादान पाचही पांडवांना करतील. कन्या द्रौपदीची हीच नियती आहे, आणि हाच परम धर्म आहे.’’

आज, या शरशय्येवर, अंध:काराच्या चादरीखाली झोपल्या झोपल्या माझ्या या अशा स्थितीतही, लोक माझ्याकडे सत्य आणि धर्म यांचं मार्गदर्शन मागायला येतात– अशा जागीही! अजूनही जग मला धर्मात्मा म्हणतं– माझं ज्ञान आणि माझं चिंतन, स्पष्ट आणि श्रद्धा ठेवण्यासारखं समजलं जातं. तरीही, आजपर्यंत मला खूप आश्चर्य वाटत राहतं, की बाकीच्या सर्व स्त्रियांच्या बाबतीत जो विचारही फार मोठा अधर्म समजला गेला असता, तो विचार त्यांनी द्रौपदीच्या बाबतीत परमेश्वरानं ठरवलेला परम धर्म आहे असं सांगितलं, आणि सर्व लोकांनी ताबडतोब त्याला

योग्य म्हटलं! मनुष्याच्या वृत्तीचे, त्यांच्या श्रद्धेनं त्यांनी ठरवलेल्या धर्माचे बारकावे देवांनाही समजू शकणार नाहीत– तर मग वसूंच्या अंशांमधून जन्मलेला मी कसा समजू शकणार?

संदेशवाहकानं त्रिनेत्र चौकात जे घडलं, ते पूर्ण सांगितलं. ते ऐकून मला आठवलं, की व्यास महर्षींनी पांडू आणि माद्री यांच्या श्राद्धांनंतर सत्यवतीला सांगितलं होतं की, माता, शतशृंगच्या तपस्वींनी जाता जाता जी धोक्याची सूचना दिली आहे, ती सुखी आयुष्याचं भविष्य सांगत नाही! मात, आता सुखाचे दिवस संपले असे समजा. उत्तरोत्तर वाईट दिवस येतील.

हे आठवलं तेव्हा लगेच मला वाटलं, की कोणीतरी योजना आखत आहे, आणि त्या योजनेची भूमी, हस्तिनापूर आणि कांपिल्य हे प्रदेश आहेत. मी येथे; शिखंडी तेथे– द्रोण येथे, धृष्टद्युम्न तेथे– आता कौरव येथे आणि द्रौपदी तेथे– आणि कृष्ण तर दोन्ही ठिकाणी!

त्यानंतर मला लग्नविधींच्या वृतान्तात रस नव्हता. मी विदुराला बोलावलं आणि कांपिल्यला पाठवलेल्या संदेशवाहकांना परत बोलावून घ्यायला सांगितलं. त्या वेळी दुर्योधन, कर्ण, शकुनी हेही परत आले; आणि थोडीही विश्रांती न घेता दुर्योधन सरळच घाईघाईनं महाराज धृतराष्ट्रांकडे गेला. कर्ण व शकुनीही त्यांच्याबरोबर गेलेच, द्रोणही गेले.

मीही लगेच तेथे गेलो आणि दुर्योधनाला बोलताना ऐकलं, ‘‘द्रुपदाला समजावून सांगा, त्याला हवे असेल तेवढे धन द्या, त्याची गुप्त माहिती आणि दुबळ्या बाजूंचा तपास करा. हे जमलं नाही, तर हस्तिनापूरला पांचालवर हल्ला करू दे. आपल्या सैन्यापुढे पांचालची सेना टिकणारच नाही. आणि लढाई नसली करायची, तर द्रौपदीसाठी पांडवांमध्ये आपापसात भांडणं लावून द्या. काय हवं ते करा, पिताजी; परंतु द्रौपदीचं लग्न पांडवांशी होणार नाही, असं बघा.’’

आंधळा राजा खोल विचारात पडला! दुर्योधन आणखी बरंच बोलला आणि शेवटी म्हणाला, ‘‘पिताजी, शत्रूंवर विजय मिळवण्याचे मला सुचले ते उपाय मी सांगितले. ते चांगले का वाईट तुम्हाला ठाऊक; पण करा काहीतरी!’’

मी मध्येच बोललो, ‘‘पुत्र, पांडव तुमच्यासमोर होते, आणि लहान मुलं होते, तेव्हाही तू आणि तुझ्या मामानं अनेक गुप्त कारवाया करून त्यांचा काटा काढण्याचे प्रयत्न केले होते; पण तुम्ही काहीही करू शकला नव्हता. आता ते सर्व दुसऱ्या देशात आहेत. पुष्कळ लोक त्यांच्या बाजूनं आहेत. सर्व बाजूंनी आता त्यांचे चांगले दिवस आहेत, तेव्हा आत्ता कुंती-कुमारांना असल्या गोष्टी करून त्रास देण्याचं मनातही आणू नको.’’

दुर्योधन आणि धृतराष्ट्र दोघांनीही माझं म्हणणं ऐकलं नाही. शकुनीनं तर उलट

पक्ष घेऊन असंही म्हटलं, की पांडवांनी कदाचित हस्तिनापूरला येण्याचं ठरवलं, तर त्यांना रस्त्यातच मारून टाकलं पाहिजे. आपलं म्हणणं मांडून कर्णाची मंजुरी मागत शकुनी असंही म्हणाला, "काय करण? मी सांगतोय ते बरोबर आहे ना?"

कर्णानं शांतपणे उत्तर दिलं–

"न च ते व्यसनेर्योक्तुं शक्या दिष्टकृतेन च।
शक्तिताश्चेप्सवचैव पितृपैतामहं पदम्।।"

(आता त्यांना संकटात टाकता येणं शक्य नाही. चांगल्या नशिबानं आता त्यांना शक्तिशाली बनवलंय आणि आता त्यांची वाडवडिलांची हक्काची जागा मिळवण्याची इच्छा जागी झाली आहे.)

धृतराष्ट्र म्हणाला, "मुला, मला वाटतंय की पांडव पांचालांच्या किंवा वृष्णींच्या आश्रयानं राहणं पसंत करतील. ते आता या बाजूला फिरकणारही नाहीत. तेथे द्रुपद त्यांचा सासरा आहे, आणि वृष्णींचा कृष्ण वासुदेव कुंतीच्या नात्यानं पांडवांच्या मामाचा मुलगा आहे."

मी यावर विरोध व नाराजी दाखवत म्हणालो–

"न रोचते विग्रहो मे पांडुपुत्रैः कथंचन।
यथैव धृतराष्ट्रो मे तथा पांडुरसंशयम्।।"

(मला पांडवांना विरोध करणं, किंवा त्यांच्याशी युद्ध करणं अजिबात पसंत नाही. मला तर जसा धृतराष्ट्र, तसाच पांडू, यात कोणालाही संशय वाटू नये.)

असं म्हणून मी धृतराष्ट्राला पुढे म्हणालो, "राजा, पांडवांना मी जितकं ओळखतो, त्यावरून त्यांना कोणाच्याही आसऱ्यानं राहणं कधीही आवडणार नाही. आणि त्यांनी असं राहणं– कुठल्याही कुरुवंशींनी कोणाच्याही आसऱ्यानं राहणं, याची आपल्यालाही लाज वाटली पाहिजे. खरं म्हणजे तुम्ही स्वतःच पांडुपुत्रांना आणि कुंतीला, द्रौपदीला घेऊन इथं यायला सांगितलं पाहिजे, असं मला वाटतं."

दुर्योधन रागारागानं काहीतरी बडबडला, तेव्हा मी त्यालाही म्हणालो, "बेटा, तूच विचार कर. तू जर या राज्याला तुझं समजतोस, तर पांडवही तसंच मानतील, यात काय आश्चर्य?"

"करा तुम्हाला काय करायचंय ते; पण लक्षात ठेवा, की पांडवांना येथे ठेवून घ्यायला सांगून तुम्ही चांगलं नाही करत," असं म्हणत दुर्योधन पाय आपटत निघून गेला, त्याच्या मागे शकुनी गेला.

द्रोण धृतराष्ट्राला म्हणाला–

"मामप्येषा मतिस्तात या भीष्मस्य महात्मन।
संविभज्यास्तु कौन्तेया धर्म एव सनातन।।"

(तात, महात्मा भीष्म जे म्हणत आहेत, त्याच्याशी मी सहमत आहे. कुंतीच्या

मुलांना अर्धं राज्य देऊन टाकलं पाहिजे, हाच परंपरेनं चालत आलेला धर्म आहे.)

सर्व चर्चेनंतर असं ठरलं, की येथून काही मितभाषी (कमी बोलणाऱ्या) जोडप्यांना द्रुपदाकडे पाठवावं. द्रौपदीसाठी रत्नजडित आभूषणे आणि इतर संपत्ती भेट म्हणून पाठवावी आणि निरोप सांगावा की, पांडवांचं जिवंत असणं आणि ते भेटणं, त्यांचं द्रुपदाच्या मुलीशी लग्न होणं, याला धृतराष्ट्र आणि दुर्योधन त्यांच्या भाग्याचा उदय मानतात.'

असा निर्णय झाला, तेव्हा मला लगेच माझ्या माँची– गंगेची– आठवण झाली. तिनं अनेक वर्षांपूर्वी आम्हा वसूंना सांगितलं होतं, की "विश्वाचे तीनही भाग– त्रिलोक– आणि तिथं राहणारे निवासी, यांना मी पूर्णपणे ओळखते. मनुष्यलोकात मला ज्याचं आकर्षण वाटतं असा गुण म्हणजे माणसांचा एकमेकांवरचा पूर्ण विश्वास आणि संबंधांबद्दल असणारी त्यांची प्रतिबद्धता."

मी माझ्या दालनात गेलो आणि जलपात्रामध्ये माझ्या माँला विचारलंही, "माँ! ही तुझी माणसं? हा का परस्परांवरचा विश्वास? आणि ही प्रतिबद्धता?"

माँ लगेच प्रकट झाली आणि म्हणाली, "मला माहीत आहे, तुलाही माहीत आहे, तसेच हा संदेश पाठवणारे आणि तो ऐकणारेही जाणून आहेत, की हे निरर्थक-खोटे शब्द आहेत. मनात हलाहलासारखं विष भरलेले कौरव निरर्थक अमृतवाणी बोलत आहेत."

"आणि तरीही मानव तुला आवडतात, असं...."

"मीच म्हणत होते, आणि आजही म्हणते," माँ गंगा मध्येच म्हणाली, "तू विचार कर– हे सर्व खोटं आहे, लबाडी आहे, दांभिकता आहे, हे माहीत असूनही, कुंती आणि द्रौपदी या दोघी पांडवांना हस्तिनापूरला घेऊन येतील. दांभिक वडील मंडळींची आज्ञा युधिष्ठिरासकट सर्वजण स्वीकारतील. वेडेपणा वाटेल आणि समजणार नाही, अशी ही घटना मानवाला आवडण्यासारखी वाटण्यासाठी मला तरी पुरेशी वाटते."

एवढं सांगून माँ अदृश्य झाली.

सर्वच हस्तिनापूर पांडवांचं स्वागत करण्यासाठी थेट नगराच्या द्वाराच्या बाहेर गोळा झालं होतं. राजकुटुंबही तेथपर्यंत आलं होतं. सर्वांत प्रथम द्रुपदानं पांडवांना दिलेलं हत्ती दल, अश्वदल आणि सैनिक आमच्या समोरून गेले. बाहेरून आलेल्या या सैन्याला त्यांच्या शिबिरांमध्ये घेऊन जाण्यास द्रोणांनी आमच्या सैनिकांना सूचना दिली.

वृष्णींनी द्वारकेहून पाठवलेल्या भेटी, सैन्य आणि शस्त्रं बघून मलाही वाटलं, की कर्णानं दुर्योधनाला झोपलेलाच उचलून नेलं ते चांगलंच केलं होतं. शकुनीच्या

सल्ल्याप्रमाणे पांडवांना मारून टाकण्याचा प्रयत्नही केला असता, तर त्याचा परिणाम फारच भयंकर झाला असता!

हे सगळं पुढे गेल्यावर हत्तीवरून येणारा भीम दिसला, तेव्हा लोकांनी खूप आनंदाने 'जय हो' करत त्याचं स्वागत केलं. लगेच पाठीमागे स्वच्छ पांढरे घोडे असलेल्या रथात अर्जुन दिसला. मी स्वत:ही माझ्या आयुष्यात इतके सुरेख घोडे बघितले नव्हते.

प्रजेनं तत्क्षणी गगनभेदी जयजयकार करून अर्जुनाला एक नाव देऊन टाकलं– 'श्वेतवाहन अर्जुनाचा जय असो!'

"का श्वेतवाहन?" अंध राजांनी त्यांच्या खासगी मंत्र्याला– संजयला– विचारलं. संजय सांगणार त्याआधीच जवळ असलेल्या लोकांपैकी कोणीतरी सांगितलं, "त्याच्या रथाला जोडलेले घोडे पूर्णपणे श्वेत– पांढरे– आहेत. असं म्हणतात, की चित्ररथ नावाच्या कुणा यक्षानं मैत्रीचं प्रतीक म्हणून हा चार घोड्यांचा रथ भेट दिला आहे."

मी विदुराकडे बघितलं. आमचे गुप्तहेरच मिळवू शकतील अशी माहिती हस्तिनापूरच्या प्रजेकडे आधीच होती!

युधिष्ठिर कुंतीच्या पालखीबरोबर पायी पायी चालत येत होता. त्या दोघांना बघताच जयजयकार आणि आनंदाच्या आरोळ्या एकदम थांबल्या. सर्व काही एकदम शांत झालं. लोक रडत होते, एकमेकांना जवळ घेऊन सांत्वन करत होते. कुंतीची पालखी पुढे गेली, कितीतरी जणांनी बंद पालखीलाही दंडवत घातला.

शेवटी नकुल आणि सहदेवाच्या रक्षणात नववधूची पांचालीची पालखी आली. लोकांना वेड लागावं तसं ते 'नववधूनं दर्शन द्यावं' म्हणून ओरडू लागले. 'पांचालकुमारीचा विजय असो!' म्हणत लोकांनी 'पालखी थांबवा' अशा विनंत्याही केल्या. घटकाभर जरा अव्यवस्थाही झाली. भीम, अर्जुन आणि युधिष्ठिर तेथे येऊन उभे राहिले.

विदुरानं आणि मी लोकांना समजावलं, की पूजाविधी करून वधू गृहप्रवेश करेल, त्यानंतरच तिचं मुखदर्शन होऊ शकतं. धर्म हेच सांगतो.

लोक ऐकत नव्हते, म्हणून मी काही पंडितांनाही लोकांशी बोलायला पाठवलं. चर्चा चालू होती, तेव्हा सहदेवानं माझ्याजवळ येऊन एक लहान पत्र दिलं.

मी विचारलं, "काय आहे?"

"पांचालीनं आपल्यासाठी प्रणाम पाठवले आहेत," तो म्हणाला.

आश्चर्य वाटून मी पत्र उघडलं आणि वाचू लागलो. अग्निजन्मा, पांडवांची महाराणी होणार असलेल्या द्रौपदीनं लिहिलं होतं–

पूज्य पितामह,

आपल्या पुत्रीचे प्रणाम!

आपणा सर्वांचं म्हणणं खरं आहे, की नववधूचं मुखदर्शन गृहप्रवेश आणि पूजाविधी नंतरच व्हावं, हाच धर्म आहे, तरीही मी माझी बाजू मांडायची आज्ञा मागते आहे.

पितामह, प्रथम तर माझं म्हणणं असं आहे, की माझे पती जिथे उभे असतील, ती जागा, ही माझ्यासाठी घर आहे. इथं माझे पाचही पती उभे आहेत, म्हणजे मी माझ्या घरातच आहे, असं मी समजते.

दुसरं मला असं म्हणायचंय, की राजानं प्रजेची इच्छा, तिच्या भावना आणि विचार हे सर्व विधी आणि क्रम यांच्या वर समजले पाहिजेत, असं मला शिकवण्यात आलं आहे.

तिसरं असं की, धर्माची आज्ञा मी स्वीकारते; परंतु गेल्या थोड्या दिवसांमध्ये जे काही घडलं, त्यावरून मला असं वाटू लागलं आहे, की धर्म आणि त्याच्या आज्ञा, सर्वसाधारणपणे सर्वांसाठी ज्या असतात, त्यांच्यापेक्षा माझ्यासाठी जरा वेगळ्या तर नसतील?

आपली पुत्री आणि कुरुवंशाची कुलवधू,

याज्ञसेनीचे प्रणाम.

मी लगेच दोन ब्राह्मण तरुणींना बोलावून त्यांना माझं उत्तर सांगितलं. मग त्यांना विदुराबरोबर पालखीजवळ जायला सांगितलं. दोघी तिथं गेल्या, पालखीचा पडदा उघडून, त्यांनी आत काहीतरी सांगितलं, मग दोघी तेथे पालखीजवळ उभ्या राहिल्या.

लोकांनाही वाटलं, की काहीतरी नवं घडतं आहे. थोड्या वेळापूर्वीचा गोंगाट शांत झाला आणि लोक टक लावून पालखीकडे बघत राहिले.

थोड्या क्षणांतच, आर्यावर्तातल्या सर्वोत्तम समजल्या जाणाऱ्या सुंदरीनं पालखीबाहेर पाय ठेवला. नगराच्या बाहेर, धूळभरल्या रस्त्यावर उभी असलेली ती तेजस्वी कन्या, तत्क्षणी, लोकांच्या हृदयाची सम्राज्ञी म्हणून स्थापित झाली!

गंगा किंवा सत्यवतीसकट कोणत्याही राणीला न मिळालेलं स्वागत द्रौपदीला मिळालं. लोकांनी महाघोष केला व तो लगेच शांतही झाला. ते सगळे हात लांब करून जमिनीवर आडवे झाले! लोकांच्या अशा अद्‌भुत स्वागताला उत्तर म्हणून द्रौपदीही खाली वाकली, गुडघ्यांवर बसली आणि साडीचा पदर पसरून लोकांच्या भावना तिनं त्यात झेलल्या!

मला त्या घटका आजही जशाच्या तशा आठवतात! अर्थात् त्या क्षणी जे

नव्हतं लक्षात आलं, ते आज, या सगळ्याचा पुन्हा विचार करतो तेव्हा दिसतं, की माझ्या जन्मापासून, द्रौपदीच्या आधीच्या सर्व स्त्रियांना कुरुकुलाशी मी जोडल्या होत्या! मा गंगा माझ्यासाठी शंतनू-पत्नी झाली. माता सत्यवती माझ्या प्रतिज्ञेमुळे राजमाता झाली. काशीराजाच्या मुलींना मी घेऊन आलो होतो. कुंती, गांधारी आणि माद्री यांना मी जाऊन मागणी घालून आलो– फक्त एक द्रौपदी माझ्या कुटुंबात दुसऱ्या कोणी पाठवलेली अशी आली होती–

कदाचित नियतीनं पाठवलेली!

। पंधरा ।

सभाखंडात मी अजून प्रवेश करणार त्याआधीच तेथे कृष्णाचा मधुर आवाज ऐकू आला. अत्यंत आश्चर्य वाटून मी आत पोहोचलो, तर कृष्ण त्यांच्या आसनावरून बोलण्याऐवजी सभागृहात उभे राहून त्यांच्या प्रभावशाली आवाजात धृतराष्ट्राच्या काही सांगण्याला अनुमोदन देत होते–

"युक्तमेतन्महाराज कौरवाणां यशस्करम्।
शीघ्रमद्यैव राजेन्द्र यथोक्तं कर्तुमर्हसि।।"

(महाराज, तुमचा हा विचार सर्वथा उत्तम आणि कौरवांचं यश वाढवणारा आहे. राजेन्द्र, आपण जे म्हणाला आहात, ते आज, आत्ताच, शक्य तितक्या लवकर करून टाका.)

कुंती, पांडव आणि द्रौपदी यांना घेऊन आम्ही नगरात प्रवेश केला, तेव्हा कृष्ण तर नव्हते. धृतराष्ट्रानं युधिष्ठिराला अर्धं राज्य देण्याची इच्छा व्यक्त केली, तेव्हा सर्वांनी दुपारी आराम केल्यावर सभाखंडात येण्याची आज्ञा केली, तेव्हा दुपारी भोजनखंडात– नाही– कृष्ण नव्हते! त्यांना अचानक येथे बघून माझ्यासारखंच बऱ्याचजणांना आश्चर्य वाटलं असेल.

मला आश्चर्य वाटण्यापेक्षा धक्का जास्त बसला होता. कृष्णांनी येणं तर चांगलंच; पण त्यांच्यासारखी प्रसिद्ध आणि समर्थ व्यक्ती मला माहीतही न होता, नगरात आणि राजवाड्यात येऊन पोहोचते? तेही ठीक, वृष्णींचा हा नेता, त्यांच्याच राज्याची सभा असावी तसा आमच्या राज्यसभेत, जेथे आमच्या राज्याच्या प्रश्नांतून मार्ग काढण्याची चर्चा आणि निर्णय करायचे होते, तेथे बसले होते! नाही– फक्त बसले नव्हते– त्यांचं मत सांगत होते! माझे राजा आणि मंत्री गप्प राहून त्यांचं सांगणं ऐकतही होते! असं सर्व होणं ही मला आमच्या पद्धतीची फार मोठी निष्फळता वाटली.

माझ्या मनातले विचार समजले असावेत तसे कृष्ण म्हणाले, "पितामह, महाराज द्रुपदांच्या येथून पांडव निघाले, तेव्हापासून मी त्यांच्या बरोबरच होतो;

पण मला येथे पोहोचायला जरा उशीर झाला. मी आलो तेव्हा आपण विश्रांती घेत होता. विदुरजींकडे गेलो, तर कुंती आत्यानं मला 'सभेत उपस्थित राहून पांडवांचे विचार तू सांग' अशी आज्ञा केली. मी लगेच महाराज धृतराष्ट्रांची परवानगी मागितली. त्यांनी 'हो, ये' म्हटलं, म्हणून मी येथे आहे.''

पुढे काही बोलणं होणार तेवढ्यात धृतराष्ट्र म्हणाला, ''चांगलं झालं गोविंद! तुम्ही आलात ही आनंदाचीच गोष्ट आहे. मी त्या कुंतीनंदनला जे सांगतो आहे, ते तुम्ही सर्वजणही लक्ष देऊन ऐका.''

सगळे गप्प झाल्यावर धृतराष्ट्र पुढे म्हणाला, ''येथे उपस्थित आहेत, त्या सर्वांना ठाऊक आहे, की पांडूनं या राज्याचा विस्तार माझ्या आज्ञेवरून वाढवला होता. तो माझ्या सांगण्यावरून अवघड कामंही करत असे. मी या मुलांनाही सांगतो, की हे पांडुपुत्रांनो. तुम्हीही तुमच्या पित्याप्रमाणे माझ्या आज्ञेचं पालन करावं अशी माझी इच्छा आहे.''

युधिष्ठिरानं उत्तर दिलं, ''मी आणि माझे भाऊ आपल्या आज्ञेचं पालन करू.'' मध्ये द्रोणानं कोणाला ऐकू जाणार नाही अशा तऱ्हेनं माझ्या कानात सांगितलं, ''पितामह, गोविंद जरी त्यांना उशीर झाला असा बहाणा करत असले, तरी ते मुद्दामच उशिरा आले. पांडवांच्या बरोबर आले असते, तर लोकांचं लक्ष त्यांच्याकडेच लागून राहिलं असतं. पांचालीचं स्वागत करण्याची कोणाला आठवणही राहिली नसती. तिच्यावर सर्वांची नजर जशी खिळून राहिला, तशी खिळू शकलीच नसती!''

माझं लक्ष तेथे सभेत जे चाललं होतं, त्याकडे होतं. मी काही बोललो नाही. तेवढ्यात धृतराष्ट्रानं खूण केली आणि मंत्री कसल्याशा मोठ्या प्रसंगाच्या तयारीला लागले.

मी विदुराकडे पाहिलं. त्यानं जवळ येऊन मला अशी हकिगत सांगितली– ''सभा भरली त्याआधी काही गुप्त चर्चा झाली. पांडवांना अर्धा भाग देऊन टाकण्याचं तर नक्की झालं होतंच; परंतु दुर्योधनाची इच्छा होती, की पांडवांनी हस्तिनापूर किंवा दुसरी कुठली चांगली जागा मागण्याआधीच त्यांना कुठला तरी दूरचा भाग सोपवून टाकावा.''

धृतराष्ट्र म्हणाला, ''पितामह आले म्हणजे त्यांना विचारून कुठला भाग ते ठरवू.''

''वारणावत!'' दुर्योधनाला ठरवून टाकायची घाई झाली होती.

शकुनी म्हणाला, ''महाराज, वारणावताबरोबर पांडवांच्या दुःखद आठवणी आहेत. तेथे राहिले, तर पांडव सतत दुर्योधनाशी युद्ध करण्याचे विचार करत राहतील. आपण त्यांना अशा ठिकाणी पाठवलं पाहिजे, जेथे त्यांना त्यांचं आयुष्य

टिकवून ठेवून स्थिरावण्यापलीकडे काही करण्याचं सुचणारच नाही.''

धृतराष्ट्र म्हणाला, ''मी तर असं स्थळ ऐकलेलं नाही. हां, पांडू एकदा म्हणत होता, की आपल्या पूर्वजांनी गमावलेला जुना प्रदेश त्यानं परत जिंकून कुरू साम्राज्याला परत जोडला आहे. संजय, तो कुठला प्रदेश? काय नाव त्या प्रदेशाचं?''

''खांडवप्रस्थ,'' संजयनं धृतराष्ट्राला सांगितलं.

धृतराष्ट्रानं सभेला सांगितलं, ''तुम्ही सर्व विचार करा आणि मला सांगा, की युधिष्ठिरचा राज्याभिषेक मी खांडवप्रस्थचा राजा म्हणून केला, तर कसं काय?''

''अतिउत्तम!'' म्हणत कृष्ण सभेत आले आणि पुढे म्हणाले, ''आपण जे म्हणालात, ते आज, आत्ताच शक्य तितक्या लवकर पूर्ण करून टाका.''

विदुर पुढे म्हणाला, ''गोविंद बोलत होते, बरोबर तेव्हाच आपणही आलात.''

कृष्णांना मी कधी समजूच शकलो नाही! कुरू साम्राज्याचा अर्धा भाग असणाऱ्या पण खूप मोठी, घनदाट अरण्यं असलेला भाग स्वीकारताना, पांडवांच्या वाट्याला एखादं नगर तर काय, एखादं लहान गावही येत नाही! तरीही, पांडवांच्या पक्षाचा असलेल्या या मुलानं ते स्वीकारलं!

दुसऱ्या दिवशी सकाळी सभामंडप शृंगारण्यात आला. ज्यांना येणं शक्य होतं, ते राजेमहाराजे, ऋषी आणि उच्चकुलीन स्त्री-पुरुष आले होते. सगळे बसले. त्यानंतर महर्षी वेदव्यास आले. त्यांची पूजा करून मी त्यांना योग्य आसन दिलं.

आता देव, ग्रह, दिशा, क्षेत्रपाल यांची पूजा सुरू झाली. दुर्योधन सर्व बघत निराश चेहरा करून एका बाजूला उभा होता. मी त्याच्याजवळ जाऊन त्याच्या खांद्यावर हात ठेवला आणि म्हणालो, ''तुझ्या इच्छेप्रमाणे तर सर्व झालंय! आता काय आहे, की तू असा तोंड पाडून उभा आहेस?''

युवराज दुर्योधन म्हणाला, ''पितामह, त्यांच्या वाट्याला अरण्यं आली आहेत. तरी युधिष्ठिर आजपासून सम्राट युधिष्ठिर म्हणून ओळखला जाईल! माझ्या वाट्याला संपन्न साम्राज्य आलंय; पण मी अजून 'युवराज'च राहणार! माझाही राज्याभिषेक होऊ शकतो, असा विचार कोणालाही येणार नाही!'' आणि मग कोणतेही पितामह क्वचितच सहन करू शकतील, अशी बडबड माझ्या कानी पडली, ''मरायचं वयही उलटून गेलं, तरी लोक कशाला जगत असतील?''

मी दुर्योधनाला काय सांगू? तेही अशा प्रसंगी? असं सांगू, की बाळ, माझ्या प्रतिज्ञेमुळे मला इच्छामृत्यूचं वरदान जरी दिलं असलं, तरी मृत्यूची इच्छा करण्यापासून मला दूर ठेवलंय. माझ्या प्रतिज्ञेमुळे मला निवृत्तीही घेता येत नाही, हे सांगू? का असं सांगू, की जीवनाच्या शेवटच्या दिवसांमध्ये हिमालयात माता सत्यवती आणि सुनांबरोबर राहण्याऐवजी तुमच्या लांड्यालबाड्यांचा साक्षी असणं आणि जगाच्या

दृष्टीनं कदाचित त्यात सामीलही समजलं जाणं, मला आवडत असेल का?

मी काही बोललो नाही. दुर्योधनाचा राग चुकीचाही नव्हता. बालक विचित्रवीर्याचा, धृतराष्ट्राचा आणि आता युधिष्ठिराचा राज्याभिषेक करवणारे पुरोहित वेगवेगळे होते; परंतु विधींमध्ये उपस्थित राहून आशीर्वाद देणारा घरातला सर्वांत मोठा– वडील मनुष्य, प्रत्येक वेळी वेगवेगळं अभिधान असलेली व्यक्ती एकच होती– कुमार भीष्म, भीष्मपिता आणि आता भीष्म पितामह!

पूजा चालली होती तेव्हा थोडा वेळ मी माझ्या दालनात गेलो. जलपात्र उघडून मी माझ्या मनातलं दुःखं माँला सांगून म्हणालो, ''माँ, मला आता पृथ्वीवर राहायचं नाही.''

गंगा म्हणाली, ''पुत्र, दुर्योधन तर हवं ते बोलतो. त्याला तर हेही माहीत नाही, की मरण्याचं स्वातंत्र्य जितकं त्याला आहे, तितकं तुला नाही. दुर्योधनाला वाटेल तेव्हा तो जीवन संपवू शकतो, मृत्यूला बोलावू शकतो. तुला तसं करता येणार नाही! बाळ, तुला वरदान असं आहे, की मृत्यू तुला न्यायला येईल तेव्हा त्याला तू तुझा इच्छित दिवस आणि वेळ सांगून त्या वेळी पुन्हा येण्यास सांगू शकतोस– या पलीकडे काही नाही.''

''असं का म्हणून, माँ? मला तर एक मनुष्य म्हणून जन्म घेऊन, जगून परत जाऊन वसूंमध्ये मिसळून जायचं होतं. त्याच्याऐवजी हे सगळं काय झालं? का म्हणून माँ? काय कारण असं होण्याला?''

''याची कारणं शोधताना तर तुझीच ओळख होईल! कारण तू स्वतःच आहेस!'' गंगा म्हणाली, ''तू अशा प्रतिज्ञा केल्या आहेस, ज्या माणसं करणार नाहीत, करू शकणार नाहीत किंवा क्वचितच करतील. त्या प्रतिज्ञांनी तू तुला स्वतःला बांधून घातलयस, म्हणून तुला बंधनं आहेत.''

मी म्हणालो, ''अगं माँ! तूही एवढंच सांगशील, की काही मार्ग दाखवणार आहेस?''

माँ म्हणाली, ''बाळ, मी तुला माणसाचं संतान म्हणून जन्म देऊन सनातन मार्ग दाखवलाच होत; परंतु तुला एकाएकी समजलं, की तू माणूस नाहीस. तू कुठल्या प्रवाहात प्रकट झाला नाहीस किंवा पृथ्वीवरचा तुझा समय संपला, की पुन्हा प्रकटही होणार नाहीस. जर तुला हे समजलं नसतं, तर तू मृत्यूला बोलावू शकला असतास, तू स्वतःची हत्याही करू शकला असतास आणि तसं करून पुन्हा वसूंमध्ये मिसळून गेला असतास; आणि तरीही तुझं सनातन होणं शक्य झालं असतं. आता सर्व मार्ग बंद आहेत.''

सभागृहातून अभिषेकाची तयारी झाली असावी तशा उच्च स्वरात श्लोक ऐकू आले, तसा मी भराभर तेथे पोहोचलो. पुरोहितांनी युधिष्ठिराला गोमूत्र, दूध आणि

गंगाजलानं अभिषेक केला. कुरुवंशींची यशोगाथा आणि वंशावळीचं वाचन झालं. लोकांच्या जयजयकारामध्ये मी पांडूच्या ज्येष्ठ पुत्राची गळाभेट घेऊन आशीर्वाद दिले. विदुर धृतराष्ट्राला धरून घेऊन आला आणि त्याच्या हातात हस्तिनापूरचं राजचिन्ह असलेलं ताम्रपत्र देऊन ते युधिष्ठिराला देण्यास सांगितलं.

राजांनी विचारलं, "हे काय आहे?"

"खांडवप्रस्थ पांडवांना देत आहोत' असं लिहिलं आहे."

"ठीक," म्हणून धृतराष्ट्रानं ते युधिष्ठिराला दिलं.

युधिष्ठिरानं राजाला वाकून नमस्कार केला आणि सांगितलं, "उद्याच आम्ही येथून जाऊ."

"हो, बरं. ठीक. कोणकोण जात आहात?" धृतराष्ट्रानं विचारलं.

युधिष्ठिर काही बोलणार त्याच्या आधी कृष्णच बोलले, "कुंतीआत्या, पाचही भाऊ आणि द्रौपदी. त्याशिवाय पांचालांचं आणि वृष्णींचं सैन्य. तसंच पांडवांच्या वाट्याला आली असेल ती हस्तिनापूरची वस्ती आणि कोणाला स्वेच्छेनं यायचं असेल, तर तेही."

कृष्णांचं चातुर्य बघून मी थक्क झालो. सर्व सभा उपस्थित असताना त्यांनी नगरजनांनाही नव्या जागी राहायला येण्याचं आमंत्रण देऊन टाकलं होतं! ही गोष्ट अशीच वाढली तर हस्तिनापूर रिकामं होईल. हेही शक्य आहे, की आमच्या सैन्यातही पांडवांबरोबर जाण्याची मागणी होईल. हेही शक्य होतं की, सरळ सरळ निघूनच जातील!

"म्हणजे?" धृतराष्ट्र गडबडून जाऊन कोणाला तरी शोधावं तसा चारी बाजूंना फिरला. मी त्याच्याजवळ गेलो आणि तेथे उभा राहून म्हणालो, "गोविंद, भाग फक्त स्थूल संपत्तीचे पडले आहेत. हां, पांडवांची इच्छा असेल, तर थोडं पशुधन संपत्तीमध्ये देता येईल. प्रजेचे आणि सैन्याचे काहीही भाग पडलेले नाहीत."

कृष्ण म्हणाले, "पितामह, कालच्या सभेत महाराज धृतराष्ट्रांनी 'कुरुजांगल देशाचे आणि कुरू साम्राज्याचे भाग पडत आहेत' असं सांगितलं होतं. मला असं वाटलं, की कुरू लोक देश आणि साम्राज्य यांच्या व्याख्येत चल-अचल सर्वच धरत असतील. आम्हा यादवांमध्ये तर 'देश' शब्दात भूमी, पशू, वनस्पती, माणसे आणि त्यांची धनसंपत्ती या सगळ्यांचा समावेश होतो." पुढे ते म्हणाले, "काही विशेष परिस्थितीत तर मित्र, सगेसोयरे, अगदी दुसऱ्या देशात राहत असले, तरी त्यांना आमच्या देशातलेच समजतो."

कृष्ण जाहीरपणे असं सांगत होते, ती हस्तिनापूरच्या राजकारणात खळबळ उडवून देऊ शकेल अशी गोष्ट होती. आमच्या राजकारणात यादवांची सरळ लुडबुड होती. राजाच्या दृष्टीनं तर हा शिक्षा होऊ शकेल असा अपराध किंवा त्याहून वाईट

म्हणजे बंड करण्याला चिथावणी देण्यासारखं होतं. धृतराष्ट्राला गोंधळून जाऊन मंत्र्यांकडे तोंड फिरवून बघण्यापलीकडे काही सुचेल, असं नव्हतंच.

शकुनी गप्प उभा राहून आमच्याकडे बघत होता. तो समोर आला आणि म्हणाला, "तिकडे खांडवप्रस्थात काय स्थिती आहे ते न बघता, दाट जंगलांमध्ये इतक्या सगळ्या माणसांना कोठे आणि कसे ठेवाल? कसल्याही ठोस योजनेशिवाय आणि सोयींशिवाय सर्वांना कसं नेता येईल? तेथे तुम्ही राहाल कसे आणि सांभाळाल कसे?"

कृष्णांनी शांतपणे उत्तर दिलं, "आम्ही फक्त राहू. कोणाला सांभाळणार नाही. शकुनी, द्वारकेला या. आणि बघा, तर समजेल, की तेथे सर्व आपलेआपलेच राहतात. कोणीही कोणाला सांभाळत नाही. साम्राज्ञी द्रौपदी तर इथपर्यंत म्हणते, की पृथ्वी मुळी बनलीच आहे इथं राहणाऱ्यांसाठी. त्यांना सांभाळणारे तर उगाच घुसून आले आहेत. त्यांना मारून– हाकलून दिलं पाहिजे. पांडव आणि मी द्रौपदीची ही इच्छा पूर्ण करण्याचा प्रयत्न करू."

महर्षी व्यासांसकट सर्वांनी "उत्तम!" "फार छान!" असं म्हटलं.

मला आता स्पष्टपणे समजलं, की कृष्ण द्रौपदीच्या आणि पांडवांच्या वाट्याला समान प्रमाणात संपत्तीचा वाटा मिळवून देतील किंवा न देतील, ते दाट अरण्यात राहायला जाणाऱ्या कुंती, पांडव आणि पांचालीचं आगळंवेगळं अस्तित्व संपूर्ण आर्यावर्ताच्या प्रजेच्या मनावर नक्कीच ठसवतील!

मी मग मध्येच बोलत म्हणालो, "मी द्रौपदीशी संध्याकाळी बोलेन आणि तिला ज्यांना घेऊन जाण्याची इच्छा असेल, त्यांना स्वत:च्या बरोबर नेऊ द्यावं, असं महाराजांना समजावेन."

चारी बाजूंनी जयजयकार झाला. मी महर्षींना निरोप देण्यासाठी त्यांच्याबरोबर निघलो. कृष्णही आमच्याबरोबर आले. मी विचारलं, "गोविंद, बघितलीत आमची राज्यसभा?" गोविंद म्हणाले, "हो, पृथ्वीवरची सर्वांत शक्तिशाली सभा– श्रेष्ठ वीर आणि ज्ञानी लोकांनी शोभणारी."

"पितामह, जर आपण येत असाल, तर आम्हाला खांडवसुद्धा नको. जेथे आम्ही राहू, तेथे आपण आमच्याबरोबर राहिलात, तर तेवढं पुरेसं आहे," द्रौपदी मला सांगत होती.

त्या संध्याकाळी मी द्रौपदीला बोलावून घेऊन विचारलं होतं, "मुली, अजिबात संकोच न करता सांग, की पांडवांना हस्तिनापुरातून कोणाकोणाला खांडवप्रस्थाला घेऊन जाण्याची इच्छा आहे?"

द्रौपदीनं उत्तर दिलं होतं, "पितामह, आमची कोणालाही घेऊन जाण्याची

इच्छा नाही. हां, आपण बरोबर यावं अशी माझी मनापासून इच्छा आहे.''

''मी प्रजेपैकी कोणाला घेऊन जायचं आहे, ते विचारतो आहे पांचाली– किती ब्राह्मण, किती वैश्य, किती कारागीर, किती पशुपालक आणि सेवक...''

''कोणालाही नाही,'' द्रौपदी म्हणाली, ''ज्यांना स्वेच्छेनं यायचं असेल, त्यांनाही आम्ही जरा स्थिरावलो म्हणजेच यायला सांगू. पावसाळा दूर नाही. पुरेशी घरं बांधून होण्यापूर्वी लोकांना तेथे कशाला घेऊन जाऊ?''

''पण गोविंद तर म्हणत होते, की पांडवांच्या वाट्याला चल-अचल सर्व आलं पाहिजे.''

''तसं तर मीही म्हणते,'' द्रौपदी म्हणाली, ''कृष्ण म्हणतील तसंच केलं पाहिजे; पण सर्वजणांनी आमच्याबरोबर उद्या यायला निघू नये, अशी मी लोकांची समजूत घालेन.''

''मी धृतराष्ट्राची समजूत घालण्याचा प्रयत्न करेन,'' मी म्हणालो.

''आणि आपण आमच्याबरोबर येता आहात असंही सांगितलंत तर आम्ही आमचं महाभाग्य समजू!'' द्रौपदी मला प्रणाम करून उभी राहिली.

''मुली, तू उगीच अशी आशा करू नको. भीष्म त्याच्या वचनानं बांधलेला आहे. मी खोटीच प्रतिज्ञा केली असं होणार नाही. कोणत्याही परिस्थितीत मी हस्तिनापूर आणि येथील राजाचा पक्ष सोडणार नाही.''

द्रौपदीनं लगेच उत्तर दिलं– ''पांडवांबरोबर राहिलात तर आपली प्रतिज्ञा मोडणार नाही. क्षमा करा, पितामह, परंतु आपल्या प्रतिज्ञेबद्दल मी जे ऐकलं आहे, त्यात आपण म्हणालात की– 'सत्यवतीच्या पोटी जन्मलेला पुत्र आपला राजा असेल– दुसरा कोणी नाही–' महाराज युधिष्ठिर आणि पांडवही सत्यवतीचेच वंशज आहेत.''

''मुली!'' मी रागानं म्हणालो, ''भीष्माच्या प्रतिज्ञांचा तुला हवा तसा अर्थ काढू नको. मी जे बोललो होतो, ते बोलताना माझ्या मनात अशी स्पष्ट समज होती, की मी हस्तिनापूरच्या गादीचा रक्षक आणि सेवक होऊन राहीन. भविष्यकाळात त्या गादीवर ज्याचा राज्याभिषेक होईल, तो माझा राजा असेल; मी त्याच्या आज्ञेचं पालन करेन. समजलीस?''

''जी,'' द्रौपदी पुढे काही न बोलता उठून उभी झाली होती.

– आज, या शरशय्येवर पडल्या पडल्या वाटतं आहे, की त्या वेळी द्रौपदीनं मला स्पष्ट ऐकवायला हवं होतं की, पितामह, प्रतिज्ञांचे तुम्हाला अनुकूल अर्थ तर तुम्हीच काढत आहात! 'सत्यवतीचं संतान माझा राजा' अशा प्रतिज्ञेचा अर्थ कोणत्याही परिस्थितीत 'हस्तिनापूरच्या गादीचाच सेवक' असा होतच नाही. पितामह,

हे तर ठीक, की तुम्ही आहात म्हणून ही भीती नाही; परंतु बाहेरचा कोणी राजा युद्धात कौरवांना जिंकून जर हस्तिनापूरच्या गादीवर बसला, तर काय तुम्ही त्यालाही 'तुमचा राजा' समजाल?''

हे गोविंद! कशा अडचणीत टाकलंयत तुम्ही मला! आता आता जे झालं नाही, पण व्हायला हवं होतं, त्याचे विचार येतात. मी तर संसारापासून आणि राजकारणापासून दूर राहण्याच्या विचारानंच प्रतिज्ञा केली होती! आज माझ्या लक्षात येतंय, की गंगा मा, सत्यवती, अंबा, द्रौपदी, कृष्ण, पांडव आणि असंख्य सैनिक – न जाणो कोणाकोणाला माझ्या प्रतिज्ञेचे दुष्परिणाम भोगावे लागले! हे माझ्या लक्षात यावं म्हणून कृष्णानं मला घडून गेलेला काळ पुन्हा एकदा आठवून विचार करायला सांगितलं असेल का?

त्या रात्री द्रौपदी जायला निघाली तेव्हा पळभर मला वाटलं, की कुलवधूशी पहिल्या प्रथमच काही बोलत असताना मी उगीचच रागावलो होतो; परंतु तेव्हा मात्र लगेच असंच वाटलं होतं, की राग दाखवणं जरुरी होतं.

मी मग वेळ मारून नेण्यासाठी द्रौपदीला म्हटलं होतं, ''मुली, अजून तर तू खूप लहान आहेस! पांचालच्या राजमहालांमध्ये वाढलेली तू, खांडवप्रस्थात कशी राहशील अशी मला काळजी वाटत राहील. तेथे तर एकही मनुष्य राहत नाही.''

माझ्या बोलण्यावर द्रौपदीनं जे उत्तर दिलं होतं, ते मला अजूनही आठवतं. ती पूर्ण आत्मविश्वासानं, धीटपणे आणि शांतपणे म्हणाली होती–

''आयुः पुरुरवा राजन् नहुषस्य ययातिना ।
तत्रैव निवसन्ति स्म खाण्डवान्हे नृपोत्तमा ।।
राजधानी तु सर्वेणां पौरवाणां महाभुज ।
विनाशितं मुनिगणैर्लोभाद् बुधसुतस्यच ।।

(हे नरश्रेष्ठा! आयु, पुरुरवा, नहुष, ययाति हे सर्व राजे खांडवमध्येच राहत होते. तेथे सर्व पौरवांची राजधानी होती. नंतर मग बुधपुत्राच्या लोभामुळे, मुनींनी ती नष्ट करून टाकली होती.)''

आजच या घरात आलेल्या द्रौपदीनं, आमच्या वंशाचा इतका जुना इतिहास कुटुंबातली कोणी वृद्ध स्त्री किंवा खुद्द माता सत्यवती सांगतील, तसा सांगितला होता!

मी याला काही उत्तर देण्याआधी द्रौपदी म्हणाली, ''पूर्वजांच्या भूमीला पुनर्जीवित करण्याची संधी मिळाली आहे, ती मला घालवायची नाही! पितामह, आशीर्वाद द्या की माझ्या पतींच्या मदतीने मी ते करू शकेन.''

''तथास्तु,'' मी म्हणालो.

तिला सांगायचं होतं ते सांगून द्रौपदी दालनाच्या दरवाजाशी पोहोचून पुन्हा

थांबली. माझ्याकडे वळून पुन्हा पदर गळ्यापर्यंत घेऊन म्हणाली, "प्रणाम पितामह! आमची काळजी करू नका. आम्ही पार पडू यातून. शिवाय श्रीकृष्णही आमच्याबरोबर असतीलच."

"ठीक तर; पण सांभाळून राहा आणि काय काय होईल ते कळवत राहा," एवढं बोलेपर्यंत मला वाटलं, की तिथं आणखीही कोणीतरी आहे. मी विचारलं, "कोणी बरोबर आलंय?"

"जी," म्हणत दुर्योधनाची पत्नी दरवाजाशी आली. पदर अंगावरून घेत घाबरून म्हणाली, "पांचाली आपल्याशी बोलते, हे मला बघायचं होतं."

मला हसू आलं. द्रौपदी शांत आवाजात म्हणाली, "मी तिला म्हटलं, की तूही आत ये; पण ती नको म्हणाली आणि बाहेरच थांबली."

"तुम्ही दोघी बरोबर आलात, तसे तुमचे पतीही एकत्र मला भेटायला आले, तर मला खूप आवडेल," मी हसून म्हणालो.

"जी, होय," दुर्योधनाची पत्नी म्हणाली. द्रौपदी काही बोलली नाही. दोघी गेल्या.

दुसऱ्या दिवशी सकाळी पांडवांनी निरोप घेतला आणि ते खांडवप्रस्थाकडे निघाले. राजा आणि राजपुत्र नगराच्या दरवाजापर्यंत पोहोचवायला गेले. विदुर व इतर मंत्री आणि दुसरे नगरजन दूरपर्यंत पोहोचवून परत आले.

अरण्यांमध्ये निर्माण सुरू झालं त्याचे वृतान्त मिळत होते. जसजशा सोयी होऊ लागल्या, तसतशी माणसंही राहायला जाऊ लागली. कृष्ण पांडवांबरोबरच होते. नगर खूप भराभर आकार घेत होतं. येथे कोणाला कल्पनाही नव्हती, की पांडव इतक्या लवकर निर्माणाचं काम पूर्ण करतील. धृतराष्ट्राला ते समजल्याबरोबर त्यानं सभा बोलावली.

दुर्योधन म्हणाला, "या तर नुसत्या बातम्या आहेत– तिकडे जाऊन कोणी पाहिलंय? त्या अरण्यामध्ये असं आणि इतकं बांधकाम होणं शक्य नाही– तेही इतक्या थोड्या वेळात?"

"मलाही असंच वाटतंय," धृतराष्ट्र म्हणाला, "परंतु असं म्हणतात, की कोणी मय नावाचा शिल्पकार पांडवांना मिळाला आहे. तो म्हणे 'माया' जाणतो आणि अद्‌भुत निर्माण करतो."

शकुनी म्हणाला, "तो काय करेल ते करू दे. मला काळजी वेगळीच आहे. पांडवांकडे पांचालांचं आणि वृष्णींचं अशी सैन्यं आहेत. थोड्या सोयी झाल्या की लगेच पांडव त्यांची भूमी आणि शक्ती वाढवण्यासाठी युद्ध करतील. आपणही सावध राहिलं पाहिजे."

"आपण पांडवांपासून सावध राहिलं पाहिजे?" मी विचारलं आणि पुढे

म्हणालो, "युधिष्ठिरानं दुसरीकडे हल्ले केले तर करेलही– पण हस्तिनापूर तर त्याचं स्वत:चं घर आहे. इकडे तशा दृष्टीनं बघण्याचा विचारही त्याच्या मनात येणार नाही."

गांधारी माझ्या म्हणण्याला पुष्टी देत म्हणाली, "पांडवांना त्यांची शक्ती वाढवण्याची, राज्य मोठं करण्याची जरुरीही नाही, इच्छाही नाही; पण समजा तशी जरुरी वाटली, तर कुंती आणि द्रौपदी त्यांना फक्त शक्ती दाखवण्यासाठी युद्ध करूच देणार नाहीत. त्या दोघी स्त्रिया जाणून आहेत, की शक्तिशाली बनण्याचे इतर अनेक मार्ग आहेत."

मी काही बोललो नाही. गांधारी बोलली म्हणजे कोणी कधी काहीही बोलत नसे. ती या राजवाड्यात आली, तेव्हापासून तिचा शब्द हा शेवटचा शब्द समजला जातो. फक्त पुत्र दुर्योधन तिला वाटेल तसं बोलू शकत असे. तो म्हणाला, "मा, कुंतीमाँ तर ठीक, त्या तुमच्याबरोबर थोडं तरी राहिल्या आहेत. पांचाली फार तर एखादी रात्र येथे होती, तेवढ्यानं तुम्हाला असं बोलायचं सुचलं?"

गांधारीने लगेच उत्तर दिलं– "तुझ्या पत्नीला विचार. तीही मी म्हणाले तेच म्हणेल. एका स्त्रीला, दुसऱ्या स्त्रीला समजून घ्यायला बरोबर राहण्याची जरुरी नसते! ती काय निर्णय घेते ते समजलं की तेवढं पुरे असतं. तुला माहीत नसेल, तर सांगते, की पाचही पांडवांशी लग्न करण्याचा निर्णय याज्ञसेनीचा स्वत:चा होता."

धृतराष्ट्राने त्याची अंध दृष्टी गांधारीवर फिरवली. सभेत त्यानंतर काही चर्चा झाली नाही!

गांधारीचं म्हणणं फार लवकर खरं ठरलं! पांडवांनी भूमी वाढवण्याऐवजी भूमिपालांशी संबंध वाढवणं सुरू केलं होतं. बाहुबळ दाखवण्याऐवजी ऐक्याच्या शक्तीला महत्त्व दिलं होतं. खांडवप्रस्थहून येणारे दूत मधून मधून सांगत यायचे की, कुमार अर्जुन गंगाद्वारला गेले होते. तेथून पुढे ते नागभूमीत गेले होते. आणि पराक्रमी नाग कौरव्यची पुत्री उलुपीशी त्यांनी लग्न केलं आहे.

नंतर एकदा सांगण्यात आलं की, अर्जुन मणिपूरपर्यंत पोहोचले आहेत. तिथले राजा चित्रवाहन यांची कन्या चित्रांगदा हिचा विवाह त्यांनी अर्जुनाशी करून दिला आहे, आणि चित्रांगदाला मुलगाही झाला आहे.

त्यानंतर आलेली बातमी अकल्प्य होती. कुमार अर्जुन प्रभासला जाऊन मग द्वारकेला पोहोचले होते आणि शेवटच्या बातमीप्रमाणे त्यांनी रैवतक पर्वताच्या पूजेच्या उत्सवातून भगवान श्रीकृष्ण आणि बलरामजींची धाकटी बहीण सुभद्रा हिचं हरण केलं होतं आणि आता ते खांडवप्रस्थला जाण्यास निघाले आहेत. बलराम अत्यंत क्रोधानं त्यांचा पाठलाग करणार होते; परंतु खांडवप्रस्थाहून आत्ताच परत

आलेल्या श्रीकृष्णांनी त्यांची समजूत घातली आणि त्यांना शांत केलं.

– आज मध्यरात्रीच्या नि:शब्द शांततेत मला गांधारीचे शब्द आठवतात. ती म्हणाली होती, 'स्त्रीला समजून घेण्यासाठी ती स्वत:च्या आयुष्याविषयी कसे निर्णय घेते, ते समजून घेणं पुरेसं आहे.'

गंगेनं मनुष्यस्त्रीच्या अवतारात राहण्याचा निर्णय घेतला होता. सत्यवतीनं अनेक निर्णय घेतले, अंबानं सदेह भस्म होऊन जाण्याचा आणि खुद्द गांधारीनं डोळ्यांना पट्टी बांधून उरलेलं आयुष्य काढण्याचा निर्णय घेतला होता. या सर्व स्त्रियांना एकमेकींचे निर्णय समजले– पटले– असतील? जर असं असेल, तर एक स्त्री दुसऱ्या स्त्रीला जशा तऱ्हेनं समजू शकते, तशा तऱ्हेनं पुरुष कधीच समजू शकत नाहीत.

खांडपवप्रस्थ वसलं. गंगाद्वार, मणिपूर आणि द्वारकेशी जवळचे संबंध होऊन पांडव शक्तिशाली झाले. त्यानंतर जरासंधाला मारून, त्यांनी गिरिव्रजाच्या किल्ल्यात बंदिवान करून ठेवलेल्या राजांना मुक्त करवलं. एवढंच नाही, तर त्या राजांना त्यांची राज्यंही परत दिली.

गांधारीची समज किती बरोबर होती, ते आता आम्हाला समजत होतं! अर्थात त्याचा पूर्ण पुरावा आम्हाला तेव्हा मिळाला, जेव्हा आमचा दूत आम्हाला सर्व वृत्तान्त सांगत होता. तेव्हा एक बातमी त्यानं अशीही सांगितली, की–

"तानुवाच हृषीकेश समाश्वास्य महात्मना।
युधिष्ठिरो राजसूयं क्रतुमाहर्तुमिच्छति।।"

(तेव्हा थोर मनाच्या भगवान श्रीकृष्णांनी त्या मुक्त केलेल्या सर्व राजांना आश्वासित करत म्हटलं, "राजे लोकहो, धर्मराज युधिष्ठिराची राजसूय यज्ञ करण्याची इच्छा आहे.")

पुराणकालापासून आर्यावर्तात एक समजूत होती, की कोणीही राजा पांडवांइतका शक्तिशाली झाला, की त्याने इतर राजांना जिंकण्यासाठी आणि स्वत:चं वर्चस्व स्थापण्यासाठी अश्वमेध यज्ञ करावा आणि दुसऱ्यांची भूमी जिंकावी, म्हणजे तो चक्रवर्ती झाला असं मानलं जातं.

युधिष्ठिरानं तसं केलं नाही आणि कुंती व द्रौपदीनं तसं होऊही दिलं नाही. ते राजसूय यज्ञ करतील. जरूर पडत नाही तोपर्यंत युद्ध न करण्याची नीती ठेवतील. द्रौपदी सर्व राजांना एकत्र आणेल, समानतेची भावना वाढवेल आणि परस्परसंबंधही वाढवेल.

– माझ्या मनात आलं, की घरांसारखं राज्य चालवण्याचं कामही स्त्रियांकडेच सोपवलं पाहिजे! सैन्याचे प्रमुख फक्त पुरुष ठेवावेत!

|सोळा|

इंद्रप्रस्थ!

कृष्णांचा सल्ला ऐकून पांडवांनी त्यांच्या नव्यानं निर्माण केलेल्या राजधानीचं नाव 'इंद्रप्रस्थ' ठेवलं. युधिष्ठिर सभेत बसू लागला, या बातमीबरोबरच तो करत असलेल्या राजसूय यज्ञात उपस्थित राहण्याचं निमंत्रणही आलं. हस्तिनापूरहून मी, धृतराष्ट्र, विदुर, युवराज दुर्योधन, शकुनी आणि इतर सर्व राजपुत्रांनाही निमंत्रण होतं.

निमंत्रणाबरोबरच दुसऱ्या कोणाकोणाला निमंत्रण गेली आहेत, त्यांची यादीही होती. त्यात प्रत्येक राजाचा उल्लेख 'भूमिपाल' असा केला होता. कृष्णाचा उल्लेख 'लोकनायक' असा केला होता. बलरामजींचा 'महाबली' म्हणून. राजांना 'भूमिपाल' असं साधं विशेषण वापरलं होतं, ते मला फारसं आवडलं नव्हतं– पण पांडवांना काय सांगणार?

धृतराष्ट्र आणि गांधारी यांच्याशिवाय आम्ही सर्वजण इंद्रप्रस्थला गेलो होतो. आमचं स्वागत करताना युधिष्ठिर आणि अर्जुन यांना चक्क रडू आलं. कुंतीलाही भरून आलं. द्रौपदीनं सर्वांचं मनापासून स्वागत केलं आणि वडील माणसांना तिनं खाली वाकून नमस्कार केला.

आमचं स्वागत करून झाल्याबरोबर लगेच भीम त्याच्या स्वयंसेवकांना घेऊन कौरवांना त्यांच्या राहण्याची जागा दाखवायला घेऊन गेला. तेवढ्यात भूरिश्रवा आणि शल्य आल्याचा संदेश आला, तसे युधिष्ठिर आणि द्रौपदी गेले. मला माझ्या दालनात पोहोचवायला कुंती आणि अर्जुन आले. आम्ही त्या दालनात पोहोचलो, तर कृष्ण तेथेच होते. मला सर्व व्यवस्था समजावून सांगून कृष्णांनी छातीवर हात ठेवून हसतमुखानं म्हटलं, "पितामह, काहीही काम असलं, तर या स्वयंसेवकाला सांगा."

मीही आनंदानं म्हटलं, "तर या दालनाची व्यवस्था यदुश्रेष्ठाकडे आहे?"

कृष्णाऐवजी कुंती म्हणाली, "खरं म्हणजे कृष्ण

पांचालीच्या मदतीला आहे. यज्ञाची भोजनव्यवस्था पांचाली स्वत: बघणार आहे, आणि स्वयंपाकघर व भोजनगृहाची स्वच्छता कृष्णानं स्वत: मागून घेतलीय!''

कृष्ण म्हणाले, ''द्रौपदीचा निर्णय होता, की या दालनात पितामहांनाच ठेवायचं. आता मी तर आहे स्वयंसेवक– तिचा स्वयंसेवक! म्हणून पितामहांच्या दालनाचीही सेवा चांगल्या नशिबामुळं माझ्याकडे आली!''

मी आसनावर बसत विचारलं, ''तर मग स्वयंसेवक होण्याचं भाग्य मलाही मिळेल का नाही?''

कृष्ण गंभीर झाले. म्हणाले, ''आपण उपस्थित असणं, हीच यज्ञाची सर्वांत मोठी सेवा आहे, पितामह! आपण आजन्म स्वयंसेवक राहिला आहात. इतकी वर्षं आपण कुरुकुलाची जबाबदारी निष्ठेनं सांभाळली आहे. आपण नसतात, तर महाराज विचित्रवीर्यांबरोबरच हस्तिनापूर कुरूंचं राहिलं नसतं! आपलं सारं जीवनच जणू यज्ञ आहे. आर्यावर्ताची अराजकता भयंकर दशेला पोहोचू न देता वर्षानुवर्षं तुम्ही परिस्थिती सांभाळत आला आहात! भरतखंडात दुसरं कोणीही करू शकलं नसतं इतकी मोठी सेवा आपण करत आला आहात– आता याहून जास्त आपण काहीही करायचं नाही!''

मला कृष्णांना मिठी मारावीशी वाटली. असंही वाटलं, की त्याची पाठ थोपटून म्हणावं, ''बाळ, आर्यावर्ताच्या स्थैर्यासाठी तू जे करतो आहेस, त्याच्या तुलनेत तर मी काहीच केलं नाही!''

परंतु मी हे करू शकलो नाही! मी येथे माझ्या राजाचा प्रतिनिधी म्हणून आलो होतो, मला माझ्या मर्यादेत राहिलं पाहिजे होतं. जग ज्याला यदुश्रेष्ठ आणि द्वारकाधीश म्हणून गौरवतं, त्याला, कुरुकुलाच्या सन्मान्य कुंतीच्या भावाचा मुलगा असलेल्या कृष्णाला 'तू' म्हणण्याचा अधिकार कुरू साम्राज्याच्या या दासाला नव्हता! कुंतीला आहेच आहे; अर्जुन व द्रौपदीलाही असेल.

मला अल्पाहार देऊन कुंती व अर्जुन गेले. कृष्णांनी मला विचारलं, ''तात, बरेच वीर, राजे, धनुर्धर, पाहुणे, इंद्रप्रस्थाची प्रजा आणि गावातले लोक, यांना आपल्या दर्शनाची इच्छा आहे. आपण 'हो' म्हणाल, तर त्यांना 'या' असं सांगू?''

''हो! अवश्य! रोज सूर्योदयापासून चार घटकांपर्यंत मुख्य मंडपात आणि संध्याकाळी जेवणापूर्वी एक तास भोजनमंडपाच्या खाली ते मला भेटू शकतील. कोणी केव्हा यायचं ते मी आपल्यावर सोडतो,'' मी सांगितलं.

संध्याकाळी मी अर्जुन आणि सहदेवबरोबर नगर बघायला निघालो. इंद्रप्रस्थचा भव्य राजवाडा आणि नगरातली घरं पांढऱ्या रंगाची होती. प्रत्येक घराची ओळख कळण्यासाठी दरवाजांवर रत्ने आणि मणी लावलेली चित्रं होती. प्रत्येक घरात सारख्याच सोयी केलेल्या होत्या. यज्ञासाठी आलेल्या पाहुण्यांसाठीही अगदी

एकसारख्या सोयी केलेल्या होत्या. पाहुण्यांना स्वत:चं महत्त्व दाखवण्यासाठी त्यांचं घर विशेष शोभिवंत करण्यास, किंवा स्वत:चा द्वारपाल नेमण्यास पूर्ण परवानगी होती.

श्रीकृष्णाचं घर अगदी साधं होतं. ना कोणी द्वारपाल, ना जास्तीची शोभा-शृंगार. लोकांना वाटेल तेव्हा ते तेथे जाऊ शकत होते, आणि कृष्ण घरी असतील तर त्यांना भेटू शकण्याची सूट कृष्णांनी स्वत:च ठेवली होती. सहदेव सांगत होता, की अमुक अमुक राजांना कृष्णांचं हे वागणं अयोग्य वाटलं होतं.

दुसऱ्या दिवशी सकाळी यज्ञस्थळावर ज्यांनी ज्यांनी कृष्णांना बघितलं, ते सगळे थक्क झाले होते. कृष्ण स्वच्छतेची फक्त व्यवस्था बघत नव्हते, तर ते स्वत:ही कामाला लागले होते. त्यांच्या स्वयंसेवकांबरोबर तेही रस्ते आणि मांडव झाडताना दिसत होते. जेवणं झाल्यावर उष्ट्या पत्रावळी गोळा करणाऱ्यांतही कृष्ण असायचे!

स्वत: कृष्णांनी ही सर्व कामं करणं, हे कोणाला खरं वाटत नव्हतं! कृष्णांना कोणी थांबवलं किंवा स्वत:ही ते काम करण्याचा प्रयत्न करू लागलं, तर ते त्यांच्या साथीदारांकडे हात दाखवून सांगायचे, "हे सगळे माझे गोकुळातले मित्र आहेत. लहानपणी आम्ही सगळे मिळून गोठे आणि अंगणं साफ करायचो, गायींचं शेण-गोठा करायचो, घरात-अंगणात शेणानं सारवणाऱ्या मोठ्या आयाबायांना मदत करायचो, त्यामुळे हे काम मला येतं! तुम्हाला जमणार नाही, उलटं बिघडवाल!"

यज्ञाच्या मंडपाची शोभा डोळ्यांत भरण्यासारखी होती! शेणानं सारवलेल्या भूमीवर सर्व आमंत्रितांसाठी एकाच पद्धतीची आसनं ठेवली होती. यज्ञाच्या दिवशी तर मी सकाळपासूनच मंडपात जाऊन बसलो. वेळ झाली, तसे एकापाठोपाठ एक पाहुणे येत गेले. कर्ण एकटाच आला. मला प्रणाम करून एका बाजूला जाऊन बसला. शकुनी त्याचे पिता सुबल यांच्याबरोबर आला. मी त्याला दुर्योधनाबद्दल विचारलं, तर तो म्हणाला, "युवराज त्या बाजूचं मयासुरानं केलेलं स्थापत्य बघायला गेले आहेत, येतील."

आसनं भरत गेली तशी जास्तीची ठेवली गेली. राजांमध्ये शाल्व, वाल्हिक, भगदत्त, सोमदत्त, जयद्रथ, तसंच अन्य वीरांमध्ये सात्यकीचा पुत्र युयुधान, द्रोणाचार्य, कृपाचार्य, अश्वत्थामा, गांधारीचे पुत्र आणि इतर अनेक नरवीर व भूपाल होते.

स्वयंवरात किंवा युद्धात भाग घेऊन काहीतरी मिळवण्याची इच्छा नसताना, आपल्या मर्जीनं एकत्र आलेले इतके वीर-राजे मी माझ्या आयुष्यात कधी पाहिले नव्हते. आम्ही वडील माणसं जे करू शकलो नव्हतो, ते पांडव, पांचाली आणि कृष्ण हे करू शकले होते!

मी विचार करत बसलो होतो, तोच महर्षी व्यासांनी पाठवलेला एक ब्राह्मण माझ्याजवळ येऊन म्हणाला, "हे महापुरुष, आपण कुरुकुलातील पूज्य व्यक्ती आहात. महर्षी व्यासांची इच्छा आहे, की आपल्या वंशजांना आशीर्वाद देऊन यज्ञाचा आरंभ करण्यास आपणच सांगावे."

मी लगेच उठलो व शंखध्वनी केला. व्यासांनी मोठ्या आवाजात वेदगान केलं. मी युधिष्ठिराजवळ जाऊन सर्वांना ऐकू जाईल अशा मोठ्या आवाजात सांगितलं–

"आचार्यं ऋत्विनं चैव संयुज्यं च युधिष्ठिर;
स्नातकंच प्रियं पाहु: षडर्षाहीन् नृपं तथा।।"

(आचार्य, ऋत्विज, संबंधी, स्नातक, मित्र, तसंच राजा हे सहाजण अर्घ्यपूजा करण्यास योग्य समजले जातात.)

"एतानर्घ्यानभिगताना द्रु: संवत्सरोपितान्।
त इमे कालपूगस्य महतोस्मानुपागता:।।"

(शास्त्रे समजणारे म्हणतात, की या सहांपैकी कोणी एक वर्षानंतर आपल्याकडे आला, तर त्याची अर्घ्य देऊन पूजा करावी. आज येथे आलेले सर्व आपल्याकडे खूपच दिवसांनी आलेले आहेत.)

युधिष्ठिर उठून उभा राहिला. द्रौपदी तबकात अर्घ्यजल आणि पूजेची सामुग्री घेऊन उभी. युधिष्ठिरानं चहूकडे बघितलं, आणि मला विचारलं, "तात, येथे गुणी आणि मोठ्या मनाचे लोक विशाल संख्येनं आलेले आहेत. मी त्यांची सर्वांची पूजा करण्याचा प्रयत्न केला, तर प्रत्येकाच्या समोर जाऊन पूजा करू शकणार नाही. शिवाय येथे आलेले सर्वच आमंत्रित मला प्रिय आहेत. तर आपणच मला सांगा, की मी सर्वांत प्रथम कोणाची पूजा करावी?"

मी लगेच सांगितलं, "कुंतीनंदन, श्रीकृष्णांपासून सुरुवात करून तू सर्वांची पूजा करावीस. आम्हा सर्वांमध्ये अग्रपूजनासाठी कृष्ण सर्व दृष्टींनी योग्य आहेत. सर्व प्रजाजनही त्यांना आदर्श मानतात. म्हणून हे पुत्र, तू कृष्णांची अग्रपूजा करून आम्हा सर्वांची पूजा कर आणि यज्ञाला सुरुवात कर."

युधिष्ठिर कृष्णांची पूजा करतो न करतो, तेवढ्यात समोरच्या रांगेत बसलेला शिशुपाल एकदम मोठ्या आवाजात म्हणाला–

"बाला यूयं न जानीध्वं धर्म: सूक्ष्मो हि पांडवा:।
अयं च स्मृत्यतिक्रान्तो ह्यापगेयोल्पदर्शन:।।"

(पांडवांनो, तुम्ही अजून लहान आहात. तुम्हाला धर्मज्ञान नाही; कारण धर्माचं स्वरूप अत्यंत सूक्ष्म आहे. या म्हाताऱ्यांचं तर आता खूपच वय झालं आहे, त्यांची आठवणही आता धड राहिली नाहीये. त्यांची समजशक्ती आणि त्यांची दृष्टीही पहिल्यासारखी राहिली नसणार.)

मी भडकलो. कोणी माझा अपमान करत होतं आणि तेही एवढ्या सगळ्या राजांसमक्ष. शस्त्र हातात घेण्यापूर्वी मी कृष्णांकडे पाहिलं. जणू काही घडलंच नसावं, तसे कृष्ण युयुधान, सात्यकीशी बोलत बसले होते. व्यासही त्यांनी काही ऐकलंच नसावं, तसे यज्ञाच्या तयारीत मग्न होते.

सात्यकीनं कृष्णांचं लक्ष माझ्याकडे वेधलं, तेव्हा कृष्ण लगेच माझ्याकडे आले आणि म्हणाले, ''पितामह, सगळ्यांना माहीत आहे, की शिशुपाल गर्विष्ठ आहे. असं वाटतंय की तो दारूही प्यायला असावा. आपण निश्चिंत राहा– त्याला बोलू दे हवं ते!''

कृष्णासारखा वीरपुरुष मला असा डरपोक सल्ला देतो? मी जरा रागानंच म्हणालो, ''आज मी असं सहन केलं, तर आत्तापर्यंत हस्तिनापूरला घाबरून राहणारे राजे यानंतर का घाबरतील? भीष्मांसारखा माणूस या सर्वांसमोर शिशुपालाला हवं तसं बोलू देईल, तर भीष्माचं महत्त्व आणि प्रभाव ओसरणार नाही?''

त्या वेळी कृष्णांनी जे उत्तर दिलं होतं, ते मला आजही आठवतं! ते म्हणाले होते, ''पितामह, आपण प्रभाव आणि महत्त्व काय असतं ते जाणून घेतलं, तर ती नसतातच!''

कृष्ण प्रत्येक गोष्ट इतक्या बरोबर– योग्य शब्दांत सांगतात, की त्यांचा त्या वाक्याचा अर्थ मला अगदी चांगला समजला! मी मग अगदी जरूरच पडणार नाही तोपर्यंत शांत आणि गप्पच राहायचं असं ठरवलं.

शिशुपाल बोलायचा थांबला नाही. तो पुन्हा सरळ मला उद्देशूनच म्हणाला–

''त्वादृशो धर्मयुक्तो हि कुर्वाचः प्रियकाम्यया।
भवस्यत्यभ्यधिकं भीष्म लोकेष्ववमतः सताम्॥''

(भीष्म, तुमच्यासारखे धर्मात्मा पुरुष जसं मनाला वाटेल तसं, किंवा कोणाला आवडावं म्हणून दुर्लक्ष करू लागतात, तेव्हा सज्जन लोकांमध्ये अपमानाला पात्र होतात.)

''कथं ह्यराजा दाशार्हो मध्ये सर्व महीक्षिताम्।
अर्हणामर्हति तथा यथा युष्माभिरर्चिता॥''

(सर्वांना ठाऊक आहे, की यदुवंशी कृष्ण राजाही नाही, तरीही तुम्ही या सर्व राजांमध्ये त्याची अग्रपूजा करवून घेतली. असं कसं करता येईल?)

मी काही उत्तर देणार किंवा कारण सांगणार त्याआधीच शिशुपाल युधिष्ठिराला म्हणू लागला, ''कुरुश्रेष्ठ, जर तुम्ही कृष्णाला वडील मानत असाल, तर त्याचे पिता वसुदेव अजून जिवंत आहेत. बाप जिवंत असताना त्याचा मुलगा पूजा करण्यायोग्य कसा होऊ शकतो?''

युधिष्ठिर शिशुपालाला काही उत्तर न देता इतर राजांची पूजा करण्यास पुढे

गेला. शिशुपाल बोलतच होता– "युधिष्ठिर, जर कृष्णाला तुम्ही ऋत्विज समजत असाल, तर सर्वांपेक्षा वृद्ध खुद्द वेदव्यास येथे बसले आहेत. जर तुम्ही कृष्णाला व्याही म्हणून पूजा करत असाल, तर तुमचे ज्येष्ठ व्याही, द्रुपद येथे आहेत. अश्वत्थामा वीर आहे, दुर्योधन आणि परशुरामांचा शिष्य कर्णही येथे आहे. भूरिश्रवा आणि इतर कितीतरी राजे येथे आहेत आणि तुम्हाला अग्रपूजा करायला हे गवळ्याचं पोर मिळालं?"

आता युधिष्ठिर म्हणाला, "चेदिराज, शंतनूनंदनना धर्मतत्त्वाचं ज्ञान नाही असं म्हणणं आपल्याला शोभत नाही. पितामहांचं ज्ञान आणि अभ्यास कसा व किती आहे, ते सर्वांना माहीत आहे. भगवान श्रीकृष्ण कोणाला खरे समजले असतील तर ते फक्त भीष्मांना."

"भगवान?" शिशुपाल जास्तच चिडला, "भगवान- भगवान म्हणून तुम्ही या मुलाला डोक्यावर चढवून ठेवलाय," असं म्हणून शिशुपालानं युद्धाची तयारी केली आणि दुसऱ्या राजांनाही लढाई करायला सांगितलं.

युधिष्ठिरानं मला जवळ बोलावून म्हटलं, "पितामह, हे राजे जर त्यांच्या सैन्यासहित एकत्र आले, तर समुद्राएवढी सेना येथे येऊन पोहोचेल. या यज्ञात विघ्न येऊ नये, प्रजेला दुःख सहन करायला लागू नये आणि सर्व शांततेनं पार पडावं, यासाठी आपण मला मार्ग दाखवा."

मी युधिष्ठिराला आश्वासन दिलं आणि म्हणालो–

"मा भैत्स्वं कुरुशार्दूल श्वा सिंहं हन्तुमर्हति।
शिवः पन्थाः सुनीतोत्र मया पूर्वतरं वृतः।।"

(कुरुवंशाच्या वीरा, तू भिऊ नकोस. कुत्रा कधी सिंहाला मारू शकत नाही. आणि मी (कृष्णांची अग्रपूजा करून) कल्याणाचा मार्ग आधीच घेतला आहे.)

असं सांगितल्यावरही दुसऱ्या राजांनी शिशुपालाला जाऊन मिळू नये म्हणून, आणि माझा निर्णय कसा योग्य होता ते त्यांना पटवून देण्यासाठी, मी कृष्णांनी लहानपणापासून ते यज्ञाच्या दिवसापर्यंत लोकांच्या भल्यासाठी केलेली कामं, त्याचे पराक्रम याविषयी सांगायला सुरुवात केली. लोक लक्ष देऊन ऐकत होते. कृष्ण जणू दुसऱ्या कोणाबद्दल चर्चा चालली असावी तशा निर्लेप भावानं ऐकत होते! मी कृष्णांबद्दल सांगत गेलो, ते सर्वांनी शांतपणे ऐकून घेतलं.

त्यानंतर मी राजांना म्हणालो, "राजे हो, हा चेदिकुलाचं भूषण असा राजा शिशुपाल, याचं डोकं ताळ्यावर नसावं, म्हणून तो तुम्हालाही स्वतःबरोबर यमलोकात ओढून न्यायला निघाला आहे."

शिशुपाल रागानं ओरडला, "भीष्मा, तुला ज्ञानी असल्याची घमेंड आहे; पण खरं म्हणजे तू महामूर्ख आहेस. अरेरे, या केशवाची स्तुती करण्याआधी तुझी जीभ

तुटून का पडली नाही?''

असं म्हणून पुढे शिशुपालानं माझ्यावर जे आरोप केले, ते मला आज या रणभूमीवर पडल्यापडल्याही जणू पुन्हा ऐकू येत आहेत–

"को हि धर्मोऽस्ति ते भीष्म ब्रह्मचर्यमिदं वृथा।
यद् धार्यसि मोहाद् वाक्लिबत्वाद् वा न संशय:॥''

(भीष्मा, तुझा धर्म तर काय, तुझं ब्रह्मचर्यही उगीचच डंके पिटण्यासारखं आहे. काहीतरी लाभ मिळवण्यासाठी किंवा मग तू नपुंसक आहेस म्हणूनच तू खोटाच ब्रह्मचर्याचा आव आणला आहेस, यात शंकाच नाही.)

एवढं बोलूनही शिशुपाल थांबला नव्हता! तो बोलतच राहिला– "भीष्मा, यज्ञ करणं, दान करणं हे सर्व संतान प्राप्त करण्याच्या मार्गांचा एक शतांश भाग म्हटला पाहिजे. अनेक व्रतं आणि उपवास– ही सर्व संतानरहित माणसासाठी व्यर्थ आहेत. तू काशीराजाची कन्या पळवून आणूनही तिच्याशी लग्न केलं नाहीस– कारण की, तू तृतीयपंथी आहेस. असं जर नसतं, तर तुझा भाऊ विचित्रवीर्य मरण पावल्यानंतर तुझ्यासारख्या पंडित समजल्या जाणाऱ्या पुरुषानी त्याच्या विधवांमध्ये समजूनउमजून दुसऱ्या पुरुषाची बालकं का जन्माला घातली? हे काय सन्मार्गानं जाणं म्हणायचं?''

चारी बाजूंना शांतता पसरली होती. मंडपाच्या मध्ये व्यासमुनी मुळीच विचलित न होता यज्ञाची तयारी करत होते. द्रौपदी आणि युधिष्ठिर पूजेचं तबक घेऊन स्वस्थ उभे होते. भीम आणि अर्जुन माझ्याजवळ येऊन उभे होते. कृष्ण अजूनही युयुधानाशी बोलतच होते!

मी माझा संताप गिळून बसून राहिलो. शिशुपालानं आता मला सोडून प्रत्येकाला बोलायला सुरुवात केली– "हे कुरुवंशींनो, जसे एका आंधळ्याच्या खांद्यावर हात ठेवून दुसरा आंधळा चालतो, तसे तुम्ही सगळेही तुमच्या या भोंदू अग्रणीच्या मागे जात आहात! तुमच्यातल्या एकालाही काडीचीही अक्कल नाही!''

आता मात्र कृष्ण म्हणाले, "महाराज शिशुपाल, चेदीसारख्या महान राज्याच्या राजाच्या तोंडी असे हलके शब्द शोभत नाहीत. आता बस करा, नाहीतर मला आपल्याला थांबवावं लागेल.''

आता शिशुपालानं सरळ कृष्णांनाच बोलायला सुरुवात केली! "अरे एऽऽ यादव! मला एक सांग, की लहानपणी कुठल्या बगळ्याला मारलं किंवा नदीत पडलेला लहानसा साप पकडून आणला, त्यात असा काय मोठा पराक्रम होता? वाळवी लागून पोकळ झालेल्या ढिगाला उचलून उभा राहिलास म्हणून स्वत:ला गोवर्धनधारी म्हणवून घेतोस! तू तर ज्याच्या राज्यात राहिलास आणि त्या राज्यातलं अन्न खाल्लंस, त्या तुझ्या सख्ख्या मामाला मारणारा नराधम आहेस!''

कृष्ण अजूनही उभेही न राहता म्हणाले, ''महाबाहू चेदिराज, आपण यज्ञाच्या यजमानाचा अपमान केला आहे. सर्व जगात सर्वांना पूज्य असलेल्या पितामह भीष्मांना अभद्र बोलला आहात. तुम्ही वास्तविक क्षमा करण्याच्या लायकीचे नाही, तरीही मोठ्या मनाचे भीष्म तुम्हाला शिक्षा देत नाहीत, हा त्यांचा मोठेपणा आहे. शिशुपाल, आपण संयम बाळगा आणि आपल्या दालनात परत जा, नाहीतर फार मोठा अनर्थ होईल.''

शिशुपाल आता किंचाळला– ''या भीष्मासारखे लोक तुझे स्तुतिपाठ गातात, म्हणून तू स्वत:ला महापराक्रमी समजण्याची चूक करू नको, गुराख्या! आम्ही राजे आहोत, आम्ही युद्धं लढली आहेत! तुझ्यासारख्या गायी चारल्या नाहीत!''

आता कृष्ण त्यांच्या आसनावरून उठून उभे झाले.

इकडे शिशुपालालाही युद्ध करण्याची खुमखुमी आली. तो राजांना म्हणाला, ''हा पापी यादव आणि सर्व पांडव– सर्वांना मारून टाका! जे तुमची उपेक्षा आणि अवहेलना करतात त्यांना जिवंत ठेवणंही पाप आहे.''

कृष्ण सभेच्या मध्यभागी आले आणि शांत, गंभीर स्वरात म्हणाले, ''हे भूपालहो, शिशुपाल यदुकुळातल्या कन्येचा पुत्र असूनही आमचा दुस्वास करतो. आजही तो आपल्या सर्वांच्या समक्षच अतिशय वाईट वागला आहे. यज्ञ मोडण्याचा प्रयत्न करून त्यानं फार मोठं पाप केलं आहे.''

''तर मग ये असा समोर! तिथं उभा राहून बोलत राहिल्यानं तू मुळीच वाचणार नाहीस! चल ये समोर आणि युद्ध कर!'' शिशुपाल म्हणाला.

''अरे, मी इथे उभा राहून तुला मारून टाकेन!'' असं म्हणता म्हणता कृष्णांनी चटकन कमरेला बांधलेलं सुदर्शन चक्र काढून करंगळीवर फिरवलं आणि मोठ्यानं म्हणाले, ''शिशुपाल– सांभाळ!''

हवा कापली जावी तसा आवाज आला आणि कोणाला काही समजायच्या आत किंवा काय होतंय ते नीट दिसण्याआधीच कृष्णांचा आवाज पुन्हा ऐकू आला– ''भीम! दमघोषाचा पुत्र शिशुपाल याचा अंतिम विधी पूर्ण राजकीय सन्मानानं करा. उशीर लावू नका.''

भीम शिशुपालाचा देह उचलून घेऊन गेला. काही राजे त्याच्या मागे गेले. युधिष्ठिरानं बाकीच्या राजांची पूजा सुरू केली. महर्षी व्यासांनी यज्ञकुंडात अग्नी पेटवला. उंच दमदार आवाजात ते श्लोक म्हणाले, त्याबरोबर इतर ब्राह्मणांनी श्लोक म्हणण्यास सुरुवात केली.

श्रीकृष्णांनी शिशुपालाच्या पुत्राला मंडपात आणून चेदिदेशच्या सिंहासनावर त्याचा विधिवत राज्याभिषेक केला. यज्ञ सुरू झाला आणि काहीही अयोग्य घडलं नसावं, तसा पूर्णही झाला!

आम्ही हस्तिनापूरला परत जाण्यास तयार झालो, तेव्हा अर्जुन म्हणाला, ''पितामह, सगळे जातील. मग थोडे दिवस अगदी ओकंबोकं वाटेल. आपण आत्ता नका जाऊ- जाऊच देणार नाही आम्ही जाऊ बघाल तर!''

मी म्हणालो, ''मी तर आता वृद्ध झालो, शिवाय माझ्या राजाला एकट्याला ठेवून आलो आहे- तुम्ही असं करा- श्रीकृष्णांना थांबवून घ्या. सर्वजण बरोबरच्या वयाचे बरोबर राहिलात तर मजाही येईल!''

द्रौपदी म्हणाली, ''गोविंदना तर जावं लागेल आता. ते उद्या द्वारकेला जातील.''

मी म्हणालो, ''तर मग गोविंदना निरोप देऊन नंतर मी जाईन. दुर्योधनाला आणि त्याच्या भावांना आज जायचं तर जाऊ देत; पण मग मला जाऊ दिलं पाहिजे.''

द्रौपदी हसून म्हणाली, ''वसंतपंचमीनंतर जा. त्याआधी मी जाऊ देणार नाही!''

''मला कैद करणार आहेस?'' मी थट्टेनं म्हटलं.

''करेन की! पण छे गं बाई! मी पडले स्त्री- मी पितामहांना कैद करणार? जगातली कोणतीही स्त्री गंगापुत्राला कैद करू शकलेली नाही! आपल्याला हरवायचं असेल, तर आम्हाला पुरुषाचा जन्म घ्यावा लागेल!''

मी द्रौपदीकडे बघितलं. नाही- ती चेष्टा करत नव्हती. तिच्या डोळ्यांमध्ये वेदना होती. मी तिच्या डोक्यावर हात ठेवला आणि म्हणालो, ''तुला पुरुष व्हावं नाही लागणार. तू जेव्हा सांगशील, तेव्हा मी होऊनच हरेन- किंवा मग मला कशा तऱ्हेनं पराजित करता येईल, याचं रहस्य तुला सांगेन.''

दुर्योधन घरी पोहोचल्यावर थोड्या दिवसांमध्येच विदुराकडून निरोप आला- ''दुर्योधन व इतर सर्व घरी पोहोचले आहेत, आणि सर्व ठीक आहे.''

त्यानंतर नियमित येणाऱ्या पत्रांवरून आणि बातम्यांवरून समजलं, की दुर्योधन इंद्रप्रस्थची रचना बघून मत्सरानं जळतो आहे. तो कर्ण व शकुनीला 'युधिष्ठिरावर हल्ला करू या' असं सांगत असतो. कर्ण युद्ध करण्यास नाही म्हणतो, तर शकुनी अशा काही उपायांचा विचार करतो आहे, ज्याने युद्ध न करता इंद्रप्रस्थावर विजय मिळवता येईल.

इंद्रप्रस्थात राहूनही मला हस्तिनापूरची काळजी वाटत राहायची. विशेषत: शकुनीची दुष्ट बुद्धी कसले मार्ग शोधेल आणि कोणत्या थराला जाऊ शकेल, या विचाराचा मला त्रास होत होता.

तरीही, शरदऋतूत इथं आलेला मी, हेमंत ऋतूच्या शेवटी यायला निघालो.

भीम आणि अर्जुन माझ्याबरोबर येतील आणि मला तेथे पोहोचवून परत येतील, अशी व्यवस्था केली होती. आम्ही निघणार होतो तेव्हाच एका सकाळी अचानक मी विदुराला रथातून उतरताना बघितलं. पांडव त्याचं स्वागत करत होते.

त्याला दिलेल्या दालनात पोहोचून लगेचच विदुर मला प्रणाम करायला आणि काही सांगायला आला. त्याचा चेहरा पडला होता. मला काही अनिष्टाची शंका आली. त्याला विचारलं, ''सर्व काही ठीक आहे ना?''

''सर्व ठीक आहे; पण लक्षणं ठीक नाहीत...'' तो म्हणाला.

''का? काय झालं?'' मी विचारलं; पण मग लगेच म्हणालो, ''तू थकला असशील. असं कर– जरा आराम कर आणि मग ये.''

''नाही, पितामह, मी थकलेलो नाही, हरलो आहे!'' विदुर म्हणाला, ''महाराजांनी मला इथं अशासाठी पाठवलं आहे, की शक्य तितक्या लवकर मी युधिष्ठिराला द्यूत खेळायला घेऊन जावं.''

''जा, आत्ता आराम कर. मग सभेत तुझा निरोप सांग. आपण काहीतरी मार्ग काढू या किंवा उपाय शोधू या.''

''पितामह, मी महाराजांना खूप समजावलं. युधिष्ठिराला द्यूत खेळायला आवडतं खरं; पण त्याला चांगलं खेळता येत नाही, हेही सांगितलं; परंतु महाराज निर्णय करून बसले आहेत. दुर्योधनानं त्यांना धमकी दिली आहे, की युधिष्ठिराला द्यूतासाठी आमंत्रण नाही पाठवलं, तर तो आत्महत्या करेल.''

''करू दे!'' मी मनाशी म्हणालो.

विदुरानं, धृतराष्ट्रानं त्याला पाठवलेला आदेश मला वाचून दाखवला–

''गच्छत्वं रथामास्थाय हयैर्वातसमैर्जवे।
खाण्डवप्रस्थ मध्यैव समानय युधिष्ठिरम्।।

(तू वाऱ्याच्या वेगानं जाणारे घोडे जोडून रथात बसून आत्ताच्या आत्ता खांडवप्रस्थ येथे जा, आणि युधिष्ठिराला बोलावून आण.)''

''न वाच्यो व्यवसायो मे विदुरैतद्ब्रवीमिते।
दैवमेव परं मन्ये येनैतदुपपद्यते।।''

(विदुर, तू युधिष्ठिराला हा निर्णय माझा आहे असं सांगायचं नाही, हे सांगून ठेवतोय; कारण मी दैवाला प्रबल मानतो आणि त्याच्या प्रेरणेनंच सर्व होणार आहे.)

माझी माँ गंगा सांगायची की माणसं तिला आवडतात, म्हणून तर ती पृथ्वीवर यायला कबूल झाली होती, ती ही– अशी माणसं? ती ही द्वैपायन व्यासांची संतानं? दुर्योधनाला मत्सर वाटेल हे एक वेळ समजू शकतं; पण धृतराष्ट्रही– इतका द्वेष?

दुसऱ्या दिवशी सकाळी सभेमध्ये युधिष्ठिरानं विदुराचं स्वागत केलं आणि

विचारलं, ''काका, आपण आला तेव्हापासून थकलेले, काळजीत असलेले आणि निस्तेज दिसता, आपण ठीक तर आहात ना?''

विदुर म्हणाला, ''सम्राट युधिष्ठिर, मी आपल्याला एक निमंत्रण द्यायला आलो आहे. महाराज धृतराष्ट्रांनी जयंतग्रामात वसंतोत्सवाचं आयोजन केलं आहे. तेथे द्यूत खेळण्यासाठी सुंदर सभागृहाचं निर्माण करण्यात आलं आहे. महाराजांची इच्छा आहे, की तुम्ही या व खेळा.''

''इच्छा म्हणजे आज्ञा?'' द्रौपदी मध्येच म्हणाली.

''होय, तसंच,'' विदुर हळू आवाजात म्हणाला.

युधिष्ठिरानं विचारलं, ''महात्मा विदुरजी, जुगारात तर भांडणं होतात. बरंच गमवावंही लागतं. कोणी शहाणा माणूस द्यूत खेळत नाही. याबद्दल आपलं काय मत आहे? आम्ही आपला सल्ला मान्य करू.''

विदुरानं मान खाली घातली. थोड्या वेळानं तो म्हणाला, ''बाबा रे, मला ठाऊक आहे, की द्यूत खेळणं हा अनर्थ आहे. मी धृतराष्ट्राला समजावण्याचा खूपच प्रयत्न केला, तरीही त्यांनी मला तुम्हाला बोलावून आणण्याची आज्ञा दिली. मुला, मी तुला खरं काय ते सांगितलं. आता तुला ज्यामध्ये तुझं कल्याण दिसत असेल ते कर!''

आता द्रौपदी म्हणाली, ''काकाश्री, जर आपल्याला माहीत असेल, तर आम्हाला सांगा, की द्यूताच्या खेळात सम्राट युधिष्ठिरांच्या विरुद्ध खेळणारे कोण आहेत?''

''गांधारनरेश शकुनी, जो जुगार खेळण्यात निष्णात आहे, द्यूतविद्येची रहस्यं त्याला ठाऊक आहेत आणि तो त्याला हवे असतील तसे फासे फेकू शकतो. त्याच्याखेरीज विविंशति, चित्रसेन, सत्यव्रत पुरुमित्र आणि जय, हेही असतील.''

द्रौपदीनं युधिष्ठिराला सांगितलं, ''महाराज, सर्वच्या सर्व कपटी आणि लुटारू गोळा झाले आहेत.''

आता युधिष्ठिराचा आवाज बोलताना फाटत होता! तशा आवाजात तो फक्त एवढंच म्हणाला, ''सती, जग दैवाधीन आहे– स्वतंत्र नाही!''

मग तो विदुराला म्हणाला, ''काकाजी! महाराज धृतराष्ट्रांच्या आज्ञेप्रमाणे मी जयंतग्रामला येईन.''

द्रौपदी भक्कमपणे म्हणाली, ''माझे पती जेथे असतील, तेथे मी बरोबरच असेन.''

मी आश्चर्यचकित होऊन पांचालीकडे पाहत राहिलो. तेथे काहीही होऊ शकतं, हे माहीत असताना ती जयंतग्रामच्या सभेत जायला तयार होती!

। सतरा ।

जयंतग्राममध्ये जे काही घडलं, ते नशिबानं– दैवयोगानं झालं, असं म्हटलं गेलं; परंतु ते सर्व माणसांनी स्वत: नक्की बेत करून ठरवलेलं, स्वत: घडवून आणलेलं, असंच होतं. त्यात दैवाचा किंवा विधात्याचा काही भाग नव्हता. मी तर येथपर्यंत जाऊन म्हणेन की सर्व घडलं तेवढ्या काळात आम्ही मुळी माणसंही राहिलो नव्हतो!

तेथे मला फक्त तीनजणंच 'माणूस' म्हणण्यासारखी दिसत होती– एक तर खुद्द द्रौपदी, जी जिवावर उदार होऊन दुष्टांचा प्रतिकार करत राहिली होती. दुसरा गांधारीपुत्रांपैकी लहान कौरव विकर्ण, जो कोणाचीही भीती न बाळगता, त्याला जे खरं-बरोबर वाटत होतं, ते बोलला होता. आणि तिसरी होती गांधारी– अंध राजांजवळ बसलेली त्यांची पत्नी– जिनं तिच्या स्वत:च्या सख्ख्या पण जुलमी मुलाला तिथल्या तिथे मारून टाका असा सल्ला दिला होता.

आणि मी?– वसूंचा अंश आणि महान समजला जाणारा भीष्म, त्या वेळी गप्प बसलो होतो– आणि जेव्हा बोललो तेव्हाही काहीच स्पष्ट, निर्णयात्मक बोललो नव्हतो!

अरेरे! कृष्ण, का म्हणून तुम्ही मला त्रास देत आहात? का म्हणून मला सर्व भूतकाळ आठवून बघायला सांगून गेलात? आज आता अर्ध्या रात्री, चित्रा आणि स्वाती नक्षत्रं क्षितिजावरून वर येऊन आकाशात पुढे जात आहेत, तेव्हा मी जागा राहून हे सर्व पुन्हा घडावं, तसा बघत आहे– आम्ही जयंतग्रामला पोहोचलो. तो पाहा युधिष्ठिर– सर्वांना जवळ घेऊन भेटला. धृतराष्ट्राच्या पाया पडला. इकडे पाहा– पांडव आले म्हणून धृतराष्ट्राचा आनंद उतू चाललाय!

दुसऱ्या दिवशी सकाळी शकुनी आम्हाला घेऊन जायला आला. तो द्यूताच्या खेळाबद्दल, त्यात येणाऱ्या मजेबद्दल, त्यात जिंकण्याची जी शक्यता असते त्याबद्दल बरंच काही बोलला.

युधिष्ठिरानं जुगाराचा बेत रहित करावा, यासाठी शेवटचा प्रयत्न करत शकुनीला म्हटलं–

"निकृतिर्देवनं पापं न क्षात्रोत्र पराक्रमः।
न च धीतिर्ध्रुवा राजन् किं त्वं द्यूतम् प्रशंससि॥"

(राजा, जुगार तर एक प्रकारची लबाडी आणि पाप आहे. त्यात क्षत्रियांना शोभणारा पराक्रम नाही, आणि त्याचे काही नक्की नियमही नसतात. तरीही तुम्ही जुगाराची प्रशंसा का करत आहात?)

"न हि मानं प्रशंसन्ति निकृतो कितवस्य हि।
शकुने मैवनो जैषिरमार्गेण नृशंषवत्॥"

(शकुनी, जुगाऱ्यांची प्रतिष्ठा लबाडीतच असते. सज्जन अशा प्रतिष्ठेला मान देत नाहीत. तुम्ही लबाड आणि दुष्ट माणसांसारखं चुकीच्या मार्गानं आम्हाला जिंकण्याचा प्रयत्न करू नका.)

शकुनी निर्लज्जासारखा म्हणाला, "फासे कसे टाकायचे हे ज्याला समजतं, त्याच्यासाठी लबाडीचा प्रतिकार करणं सोपं असतं. शिवाय, जय-पराजय तर फासे कसे पडतात त्यावर अवलंबून आहे आणि फासे पडणं तर दैवाच्या आधीन आहे. तरी पण इथपर्यंत आल्यावर तुम्हाला भीती वाटत असेल, की तुम्हाला दगा देण्यात येईल, तर ठीक– सभेत या, आणि सर्वांना सांगून खेळातून बाहेर पडा!"

बिचारा युधिष्ठिर! त्याला खेळायचंही नव्हतं आणि खेळातून बाहेरही पडायचं नव्हतं. त्याची इच्छा होती की हे सगळं आपोआप थांबावं; पण तसं होणार नव्हतं. पांढऱ्या गादीवर अंथरलेल्या द्यूताच्या रंगीत पटासमोर तो त्याच्या भावांबरोबर जाऊन बसला. शकुनीचा विजय होणार हे तर नक्कीच होतं! युधिष्ठिर हरत गेला. धन, सोनं, सैन्य, भूमी, पशुधन कोण जाणे काय काय! त्याच्याकडे काहीच राहिलं नाही तेव्हा त्यानं नकुलला पणाला लावलं– मग सहदेव, अर्जुन आणि भीम आणि शेवटी स्वतःलाही पणाला लावून हरला! शेवटी तो म्हणाला, "आता माझ्याकडे काहीच नाही. मला जाऊ द्या."

मी धृतराष्ट्राकडे बघितलं. आम्हाला सगळ्यांना वाटत होतं, की आता धृतराष्ट्र हा खेळ संपला असं जाहीर करेल; पण तो तर अजूनही गप्पच बसून राहिला. त्याला परिस्थितीचं गांभीर्य दिसत तर नव्हतंच, पण समजतही नव्हतं.

मी माझ्या राजाला आज्ञा करू शकत नव्हतो, तरीही सल्ला देत सांगितलं, "महाराज, द्यूत गंमत म्हणून खेळलं, तरीही तो अधःपतनाचा मार्ग आहे. त्यातही आजचा खेळ तर गुप्तचर्चा करून, दुष्ट उपाय सांगून, तुमच्या मनाला पटवून दिला गेला आहे," मग मी बाकीच्या कुरूंना म्हणालो, "शंतनूच्या वंशजांनो, कौरवांच्या सभेत सांगतो आहे, ते माझं सांगणं लक्ष देऊन ऐका. मूर्ख दुर्योधनाच्या मागे जाऊन

तुम्ही सर्व वैराच्या आगीत उड्या मारू नका!''

धृतराष्ट्राला जरा आधार मिळाला, तेव्हा तो जरा सावरला. आता तो बोलेल म्हणून सर्व वाट बघत होते. राजा काही बोलणार एवढ्यात दुर्योधन मला म्हणाला, ''पितामह, आपण कर्ताधर्ता आहात असं समजू नका. रोज रोज आमच्यावर टीका करणं सोडून द्या. माझ्या हिताच्या बाबतीत मी कोणाचा सल्ला विचारत नाही आणि कोणाचा सल्ला ऐकत नाही. आम्हाला तुम्ही दोष देत राहता, ते आम्ही ऐकून घेतो, हेच खूप आहे.''

खेळ बंद करण्याबद्दल बोलणं पुढे चालू होण्याआधीच शकुनी युधिष्ठिराला म्हणाला,

''अस्तिते वै प्रिया राजन् ग्लह एकोऽपराजित:।
पण स्वं कृष्णां पांचालीं तया आत्मानं पुनर्जय।।''

(राजा, आपली प्रियतमा द्रौपदी एक असा डाव आहे, की तो तुम्ही अजून हारलेला नाही! म्हणून पांचालकुमारी कृष्णाला पणाला लावा, आणि जिंका, तुम्हालाही सोडवून घ्या.)

सभा स्तब्ध झाली. सर्वांना वाटलं की युधिष्ठिर खेळ सोडून उभा होईल, परंतु त्यानं मूर्खासारखं म्हटलं, की द्रौपदीला पणाला लावून मी तुमच्याशी जुगार खेळतो!''

लोक म्हणायचे आणि मलाही वाटायचं, की दुर्योधन धर्मभ्रष्ट आणि बुद्धिहीन आहे, आणि युधिष्ठिर धर्मात्मा व बुद्धिवान; परंतु त्या वेळी मला वाटलं, की दोघं सारखेच आहेत– कोणालाच अक्कलही नाही आणि धर्माची जाणही नाही.

शकुनीनं डाव टाकला आणि जे होणार हे निश्चित होतं, ते झालं! शकुनीनं मोठ्यानं सांगितलं, ''दुर्योधना, महात्मा विदुरजींना सांग, की त्यांनी द्रौपदीला दासींची कामं द्यावी.''

गांधारी उभी राहिली. ती रागानं म्हणाली– ''बस करा! फार झालं. बंद करा हे सगळं!'' मग राजाकडे बघून म्हणाली, ''महाराज, भोजवंशाच्या एका राजानं प्रजेच्या भल्यासाठी स्वत:च्या पुत्राचा त्याग केला होता. मथुरानरेश कंस तर अंधकांचा पुत्र आणि यादवांच्या नात्याचा होता. तरीही त्याला मारून टाकण्यास त्या सर्वांनी कृष्णाला मदत केली.

ते सर्व स्वत:च्या दुष्ट नातलगांना टाकून देऊन सुखी आणि समृद्ध झाले होते, म्हणून तुम्ही अर्जुनाला आज्ञा करा, की त्यानं दुर्योधनाला बंदी करावं आणि पितामहांना सांगावं, की शकुनीला देशाबाहेर हद्दपार करावं.''

राजा तर काय करावं ते न समजून गोंधळून गप्पच राहिला. शकुनीनंही वेळ ओळखली आणि तो गांधारीला म्हणाला, ''अरे अरे– अजून खेळ तर अपुराच

आहे. असं मला अर्ध्या खेळातून काढून टाकायला सांगितलंत, तर मी जगाला तोंड कसं दाखवू?''

गांधारी माझ्याकडे वळून म्हणाली,

"जानीमहे देवितं सौबलस्य वेद द्यूते निकृति पर्वतीय।
यतः प्राप्तः शकुनिस्तत्र यातु मा यूयुधो भारत पांडवेयान्।।''

(पितामह, सुबलचा मुलगा शकुनी याचा द्यूताचा खेळ कसा आहे, ते मला माहीत आहे. त्या पर्वतीय नरेशाला जुगारातल्या सर्व लबाड्या माहीत आहेत. माझी इच्छा आहे, की शकुनी जेथून आला आहे, तेथे त्यानं परत जावं. अशा तऱ्हेनं कौरव-पांडवांमध्ये युद्ध पेटवून देऊ नये.)

गांधारीच म्हणणं खरं होतं. ती सांगत होती ते मी करायलाच हवं होतं. मी आजपर्यंत गांधारीच्या कोणत्याही सांगण्याची अवज्ञा केली नव्हती; परंतु त्या वेळी मी तसं करू शकत नव्हतो– मी माझ्या प्रतिज्ञेनं बांधलेला होतो. मला वाटलं की राजानं जर मला गांधारीच्या इच्छेचं पालन करायला सांगितलं असतं, तर मी शकुनीला थेट त्याच्या देशाच्या सीमेपर्यंत हाकलून देऊन आलो असतो.

अरेरे! माझ्या आयुष्यातला अत्यंत वाईटातला वाईट क्षण तो होता! माझी प्रतिज्ञा आड येत नसती, तर मी तत्क्षणी तलवार काढून शकुनीचं डोकं छाटलं असतं! त्या क्षणी मला असंही वाटलं होतं, की या राजाला एवढंही का समजत नाही की त्याचं राज्य तो स्वतः नाही, पण त्याचा मुलगा आणि मेहुणा चालवत होते?

आता आज, आत्ता या थंड रात्रीत चमकणाऱ्या आकाशाखाली मला कळतंय की फक्त धृतराष्ट्राला दोषी ठरवून मी वाचू शकत नाही. मी स्वतःला सिंहासनाच्या रक्षकाच्या भूमिकेत बघत होतो. विदुर तर नेमलेला मंत्री होता. शकुनीला हवं तसं वागता येत होतं, म्हणून हस्तिनापूरच्या राज्याला भीती निर्माण झाली होती! त्याची जाणीव आम्हाला दोघांना व्हायला हवी होती.

शकुनी हा हस्तिनापूरच्या राणीचा भाऊ होता, याहून विशेष संबंध काही नव्हता. तो कुरुकुळातलाही म्हणता येत नव्हता. तो या राज्याचा नागरिकही नव्हता. गांधारहून आलेला पाहुणा, किंवा राणीचा भाऊ म्हणून तो येथे राहिला तरी हरकत नव्हती; परंतु तो या देशाच्या राज्यसभेत हस्तक्षेप करू लागला. त्याला सभेत निमंत्रण दिलं जात नव्हतं, तरीही तो यायचा. आम्ही कधीही त्याला प्रतिबंध केला नाही. तो दुर्योधनाबरोबर प्रथम जेव्हा राज्यसभेत आला, त्याचवेळी मी किंवा विदुरानं त्याला थांबवायला हवं होतं, राजाला सल्ला दिला पाहिजे होता, की एक दुसऱ्या देशातली राजकुटुंबातली व्यक्ती आपल्या सभेत येऊन बसते, हे योग्य नाही– पण आम्ही तसं केलं नव्हतं!

आमच्या या निष्क्रियतेमुळेच शकुनी हळूहळू दुर्योधनाला सल्ला देऊ लागला. त्याच्या चतुर भाषेनं धृतराष्ट्राला भुरळ घातली. तो शकुनीला दुर्योधनाचं हित बघणारा समजू लागला– शेवटी तो सरळ धृतराष्ट्राशीच चर्चा करू लागला– इतक्या अधिकारवाणीनं, की जणू गांधारचा राजपुत्र किंवा गांधारीचा भाऊ नाही– हस्तिनापूरच्या राजाचा मुख्य सल्लागारच असावा! राजाही त्याचाच सल्ला ऐकून निर्णय घेऊ लागला! धृतराष्ट्र हळूहळू मंत्र्यांचा सल्ला घेईनासा झाला, आणि कोणी जरी दिलाच, तरी तिकडे दुर्लक्ष करू लागला.

त्या वेळी मी माझी सत्ता चालवली असती, त्या वेळीच शकुनीला गांधारला पाठवून दिला असता, किंवा त्याच वेळी सभा संचालन मी हाती घेतलं असतं, तर आर्यावर्ताचा इतिहास कदाचित वेगळा झाला असता– पण मी काही बोललोच नाही! आता समजतंय की बोलणं जेव्हा अतिशय जरुरी असतं, त्या वेळी गप्प राहणारी व्यक्ती इतिहासाला जबाबदार ठरते!

अर्थात मी शकुनीला थांबवण्याचा काही प्रयत्न केला असता, तरी त्यात यशस्वी झालो असतो, असं मला खात्रीनं सांगता येत नाही. दुर्योधन किंवा धृतराष्ट्रासाठी आमचा आवाज बंद करणं अवघड नव्हतं. मुलांच्या परीक्षेच्या वेळी कर्णाला अर्जुनाशी युद्ध करण्यापासून थांबवण्यासाठी द्रोणांनी 'अर्जुन तर राजपुत्र आहे' असं सांगून अनिष्ट होणं थांबवण्याचा प्रयत्न केला, तेव्हा लगेच दुर्योधनानं त्याला अंगदेशाचं शासन सोपवून राजा करून टाकलं होतं!

तसंच शकुनीला दूर करण्याचा आमचा सल्ला ऐकण्याऐवजी धृतराष्ट्रानं किंवा दुर्योधनानं त्याला काही पद देऊन थांबवून घेतलं असतं, अथवा जास्त सत्ता त्याच्या हातात दिली असती. राजाला असं करण्यापासून थांबवणं प्रतिज्ञाबद्ध असल्यामुळं माझ्या सत्तेत नव्हतं, कधीच!

आता यावेळी या सगळ्याचा विचार करण्यात अर्थ नाही. आज उजाडायच्या आत मला स्वतःचं, माझ्या प्रतिज्ञांचं, मी केलेल्या कामांचं, आणि संपूर्ण आयुष्याचं मूल्यमापन करायचं आहे.

– त्या दिवशी शकुनीनं दुर्योधनाला जे सांगितलं, ते ऐकल्यावर नेहमी शांत राहणारा विदुरही संतापून उभा राहिला. त्यानं मोठ्या आवाजात शकुनीला सांगितलं, "दुष्ट शकुनी, दुर्योधनाला अशी सूचना देणारा तू, त्याचा विनाश करणार आहेस! दुर्योधन मूर्ख आहे, म्हणून तुझ्यासारख्या हीन स्वभावाच्या माणसाचा सल्ला ऐकून तू सांगशील ते करतो. मी मूर्ख नाही! दुर्योधन काय, स्वतः धृतराष्ट्रानं मला आज्ञा केली, तरीही मी जाऊन द्रौपदीला असं सांगणार नाही, की ती दासी आहे!"

कोणीतरी मोठ्यानं म्हणालं, "बरोबर आहे, अगदी बरोबर!"

विदुर पुन्हा म्हणाला–

“न हि दासीत्वमापन्ना कृष्णा भवितुमर्हति।
अनिशेन हि राज्ञेषा पणे न्यस्तेति मे मति।।”

(द्रौपदी कधीही दासी होऊ शकणार नाही. माझ्या मते, राजा युधिष्ठिरानं स्वत:ला पणाला लावून हरल्यावर द्रौपदीला पणाला लावण्याचा अधिकार घालवला, त्यानंतर त्याने द्रौपदीला पणाला लावली होती.)

दुर्योधन चिडला व सेवकाला म्हणाला, “अरे ए, तूच जा आणि द्रौपदीला सांगून ये की ती कौरवांची दासी आहे. आणि तू पांडवांना घाबरू नको! विदुर आणि हे सगळे धर्माचं शेपूट धरून चालणारे चर्चा सोडून काही करणार नाहीत!”

सेवक गेला आणि लगेच परत येऊन म्हणाला, “सम्राज्ञीनं मला अशी आज्ञा केली आहे– ‘तू सभेत परत जा, तेथे जाऊन माझे पती, जुगारी राजा युधिष्ठिरांना विचारून ये, की ते आधी मला हरले होते की स्वत:ला?- ”

दुर्योधनाशिवाय बाकी सर्वांनी माना खाली घातल्या. मी काही बोलू बघणार त्याआधी दुर्योधन सेवकाला रागानं म्हणाला, “अरे ठाऊक आहे तुझी सम्राज्ञी! जा तिला सांग, की युधिष्ठिर उत्तर देत नाही. आता जे विचारायचं असेल, ते इकडे येऊनच विचारू दे. तेथे बसून आज्ञा करण्याचे तिचे दिवस संपले!”

सेवक घाबरला. घुटमळला, पण आज्ञा पाळणं त्याला भाग होतं! तो गेला, आणि परत आला. म्हणाला, “महाराणी म्हणते आहे, की जर धर्मराज उत्तर देत नसतील, तर तेथे दुसरे पुष्कळ ज्ञानी आणि धर्म जाणणारे बसले आहेत, त्यांना विचारून ये, की मी काय करावं असं त्यांना वाटतं?”

मी, विदुर, द्रोण, कृपाचार्य की आणखी कोणी उत्तर देण्याआधीच दुर्योधन ओरडला, “ही असं ऐकणार नाही! दु:शासना, तू जा, तिला पकडून घेऊन ये, इथं उभी कर. तिलाही समजू दे कौरव म्हणजे काय?”

त्या वेळी मी काय दगडांच्या सभेत बसलो होतो? मी स्वत: गंगेतला एखादा आकारहीन दगड होतो? त्या वेळी कोठे आणि काय होतो याचं उत्तर मला आजही देता येणार नाही!

आम्ही कोणीही काहीही केलं नाही. दु:शासन जाऊन द्रौपदीला सभेत घेऊन आला. तो द्रौपदीचे केस पकडून तिला ओढत होता! महान भीष्म– महान धर्मराज युधिष्ठिर, प्रतापी पांडव, गुरू द्रोण– आम्ही सर्व गप्प आणि आंधळे होऊन बसलो होतो.

रडत रडत सभेत आलेल्या द्रौपदीनं सभेच्यामध्ये आल्याबरोबर रडणं थांबवलं आणि खूप क्रोधानं सगळीकडे बघितलं. सारी सभा सुन्न, गप्प होती. द्रौपदी जणू दिशांना सांगत असेल तसं म्हणाली,

“धिगस्तु खलु भारतानां धर्मस्तथा क्षत्रविदांच वृत्तम्।
यत्र ह्यतीतां कुरुधर्मवेळां प्रेक्षन्ति सर्वे कुरवा सभायाम्।।”

(अरेरे! धिक्कार असो! भरतवंशी राजांचा धर्म नष्ट झाला आहे! क्षत्रिय धर्म जाणणाऱ्या या सर्व महापुरुषांचा सदाचारही लुप्त झाला आहे; कारण कौरवांचा धर्म आणि मर्यादा यांचं उल्लंघन होत आहे. आणि तरीही, सभेत बसलेले हे सर्व चुपचाप बघत आहेत!)

द्रौपदी थांबली, तिनं काही प्रतिसादाची वाट बघितली. आम्ही कोणी तिच्याकडे बघूही शकत नव्हतो. सगळ्यांना गप्पच बघून फुटलेलं रडू आवरायचा प्रयत्न करत तिनं सभेला विचारलं, ''माझ्या प्रश्नाचं उत्तर द्या राजांनो! मला सांगा, की तुम्हाला काय वाटतं? मी न्यायपूर्वक जिंकले गेले आहे?''

द्रौपदीनं तिच्या पतींकडे आणि माझ्याकडे उपहासानं बघितलं. तिच्या त्या बघण्यानं भीमासहित सर्व धाकट्या भावंडांना अत्यंत राग आला. युधिष्ठिर हताशपणे आणि मी असाहाय्यपणे खाली बघत राहिलो.

दुःशासन मोठ्यानं हसून म्हणाला, ''अगं दासी, आता हे विचारणं बंद कर! हे सर्व मोठाले राजपुरुष आहेत आणि असे ज्ञानी लोक दासींशी चर्चा करत नाहीत!''

या वेळेपर्यंत दुर्योधनाशिवाय कोणी माझा अपमान केला नव्हता. दुर्योधनाचा तर स्वभावच असा होता, असं समजून मी सहनही करत आलो होतो; पण या वेळी दुःशासनानं माझा अपमान करून माझ्यावर टीकाही केली, ते मला सहन झालं नाही.

याही वेळी जर मी दुःशासनाच्या बोलण्याला प्रत्युत्तर दिलं नाही, तर हा दुःशासन ती दासी आहे असं सिद्ध करायला आणखी बोलला असता. मी माझी स्थिती स्पष्ट करण्यासाठी द्रौपदीला उत्तर देण्याचा प्रयत्न केला–

''न धर्म सौक्षम्यात् सुभगे विवेक्तु शक्नोमि ते प्रश्नमिमं यथावत्।
आस्वाम्यशक्त पणितु परखं स्त्रियाश्च भर्तुर्वशतां समीक्ष्य।।''

(सूनबाई, धर्माचं स्वरूप अतिशय सूक्ष्म असल्यानं मी तुझ्या प्रश्नाचं नेमकं, योग्य उत्तर देऊ शकत नाही. जो स्वतः स्वामी नाही, तो दुसऱ्याला पणाला लावू शकत नाही; परंतु धर्म असंही सांगतो, की स्त्री नेहमी पतीच्या आधीन असते असं समजलं जातं. या सर्वांचा विचार केला, तर तुझ्या प्रश्नाचं उत्तर मी देऊ शकत नाही.)

– मी जाणता झालो तेव्हापासून मी नेहमी समजत आलो, आणि जगालाही असंच समजायला लावलं आहे, की भीष्म सर्व बाबतीत समर्थ आहे. आज या मध्यरात्री मला प्रश्न पडला आहे, की मी द्रौपदीला ते उत्तर दिलं, तेव्हा स्वतःला असमर्थ म्हणून कबूल करण्यात मला काहीही संकोच वाटला नाही? भर सभेत, मी स्वतः माझ्या कीर्तीला, माझ्या शब्दाला, माझ्या वेळ मारून न्यायला बोललेल्या

अर्थहीन वाक्यांना आणि माझ्या पांढऱ्या केसांमध्ये त्या वेळी पडणाऱ्या धुळीला सहन कसा करू शकलो?

आज विचार करतो तेव्हा समजतंय की द्रौपदीनं फक्त एक प्रश्न विचारून माझा अनेक तऱ्हांनी पराभव केला होता! गंगा आणि शंतनूचा पुत्र देवव्रत त्याची बुद्धी आणि ज्ञान यांनी महान समजला गेला. त्याच्या प्रतिज्ञांनी लोक त्याला भीष्म म्हणू लागले, त्याच्या कामांमुळे तो वंदनीय समजला गेला, त्याच्या आज्ञापालनानं तो वडील माणसांचा आवडता झाला. त्याच्या पराक्रमांनी त्याला अजेय म्हटलं जाऊ लागलं, आणि त्याच्या धर्मनिष्ठेनं तो धर्मात्माही समजला जाऊ लागला– मात्र द्रौपदीच्या प्रश्नानं मला चर्चास्पद बनवलं!

भीष्माची प्रतिज्ञा, त्याचे पराक्रम– हे सर्व भीष्माची अखेर होईपर्यंत राहणार होतं. भीष्माला लोकांनी त्याला विसरून जायला हवं होतं आणि तो विसरला जाईलही. कदाचित काही काळ कोणाकोणाला माझी आठवण येत राहिली असतीही; पण कालप्रवाहात सगळं वाहून जाणार होतं. मग मी पृथ्वीचा न राहता, फक्त स्वर्गाचा होऊन राहू शकलो असतो– मला तसंच राहायचंही होतं– अशावेळी, एकाएकी समोर आलेल्या द्रौपदीच्या एका प्रश्नानं मला कायमचा पृथ्वीवर जणू अडकवून ठेवला! आता मी स्वर्गात जाऊन वसूंमध्ये मिसळून तर जाईन, तरीही पृथ्वीवर द्रौपदी, तिचा प्रश्न आणि भीष्म उत्तर देऊ न शकल्यानं त्यानं पत्करलेलं मौन, यांची कायमच चर्चा होत राहील!

कृष्ण म्हणत होते ते बरोबर होतं– "पितामह, आपण जगाला सोडून जातो, जग आपल्याला सोडून देत नाही!"

त्या दिवशी मी अस्पष्ट उत्तर देऊनही द्रौपदी हिंमत हारली नव्हती. तिनं पुन्हा भक्कमपणे स्वत:ची बाजू मांडली– "दुरात्मा शकुनी आणि दुर्योधन यांनी प्रथम सर्व लबाड्या करून धर्मराजाला जिंकलं होतं आणि त्यानंतर त्या दुष्टांनी मला पणाला लावायला त्यांना विवश केलं होतं."

आता मात्र भीमाला राहवेना. त्यानं युधिष्ठिराला म्हटलं, "बंधुराज, सारं जग अधम दर्जाच्या जुगाऱ्यांनी भरलं आहे, तरीही मी कोठेही ऐकलेलं नाही की कोणी अधमानं स्वत:च्या पत्नीला पणाला लावली असं! तुमच्यासारख्या धर्मात्म्याला अशी दुर्बुद्धी कशी झाली?"

कोणीही काहीच बोललं नाही. भीम पुढे म्हणाला, "तुम्ही मला पणाला लावलंत, आम्हाला चौघांनाही लावलंत आणि हरलात, त्याबद्दलही माझा राग नाही. आमच्यावर तुमचा अधिकार आहे, हे मला कबूल आहे– परंतु पांचालीला?" बोलता बोलता भीमाच्या भावना अनावर झाल्या आणि तो म्हणाला, "सहदेवा! जा रे, कोठून तरी पेटलेला अग्नी आण आणि या धर्मराजाचे हात पेटवून दे! या हातांनी

यांनी पांचालीला पणाला लावली आणि हरले!''

कोणी काही बोलत नव्हतं. द्रौपदी शेवटचं म्हणाली, ''हे अधिकारी आणि ज्ञानी कोणीही माझ्या प्रश्नाचं उत्तर देत नाहीत, तर या सभेत जितके बसले आहेत, त्यातल्या प्रत्येकाला माझा प्रश्न आहे, की काय मी जिंकले गेले आहे? मी दासी झाले असं म्हणता येईल?''

एकाएकी एका कोपऱ्यातून विकर्ण उभा राहिला. कौरवांमधला सर्वांत लहान राजपुत्र काही बोलतो आहे, ते ऐकायला सर्वांचं लक्ष तिकडे गेलं. विकर्ण म्हणाला–

''यदिदं द्रौपदीवाक्यमुक्तमत्यकृच्छुभा।
विस्मृश्य कस्य कः पक्षः पार्थिवा वदतोत्तरम्।।''

(राजे लोकहो, कल्याणी द्रौपदीनं पुन्हा पुन्हा जो प्रश्न विचारला, त्यावर विचार करून त्याचं योग्य उत्तर द्या, म्हणजे हे कळेल, की कोणाचं काय मत आहे.)

मला आजही आश्चर्य वाटतं, की विकर्णानं असं विचारल्यावरही सगळेचजण गप्प बसले होते! विकर्णानं तेच पुन्हा दोनदा विचारलं. काहीही उत्तर मिळालं नाही, तेव्हा तो म्हणाला, ''ज्ञानी व वयोवृद्ध असे आपण सर्व द्रौपदीला उत्तर द्या किंवा नका देऊ; परंतु या मुद्द्याबद्दल मला जे न्याय्य वाटतं, ते मी सांगणारच आहे.''

विकर्ण भक्कमपणे बोलत होता, ''श्रेष्ठ पुरुष हो, मदिरापान, शिकार, जुगार आणि विषयभोग यात रमलेला मनुष्य त्या स्थितीत अविवेकी समजला जातो. यांपैकी कोणत्याही एका अवस्थेतल्या माणसानं घेतलेले निर्णय चुकीचे समजले जातात आणि ते बंधनरूप समजले जात नाहीत. म्हणून जुगारी युधिष्ठिरानं घेतलेला निर्णय अयोग्य आहे.''

जरासं थांबून त्याने त्याच्या बोलण्याचा परिणाम होतो आहे का याचा अंदाज घेतला आणि सर्वजण ऐकत आहेत असं बघून तो पुढे बोलू लागला, ''सती द्रौपदी युधिष्ठिराची एकट्याची पत्नी नाही. त्याच्या भावांच्या परवानगीशिवाय त्यांच्या पत्नीला तो पणाला लावूच शकत नाही. शिवाय स्वतः युधिष्ठिरच द्रौपदीला पणाला लावण्यापूर्वी दास झाले होते. एका दासाला असा मुळीच अधिकार नाही, की तो एका सम्राज्ञीला पणाला लावू शकेल..''

मग द्रौपदीकडे वळून विकर्ण म्हणाला, ''हे शुभा, तुम्ही कधीच दासी नव्हता, नाही आहात आणि होणारही नाही. युधिष्ठिर सम्राट असले किंवा नसले, तरी तुम्ही कुरुकुलाच्या सम्राज्ञीच असणार आहात! मी धर्ममार्तंड नसेन, परंतु मला जेवढं समजतं, त्याप्रमाणे मला असं वाटतं.''

मग पुन्हा सभेकडे वळून विकर्ण म्हणाला, ''कोणत्याही खेळात, सर्वच डाव एकच बाजू जिंकत राहील असं कधीही होत नाही. त्यामुळे, हे उघड दिसत आहे,

की सुबलचे पुत्र शकुनी कपटानं डाव जिंकले होते. आपण सर्वांनी बघितलं आहे, की द्रौपदीला पणाला लावण्यासाठी शकुनींनीच धर्मराजाला चिथावलं होतं. म्हणून माझ्या मते द्रौपदीला जिंकली गेलेली किंवा दासी म्हणता येणार नाही!''

दुर्योधन क्रोधानं विकर्णाला म्हणाला, ''येथे इतके वृद्ध, ज्ञानी लोक बसले आहेत, त्यांना कोणाला धर्म समजत नाही आणि तुला लहान मुलाला समजतो काय रे?''

असं म्हणून दुर्योधनानं दु:शासनाला जी आज्ञा केली त्यानं हाहाकार उडाला. मी कुरुसभेत कधीही न बघितलेल्या त्या भयंकर, दुष्ट दृश्यांची परत आठवण केली तरी मनाला अतिशय त्रास होतो! सभेत भयानक कोलाहल माजला होता. कोणी द्रौपदीच्या बाजूनं तर कोणी दुर्योधनाच्या बाजूनं बोलत होतं. कोणीच कोणाचं ऐकत नव्हतं. तेवढ्यात भीम आणि अर्जुनांनी उभे राहून कौरवांचा पूर्ण विनाश करून टाकण्याची भीषण प्रतिज्ञा केली. त्यांच्या मेघगर्जनांसारख्या आवाजांनी सगळे भयभीत झाले.

द्रौपदी गंभीर धमकी देत असल्यासारखी म्हणाली, ''मी ऐकलं आहे, की कुलवधूला कधीही सभेत आणलं जात नाही– परंतु आज मला केस ओढत सभेत आणून माझा अपमान केला गेला आहे. आणि अशा भयंकर वेळी भीष्मांसकट कोणीही– कोणीही माझ्या मदतीला आलं नाही, हे मी कधीही विसरणार नाही! मी माझ्या पतींना दास्यातून सोडवण्याची प्रतिज्ञा करते आहे. मी एका हाती, एकटी, युद्ध न करता माझ्या फक्त शाप देण्यानं सर्व कौरवांचा विनाश करू शकते!''

गांधारीनं द्रौपदीला विनंती केली, की तिनं शांत व्हावं आणि शाप देऊ नये. ती मलाही म्हणाली, ''पितामह, मला वाटतं की आपण द्रौपदीला योग्य उत्तर द्यायला हवं होतं.''

मी द्रौपदीला शांत होण्याची विनंती करून म्हटलं–

"बलवांश्च यथा धर्मं लोके पश्यति पुरुष:।
स धर्मो धर्मवेलायां भवत्यभिहत: पर:॥''

(संसारात सत्तावान आणि बलवान मनुष्य ज्याला धर्म मानतो, त्यालाच लोक धर्म मानतात; कारण सत्ता नसलेल्या निर्बल पुरुषाचा धर्म सत्तेखाली दाबला जातो.)

द्रौपदीनं आश्चर्यानं माझ्याकडे बघितलं. मी तिला लगेचच म्हटलं, ''मुली, मी तुझ्या प्रश्नाचं योग्य उत्तर अशासाठी देऊ शकत नाही; कारण की तो अतिशय नाजूक, सूक्ष्म आणि विचार न करता निर्णय घेता न येणारा विषय आहे.''

द्रौपदी थोडा वेळ गप्प बसली आणि मग हळू आवाजात म्हणाली, ''मी आपली स्थिती समजू शकते, पितामह! आपण इतका त्रास करून घेऊ नका!''

द्रौपदीचं बोलणं ऐकून गांधारीला फार दु:खं झालं. ती म्हणाली, ''पोरी! तुझ्या

अशा स्थितीतही तू आमची काळजी करतेस! खरंच, आता असं वाटतं, की दुर्योधन जन्मला तेव्हाच मी त्याला मारून टाकलं असतं, तर बरं झालं असतं. त्या कुळनाशकाला माहीत नाही, की तो काय करून बसला आहे! तू आत्ताच तुझ्या पतींच्या हातून त्याचा वध करून तुझा राग शांत कर!''

आत्ता कुठे धृतराष्ट्राला समजलं, की गोष्टी कोणत्या थराला गेल्या आहेत! तो घाबरला आणि द्रौपदीची माफी मागू लागला! तो द्रौपदीला म्हणाला, "तू दासी नाहीस बेटा! जा, तुझ्या दालनात जा आणि जाण्यापूर्वी काही वरदान मागून घे.''

द्रौपदी म्हणाली, "महाराज, धर्मराजाला दास्यत्वातून मुक्त करा. सांगा, की ते दास नाहीत.''

"नाहीत! हो, हो! धर्मा, तू कोणाचा दास नाहीस! दुर्योधन तर दुष्टबुद्धीचा आहे. त्याला भानच नाहीये, की त्यानं हे काय केलं. तू त्याच्याहून मोठा आहेस, तुझ्या भावाला क्षमा कर,'' धृतराष्ट्र म्हणाला आणि द्रौपदीकडे तोंड करून म्हणाला, "आणखी काही हवं असलं, तर तेही माग.''

द्रौपदीनं बाकीच्या चारही पतींना मुक्त करवलं. धृतराष्ट्रानं आणखी काही मागायला सांगितलं, तेव्हा द्रौपदी म्हणाली, "आता काही नको. आपल्याला ठाऊक नाही, की मी एकटीही सर्व पृथ्वी मिळवू शकायला सक्षम होते! आता तर माझे पाच पती माझ्याबरोबर आहेत.''

धृतराष्ट्र आता पारच हिंमत हारला आणि त्यानं पांडवांना त्यांचं सर्वस्व परत दिलं! दुसऱ्या दिवशी पांडव खांडवप्रस्थला जाणार होते. इकडे रात्री पुन्हा गुप्त चर्चा होऊन नवी योजना तयार केली गेली!

सकाळ झाल्याबरोबर पांडवांना पुन्हा फक्त एक डाव खेळायला बोलावण्यात आलं. अट फक्त एवढीच होती, की जी बाजू हरेल, त्यांनी बारा वर्षं वनवासात जावं आणि तेरावं वर्ष अज्ञातवासात राहावं. अज्ञातवासाच्या वर्षात ओळखले गेले, तर पुन्हा बारा वर्षं वनवासात जावं.

पांडव सभेत आले. सर्वांना आश्चर्य वाटलं, की द्रौपदीनं पांढरी वस्त्रं घातली होती आणि तिचे लांब काळे केस विंचरले– बांधले नव्हते– सुटेच ठेवले होते!

शकुनी फासे फेकणार त्याच्या आधीच द्रौपदीनं सांगितलं, "खेळ सुरू होण्याआधीच मला माहीत आहे, की धर्मराज हरणार आहेत. मी अशाच कपड्यात आणि केस सुटेच ठेवून त्यांच्याबरोबर वनवासात जाणार आहे. मी या सभेत प्रतिज्ञा करते आहे, की तेरा वर्षांनंतर मी जोपर्यंत तुमच्या दुष्कर्माचा बदला घेणार नाही, तोपर्यंत मी केस बांधणार नाही!''

पांडव तेथूनच वनात गेले. जाता जाता द्रौपदीनं माझ्याकडे बघितलं. तिचे डोळे लाल झाले होते. ती काहीही बोलली नाही, तरी पण कोठून तरी येत असावे असे

तिचे शब्द मला चारी बाजूंनी ऐकू आल्यासारखे वाटत होते– ''बस्, तुम्हा सर्वांचं आयुष्य आता फक्त तेरा-चौदा वर्षांचं आहे, असं समजा.''

मला मनातल्या मनात बरंच वाटलं होतं. मी आयुष्यभर ज्याची इच्छा केली होती, तो स्वर्ग आता माझ्यापासून फक्त तेरा-चौदा वर्षं दूर होता!

। अठरा ।

"ततः क्रुद्धो धृतराष्ट्रोऽब्रवीन्मां यस्मिन् क्षद्धा भारत तत्र याहि।

ना हं भूयः कामये त्वां सहायं माहिमिमां पालयतुं पुरं वा॥"

(तेव्हा राजा धृतराष्ट्रानं खूप रागानं सांगितलं, "विदुर, ज्यांच्यामध्ये तुझी निष्ठा आहे, त्यांच्याकडेच निघून जा. आता हे राज्य चालवण्यासाठी किंवा या नगराचं पालन करण्यासाठी मला तुझी मदत घ्यायची नाही.")

मी काम्यकवनात पांडवांकडे पोहोचलो, तर विदुर त्यांच्यासमोर बसून त्याला झालेलं दुःख बोलून दाखवत होता. काल सकाळीच खूप राग येऊन धृतराष्ट्रानं त्याच्या सर्वांत शहाण्या, विचारी, नीतिवान आणि धर्मबुद्धी मंत्र्याला एकदमच काढून टाकला होता– आणि तो मंत्रीही असा, की पळभरही न थांबता चालता झाला होता!

खरी गोष्ट अशी होती, की धृतराष्ट्राला कोणीतरी सांगितलं होतं, की पांडव काहीही घेऊन जायला न थांबता, अंगावरच्या वस्त्रांनिशी सभेतून उठून सरळ वनात गेले होते, तेही भर नगरातून, पायी!

ते ऐकल्याबरोबर धृतराष्ट्राचं भित्रं मन विचार करू लागलं होतं. त्याला आत्ता कुठे आठवलं, की नगरचर्या किंवा विजयपूजा असा काही खास प्रसंग असल्याखेरीज राजकुटुंबाचा कोणीही सदस्य, रथात बसूनसुद्धा नगराच्या आतल्या रस्त्यांवरून गेलेला नव्हता. राजवाडा तसा नगरापासून थोडा दूर बांधलेला होता. आम्ही सर्वजण महालातून सरळच बाहेरच्या बाहेर मोठ्या रस्त्यांवरून ये-जा करू शकत होतो. त्यातही धृतराष्ट्रानं पांडवांसाठी रथ तयार करून त्यांना बाहेरच्या मोठ्या रस्त्यांवरूनच हिमालयाकडे पाठवून देण्याची व्यवस्था करायला हवी होती; पण तसं झालं नव्हतं.

त्याशिवाय सांगणाऱ्यानं असंही सांगितलं होतं की, पांडवांना रस्त्यावर चालत येताना बघून नगरातल्या लोकांनी हातातली कामं थांबवली होती. सगळीकडे

कमालीची शांतता पसरली होता. लोक पांडवांबरोबर असे चालू लागले होते, जणू एखाद्या स्मशानयात्रेबरोबर जावेत! लोक कुजबुज करत कौरवांना शाप देत होते.''

धृतराष्ट्राला गोंधळून जाऊन शोक करू लागण्याखेरीज विशेष काही येतच नसे! त्यानं ताबडतोब मला आणि विदुराला बोलावलं. विदुर आला, तोपर्यंत मी त्याचं सांत्वन करत म्हणालो, ''महाराज, आपण चिंता करू नका. पांडव सत्पुरुष आहेत, युधिष्ठिर धर्मात्मा आहे. ते सर्वजण तुमची आज्ञा नक्कीच मानतील आणि दुर्योधनाला माफ करतील.''

विदुरानंही आत आल्याबरोबर म्हटलं, ''होय, युधिष्ठिर माफ करून टाकेल, आणि पितामहांनीही आज्ञा केली, तर कदाचित भीम आणि अर्जुनही क्षमा करतील; पण पांचाली क्षमा करणार नाही– कधीही नाही!''

धृतराष्ट्र जणू आत्ताच युद्ध होणार असावं तसा घाबरला आणि मला म्हणाला, ''पितामह, आपण मला सांगा, की पांडव नगराच्या रस्त्यावरून का गेले? द्रौपदी चेहरा उघडा ठेवून, केस मोकळे ठेवून, लोकांच्या मधून चालत गेली? आणि युधिष्ठिरानं का चेहरा झाकून घेतला होता? त्यांच्या पाठीमागून धौम्य ऋषी कसले मंत्र म्हणत जात होते?''

धृतराष्ट्र विनाशाच्या भीतीनं थरथर कापत होता. असं वाटलं, की असं सारखं घाबरता घाबरता याचं काही बरंवाईट झालं तर? तर मला दुर्योधनाला राज्याभिषेक करावा लागेल!– तसं तर करायचंच नव्हतं!

मी त्याला सांगितलं, ''युधिष्ठिरानं डोळ्यांवर कापड एवढ्यासाठी टाकलं होतं, की त्याच्या क्रोधाविष्ट नजरेनं कोणाला भाजू नये! परंतु महाराज, आपण चिंता करू नका. पांडवांना झालेल्या दुःखाचा तात्कालिक परिणाम तर स्वाभाविकच आहे ना? जसजसा काळ जाईल, तसतसं सर्व ठीक होईल.''

राजा जरा शांत झाल्यावर विदुराला म्हणाला, ''विदुर, तू मला चार चांगल्या गोष्टी सांग. आजच्या या स्थितीत मनाचं संतुलन ठेवायला असा काही उपाय सांग की जो आमच्या आणि पांडवांच्याही हिताचा असेल.''

विदुर राजाला सांगू लागला, ''कुरुराज, सभेमध्ये दुष्ट माणसांनी पांडवांशी जे अत्यंत वाईट वर्तन केलं, त्याचा उपाय मी सांगू शकतो. त्यानं आपला पुत्र दुर्योधन पापमुक्त होईल व लोक त्याला खरोखर आदरही देऊ शकतील.''

राजाला विदुराचा राग आला; पण तो मनात दाबून ठेवत राजा म्हणाला, ''हं– उपाय काय ते सांग ना.''

''राजन्, पांडवांना खांडवप्रस्थ परत देऊन टाका. दुसऱ्याची संपत्ती अशी जबरदस्तीनं घेणं हे आपल्यासारख्या राजांच्या नावाला कलंक लावणारं आहे.''

राजानं छद्मीपणानं विचारलं, ''याहूनही चांगला आणखी काही उपाय?''

क्षणभर मला वाटलं, की विदुराला थांबवावं; पण मी गप्प बसायचं ठरवलं; कारण मी जे सांगू शकत नव्हतो, ते विदुर सांगत होता!

विदुर सांगत राहिला, ''आपल्यासाठी सर्वांत महत्त्वाचं हे आहे, की दुर्योधनाला काबूत ठेवा. त्याला काबूत ठेवून संपूर्ण कौरव राज्याचा राजा म्हणून युधिष्ठिराचा अभिषेक करा. शकुनीला त्याच्या देशात परत पाठवा.''

''का? असं का म्हणून करू?'' राजानं अजूनही राग काबूत ठेवत विचारलं.

विदुर स्वच्छ मनानं सांगत राहिला– ''कारण युधिष्ठिर अजातशत्रू आहे. तो राजा झाला, तर सर्व देशांमधील राजांना आनंद होईल. शिवाय युधिष्ठिर आपल्याला, आपल्या पुत्रांना आणि कर्णालाही प्रेमानं आणि सन्मानानं वागवेल, आपलंसं करेल. आश्रयधर्म निभावेल.''

विदुर शेवटी जे वाक्य बोलला, ते धृतराष्ट्र ऐकू शकला नाही! आता अंध राजाचं रागानं जणू डोकं फिरलं आणि त्यानं विदुराला हवं तसं बोलून शेवटी आज्ञा दिली–

''स मां जिह्मां विदुर सर्वं ब्रवीषिमानं च तेहमधिकं धारयामि।
यथेच्छकं गच्छ तिष्ठ वा त्वं सुसान्त्व्यमानाप्यसती स्त्री जहाति।।''

(विदुर, मी तुला खूप मान देतो; पण तू मला वाईट– दुष्ट सल्ला देत आहेस! आता येथे तुझा काही उपयोग नाही. आता तू येथे राहा किंवा निघून जा. तुझी इच्छा असेल तसं कर. कुलटा स्त्रीला कितीही सांभाळली, तरी ती तिच्या स्वामीला सोडून जातेच!)

धृतराष्ट्राचं हे असं बोलणं विदुराला सहन झालं नाही! त्याचे डोळे भरून आले. तो उठून उभा राहिला आणि म्हणाला, ''महाराज, मी आपल्याला देतो आहे, तसा खरा– तुमच्या हिताचा सल्ला दुसरं कोणीही देणार नाही. आपल्याला पटत– आवडत नसेल, तरीही याहून वेगळं मी बोलणार नाही! तुम्ही फक्त डोळ्यांनी अंध असता तरी ठीक होतं; पण तुम्ही तर मनश्चक्षूंनीही काही बघू शकत नाही असं वाटतं आहे! मी तुम्हाला सोडून आत्ता, ताबडतोबच निघून जात आहे.''

विदुर निघून गेला. तो गेला अशी चाहूल लागलीशी वाटली, तसं धृतराष्ट्रानं मला विचारलं, ''पितामह, तो खरोखरच गेला?''

मी म्हणालो, ''पुत्रा! तूच तर त्याला निघून जायला सांगितलं होतंस! आता मलाही असंच सांग, म्हणजे मीही तुला सोडून जाऊ शकेन.''

धृतराष्ट्र मला म्हणाला, ''पितामह, विदुर तर तह आणि युद्ध यांच्या नीतींमध्ये निपुण समजला जातो. तो आपला मंत्री आहे, म्हणून तर हस्तिनापूरची एवढी ख्याती आहे. आता तो जाऊन पांडवांबरोबर राहिला, तर भविष्यकाळात पांडवांची खूप उन्नती होईल!''

"विदुर ज्याची बाजू बरोबर– खरी– असेल, त्याची बाजू घेतो,'' मी म्हणालो, ''मी विदुराला ओळखतो, त्याच्या दृष्टीनं कौरव-पांडव असा फरकच नाही– नसावा.''

मी असं सांगूनही धृतराष्ट्राचं मन शांत झालं नाही. त्यानं संजयला सांगितलं, ''संजय, तू लवकर जा. माझ्या भावाला– विदुराला परत बोलावून आण. जा. तो रुसून आत्महत्या करेल तर? अरेरे! पितामह, मी पापी, किती वाईट बोललो त्याला!''

संजय म्हणाला, ''महाराज, विदुरजी मी सांगून ऐकणार नाहीत आणि नाही ऐकलं, तर मी काही त्यांना आज्ञा करू शकणार नाही.''

राजा काही बोलणार, त्या आधीच मी संजयला सांगितलं, ''संजय, तू रथ तयार कर. मीही तुझ्याबरोबर येतो.''

आम्ही निघालो. विदुर पांडवांच्या मागे काम्यकवनात गेला आहे असं समजलं, तसे आम्ही त्याच्या मागे निघालो. संयजने रथ पांडवांचा मुक्काम होता, तेथून दूर थांबवला. वनात पायी हिंडणाऱ्या पांडवांच्या मुक्कामाच्या जागी रथ घेऊन जाणं त्याला योग्य वाटलं नाही. मला युधिष्ठिर राहत होता ती दिशा दाखवून संजयनं रथ एका बाजूला ठेवला. घोड्यांना सोडून कोण्या वनवासीच्या घरी किंवा कोण्या ऋषीच्या रक्षणाखाली त्यांना ठेवायला गेला. मी टेकडी चढू लागलो. जरासं वर जाताजाताच मला विदुराचा आवाज ऐकू आला.

मी पोहोचलो, तेव्हा विदुर युधिष्ठिराला त्याच्यावर बेतलेला प्रसंग आणि त्याला झालेलं दुःख सांगत होता आणि युधिष्ठिर त्याचं सांत्वन करण्याचा प्रयत्न करत होता. मी विदुराजवळ जाऊन त्याच्या खांद्यावर हात ठेवला आणि म्हणालो, ''पुत्र, पांडवांच्या आसपास येथे अनेक ऋषी आहेत. माझ्यासाठी हस्तिनापुरात तर तू एकच ऋषी होतास. चल, परत चल.''

''पितामह!'' म्हणून विदुर रडू लागला. अर्जुन, सहदेव आणि नकुलही मला बिलगून हुंदके देऊन रडू लागले. भीम लहानपणी रुसायचा तसा गाल फुगवून बसून राहिला! या सगळ्यांचं बालपण माझ्या मांडीवर गेलं होतं. आपापसातल्या भांडणांच्या तक्रारी माझ्या मांडीवर बसून मला सांगायचे आणि कोण बरोबर– कोण चूक ते मला सांगावं लागायचं. मी मग कोणालातरी रागवायचो, कोणाची समजूत घालायचो– भीम सोडून सगळे पुन्हा एकमेकांशी खेळायला पळायचे– भीमाचा रुसवा जायला नेहमी वेळ लागायचा!

जरा वेळानं संजय आला. त्यानं धृतराष्ट्राचा निरोप विदुराला सांगितला आणि पुढे म्हणाला, ''महाराज, धृतराष्ट्रांची इच्छा आहे, की आपण त्यांना क्षमा करावी आणि पुन्हा त्यांच्याकडे मंत्री म्हणून यावं.''

विदुराची समजूत घालता घालता रात्र झाली. शेवटी विदुरानं सकाळी लवकर निघून परत जायचं ठरवलं. रात्रीच्या पहिल्या प्रहरानंतर स्वप्नंही न पडता गाढ झोपून जाणारा भीम त्या रात्री पहाटेपर्यंत जागाच होता. कदाचित आम्ही सगळेच जागे होतो!

पहाटे खाली नदीच्या बाजूला घोड्याच्या टापा ऐकू आल्या. द्रौपदी जणू येणाऱ्याला ओळखावं तशी बाहेर जाऊन पळत टेकडी उतरली. अर्जुनही तिच्यामागे गेला. काही वेळातच त्या दोघांचे आवाज ऐकू आले– "गोविंद! गोविंद! तुम्ही खरंच आलात ना!"

कृष्णाचं उत्तरही ऐकू आलं, "फक्त मीच नाही, ज्यांना धर्म समजतो असे सर्व जण तुला येऊन भेटतील. कृष्णे, निराश होऊ नको. ऊठ, उभी हो! काळाचं चक्र तुझ्या हातूनच फिरणार आहे आणि दुष्टांचा नाश होणार आहे."

पहाटेच्या अंधुक उजेडात कृष्ण एका हातानं अर्जुनाला आणि दुसऱ्या हातानं द्रौपदीला आधार देत वर येताना दिसले. ते द्रौपदीचं आणि अर्जुनाचं सांत्वन करत होते. द्रौपदी रडत रडत बोलत होती–

"नन्वहं कृष्ण भीष्मस्य धृतराष्ट्रस्य चोभयो:।
स्नुषा भवामि धर्मेण साहं दासीकृता बलात्।।"

(वासुदेव, मी धर्माप्रमाणे तर भीष्म आणि धृतराष्ट्र दोघांची सून, नातसून होते, तरी त्या दोघांसमोरच मला दासी करण्यात आलं होतं!)

द्रौपदी बोलत गेली– "कृष्णा, मी तुमच्या या धर्मालाच थकून-विटून गेले आहे अगदी! तेथे भीष्म आणि युधिष्ठिर कोणीही काहीही केलं नाही, आणि तरी दोघे स्वत:ला धर्मात्मा आणि धर्मराज म्हणवतात! काय या अशा धर्माचं रक्षण करण्यासाठी तुम्ही गोकुळ सोडलं होतंत?"

"पांचाली!" कृष्ण म्हणाले, "मी धर्माचं रक्षण करण्यासाठी नाही, धर्माचा उद्धार करण्यास उभा राहिलो आहे. आत्ता तुला नाही समजणार, काळ जाईल तसतशी तूही हे सर्व करायला तयार होशील, जे करण्यासाठी मी गोकुळातून निघालो होतो."

"मला माहीत नाही, मी काय करेन गोविंद! माझ्या पाच पतींपासून जन्मलेले पाच महाबली पुत्र मला आहेत. युधिष्ठिराचा प्रतिविन्ध्य, भीमाचा सुतसोम, अर्जुनाचा श्रुतकीर्ती, नकुलाचा शतानिक आणि सहदेवाचा श्रुतकर्मा. गोविंद, पांडवांना स्वत:ला काही नव्हतं करायचं, तर मला माझ्या पुत्रांच्या हवाली करून टाकायची होती! ते पाचहीजण कुरुकुलाचा विनाश करायला समर्थ होते. खुद्द भीष्मही त्यांच्या समोर टिकले नसते– कारण भीष्म अधर्माच्या बाजूनं होते!"

–शरशय्येवर पडल्या पडल्या, अर्धी रात्र उलटल्यावरही मला द्रौपदीचा शोक

जणू अजून ऐकू येतो, आरोप कानात घुमत राहतात! तिनं केलेले आरोप बरोबर होते असं मी मानत नाही. माझी प्रतिज्ञा आड येत नसती आणि कुठल्याही बंधनात न अडकता पुन्हा स्वर्गात जाऊन पोहोचण्याची अट नसती, तर मीही इतर मनुष्यांसारखाच युधिष्ठिराचा पक्षच घेतला असता.

त्या पहाटे द्रौपदीनं कोणालाच सोडलं नव्हतं! ''गोविंद, मी काय म्हणतेय तुम्ही ऐका तर खरे! मी – द्रुपदाची पुत्री, तुमची मैत्रीण, भीष्मांची कुलवधू, पांडवांची पत्नी – आणि तरी माझी ही दशा! मला कोणीही मदत केली नाही?''

कृष्णांनी उत्तर दिलं, ''कल्याणी– तू विश्वास ठेव, की ज्यांच्यावर तुझा राग आहे, त्या सर्वांचा नाश होईल. भीम आणि अर्जुनांच्या प्रतिज्ञा खोट्या ठरणार नाहीत.''

बोलता बोलता कृष्ण टेकडीवर पोहोचले. मला बघून त्यांनी प्रणाम केला आणि म्हणाले, ''आपल्याला पांडवांच्या बरोबर बघून मला खूप आनंद वाटला. मी आणखी काही राजांनाही येथे यायला सांगितलं आहे.''

मी सांगितलं, ''वासुदेव, मी इथं विदुराला घेऊन जायला आलो आहे. आम्ही उजाडताच निघायचं ठरवलं होतं; परंतु आपण आला आहात, तर आम्ही दुपारनंतर निघू.''

कृष्ण यावर म्हणाले, ''ओहोऽ! म्हणजे दुर्योधन आपल्याला अजूनही प्रिय आहे? मी तर म्हणेन, की त्याच्यासारख्या दुष्टांबरोबर राहून प्रतिज्ञापालन करत राहणं तुम्हाला अवघड होईल हं!''

मी उत्तर दिलं– ''कृष्णा, माझ्यासाठी प्रिय किंवा अप्रिय कोणीही नाही. मी फक्त हस्तिनापूरला समर्पित आहे.''

कृष्ण म्हणाले, ''मला तर पांडव अतिशय प्रिय आहेत. पितामह, मी तर असं मागेन आपल्याजवळ, की आपण दुर्योधन, शकुनी, दुःशासन अशा मनुष्यांचा वध करावा, त्यानंच हस्तिनापूरचं रक्षण होईल आणि धर्माची खरी सेवा होईल.''

मी काही उत्तर देणार त्याआधी अनेक राजे येत असल्याचे निरोप आले, आणि थोड्याच वेळात सर्वजण येऊन पोहोचले. कृष्णांनी सर्वांचं स्वागत केलं आणि त्यांच्या बसण्याची व्यवस्था केली. मग ते बोलू लागले– ''धृष्टद्युम्न, चेदिराज, कैकाय बंधू, आणि येथे आलेल्या सर्व राजांना मी आज आता स्पष्टपणे सांगतो, की आर्यावर्ताच्या पुनर्रचनेची वेळ आता आली आहे. दुर्योधन, शकुनी, दुःशासन, कर्ण अशा सर्वांचा वध झाला पाहिजे. आपण नेहमी करतच आलो आहोत त्याप्रमाणे आता भीष्म आणि धृतराष्ट्रांसारख्या वृद्धांकडून शासनाची जबाबदारी काढून घेऊन ती जबाबदारी आता युधिष्ठिरासारख्या तरुणांनी घेतली पाहिजे. चला, येथूनच सरळ हस्तिनापूरवर जाऊन हल्ला करूया!''

"बरोबर! ", "योग्य!" राजे म्हणाले आणि त्यांनी आपापली शस्त्रं परजली.

कृष्णाच्या आव्हानानं माझी अवस्था फार वाईट झाली. हस्तिनापूरवर हल्ला करण्याचं बोलणं माझ्यासमोर होत होतं! तेथील सिंहासनाचा रक्षक म्हणून मी प्रतिसाद द्यायलाच हवा होता. समोरच असलेले द्रौपदी आणि कृष्ण माझा एक शब्दही ऐकून घेणार नाहीत, हे मी समजून होतो.

विदुर लगेचच माझ्या मदतीला आला! तो म्हणाला, "वासुदेव! क्षमा करा, परंतु आत्ताच लगेच युद्ध करायचं आहे असा निर्णय सम्राट युधिष्ठिर घेतील, तर तो अधर्म समजला जाईल."

द्रौपदी चिडली आणि म्हणाली, "काका, तुम्ही आणि पितामहही जो धर्म समजू शकत नाही, तो धर्म समजून घेण्याचा मला प्रयत्नही नाही करायचा. माझ्या दृष्टीनं तर त्या पापी लोकांची मस्तकं तेथेच, सभेतच छाटून टाकली असती, तर तोच महाधर्म ठरला असता!... तुमचा धर्म कसा आहे, ते आता मला समजलं आहे. असं म्हणतात, की गांडीव धनुष्याची प्रत्यंचा श्रीकृष्ण, भीष्म, अर्जुन किंवा भीम, यांच्याशिवाय कोणीही चढवू शकत नाही; पण माझ्या मदतीला तर अर्जुन किंवा भीम कोणीही आलं नाही! वासुदेव, मी अगदी खरं खरं सांगू? माझ्याऐवजी दुसरी एखादी स्त्री तिथे उभी असती, तर स्त्रीरक्षणाच्या धर्माच्या नावानं हे पाचहीजण तुटून पडले असते! माझी इच्छा दुर्योधनाचा वध आत्ताचा व्हावा, अशी आहे."

द्रौपदी न थांबता, न थकता बोलत राहिली– तिच्या हातात शस्त्र असतं, तर ती एकटी युद्ध करायला गेली असती असं वाटलं!

बराच वेळ युधिष्ठिरानं द्रौपदीचं बोलणं ऐकून घेतलं होतं. आता तो म्हणाला, "नाही गोविंद! नाही पांचाली! आत्ता युद्ध करण्याचा अधर्म मी करणार नाही! बारा वर्षांचा वनवास आणि एक वर्षाचा अज्ञातवास भोगण्याचं मी स्वीकारलं आहे, आणि ते वचन मी पाळेन. आता जे होईल, ते बरोबर चौदा वर्षांनी!"

द्रौपदी कृष्णांना म्हणाली, "गोविंद, माझा कोणावरही विश्वास नाही. तुम्ही मला सांगा, की युद्ध होईल. चार कारणांसाठी तुम्हाला विनाशाची प्रतिज्ञा करावी लागेल. एक हे, की तुम्ही आमचे नातलग आहात. दुसरं हे, की मी तुमची मैत्रीण आहे. तिसरं हे, की तुम्हीच हे स्वयंवर करवून घेऊन मला या सर्वांमध्ये ढकलली आहेत. आणि चौथं हे, की आता या जगात माझं रक्षण करणारं तुमच्याशिवाय कोणी राहिलेलं नाही. नाही माझे पती, नाही पितामह!"

भीम रडत होता. अर्जुनानं डोकं आपटलं. मी भयंकर अपमान सहन करूनही गप्प राहिलो. धृष्टद्युम्नानं मान खाली घातली. फक्त विदुर आणि द्रौपदी कृष्णांकडे बघत होते.

कृष्ण म्हणाले, "मी कृष्ण वासुदेव येथे बसलेल्या सर्वांच्या समक्ष सांगतो,

की पांडव मला मनापासून प्रिय आहेत. त्यांच्यावर जो अन्याय झाला आहे, तो मी विसरणार नाही. पांचालीबरोबर जो दुर्व्यवहार केला गेला आहे, त्याचा बदला घेतला जाईल. मी या ठिकाणी प्रतिज्ञा करून सांगतो, की मी जे बोललो आहे, ते खरं करून दाखवलं नाही, तर मी वसुदेवाचा पुत्र अशी माझी ओळख सांगणार नाही!''

भीमाला युद्धासाठी वाट बघणं योग्य वाटलं नव्हतं. तो म्हणाला, ''तेरा वर्षांमध्ये कोण जाणे काय काय बदललं असेल! आम्हा सगळ्यांमध्ये काही पराक्रमच राहिला नसेल. ज्यांच्यात काही दमच नसेल, अशी माणसं काय युद्ध करतील?''

द्रौपदीनंही भीमाची बाजू घेत म्हटलं, ''अरेरे! धर्मराजासारख्या निष्क्रिय माणसाच्या नियंत्रणाखाली राहून मी हे संकट ओढवून घेतलं आहे. एक सामान्य ब्राह्मण किंवा वैश्यही सहन करणार नाही, तसे अपमान स्वत:ला क्षत्रिय म्हणवणारे लोक कसे काय सहन करू शकले? आजही इतके सगळे योद्धे आणि खुद्द श्रीकृष्णांची साथ मिळते आहे, तरी धर्मराज भित्र्यासारखे युद्ध पुकारायला घाबरतात! भ्याड लोक युद्धाचा विचार कसा करणार?''

''बस् पांचाली– बस्!'' म्हणत युधिष्ठिर आता उठून उभा राहिला होता. शेजारी पडलेल्या पाण्याच्या लोट्यातून ओंजळ भरून पाणी घेऊन तो म्हणाला, ''तुम्हाला सर्वांना असं वाटतंय, की मला काही वाटतच नाही? तर ऐका, मी कुंतीचा पुत्र हातात पाणी घेऊन प्रतिज्ञा करतो, की वनवास आणि अज्ञातवास पूर्ण झाल्याबरोबरच मी माझ्या हक्कासाठी युद्ध करेन– असं युद्ध की लोकांना खरंच वाटणार नाही, की धर्मराज अशी हिंसा करू शकतो! कुरुसभेत अपमानित झालेला युधिष्ठिर जेव्हा ताब्यात ठेवलेल्या त्याच्या रागाला मोकळा करेल, तेव्हा दाही दिशा चळाचळा कापतील!'' युधिष्ठिरानं ओंजळीतलं पाणी भूमीवर सोडलं.

आणि मग युधिष्ठिर सर्वांना उद्देशून म्हणाला, ''वासुदेव, द्रौपदी, भीम आणि इतर सर्व– तेरा वर्षं थांबा. आज युद्ध करणं मला कोणत्याही तऱ्हेनं योग्य वाटत नाही. वचनभंग करण्यापेक्षा युधिष्ठिर आत्महत्या करेल!''

दुपारी मी आणि विदुर हस्तिनापूरला जायला निघालो. पांडव आणि कृष्ण मला निरोप द्यायला टेकडी उतरून रथाजवळ आले. संजय घोडे आणायला गेला. मी द्रौपदीला म्हटलं, ''मुली, मला असं सांग, की धर्मराज नेहमी खरंच बोलतो, हे तर तुला माहीत आहे ना?''

''हो,'' द्रौपदी म्हणाली.

''तर मग तो मुलगा जर असं म्हणतो आहे, की 'युद्ध करण्याची योग्य वेळ नाही,' तर तुम्ही सर्वजण त्याचा पूर्ण, खरा अर्थ का समजून घेत नाही?''

''जी!'' द्रौपदीच्या आत्ता काहीतरी लक्षात यावं तसं मग ती माझ्याकडे बघत राहिली!

"हे बघ बेटा, धर्म तुम्हाला सांगतोय, की ही युद्ध करण्याची वेळ नाही, तर ते तुम्ही स्वीकारलं पाहिजे, की आत्ता ही वेळ नाहीच," मी द्रौपदीला युधिष्ठिराच्या सांगण्याचा अर्थ स्पष्ट करत म्हणालो, "आत्ता तुमच्या चुलत भावांची शक्ती तुम्हाला वाटते आहे, तितकी कमी नाही. हस्तिनापूरचे महान योद्धे त्यांच्याबरोबर आहेत. शिवाय भूरिश्रवा आणि त्याचा भाऊ शाल्व त्यांना मदत करतील. त्याखेरीज तुझा हा वृद्ध पितामह, तुमचे गुरू द्रोण आणि सूतपुत्र समजला जाणारा कर्ण– आम्ही तिघेही महाभार्गवांचे शिष्य आहोत. युद्ध, दिव्यास्त्रांचा उपयोग, हा आमच्यासाठी डाव्या हाताचा खेळ आहे."

असं सगळं सांगता सांगता मला मनातून वाटलं, की मी एका स्त्रीला धमक्या तर देत नाही ना? परंतु द्रौपदी शांत आणि गंभीर होऊन ऐकत होती, म्हणून मला वाटलं, की जे खरं आहे, ते मी तिला सांगितलंच पाहिजे.

मी पुढे म्हणालो, "कौरवांशी युद्ध करताना नुसती शक्ती असून उपयोग नाही. तुम्ही एखादा राक्षस किंवा यक्ष-किन्नर यांच्याशी लढलात आणि जिंकलात, म्हणजे तुम्ही महायुद्ध करण्याइतकं कौशल्य मिळवलंय असं नाही. पांचाली, लढणं आणि युद्धात भाग घेणं या वेगळ्या गोष्टी आहेत. लढता केव्हाही येईल– युद्धासाठी तर तयारी करावी लागते. येत्या तेरा वर्षांमध्ये तू, भीम आणि अर्जुन यांना युद्धासाठी तयार कर. तेरा वर्षांनंतर तुझी मेहनत उपयोगी पडेल."

"जी! मी तसं करेन," द्रौपदी म्हणाली.

मी सांगितलं, "ते तर करच; परंतु प्रजेचं मत तुमच्या बाजूचं केलं पाहिजे. समग्र आर्यावर्ताला माहीत झालं पाहिजे, की तुमच्यावर अन्याय झाला आहे. मी मार्कंडेय मुनींना तुमच्याकडे पाठवतो. त्यांचं ज्ञान अगाध आहे. वेगवेगळ्या कथा सांगून ते तुम्हाला बरंच काही सांगू शकतील. थोड्या काळानंतर ऋषी लोमेशनाही तुमच्याकडे पाठवेन. ते भारताच्या कानाकोपऱ्यात हिंडलेले आहेत. त्यांना खूप माहिती आहे, आणि लोकांशी बोलण्याची त्यांची शक्ती अमोघ समजली जाते. तुम्ही त्यांच्याबरोबर तीर्थाटन करत सर्व देशात फिरा."

संजयने घोडे आणून रथ तयार केला. मी आणि विदुर रथात चढलो. पांडवांचे डोळे भरून आले. रथ निघाला, तेव्हा विदुर म्हणाला, "कोण जाणे पुन्हा केव्हा दिसतील हे सगळे! पितामह, तुम्ही मला घेऊन जायला यायलाच नको होतं!"

मी हसून म्हणालो, "मी तरी काय करू बाबा! आपल्या महाराजांची आज्ञा होती ना! पण चांगलं झालं की तू परत येतो आहेस. तेथेच राहिला असतास, तर तेरा वर्षांनंतर तूही माझ्यासमोर सशस्त्र उभा राहिला असतास! तुला तर मी कधीच मारू शकणार नाही..."

"असं बोलू नका, पितामह! मी युद्धापासून दूरच राहीन. मला तर युद्धाची

कल्पना करूनही त्रास होतो. मला तर वाटतं, की तेरा वर्षांनीही युधिष्ठिर क्षमा करून समाधान करण्याचा मार्ग निवडेल. धर्मराज शेवटी धर्मालाच शरण जाईल! स्वप्नातही कौरवांना मारून टाकण्याचा विचार तो करणार नाही– तो युद्ध करणार नाही.''

''धर्मराज युद्ध करणार नाही,'' मी म्हणालो, ''पांचाली आणि कृष्ण युद्ध करवतील.''

आम्ही हस्तिनापूरला पोहोचलो तेव्हा समजलं, की विदुराच्या निघून जाण्यानं किंवा मग पांडवांच्या भीतीनं धृतराष्ट्राला नीट झोप येत नव्हती. त्यातही शकुनी आणि दुर्योधन त्याला वनवासी पांडवांना मारून टाकावं म्हणून चिथावत होते.

मी ताबडतोब अगत्याची सभा बोलावली आणि त्या तिघांनाही दोष देत म्हणालो, ''अगदी वेडेच आहात तुम्ही सगळे! आत्ता लोक पांडवांच्या बाजूनं आहेत. एखाद्या पांडवाला इतरही काही कारणानं दुखापत झाली, तरी तुम्ही सुरक्षित राहणार नाही! योद्धे आणि राजेच नाही, गावोगावचे लोकही चालून येतील तुमच्यावर! लक्षात ठेवा, की कृष्ण त्यांच्या बाजूचे, त्यांच्याबरोबर आहेत. तुम्ही कारस्थानं रचण्यात जितके कुशल आहात, तितकेच कृष्ण अशी कारस्थानं निष्फळ करण्यात पारंगत आहेत! वारणावतला काय झालं ते विसरू नका. पांडव त्यातून जास्त समर्थ होऊन बाहेर आले आहेत.''

आम्ही बोलत होतो तेव्हा शकुनीचा गुप्तहेर माहिती घेऊन आला, ''कुमार अर्जुन एक वर्षासाठी इंद्रपुरीला गेले आहेत, आणि तेथे खुद्द इंद्राकडून युद्धकला शिकणार आहेत. भीम आणि इतर पांडवांसाठी सम्राज्ञी द्रौपदी उत्तम गुरूंच्या शोधात आहे. आणि महाराज युधिष्ठिरना द्यूत खेळायला शिकवण्यासाठी महर्षी बृहदश्व स्वत: आले आहेत.''

''बृहदश्व? हे मुनी तेथे कसे काय पोहोचले?'' शकुनी बोलून गेला– ''आता अंतिम निर्णय करण्यासाठी जर का कदाचितही युद्धाच्या ऐवजी द्यूत खेळायचं ठरलं, तर माझे फासे नाही उपयोगी पडणार!''

हे सर्व समजल्यावर धृतराष्ट्रही घाबरला आणि मला म्हणाला, ''पितामह, हे सर्व पांडुपुत्र विजयी होण्यासाठी कामाला लागले आहेत, आणि माझे मूर्ख पुत्र भोगविलासात मग्न आहेत! पितामह, आता सर्व आशा तुमच्यावर आहे– तुम्ही पांडवांना मारून टाका!''

मला धक्काच बसला. मी काही बोललो नाही. हताश झालेल्या त्या राजाची कीव येऊन त्याच्याकडे बघत राहिलो! धृतराष्ट्र पुढे म्हणाला, ''इतरांची मला भीती नाही; पण अर्जुनाला मारू शकेल असं मला कोणी दिसत नाही. हस्तिनापूरचं रक्षण करण्याची तुम्ही प्रतिज्ञा केली आहे; पण मला माहीत आहे, की पांडव तुम्हाला प्रिय

आहेत– तुम्ही अर्जुनाला मारणार नाही– द्रोण वृद्ध आहेत आणि कर्ण आळशी आहे, तो गफलतही करतो.''

ज्यांची नावं घेतली जात होती, ते सर्व तेथेच होते, तरी कोणी काही बोललं नाही. सर्वांना दिसत होतं, की राजे घाबरलेले होते आणि बुद्धिभ्रंश व्हावा तसं बोलत होते. घाबरलेल्या माणसाच्या बोलण्यात काही अर्थ नसतो, हेही आम्हाला सर्वांना समजत होतं!

तरीही दुर्योधन म्हणाला, ''पिताजी, गुरू द्रोण, पितामह आणि कर्ण हे तिघंही आपल्या आश्रयानं राहतात. शिवाय ते तिघंही युद्धकलेत श्रेष्ठ समजले जातात. हे तिघंही अर्जुनाला झटक्यासरशी मारून टाकतील असे आहेत. या तिघांपैकी एकालाही अर्जुन मारू शकणार नाही– तुम्ही विनाकारण घाबरू नका आणि आम्हाला घाबरवू नका! अशी सगळी काळजी राजानं करायची असली, तर या सर्व शूर लढवय्यांना येथे ठेवण्याचा उपयोग काय?''

– आत्ता असं वाटतं, की एकेकाळी माझ्या ज्या प्रतिज्ञेनं मला स्वर्गापासून समग्र पृथ्वीवर प्रतिष्ठा मिळवून दिली होती, ज्या प्रतिज्ञेनं मला हस्तिनापूरची सर्वश्रेष्ठ व्यक्ती बनवलं होतं, त्याच प्रतिज्ञेनं आज इतका काळ लोटल्यावर मला हस्तिनापूरच्या राजाच्या आश्रयाला राहिलेला एक योद्धा बनवला होता! फक्त एक योद्धा! त्या राजाच्या डोकं ताळ्यावर नसलेल्या राजपुत्रानं आम्हा सर्वांना 'लढवय्ये' म्हटलं, नाहीतर आम्हाला कशाला ठेवलं आहे, असंही विचारलं! आणि अत्यंत दुःखाची गोष्ट ही होती, की आम्ही सर्वांनी किंवा आमच्या राजानं काहीही विरोध न करता हे ऐकून घेतलं होतं!

घाबरलेला राजा काही विचार करण्याच्या स्थितीत नव्हताच. तो म्हणत राहिला–

''अपितद्रथघोषेण भयार्ता सव्यसाचिनः।
प्रतिभाति विदीर्णेव सर्वतोभारती चमूः।।''

(मला तर आज सव्यसाची अर्जुनाच्या रथाचा घरघराट ऐकूनच कौरवांचं सैन्य सैरावैरा पळत असल्याचे भास होत आहेत!)

– आज मध्यरात्र उलटत आहे तेव्हा मी कृष्णांना धन्यवाद देतो आहे, की त्यांनी मला माझं गतजीवन आठवून बघायला सांगितलं. आज माझ्या मनाला, हे लक्षात येऊन क्लेश होत आहेत, की घाबरट, हताश, मनानं दुर्बल आणि असमर्थ राजाच्या आज्ञेखाली मी माझ्या आयुष्याचे शेवटचे दिवस घालवले होते!

– आणि का? मी असं करण्याचं कारण काय?

– कारण, मी प्रतिज्ञेला 'माझी' प्रतिष्ठा, माझ्या आयुष्याचं केंद्र समजून बसलो आहे!

। एकोणीस ।

विदुराला घेऊन आलो त्याच्या दुसऱ्याच दिवशी मी पुलस्त्य मुनींना भेटायला जाऊन विचारलं, की पांडवांना तीर्थाटनासाठी कोठे पाठवावं. मला असं वाटत होतं, की पांडवांचा वनवासाचा काळ संपेपर्यंत भारताच्या भूमीचा एखादा कोपराही असा राहू नये, जेथे पांडव आणि द्रौपदी गेले नसतील.

पुलस्त्य म्हणाले, ''पांडव जर काम्यकवनात असतील, तर सर्वांत आधी त्यांना पुष्करला जाऊ दे. तेथे बरेच राक्षस वरचेवर त्रास देतात. भीम त्यांच्याशी युद्ध करून त्यांना हाकलून देईल. त्यानंतर पांडव पूर्वेच्या तीर्थस्थानांकडे जाऊ देत.''

असं सांगून नंतर पुलस्त्य ऋषींनी असे काही मार्ग सांगितले, ज्यामध्ये पांडवांना सतत सावध, आणि युद्धासाठी तयार राहावं लागेल अशी स्थानंही सुचवली, जेथे मायावी किंवा नव्याच तऱ्हेनं युद्ध करणाऱ्या लोकांचा आणि असुरांचा सामना करावा लागेल.

माझी इच्छा अशी होती, की पूर्वेला मणिपूरपासून पश्चिमेला प्रभासक्षेत्र, मधुवंती सागरसंगम आहे तेथे, तेथून द्वारकेला जाऊन, आर्यावर्ताच्या दक्षिण टोकाशी पोहोचून, उत्तरेला यावं. आर्यावर्ताच्या तीन दिशांना असलेले समुद्रकिनारे, मध्यभागातली घनदाट, दुर्गम अरण्यं आणि हिमालयाच्या पर्वतशिखरांपर्यंत पांडव पोहोचतील, असं मला बघायचं होतं. तीर्थाटन संपेपर्यंत विशाल सिंधू, गंगा, यमुना, नर्मदा आणि तिला भेटतील त्या गोदावरी, कावेरी, कृष्णा आणि दुसऱ्या अनेक नद्या द्रौपदीच्या मोकळ्या केसांना धुऊन काढतील, हेही तिकंच महत्त्वाचं होतं.

सगळी चर्चा करून, मग मी मार्कंडेय आणि लोमेश ऋषींना घेऊन काम्यकवनात गेलो, तर समजलं, की पांडव रणप्रदेशाच्या बाजूला गेले आहेत. आम्ही तेथे पोहोचलो. लोमेशऋषींनी त्यानंतरच्या यात्रेचा रस्ता, आणि त्यावर भेटतील ती माणसे, असुर, राक्षस, यक्ष, किन्नर आणि तऱ्हेतऱ्हेचे प्राणी यांबद्दल सर्व काही

सांगितलं.

यात्रा केव्हा सुरू करावी याबद्दल बोलणं सुरू झालं, तेव्हा द्रौपदी म्हणाली, ''अर्जुन एका वर्षासाठी इंद्राकडे युद्धकला शिकण्यासाठी गेले आहेत. मी त्यांना वचन दिलं आहे, की ते परत येतील तेव्हा आम्ही त्यांना महेन्द्र पर्वतावर जाऊन भेटू.''

द्रौपदीचं म्हणणं ऐकून घेऊन मार्कंडेयांनी मला विचारलं, ''आपल्याला काय वाटतं पितामह. अर्जुन एक वर्षात परत येईल?''

मी सांगितलं, ''इंद्र त्याला येऊ देणार नाही. इंद्राकडून अर्जुनानं सर्व शिक्षण समजा एक वर्षात घेतलं, तरी इंद्र त्याला शस्त्रास्त्रं देणार नाही. जोपर्यंत त्याची पूर्ण खात्री होणार नाही, की अर्जुन आता दिव्यास्त्रं मिळवण्याच्या योग्यतेचा झाला आहे, तोपर्यंत तो त्याची परीक्षा घेत राहील.''

मार्कंडेय म्हणाले, ''कमीत कमी पाच वर्षं तरी नक्कीच.''

मी म्हणालो– ''नाही– त्याहूनही जास्त. स्वर्गातली रीत मला चांगली ठाऊक आहे. अर्जुनाला मुक्त करण्यापूर्वी इंद्र त्याच्याकडून त्याचं स्वतःचं एखादं महत्त्वाचं काम करवून घेईल!''

लोमेश ऋषी लगेच म्हणाले, ''होय, पितामह! इंद्राचं त्या दानवांशी खूप जुनं वैर आहे. तो अर्जुनाला निवातकवचांबरोबर युद्ध करायला पाताळात पाठवेल. हजारो निवातकवच दानव अर्जुनाशी युद्ध करतील आणि अर्जुन विजयी झाला, तर पितामह, हे नक्की समजा, की आपण, वासुदेव कृष्ण, भगवान परशुराम आणि खुद्द पशुपतिनाथ– या चौघांशिवाय कोणीही त्याचा पराजय करू शकणार नाही.''

मी मग द्रौपदीला सांगितलं, ''बेटा, तुम्ही यात्रा सुरू करा. मी तुला वचन देतो, की अर्जुन परत येईल तेव्हा मीही त्याचं स्वागत करायला महेन्द्र पर्वतावर येईन.''

दुसऱ्या दिवशी भल्या पहाटे त्यांचे पुरोहित धौम्यऋषी यांच्या सामगानाबरोबर पांडव मार्कंडेय आणि लोमेश यांच्याबरोबर तीर्थाटनासाठी निघाले. ते दिसेनासे होईपर्यंत मी त्यांच्याकडे बघत राहिलो. संपूर्ण आर्यावर्तात भ्रमण करता करता पांडवांना तेराव्या वर्षी अज्ञातवासात राहण्यासाठीही योग्य स्थळ मिळो, अशी खूप मनापासून इच्छा करून मी रथ हस्तिनापूरच्या रस्त्याला घ्यायला सांगितलं.

मला ठाऊक होतं, की दुर्योधन आणि त्याचं टोळकं येन-केन-प्रकारेण पांडवांना मारून टाकण्याचे मार्ग शोधत राहतील. तसं होऊ शकलं नाहीच, तर बारा वर्षं संपतील तेव्हा पांडव कोठे आहेत आणि कुठल्या दिशेला जात आहेत, त्याचा थांगपत्ता काढतील.

वनवासाच्या शेवटच्या दिवशी ते सर्व कुठल्या दिशेला चाललेत हे समजलं,

तर अज्ञातवासाच्या दिवशी ते पांडवांना शोधून काढतील असं कौशल्य दुर्योधनाच्या गुप्तहेरांमध्ये होतं, हे माहीत असल्यानं मला चिंता वाटायची, म्हणून मी धौम्यांना विनंती केली होती, की त्यांनी मला पांडव कुशल असल्याचं कळवत राहावं.

काळ जात राहिला. दुर्योधन आणि शकुनी यांना वाटत होतं, की काळ जाईल तसतसे लोक पांडवांना विसरतील. झालं उलटंच. पांडव जास्त प्रसिद्ध होत गेले. आमच्या नगरातून अनेक व्यापारी विक्री-खरेदीसाठी दुसऱ्या राज्यांमध्ये जाऊन येत असत आणि परत येऊन दूरच्या राज्यांमध्येही पसरलेल्या पांडवांच्या ख्यातीविषयी काही ना काही सांगत असत.

इकडे शकुनीच्या योजनांवरही मी लक्ष ठेवून होतो, आणि माझे मित्र– यक्ष, गंधर्व, राक्षस आणि वनवासी यांना मी दुर्योधनाच्या हालचालींवर लक्ष ठेवायला सांगितलं होतं.

वनवासाचा अर्धा काळ संपत आला असेल, तेव्हा मला इंद्राचा संदेश आला– ''आपल्या नातवाला मी मला येत होत्या त्या सर्व विद्यांमध्ये पारंगत केला आहे. आता येत्या शरद पौर्णिमेच्या दिवशी मातली त्याला गंधमादनवर सोडून जाईल.''

मातली– इंद्राचा सारथी– स्वर्गात वसू तर त्याच्याबरोबर अनेक सुंदर स्थळी मजेत हिंडत असतील! वसूंचाच अंश असा मी, कितीतरी वर्षं झाली, त्या मित्राच्या दर्शनालाही मुकलो होतो. मला इच्छा झाली, की जर मी गंधमादनला जाऊ शकलो, तर कित्येक वर्षांनी मातलीला भेटू शकेन– निदान त्याला बघता तरी येईलच.

मी दूताला म्हटलं, ''द्रौपदी तर अर्जुनाला महेन्द्र पर्वतावर भेटण्याचं म्हणत होती.''

''होय महामना,'' दूतानं उत्तर दिलं, ''पण पांचालीनं उडत्या हंसांच्या मुखातून पडलेलं सुगंधी फूल बघितलं नसतं आणि भीमसेनांकडे तसंच फूल मागितलं नसतं, तर अर्जुन महेन्द्र पर्वतावरच आले असते!''

दूताच्या सांगण्याच्या पद्धतीची मला गंमत वाटली, हसू आलं. त्यानं पुढे सांगितलं– ''द्रौपदीनं मागितलेलं फूल आणायला, भीम, हंस जिकडून येत होते आणि परत जात होते, त्या दिशेला जायला निघाला. पांडवही त्याच्या मागे गेले. भावांना आणि द्रौपदीला हिमालयाच्या तराई प्रदेशात थांबवून भीम थेट कुबेराच्या दरवाजात जाऊन उभा! तेथे सरोवरात ती फुलं आणायला गेला– आणि मग– आपल्याला तर ठाऊकच आहे, की कुबेराचे रक्षक कसे आहेत, काय करतात!''

मला खूपच हसू आलं. भीम आणि कुबेराच्या रक्षकांच्या युद्धाची मी कल्पना करू लागलो! मी म्हणालो, ''बिचारा कुबेर! त्याची सगळी बाग भीमानं उद्ध्वस्त केली असेल– काही राहू दिलं नसेल!''

''तसंच म्हणा! पण रागाच्या भरात, विचार न करता असं करू नये, हे कुबेरानं

भीमाला अगदी बरोब्बर शिकवून दिलं! आत्ता पांडव कुबेराच्या बागेजवळ आहेत.''

"म्हणजे गंधमादनच्या पायथ्याचा भाग,'' मी म्हणालो. "चला, मीही गंधमादनला पोहोचतो. खूप वर्षांपूर्वी मी तिथं यक्षांचा आणि गंधर्वांचा पाहुणा म्हणून गेलो होतो. द्वैत सरोवराजवळ राहणारा चित्ररथ तर माझा खास मित्र आहे. तेथून पुढे ब्रह्मवनाचा मुख्य व्यवस्थापक तर माझा विशेष मित्र आहे– चित्रांगद. पांडवांखेरीज इंद्राचा सारथी मातली, यालाही भेटावंसं वाटत आहे. शिवाय अर्जुन काय काय शिकून आला, तेही बघू तर खरं!''

"तर मग आपणही चला. माझ्याकडे खूपच वेगानं जाणारा रथ आहे.''

"तुमच्या स्वर्गात काय नाही ते सांग!'' मी हसून म्हणालो. मग धृतराष्ट्र आणि विदुराला, 'थोडे दिवस उत्तर सीमेच्या बाजूला जातो आहे' असं सांगून मी दूताबरोबरच निघालो.

"सम्यग् वा ते गृहीतानि कश्चिदस्त्राणि पांडव।
कश्चित् सुराधीपः प्रीतो रुद्रो वास्त्राण्य दाद् तव।।''

(पांडूनंदन, तू काय सर्व शस्त्रं उत्तम रीतीनं शिकलास? देवराज इंद्रानं आणि भगवान रुद्रानं प्रसन्न होऊन तुला काही अस्त्रं दिली आहेत?)

आनंदाश्रूभरल्या डोळ्यांनी युधिष्ठिर अर्जुनाला विचारत होता. द्रौपदी स्वतः काही विचारू शकेल याची वाट बघत होती, आणि स्थिर उभी राहून, टक लावून अर्जुनाकडे बघत होती. मोठ्या भावाच्या मिठीतूनही अर्जुन द्रौपदीला दृष्टिपथातच ठेवण्याचा प्रयत्न करत होता. एका बाजूला उभा असलेला भीम त्याच्या या स्थितीवर हसत होता. नकुल आणि सहदेव युधिष्ठिराकडे बघत राहिले होते.

माझ्या स्पष्ट लक्षात आलं, की वनांमध्ये भटकत राहिल्यानं की काय, हे सगळे जीवन आणि त्यातली सत्यं चांगली समजू लागले होते.

भावाभावांमध्ये क्वचितच दिसतात तशा त्या क्षणांमध्ये मी पांडव आणि अर्जुन यांच्या अद्भुत भेटीचा साक्षी झालो होतो. माझ्या संपूर्ण आयुष्यात जे थोडे निर्भेळ आनंदाचे क्षण आले असतील त्यात तेथे गंधमादन पर्वतावर पांडव आणि अर्जुन यांच्या भेटीचे क्षण आणि त्यांनी मला झालेला आनंद उच्च कोटीचा म्हणता येईल.

आनंदाचे असे क्षण मिळवण्यासाठी तर मी रोजच्याच झालेल्या कपट-कारस्थांनामधून निघून माझ्या जुन्या काळच्या मित्रांना भेटत असे. स्वर्गाचं दार म्हणावं अशा गंधमादन पर्वताच्या शिखरावर मी बसलो होतो.

मातली घोड्यांना मोकळे करून माझ्याजवळ आला. त्या आनंदी आणि उत्साही सारथ्यानं मला स्वर्गातल्या अनेक गोष्टी सांगितल्या. मी वसूंचा कुशल समाचार विचारला, तर तो म्हणाला, "ते सातहीजण तुमच्याशिवाय अपुरे असल्यानं

त्यांच्या बायकाही त्यांना टोमणे मारत असतात! थोडक्यात समजा ना, की आता खूप उत्कंठेनं तेथे तुमची वाट पाहिली जातेय– अतिशय आतुरतेनं!"

"बस्! वसूंना सांगा की आता फार वेळ नाही लागणार. एक दिवस मी माझ्या अर्जुनाला त्याचं गांडीव घेऊन माझ्यासमोर युद्धभूमीवर उभा ठाकलेला बघेन, एवढी इच्छा आहे! त्याच्या शस्त्रास्त्रांचा मारा बसला, की लगेचच परत येईन."

"अरे? अरे?" मातलीनं आश्चर्यानं विचारलं, "तुम्ही 'माझा' अर्जुन आणि 'इच्छा' म्हणालात? पुन्हा माणसाच्या जन्माला जायचंय की काय? बघा हं! ते सात वसू अपुरेच राहून जातील!"

"हो. असंच म्हणालो. 'माझं-तुझं' आणि इच्छा तर देवांना कुठे नसतात? ते तर त्यांची एखादी लहानशी इच्छा पुरी करण्यासाठी काय काय करतात, ते माझ्यापेक्षाही जास्त तुम्हाला माहीत आहे! माझ्या या इच्छेनं मी बांधला गेलो, तरी हरकत नाही! अर्जुनाची अस्त्रं अंगावर घेतल्याशिवाय मी स्वर्गात येणार नाही."

आम्ही बोलत होतो. तिकडे अर्जुन एकामागून एक सर्वांना भेटत होता. शेवटी मातलीनं प्रयाणासाठी माझी आणि युधिष्ठिर-द्रौपदीची अनुज्ञा घेतली. द्रौपदीनं त्याला व्यवस्थित निरोप दिला. मातलीनं घोडे पुन्हा जोडले आणि स्वर्गाकडे प्रयाण केलं.

अर्जुनानं मला त्याच्या विद्याभ्यासाविषयी सांगितलं, "पितामह, आपण आम्हाला सांगितलेल्या उपायांनी, जे माहीत होईल ते समजून घेऊन विद्या मिळवण्यात लक्ष लावून मी निघालो. एक रात्र भृगुतुंगावर घालवली, सकाळी तेथून पुढे निघालो, तर रस्त्यात एक ब्राह्मण भेटला."

अर्जुन सविस्तर सांगत गेला आणि आम्ही सगळे लक्षपूर्वक ऐकत गेलो, "त्यानं मला मी कुठे जातो आहे असं विचारलं आणि मी खरं खरं सांगितलं. तेव्हा तो ब्राह्मण म्हणाला, 'तर मग कुंतिनंदन, इंद्राला भेटायला तर तुला तप करावं लागेल. तू माझ्याबरोबर चल, मी तुला तपश्चर्येसाठी खूप योग्य जागा दाखवतो.' त्या ब्राह्मणाबरोबर गेलो आणि हिमालयात एका उंचावर असलेल्या एका मैदानात जाऊन तप केलं– पाच महिने फक्त पाणी पिऊन काढले. दुसऱ्या दिवशी मोठाले दात असलेलं एक डुक्कर माझ्यासमोर आलं."

दीर्घ श्वास घेऊन अर्जुन पुढे सांगू लागला, "त्या डुकरानं त्याच्या दातांनी जमीन उकरली. मग त्यावर लोळून ती सपाट करून टाकली– सारवल्यासारखी! का कोणास ठाऊक, मला त्या डुकराची शिकार करण्याची खूप इच्छा झाली. मी माझं धनुष्य चढवलं. त्या वेळीच मला त्या डुकराच्या मागून एक आडदांड किरात जातीचा पुरुष धावत येताना दिसला. त्याच्यामागे बऱ्याच स्त्रियाही होत्या."

अर्जुन वर्णन इतकं छान करत होता, की आम्हाला असं वाटत होतं, जणू

आम्हाला डोळ्यांसमोर सर्व दिसत होतं! "त्या किरातानं पण मी मारला त्याचवेळी डुकराला बाण मारला. डुकराला ते बाण एकाचवेळी लागले!"

किरातानं अर्जुनाला आव्हान देतं म्हटलं, "तू मला डुकराच्या मागे येताना पाहिलं होतंस. तुला ठाऊक होतं की तो माझी शिकार होता. तरीही, तू नियमभंग करून बाण का मारलास? थांब आता, माझ्या बाणांनी तुझी घमेंड मी पार नष्टच करतो!"

अर्जुनासाठी असं युद्ध, ही नवी गोष्ट नव्हती; पण हा अनुभव नवा होता. अर्जुन मला सांगू लागला, "काम्यकवनात तुम्ही सांगितलं होतंत, ते बरोबर होतं! माझी शक्ती किंवा माझं कौशल्य, महायुद्धात उपयोगी पडेल असं नव्हतं! मी गुरू द्रोणांकडून खूप शिकलो खरा; पण तेवढं पुरेसं नव्हतं. तो किरात माझ्या सर्व अस्त्रांना पकडून त्याच्या भात्यात टाकत होता–!"

"मला सर्व ठाऊक आहे, पोरा, पण शस्त्रं अशी गेल्यानंतरही तू विचार का केला नाहीस, की समोर आहे तो कोण आहे? तू रागानं, भान न राहून त्याच्याशी हातांनी लढाई करायचा प्रयत्न केलास, त्यातही तुला हरवून किरातानं तुला बेशुद्ध पाडला!"

"हो," अर्जुन म्हणाला.

मी मग सर्व पांडवांना म्हणालो, "जरा आठवा! तुमचा अभ्यास सुरूही झाला नव्हता– आणि तेव्हा तुमच्या गुरू द्रोणांनी अर्जुनाला सर्वोत्तम बनवण्याचं वचन दिलं होतं. त्यानंतर अजूनही ते त्यांच्या शिष्याला जगातला श्रेष्ठ धर्नुधर म्हणत असतात. द्रोणांना हे कधीही समजलं नाही, की ते त्यांचं वचन पाळू शकणार नाहीत; कारण आजच्या या काळात स्वत:च्या शिष्याला सर्वश्रेष्ठ धनुर्धर करण्यास भगवान परशुरामांशिवाय कुठलाही गुरू समर्थ नाही."

मग मी भीमाला म्हणालो, "आणि अरे भीमाऽ, तुलाही लोक जरी महाबली किंवा गदायुद्धाचा उत्तम योद्धा म्हणत असले, तरी दुर्योधन बलरामजींचा शिष्य आहे, तो जर अधर्मी आणि दुरभिमानी नसता, तर त्याच्यासारखा गदाधारी दुसरा कोणी नाही!" मग मी पुन्हा अर्जुनाला म्हटलं, "आता सांग सर्वांना, की तो किरात कोण होता?"

अर्जुनाला रडू फुटलं. त्यानं रडत रडतच सांगितलं, "मी शुद्धीवर आलो तेव्हा मी देवी उमाबरोबर पशुपतिनाथांना बघितलं! त्यांनी मला एक अस्त्र भेट दिलं, आणि सांगितलं, 'हे माझं सनातन असं पाशुपतास्त्र मी तुला देत आहे; परंतु तू युद्ध करत असशील आणि अनिवार्यच होईल, तेव्हाच वापरण्यापुरतं ते तुला मिळेल, तोपर्यंत ते माझ्याजवळच राहील. "

शेवटी अर्जुन म्हणाला, "माझ्या ज्ञानाच्या घमेंडीत एका वनवासी किरातावर

मी भयानक अस्त्रांचा वापर केला, त्याची शिक्षा मला मिळाली! महादेवानं जरी दिलं, तरी पाशुपतास्त्र युद्धात असं हातात असणार नाही, मला किंवा दुसऱ्या कोणा योग्य वीराला ते आणण्यासाठी कैलास पर्वतावर जावं लागेल.''

अर्जुनाचा अनुभव ऐकल्यानंतर भीमानंही त्याला आलेल्या अशाच अनुभवांबद्दल सांगितलं आणि सर्व पांडवांना म्हणाला, ''सुगंधी पुष्प घ्यायला गेलो, तेव्हा माझा गर्वही गळून गेला!''

मी मग म्हणालो, ''हे झालं ते चांगलंच झालं. द्रोणानं तुमच्यामध्ये उत्पन्न केलेला गर्व नष्ट नसता झाला, तर तुम्ही युद्धात जिंकणं शक्य नव्हतं! स्वत:च्या मर्यादांची जाणीव ठेवून त्या पार करण्याचा प्रयत्न करणारी माणसंच जिंकतात!''

पांडूच्या या दोन्ही पुत्रांबद्दल मनातून मला अभिमान वाटला. पांडव शिकले होते, अजूनही शिकत होते आणि परिस्थिती बदलेल तसे बदलत होते. मी मग त्यांना अज्ञातवासाचे दिवस काढण्यासाठी काही स्थानं सुचवली. युधिष्ठिर विचारात पडला, तेव्हा द्रौपदीनं सांगितलं, ''पितामह, वासुदेवानंही आम्हाला काही स्थळं सुचवली होती; परंतु धर्मराज आणि मी– दोघांनाही अशा जागी अज्ञातवासात राहायला आवडेल, जेथे आम्हाला सहाजणांनाच माहीत असेल, की आम्ही पांडव आहोत.''

द्रौपदीलाही अज्ञात राहण्याची इच्छा आहे, हे समजल्यावर मी विचारलं, ''तुला अज्ञात का म्हणून राहायचं आहे? तू हस्तिनापुरात कुंतीबरोबर राहा किंवा पांचालमध्ये तुझ्या पित्याबरोबर रहा.''

द्रौपदी जरा हसून म्हणाली, ''आपल्याला तर माहीत आहे पितामह, की द्रौपदीशिवाय पांडव वनवास पुरा करू शकणार नाहीत, आणि अज्ञातवासही!''

कदाचित द्रौपदी अगदी खरं सांगत होती. मी त्या सर्वांचा निरोप घेतला. पांडव माझ्याबरोबरच पर्वतावरून खाली आले. ते सर्वजण द्वैतवनाच्या सरोवराजवळ थांबले. मी गंधर्वराज चित्ररथाशी युधिष्ठिराची ओळख करून दिली. अर्जुन निवातकवच दानवांशी युद्ध करायला पाताळमार्गाला गेला आणि मी रथ हस्तिनापूरकडे घ्यायला सांगितला.

हस्तिनापूर आल्यावर तेथे समजलं, की दुर्योधनासारखाच धृतराष्ट्रही पांडवांची माहिती मिळवायला खूप प्रयत्न करतो आहे. मी पोहोचलो, त्या दिवशीच धृतराष्ट्रानं प्रवास करत असणाऱ्या काही ब्राह्मणांना जेवणासाठी बोलावलं होतं आणि त्यांना 'पांडवांबद्दल जे काही माहीत असेल ते सांगा' असं सांगितलं.

एकानं सांगितलं, ''पांडवांविषयी तर काय सांगावं महाराज! असं ऐकलं, की अर्जुन स्वर्गात राहून आला; पण आपले भाऊ आणि पत्नी यांपासून दूर, एकटा पडल्यानं तेथे तो दु:खीच होता. शिवाय इंद्रानं त्याला अनेक कामं सांगितली

आहेत– इतकी, की ती करताकरताच तो मरून जाईल!''

दुसरा म्हणाला, ''युधिष्ठिर सारा दिवस धर्माचा उपदेशच करत असतो. लहान- सहान गोष्टींमध्ये सगळ्यांच्या चुका काढत असतो– त्याचे भाऊ तर त्याला सोडून निघून जाण्याचाच विचार करत आहेत!''

तिसरा जेवणावर ताव मारता मारता म्हणाला, ''महाबली भीम तर ओळखू येणार नाही इतका बारीक, अशक्त– निर्माल्यासारखा सुकून गेला आहे!''

आणखी एकजणानं सांगितलं– ''केसच न विंचरलेली द्रौपदी एखाद्या सुंदर राक्षसिणीसारखी भटकत असते. सहदेव आणि नकुल गुराख्यांच्या पोरांसारखे रानोमाळ भटकत असतात. महालांमध्ये, मऊ गाद्यांवर झोपणारे ते सगळेच तेथील खडकाळ जमिनीवर झोपूच शकत नाहीत!''

अशी वर्णनं ऐकून धृतराष्ट्रानं माझ्यासमोर रडवेला होण्याचं नाटक करत मला म्हटलं, ''अरेरे! पितामह, माझ्या घरात जे सर्वांत सत्यवादी, पवित्र आणि धार्मिक आहेत, तेच सगळे भयानक दुःख सहन करत आहेत! रोज सकाळी मागधींची आणि सूतांची स्तुतिगानं ऐकत जागी होणारी माझी मुलं तिकडे रानामध्ये जनावरं, पक्षी यांचे चित्रविचित्र आवाज ऐकून मध्यरात्रीच झोपमोड होऊन उठत असतील!''

मी धृतराष्ट्राला काय म्हणू? तरीही राहवलं नाही, एवढं म्हणावंच लागलं, की ''मुला, मी पांडवांना ओळखतो. या 'पवित्र पुरुषांनी' वर्णनं केली आहेत. तशा पांडवांची तर मी कल्पनाही करू शकत नाही! अर्जुन स्वर्गात राहून सुखरूप परत आला आहे. मनुष्यासाठी इंद्राजवळ राहून अभ्यास करणं शक्यच नाही, ते अर्जुनानं करून दाखवलं आहे.''

''असं का?'' धृतराष्ट्र म्हणाला.

मी पुढे म्हणालो, ''कदाचित हे ब्राह्मण खरं सांगत असले, तरी त्यांनी वर्णन केलेल्या जमिनीवर झोपल्याझोपल्याही पांडव तुझ्या मुलांना मारून टाकण्याचा विचार करत असतील, असं मला अगदी नक्की वाटतं. राजा, तुझ्या पुत्रांनीच पांडवांची अशी दशा केली होती, आणि तू करू दिली होतीस! आता खोटं दुःख आणि पश्चात्ताप दाखवून तू तुझ्या पुत्रांना वाचवू शकशील असं तुला वाटत असेल, तर ते शक्य नाही!''

शकुनी तेथेच होता. तो धृतराष्ट्राला म्हणाला, ''महाराज! पितामह आपल्याला उगीचच घाबरवत आहेत! सध्या समुद्रांनी वेढलेली पृथ्वी, तिचे पर्वत, दऱ्या, नगरं, गावं यांवर आपली सत्ता आहे. आपल्याकडे प्रचंड सेना आहे. आपल्या मित्र राज्यांकडेही तितकीच शक्तिशाली सैन्यं आहेत. तेव्हा पितामह जे बोलतायत तिकडे लक्ष देऊ नका. असेही नाहीतरी मी, कर्ण आणि दुर्योधनाला घेऊन वनात जाऊन पांडवांची दुर्दशा प्रत्यक्ष बघून येण्याचा विचार करतोच आहे.''

पुढे शकुनी म्हणाला, "नृपश्रेष्ठ, माणसाला शत्रूची दुर्दशा बघून जो आनंद होतो, तो पैसे किंवा पुत्रप्राप्ती होण्यानंही होत नाही. दुर्योधन वनांमध्ये वल्कलं आणि हरणांची कातडी गुंडाळून फिरणाऱ्या पांडवांना बघून किती आनंदित होईल, या कल्पनेनंही माझ्या अंगावर रोमांच उभे राहतात! आपणही तशी कल्पना करा!"

मी शकुनीला अशा उद्देशानं वनात जायला 'नाही' म्हणणार, एवढ्यात धृतराष्ट्र अतिशय आनंदानं उसळत्या आवाजात म्हणाला,

"सुवाससो ते भार्या वल्कलाजितसंवृताम।
पश्यंतु दुःखितां कृष्णां सा च निर्विद्यतां पुनः।।"

(तुमच्या राण्याही सुंदर वस्त्रं घालून बरोबर आल्या आणि वनात वल्कले घालून हिंडणाऱ्या, दुःखात बुडालेल्या द्रुपदकुमारी कृष्णेला त्यांनी बघितलं, तर द्रौपदी तुमच्या बायकांना बघून संतापेल.)

कर्ण म्हणाला, "पांडव सध्या द्वैतवनात राहत आहेत. तेथे असलेल्या मोठ्या सरोवराच्या काठावर आपण आपला क्रीडामंडप बनवू या."

दुर्योधन, कर्ण आणि शकुनींना थांबवणं आता शक्य नव्हतं. मी माझ्या एका दूताला 'खासगी' पत्र लिहून गंधर्वराज चित्रसेनाकडे पाठवला. थोड्याच दिवसांत पूर्ण तयारी करून दुर्योधन, त्याचे भाऊ, त्यांच्या राण्या, कर्ण व शकुनी सर्व शिकारीला म्हणून वनांकडे गेले.

कौरव द्वैतसरोवरावर पोहोचलेच असतील, तेव्हाच त्यांच्या बरोबरचे काही सेवक घाईघाईनं परत आले आणि त्यांनी धृतराष्ट्राला सांगितलं, "महाराज! अनर्थ घडला आहे. कुमार दुर्योधनासकट आपल्या सर्व माणसांना चित्ररथ नावाच्या गंधर्वानं सरोवरात बंदी केलं आहे!"

"कसं? काय केलं?"

सैनिकानं सांगितलं, "महाराज, आम्ही तंबू उभे करत होतो, तेव्हा एका गंधर्व सैनिकानं येऊन सांगितलं, "तुम्ही मंडळी इथं मुक्काम करण्याचा विचार रहित करा. आमचा नायक चित्ररथ, यानं येथे आधीच तंबू टाकला आहे. ""

नंतर सर्व समजलं ते असं, की मदोन्मत्त दुर्योधनानं कर्णाच्या शौर्याच्या जोरावर चित्ररथाशी भांडण सुरू केलं. तो गंधर्व संतापला आणि त्यानं कौरवांना त्यांचं सैन्य व स्त्रियांसहित सरोवरात बंद करून ठेवलं आहे.

धृतराष्ट्रानं मला विचारलं, "पितामह, आपण जाऊन माझ्या पुत्रांची सुटका करू शकाल?"

"नाही," मी उत्तर दिलं, "पांडव तेथे आहेतच. अर्जुन जर निवातकवचांचा पराभव करून परत आला असेल, तर तो एकटाच तुझ्या मुलांची सुटका करेल. तू युधिष्ठिराला निरोप पाठव."

युधिष्ठिराला स्वत:च्या मुलांना सोडवण्यासाठी पत्र लिहिल्यावर धृतराष्ट्राला, तसेच अर्जुनामुळे सुटका झालेल्या कौरवांना आणि कर्णाला खाली मान घालून परत येताना कसं वाटत असेल, त्याची मला कल्पना होती. मला वाटत होतं, की मी योजना केली होती, त्याप्रमाणे जसे पांडव गर्व करणं सोडून द्यायला शिकले, तसे या प्रसंगातून दुर्योधन, कर्ण किंवा आणखी एखादजण काहीतरी शिकेल; परंतु कोणीही काहीही शिकलं किंवा समजलं नव्हतं!

परत आल्याबरोबर दुर्योधन आणि शकुनी, पांडव अज्ञातवासासाठी कोणत्या दिशेला जात आहेत, ते शोधायला गुप्तहेरांना पाठवू लागले! मी माझ्या दूताबरोबर कृष्णांना माझी चिंता कळवली! मी बरीच स्थळं सुचवून कृष्णांना लिहिलं होतं, की त्यापैकी कोठे अज्ञातवास करावा, ते पांडवांना समजावावं.

कृष्णाचं उत्तर आलं–

'पितामह,

कृष्ण वासुदेवाचे नमस्कार,

द्यूतामध्ये वनवास आणि अज्ञातवासाची अट युधिष्ठिरानं स्वीकारली. आता त्यानंच स्वत:च, स्वत:चं, भावांचं आणि पत्नीचं रक्षण करण्याच्या उपायांचा विचार केला पाहिजे. आपण कोणीही त्यात काही करू नये.

होय, आपण आणि मी भारतात सर्वत्र हिंडलो आहोत हे खरं; परंतु आपण सुचवलेल्या जागांमध्ये पांडव राहिले, तर तो अज्ञातवासाच्या अटींचा भंग होईल; कारण मग आपल्याला किंवा मला, ते कोठे आहेत ते ठाऊक असेल!

मला एक कटू वाटेल अशी गोष्ट आपल्याला सांगायची आहे. आपण धर्मात्मा आहात, मला समजू शकता, आणि मी फक्त आपल्यालाच असं सांगू शकतो, की मी युधिष्ठिराला आदेश दिला आहे, की पितामहांनी दिली असली, तरीही, हस्तिनापूरहून आलेली कोणतीही सूचना त्यानं ऐकू नये. पितामह, काहीही म्हटलं तरी आपणही शेवटी प्रतिज्ञाबद्ध आहात!

वासुदेव कृष्ण

पांडव काय करतील याची क्षणोक्षणी बातमी मिळवायला आम्ही सगळीकडे गुप्तहेर पाठवून वाट बघत बसलो होतो आणि एक दिवस सर्वच्या सर्व गुप्तहेर एकच बातमी घेऊन आले!– की भल्या पहाटे सर्व पांडव सरोवरात स्नान करायला उतरले; पण नंतर कोणी बाहेर आलेलंच दिसलं नाही! सरोवराच्या तळापर्यंत

जाऊन शोधलं; पण कोणीही सापडलं नाही. काठावर सगळीकडे तपास केला, तर असं समजलं, की वेगवेगळ्या जागांमधून बाहेर निघून सहा माणसं वेगवेगळ्या दिशांना गेली.

"अरे? पण त्या सहाही जणांच्या मागे जायचं होतं ना?" दुर्योधन चिडून म्हणाला.

"आम्ही तसंच केलं– प्रत्येक दिशेला त्यांच्या मागे गेलो– त्या गेलेल्या गुप्तहेरांना दुपारनंतर प्रत्येक दिशेला एक एक माणसांना खाणारी डाकीण दिसली."

शकुनीनं आसनावर हात आपटला. दुर्योधनानं केस ओढले, अंध धृतराष्ट्र अंधारात टक लावून बघत बसला. अज्ञातवास सुरू होण्यास आणखी सहा दिवस बाकी होते आणि पृथ्वीवर कोठेच पांडवांच्या पाऊलखुणाही दिसत नव्हत्या!

| वीस |

कृष्ण आले तेव्हा पूर्वेला आश्लेषा नक्षत्राच्या तारका उगवण्याच्या बेतात होत्या आणि सर्पमणीही क्षितिजावरून डोकावत होता. आता इतर सर्व तारे-तारका मध्य आकाश ओलांडून पश्चिमेकडे सरकत आहेत. पहाट व्हायला आता फार वेळ नाही. कृष्ण येतील तोपर्यंत आता माझ्या आयुष्याचा शेवटचा थोडाच भाग बघून घ्यायचा बाकी आहे.

ज्या दीर्घ आयुष्याचा आरंभ – माझ्या जन्माची कथा – वसिष्ठाची गाय चोरण्यापासून झाला होता, त्या आयुष्याच्या अंतिम अध्यायाची सुरुवात विराटराजाच्या गाई पळवून नेण्यानं होईल, अशी मी कधी कल्पनाही केली नव्हती!

पांडव अज्ञातवासात गेले, त्या दिवसापासून दुर्योधन त्यांना शोधायला चहूकडे दूत पाठवत होता; पण कोठूनही पांडवांचा थांगपत्ता लागत नव्हता. लोक आणि दूत यांना असं वाटू लागलं होतं, की पांडवांनी शेवटी ज्या सरोवरात डुबकी मारली, त्यात किंवा मग तेथून पाताळात कोणी गंधर्व, नाग, असुर– यांपैकी कोणीतरी त्यांना मारून टाकलं असावं. कोणी म्हणायचं की द्रौपदीला आणि पाचही भावांना एखाद्या डाकिणीनं खाऊन टाकलं असेल. तर दुसऱ्या कोणाला असंही वाटायचं की खरं म्हणजे दुर्योधनानंच पांडवांची हत्या करवली असेल आणि त्यांना शोधायचं हे फक्त नाटक करतो आहे!

मी शांत मनानं पांडवांचं अज्ञातवासाचं वर्ष संपण्याची वाट पाहत होतो. शेवटचे थोडे दिवस शिल्लक होते. काळ जात होता तसं-तसं माझ्या मनाला समाधान वाटू लागलं होतं; परंतु धृतराष्ट्र मात्र साहजिकच अस्वस्थ होत चालला होता. शेवटी त्यानं आम्हा सर्वांना बोलावून पांडवांचा शोध करावा की ते मरण पावलेत असं समजावं, असं विचारलं.

द्रोण म्हणाले, "पांडव हे शूर, विद्वान, बुद्धिवान, धर्मज्ञ, जितेन्द्रिय, कृतज्ञ आणि वडील माणसांच्या

आज्ञेत राहणारे आहेत. अशा प्रकारची उत्तम माणसं अशी नष्टही होत नाहीत, किंवा मुद्दाम कोणी त्यांच्याविरुद्ध जाऊन त्यांना पकडून देणार नाही राजन. मी तर म्हणतो, की पांडव अज्ञातवास नीटपणे संपवून परत येतील.''

''हे सगळं गुणगान ऐकलं. आता हे सांगा की, आता आपण काय केलं पाहिजे?'' राजानं रागानं विचारलं.

द्रोण म्हणाले, ''ब्राह्मण, गुप्तहेर, सिद्धपुरुष किंवा वेगळ्या वेषात लपून राहणारी माणसं ओळखून काढण्यात निष्णात असणाऱ्या माणसांच्या मदतीनं पांडवांना शोधावं.''

धृतराष्ट्रांनी माझ्याकडे तोंड फिरवून विचारलं– ''पितामह, आपण काय सांगाल?''

मी उत्तर दिलं– ''द्रोण म्हणाले ते सत्य आहे– तुम्ही तसं करा; परंतु आता घाई करा. द्रोण सांगत आहेत ते सर्व करेपर्यंत पांडवांच्या अज्ञातवासाचा काळ संपेल.''

दुर्योधन म्हणाला, ''द्रोणगुरू म्हणाले ते सर्व तर आम्ही केव्हाच करून बघितलं. काही नवं सुचत असेल तर सांगा.''

''मी सांगतोय, त्या खुणा ऐकून घेणं तुला आणि तुझ्या पित्याला आवडणार असेल तर ऐका– युधिष्ठिर ज्या राज्यात असेल, त्या राजावर कोणतंही संकट आलं नसेल. राज्य पूर्वीपेक्षा जास्त चांगलं चालत असेल. अधिकारी लोक कोणताही निर्णय घेण्याआधी प्रजेला काय वाटतं ते समजून घेण्याचा प्रयत्न करतील. तेथे लोक यज्ञ, दानधर्म इ. जास्त करत असतील. गेल्या पावसाळ्यात पाऊस चांगला पडला असेल. म्हणून माझं म्हणणं खरं वाटत असेल, तर जेथे असे सर्व बदल दिसतील, त्या राज्यात तपास करा, आणि आता जे करायचं ते लवकर करा.''

राजानं कृपाचार्यांचंही मत विचारलं. ते म्हणाले, ''तुम्ही पांडवांच्या स्थितीविषयी गुप्तहेरांकरवी तपास करत आहात, तेव्हा तुमची स्थितीही जाणून घ्या. ज्याला सम्राट बनण्याची इच्छा असेल, तो लहानातल्या लहान शत्रूकडेही दुर्लक्ष करत नाही. कौरवांची उत्तम, मध्यम आणि अधम सेना किती आहे, ते समजून घेऊन मग पुढचं पाऊल टाकावं. समजा पांडव सापडले आणि त्याचवेळी समोरासमोर युद्ध झालं, तर तुम्ही त्याला तोंड देऊ शकाल?''

''पांडव तर पाचच असतील आणि आपण पितामहांपासून कर्णापर्यंतचे वीर, तसंच आपली सैन्यं. तरीही कृपाचार्यांना भीती कसली वाटतेय?'' शकुनी बोलला.

दुर्योधन मध्ये पडला– ''आपसात भांडत बसू नका. आपण एकटे जाणार नाही, एखाद्या मित्र-राजाला बरोबर घेऊन जाऊ.''

हे बोलणं चाललं होतं, तेव्हा तिकडे दूर पश्चिमेला गेलेल्या गुप्तहेरांनी सभेत येण्याची परवानगी मागितली. दुर्योधनानं लगेच त्यांना आत बोलावलं आणि बरेच प्रश्न विचारले. पांडवांचा थांग कोठेही लागला नव्हता. सर्व सांगितल्यावर शेवटी

त्यातला एक जण म्हणाला, "महाराज, आम्ही रैवतच्या रानांमध्ये, पर्वतांवर आणि सागराच्या बेटांवर सगळीकडे हिंडून बघितलं; पण पांडव आम्हाला कोठेही दिसले नाहीत. आम्ही आपल्याला सांगणार होतो, की पांडव आता पृथ्वीवर नाहीत असं वाटतं आहे. तरी पण, त्रिगर्त देशातून जात होतो, तेव्हा आम्हाला जे समजलं, ते पांडवांबद्दल नसलं, तरी आम्ही आपल्याला सांगावं असं वाटतं. आपण नीट ऐका आणि मग, पांडव जिवंत असतील की नाही, ते ठरवा."

आम्ही कान टवकारले. दूत म्हणाला, "त्रिगर्तमधून जात होतो, तेव्हा तेथे कोणत्याही उत्सवाचे दिवस नसताना लोक आनंदानं नाचत, ओरडत, रंग उडवत होते. आम्हाला आश्चर्य वाटलं. आम्ही नगरजनांना याचं कारण विचारलं, तेव्हा समजलं, की मत्स्यराज विराटचा मेहुणा आणि सेनापती, शक्तिवान अशा कीचकानं थोड्या वर्षांपूर्वी मोठं सैन्य घेऊन त्रिगर्तवर हल्ला केला होता. त्या सैन्यानं या देशातल्या लोकांना खूप त्रास दिला होता. अशा त्या कीचकाला कोण्या गंधर्वानं द्वंद्वयुद्धात मारून टाकला होता, म्हणून हे लोक उत्सव करत होते."

दुर्योधनानं दूताला बक्षिसं देऊन शाबासकी दिली आणि आणखी माहिती विचारली. दूतानं सांगितलं, "विराटची राणी सुदेष्णा हिची दासी सैरंध्री सांगते, की तिचं रक्षण तिचे पाच गंधर्व पती करतात. कीचकानं या सैरंध्रीला वश करण्याचा प्रयत्न केला, तेव्हा पाचांतून एका गंधर्व पतीनं कीचकाची मान मोडून त्याला मारून टाकलं अशी वंदता आम्ही ऐकली."

दुर्योधन धृतराष्ट्राला म्हणाला, "महाराज, मी असं ऐकलं आहे, की मनुष्यलोकात आत्मबळ आणि शारीरिक शक्तीमध्ये एकमेकांना समान असतील, असे फक्त चार वीर आहेत. बलदेवजी, मद्रराज शल्य, भीमसेन आणि चौथा कीचक. कुस्तीमध्ये या चारांपैकी एकमेकांना सोडून दुसरं कोणी पराजित करू शकत नाही. म्हणून हे ऐकून मला वाटतं, की पांडव विराट राजाकडे मत्स्य देशात आहेत."

आम्हालाही सगळ्यांना थोडीही शंका राहिली नाही, की पांडव मत्स्यदेशातच आहेत; प्रश्न त्यांना ओळखून बाहेर काढण्याचा आहे. धृतराष्ट्र उतावळा होऊन बडबडूही लागला–

"अल्पविशिष्टं कालस्य गतभूयिष्ठमन्नत:।
तेषामज्ञातचर्यामस्मिन् वर्षे त्रयोदशे॥"

(या तेरा वर्षांत पांडवांच्या अज्ञातवासाचा बराच काळ निघून गेला आहे. आता थोडेच दिवस उरले आहेत.)

शकुनीही तेच म्हणाला, "जर बाकीचे दिवसही जातील, तर पांडव प्रतिज्ञापालनाच्या भारातून मुक्त होऊन येतील, आणि मग कौरवांसाठी भयंकर दु:खाचं कारण होऊन बसतील!"

कर्ण म्हणाला, ''कीचकानं त्रिगर्तांना त्रास दिला असेल, तर राजा सुशर्माही सूड घेण्याची इच्छा करतच असेल. आपण त्यांना बरोबर घेऊन मत्स्यदेशावर हल्ला केला पाहिजे.''

दुर्योधनाला वेळ घालवायचा नव्हता. त्यानं धृतराष्ट्राकरवी विदुराला सुशर्माकडे जाण्याची आज्ञा करवली. सुशर्मा त्रिगर्तचं सैन्य घेऊन मत्स्यदेशावर हल्ला करेल, त्यानंतर दुसऱ्या दिशेनं कौरव हल्ला करतील, असा निरोप घेऊन विदुर गेला.

कृपाचार्य म्हणाले, ''मत्स्यदेशाकडे आता सेनापती कीचक नाही हे खरं; पण विराटची स्वत:ची शक्ती कमी लेखू नये. एकदा त्रिगर्तांना त्यांच्या देशात जाऊन हरवून आलेलं विराटचं सैन्य त्यांच्या स्वत:च्या देशात आलेल्या त्रिगर्तांना जिंकू देईल हा विचार मूर्खपणाचाच आहे. शिवाय या दोन राजांच्या वैराच्या युद्धात पांडव भाग घेतील किंवा नाही पण घेणार. पांडव बाहेर आले नाहीत, तर तुमचा हा उद्योग निष्फळ होईल.''

धृतराष्ट्र म्हणाला, ''कृपाचार्यांचं म्हणणं विचारात घेण्यासारखं आहे. पांडवांना बाहेर काढायला दुसरा काही उपाय शोधला पाहिजे.''

''मला एक विचार सुचला आहे,'' शकुनी म्हणाला, ''पण आपल्या सर्व महान ज्येष्ठ लोकांना व पूज्य गुरूंना हा उपाय आवडणार नाही अशी भीती वाटली म्हणून बोललो नाही.''

''युद्धामध्ये आवडायची– न आवडायची गोष्ट कुठे आली? गांधारराज, तुम्ही न घाबरता सांगा,'' धृतराष्ट्र म्हणाला.

शकुनी म्हणाला, ''धर्माला धरून वागणाऱ्या पांडवांना बाहेर काढण्यासाठी अधर्मानं वागणं, हे मोठं शस्त्र आहे. आपण जरी क्षत्रिय असलो, तरी आपण मत्स्यदेशातील स्त्रिया आणि विराटच्या गाई यांचं अपहरण केलं, तर पांडव लगेच शस्त्र हातात धरतील– नाहीतर आपल्याला फक्त विराटशी युद्ध करून परत यावं लागेल.''

''हो! हो! आपण मत्स्यदेशातील गाई किंवा स्त्रिया, यांचं हरण केलं, तर पांडव बसून राहणार नाहीत,'' दुर्योधन म्हणाला.

मी, कर्णानं आणि इतर वीरांनी स्त्रियांना त्रास देण्यास नकार दिला. शेवटी धृतराष्ट्रानं असा निर्णय घेतला, की त्रिगर्तांनी मत्स्य देशावर आक्रमण करावं, विराट त्याचं सैन्य घेऊन त्रिगर्तांशी लढायला गेला, की दुसऱ्या दिवशी सकाळी कौरवांनी आपल्या सैन्यासहित मत्स्यदेशाच्या सीमेत प्रवेश करून त्याच्या गाई पळवाव्या.

आज तो निर्णय आठवतो तेव्हा समजतं, की धृतराष्ट्राचा तो निर्णय ऐकून माझ्या डोळ्यांमध्ये पाणी यायला हवं होतं.

भीष्म– विश्वातला अजोड योद्धा, समग्र ब्रह्मांडात प्रसिद्ध असलेला धनुर्धर,

महाभार्गवांचा सर्वांत आवडता प्रिय शिष्य, महान कुरुवंशाचा पितामह– मत्स्यासारख्या छोट्याशा देशाच्या सीमेच्या आत, आपली दिव्यास्त्रं, वीर आणि सैन्य घेऊन प्रवेश करणार होता, तेही शत्रू राजा किंवा दुष्टांशी युद्ध करण्यासाठी नाही, तर राजाच्या गैरहजेरीत त्याच्या निर्दोष, नि:शस्त्र गुराख्यांना बाहेर माळरानात हाकलून त्यांच्या गाई पळवायला!

होय! माझ्या राजानं मला सैन्य घेऊन त्याच्या पुत्रांबरोबर जाण्यासाठी तयार होण्याचा आदेश दिला होता, आणि मला त्याचं पालन करणं भाग होतं!

–हे गोपाल! हे तुम्ही काय केलंत? माझ्या गत आयुष्याकडे पुन्हा एकदा वळून बघण्यानं मला इतकं स्पष्ट बरंच काही समजेल, असं मला वाटलंच नव्हतं! आज मला समजतंय, की मी या अशा गोष्टी केल्या; कारण मी प्रतिज्ञा शब्दाचा खरा अर्थ समजलो नाही! मी कधीही असं समजून घेऊन वागलो नाही, की प्रतिज्ञा आणि प्रतिबद्धता– दोन्हीची बंधनं पडतात.

माता सत्यवती मला बरेचदा 'प्रतिज्ञा मोड' असा आग्रह करत असत– ते का, हे आत्ता समजतंय! त्या स्त्रीला समजत होतं, की मी जे केलं, ते अनैसर्गिक होतं. सत्यवतींच्या मते, प्रतिज्ञेचा अर्थ– 'जे समजतं आहे, जे स्वीकार करण्यासारखं आहे, त्याचा अस्वीकार' असा होता. अंबानं अग्निप्रवेश केला, त्या वेळी तर मातांनी मला अत्यंत कळवळून 'भीष्म' म्हणायचं बंद केलं होतं!

कृष्णही मला प्रतिज्ञेमधून मार्ग काढायला सांगत असत. कृष्णांच्या दृष्टीनं प्रतिज्ञा ही 'त्यावेळची गरज' याशिवाय काही नव्हतं. मी त्यांना कितीतरी प्रतिज्ञा करताना आणि बाजूला ठेवताना बघितलं आहे. युद्धासाठी रणात उभं राहून लढण्याऐवजी युद्धभूमी सोडून ते पळून जाऊन लपून बसले असं ऐकलं आहे. आत्ता झालेल्या महायुद्धातही 'न धरी शस्त्र करी मी' असं म्हणालेले कृष्ण रथाचं चाक घेऊन माझा वध करायला धावत येताना मी त्यांना पाहिलं आहे!

आणि तरीही, कृष्णाला मी 'धर्म न पाळणारा' म्हणू शकत नाही! त्याचबरोबर मला हेही ठाऊक आहे, की भीष्मांनी असं जर केलं असतं, तर सगळं जग त्यांना 'फारच मोठा अधर्मी' म्हणालं असतं! माणसाच्या मनातले धर्म-अधर्म– यांचे अर्थ वेगवेगळ्या वेळी आणि वेगवेगळ्या माणसांसाठी बदलत असतात.

त्या वेळी प्रतिज्ञाधर्म पाळण्यासाठी, विराटच्या गाई पळवून आणणे– या आदेशासाठी शस्त्रं बरोबर नेण्याचा निर्णय मला माझ्या धर्माला धरून वाटला होता! मी सांगितलं, की सैन्य चार भागांत वाटावं, दोन दिशांनी त्रिगर्तराज सुशर्मानं व आम्ही दोन दिशांनी हल्ले करावे.

दुसऱ्या दिवशी आम्ही मत्स्यदेशाकडे कूच करत असतानाच समजलं, की त्रिगर्तांनी दोन बाजूंनी आक्रमण केलं आहे, आणि विराटराज त्यांच्याशी युद्ध

करण्यासाठी त्या सीमेकडे सैन्य घेऊन गेले आहेत. मत्स्यदेशाला आता कोणी रक्षक नव्हता; कारण आम्ही जात होतो त्याच्या विरुद्ध दिशेच्या सीमेवर तेथील राजा युद्ध करत होता. दुर्योधनानं आम्हाला नगराच्या जवळ पोहोचल्यावर तेथे चरणाऱ्या गाईंना थांबवून हस्तिनापूरच्या दिशेला नेऊ लागण्याचा आदेश दिला.

मी आणि कर्णानं सांगितलं, की आम्ही तसं करू; परंतु गाईंना मत्स्यदेशाच्या सीमेबाहेर नेणार नाही– विराटाच्या सीमेवरच थांबवून ठेवू.

दुर्योधनानं याला विरोध केला नाही. त्याला एवढंच हवं होतं, की राजा-शिवायचं गाव गुराख्यांचा आरडाओरडा आणि गाई-वासरांचं हंबरणं यांनी गाजून जाईल– तसं झालंही. गाई पळवल्याचं कळल्यावरचा गुराख्यांचा आरडाओरडा आम्हाला लांब होतो तरी ऐकू येत होता. मत्स्यदेशामधून कोण येईल याचा विचार करत आणि पांडव येतील तर दिसतील या उत्कंठेनं आम्ही गाईंना थांबवून ठेवून उभे होतो.

दूर दिसणाऱ्या नगरात थोडी हालचाल दिसली. राजा नगरात नसला, तरी कोणीतरी येईल अशी चिन्हं दिसली. राजमहालाच्या देवडीवर युद्धाचे नगारे वाजले. घरोघर ध्वज उभे झाले, आणि लोक गोळा होत असतील तशी रस्त्यांमध्ये धूळ उडताना दिसली. तरीही बराच वेळ आमच्या दिशेचे नगराचे दरवाजे उघडले नव्हते!

तेवढ्यात समोरून त्रिगर्तांशी लढायला गेलेलं विराटचं सैन्य परत येत असावं, अशी चिन्हं दिसली. त्या दिशेला आम्ही पाठवलेल्या गुप्तहेरांनी येऊन सांगितलं, की, त्रिगर्तराज सुशर्माला कैदी केलं गेलं आहे. विराटाच्या सैन्यातला कीचकासारखाच मोठाड कोणी वीर आहे, त्यानं सुशर्माचा रथ एकाच प्रहारानं तोडून त्याला कैद केलं आहे, त्रिगर्तांचं सैन्य सैरावैरा पळत आहे.''

''कीचकासारखा वीर?'' दुर्योधन म्हणाला, ''नक्कीच भीमसेन! सुशर्माच्या रथाला एकाच प्रहारानं तोडून टाकू शकणारा भीमाशिवाय कोणी असू शकत नाही.''

विराटला आणि त्याच्या सैन्याला आनंदानं विजय-गीतं गात परत यायला आणखी एक दिवस लागला असता, तरीही मी सावध झालो. पांडव जर नगरात असतील आणि ते बाहेर पडण्यापूर्वी जर विराट व त्याचं सैन्य आलं, तर आम्हाला आमचा व्यूह बदलावा लागला असता. मी नगरात होणाऱ्या हालचालींवर लक्ष केंद्रित केलं. नगराचं प्रवेशद्वार उघडलं आणि त्यातून एक रथ बाहेर आला.

रथात योद्ध्याच्या जागी तयार होऊन एक मुलगा– खूपच तरुण मुलगा– उभा होता. सारथ्याच्या जागी बसलेली एक स्त्री वेगानं रथ चालवत आमच्याकडे येत होती. आम्हाला काही समजेना! राजा शहरात नाही म्हणून राणी आणि तिचा मुलगा एकटेच युद्ध करायला येत आहेत की काय? का मग आम्ही काही स्त्रियांशी आणि

अगदी तरुण मुलांशी युद्ध करणार नाही, हे समजून नगरातल्या स्त्रियाच हल्ला करायला येणार आहेत?

एकाएकी तो लहान मुलगा धावत्या रथातून उडी मारून नगराच्या दिशेनं पळू लागला. स्त्री रथ थांबवून त्याच्या मागे धावली, तिनं त्या मुलाशी काहीतरी बोलून कसाबसा त्याला रथावर चढवला– आम्हाला आणखीच आश्चर्य वाटलं, जेव्हा आता मुलगा सारथ्याच्या जागी बसला आणि स्त्री योद्ध्याच्या स्थानी उभी राहून धनुष्याची प्रत्यंचा चढवताना दिसली! मुलानं रथ आता वेगानं सुरू केला आणि रथातून सर्व दिशांना भरून टाकणारा धनुष्याच्या दोरीचा टणत्कार ऐकू आला!

"हा माझा अर्जुन आहे! जरी स्त्रीवेशात असला, तरी तो अर्जुनच आहे!" अश्रूभरल्या डोळ्यांनी मी मोठ्यानं ओरडून सांगितलं!

"त्यात एवढा आनंद वाटायची जरूर नाही, पितामह!" शकुनी म्हणाला, "जर अर्जुन असला, तर जाईल बारा वर्षं वनवासाला! तो जवळ आला म्हणजे त्याला ओळखून काढून सांगा, की पुन्हा सरळ वनवासाला जा, आणि बाकीच्या पांडवांनाही घेऊन जा म्हणावं!"

मी काही उत्तर देण्याआधीच समोरून एक बाण आला आणि माझ्या रथासमोर जमिनीत घुसला. तसाच दुसरा बाण येऊन द्रोणांच्या रथासमोर जमिनीत घुसला. आम्हाला दोघांनाही समजलं, की आमचा प्रिय अर्जुन, आम्हाला प्रणाम करून युद्ध करण्याची परवानगी मागतो आहे! मी व द्रोणांनी एक-एक बाण चढवून आकाशाकडे टाकून परवानगी दिली!

लगेचच स्त्रीवेशात पुढे येत अर्जुनानं गाईंना थांबवून उभ्या असलेल्या सैन्यावर बाणांचा वर्षाव केला– सैनिक त्यांची डोकी वाचवायला गाईंच्या मागे लपले– पण गाईंनी त्यांचा रस्ता अडवून उभे असलेले सैनिक डोळ्यांसमोरून बाजूला झाल्याबरोबर घराच्या रस्त्यावर धूम ठोकली! चारी बाजूंना जणू धुळीचं वादळ झालं– खूप कोलाहल माजला. कोण काय म्हणतंय ते समजत नव्हतं, कोण काय करतंय ते दिसत नव्हतं!

अचानक हवेत एक वेगळाच सुगंध पसरला, आणि पुढच्या क्षणी शांतता पसरली. माझ्या लक्षात आलं होतं, की अर्जुनानं संमोहनास्त्र टाकलं होतं! एका महान अस्त्राला मान देण्यासाठी मी माझ्या रथात शुद्धीवर नसल्यासारखा मुकाट पडून राहिलो. धुळीचं वादळ हळूहळू शांत झालं, आणि मला दिसलं, की कर्ण व द्रोणांसकट कौरवांचं सर्व सैन्य गाढ झोपून गेलं होतं!

अर्जुन उंच आवाजात त्या तरुण मुलाला सूचना देत होता, ते मला ऐकू येतं होतं. "कुमार उत्तर, तो महारथी कर्ण आहे, तो दुर्योधन आहे, या बाजूला कृपाचार्य आहेत. त्या सर्वांना नीट बघून– ओळख पटवून घेऊन मग त्या सर्वांचे कपडे काढून

घ्या. ते तिकडे आमचे गुरू द्रोण आहेत, त्यांचे कपडे नाही; पण पादुका घेऊन टाका. सर्वांत पुढे उभ्या असलेल्या रथात पांढरी वस्त्रे आणि पांढरी दाढी असणारे पितामह भीष्म आहेत. चुकूनही त्यांच्या जवळ जाऊ नका, ते जागे आहेत. त्यांचं दर्शन घेऊन परत या.''

उत्तरने तसं केलं. अर्जुनाचा रथ वळला. त्याचा आवाज आला. थोड्या वेळानं मी उठून बसलो. बघितलं, तर दूर जाणाऱ्या रथात अर्जुन उभा होता, उत्तर त्याच्या जवळ बसला होता. रथाच्या ध्वजदंडावर मत्स्यदेशाच्या ध्वजाखाली बांधलेली कौरवांची वस्त्रं हवेत फडफडत होती!

जमिनीवर पडलेले कौरव योद्धे एकामागून एक जागे होऊ लागले, तेव्हा चहूकडे शांतता होती, कोणालाही विराटाच्या गाई दिसल्या नाहीत!

नगरामधून युद्ध करायला बाहेर आलेला मुलगा आणि सारथीही दिसत नव्हते! जे जागे झाले, त्यांना डोक्यावर तळपणारा सूर्य दिसला. प्रचंड तहान लागून सगळ्यांचे घसे कोरडे पडले होते. गळ्यावर हात फिरवल्याबरोबर प्रत्येकाला धक्काच बसला! कोणाच्या अंगावरचं एखादं वस्त्रं, तर कोणाचं उपरणं गेलं होतं!

द्रोण तर त्यांच्या पादुका गेल्यानं हतप्रभ झाले होते. ते दुर्योधनाला म्हणाले, ''आमचा फार मोठा अपमान झाला. तुझं ऐकून विराटावर हल्ला केला, तीच आमची चूक होती!''

दुर्योधन मला म्हणाला, ''पितामह, तुमच्या हातून तो कसा निसटला? तुम्ही त्याला मारून टाकायला हवं होतं– काही नाही, तर कैद तरी करायला हवं होतं.''

मी संतापलो आणि म्हणालो, ''तू आणि तुझे लढवय्ये तुमचे कुचकामी बाण आणि विचित्र शस्त्रं एकीकडे ठेवून गाढ झोपेत जमिनीवर पडला होतात, तेव्हा तुझी बुद्धी आणि पराक्रम त्यांचं काय झालं होतं.''

निर्लज्जपणानं दुर्योधनानं नवी कल्पना काढली, ''बरं, पळून गेला तर जाऊ दे– त्याच्यामागे जाण्यात अर्थ नाही. आता आपण कोणाला तरी पाठवून पांडवांना कळवा, की अर्जुन प्रकट झाला आहे, म्हणून आता त्या सर्वांना दुसऱ्या बारा वर्षांच्या वनवासाची तयारी करू दे.''

मी सांगितलं, ''तू तुझ्या मित्राला– कर्णाला– आदेश दे, की तिकडे जाऊन त्यानं तसं सांगून यावं.''

कर्ण लगेच म्हणाला, ''महाराज, आता सगळं व्यर्थ आहे. अशा अपमानानंतर अर्धी वस्त्रं घालून मी कोणालाही तोंड दाखवणार नाही. रात्री अंधार पडल्यावर, जगापासून लपत मला माझ्या घरी पोहोचायचं आहे.''

मी रागानं दुर्योधनाला म्हणालो, ''मूर्खा! तुझं अर्धं सैन्य तर पळून गेलं आहे. आत्ता पांडव आणि त्यांचा वनवास हे घोकत बसण्यापेक्षा तुझ्या सैन्याच्या अन्न-

पाण्याचं बघ, नाहीतर बाकीचेही पळून जातील, तर मग हस्तिनापूरला पोहोचणं अवघड होईल.''

द्रोण म्हणाले, ''पितामह बरोबर सांगतायत. जो माणूस आपल्या सेवकांची आणि बरोबरच्या लोकांची काळजी घेत नाही, त्याला मदत करायला कोणालाही आवडत नाही.''

मी माझा रथ दूर दिसणाऱ्या झाडीकडे वळवला आणि हळूहळू सगळे माझ्या मागे आले. अगदी शेवटी खाली मान घालून बसलेला दुर्योधन येत होता. कर्ण एका मोठ्या वृक्षावर लपून बसला. तो रात्र पडेपर्यंत खाली उतरणार नव्हता.

आमचं परत जाणारं सैन्य मत्स्यदेशाच्या सीमांमध्ये बराच वेळ होतं, तरीही विराटचा एकही योद्धा आमच्याकडे आला नव्हता. आमच्यातल्या एकानं झाडावर चढून चारी बाजूंना बघितलं आणि खाली उतरून मला सांगितलं, ''महाराज, पश्चिम दिशेकडून मत्स्यदेशाकडे जाणारे दोन रथ आपल्या बाजूला वळले आहेत. दोन्हींवर द्वारकेचे ध्वज फडकत आहेत.''

मी दुर्योधनाला म्हणालो, ''मुला, आपल्याला आली होती, तशीच शंका द्वारकानाथांनाही आली असेल. त्यांनाही पांडव विराटमध्ये असतील असं वाटत असावं. कदाचित कृष्णांनी कोणाला तरी विराटराजाकडे पाठवलेलं दिसतंय. तुम्ही सगळे हस्तिनापूरला जायला निघा. मी द्वारकेहून येत असलेल्या रथांमधल्या लोकांना भेटून येतो.''

दुर्योधन म्हणाला, ''पितामह, अज्ञातवासाचा अवधी पूर्ण होण्याआधी मी पांडवांना शोधून काढलं आहे, हे द्वारकेहून येत असलेल्यांना अवश्य सांगा. आपण आणि महाराज धृतराष्ट्र, युधिष्ठिरला पुन्हा वनवासाला जाण्याची आज्ञा करणार आहात, तेही त्यांना सांगा.''

मी शांतपणे म्हणालो, ''दुर्योधन, तू तुझा परम मित्र कर्ण याला विचारून सांग, की पांडवांनी ठरवलेला काळ पूर्ण केला, की ते त्याआधीच प्रकट झाले? कर्ण दररोज सूर्याची उपासना करतो, आणि त्याला सूर्य, पृथ्वी आणि चंद्र यांच्या गती माहीत आहेत. जर कर्ण म्हणाला, की पांडव अवधी पूर्ण होण्याच्या आधीच प्रकट झाले आहेत, तरच तू म्हणतो आहेस तसं होऊ शकेल.''

दुर्योधनानं नकारार्थी मान हलवली आणि सैन्याला घेऊन हस्तिनापूरच्या दिशेला निघाला. मी माझा रथ घेऊन द्वारकेहून येणाऱ्या रथांकडे त्यांच्या स्वागताला गेलो. श्रीकृष्ण, बलरामजी आणि युयुधान सात्यकी विराटकडे चालले होते! ''ओहो! पितामह!'' कृष्ण आनंदानं म्हणाले, ''आपण तर पांडवांना भेटायला आधीच यायला हवे होतात! त्यांचा अज्ञातवास पुरा होऊन आज चार दिवस होऊन गेले!''

मी सांगितलं, ''मला ठाऊक आहे; परंतु दुर्योधनाला कोण सांगणार– समजावणार?''

त्यानं तर कीचकाला मारण्यात आल्याचं कळल्याबरोबर सगळ्यांना शस्त्रं घेऊन तयार व्हायला सांगितलं.''

कृष्णानं रथ एका मोठ्या वृक्षाच्या सावलीत घेता घेता म्हटलं, ''त्यातही आणखी त्याचा मामा तो जुगारी शकुनी, आपल्या भाच्यांची डोकी फिरवतो. दुर्योधनाऐवजी द्यूतही तोच खेळला होता ना?''

वृक्षाच्या सावलीत रथ थांबवून खाली उतरताना बलराम रागानं म्हणाले, ''दुर्योधनाला द्यूत चांगलं येत नाही, म्हणून त्यानं त्याच्या वतीनं शकुनीला खेळायला सांगितलं. युधिष्ठिराला स्वत:ला द्यूतचा द्यही येत नव्हता, तर मग शकुनीसमोर दुसऱ्या कोणाला बसायला सांगायचं सोडून स्वत: खेळायला का म्हणून बसला? गांधारकुमार शकुनी द्यूतात कुशल आहे, हे माहीत असूनही आणि सारखा ओळीनं हरत गेला, तरी धर्मराज खेळत राहिला.''

आम्ही कोणीच काही बोललो नाही, तेव्हा बलरामजी कृष्णांना म्हणाले, ''सभेत हजार जण तरी द्यूत येणारे होते, ज्यांना युधिष्ठिर जिंकू शकेल असं वाटत होतं. तरीही युधिष्ठिरानं सुबल राजाचा मुलगा शकुनी याला स्वत:समोर बसूच का दिलं?''

''दादा, तुमचं म्हणणं बरोबर आहे,'' कृष्ण म्हणाले, ''पण त्या सर्व चुकांची शिक्षा धर्मराजानं भोगली आहे. आता जुगाराच्या अटीप्रमाणे पांडवांना त्यांचं होतं, ते सर्व परत मिळालं पाहिजे. हे समजवायलाच मी येथे आलो आहे, आणि हस्तिनापूरलाही जाईन.''

''द्यूताला जुगार म्हणू नको,'' बलराम म्हणाले, ''मलाही द्यूत आवडतं आणि मी जुगारी नाही! शिवाय, तू कोणाला काही समजावायला आला आहेस, हे तुझं सांगणं मला खरं वाटत नाही. काम्यकवनात सर्व राजांसमोर तू पांचालीवर झालेल्या अन्यायाचा सूड घेतला जाईल अशी प्रतिज्ञा घेऊन बसला आहेस, हे मला माहीत आहे. माझं तुला सांगणं आहे, की तू युद्ध भडकू देऊ नकोस.''

कृष्ण स्मितवदनानं म्हणाले, ''दादा, माझी प्रतिज्ञा द्रौपदीला न्याय मिळवून देण्याची आहे, ते मला करायचं आहे– युद्ध नाही. तरीही, आपण म्हणता आहात, तर घ्या, मी अशी प्रतिज्ञाही करतो, की युद्ध होऊ नये, म्हणून सर्व प्रयत्न मी करेन. मी स्वत: समाधानाच्या वाटाघाटी करण्यास जाईन. त्यातून मग तुमचा शिष्य दुर्योधन याला जे सुचेल ते. पांचालीला न्याय तर मिळवून द्यायला हवा, की नाही?''

''होय– हवा ना!'' बलरामजी निराश स्वरात म्हणाले, ''म्हणून तर म्हणतोय की, आता तुला आणि पांचालीला सुचेल, ते होणार; दुर्योधनाला सुचेल ते नाही!''

मी म्हणालो, ''बलरामजी, कृष्ण जे करतील, ते केलंच पाहिजे असं असेल

तरच करतील. नाहीतर ते नाही करणार.''

बलराम माझ्याकडे बघून उदास मन:स्थितीत असल्यासारखे म्हणाले, ''कृष्ण त्याच्या जन्मापासून लढतच आला आहे. आणि भीष्मा, तू आता म्हातारा झाला असलास, तरी शेवटी आहेस तर योद्धाच! तू कुटुंबातल्या मुलाबाळांनाही लढवय्येच बनवलंस. तुम्हाला सर्वांना युद्धाचं व्यसन लागलंय. लढल्याशिवाय तुम्हाला चैन पडणारच नाही. मला लढाया आवडत नाहीत– मी येथून निघून जाईन– दूर कुठेतरी– शांतीच्या शोधात.''

''बलरामजी, आम्ही शांतीसाठी नक्कीच प्रयत्न करू.''

मी रथात बसलो. सर्वांचा निरोप घेतला. मला वेळेवर हस्तिनापूरला पोहोचायचं होतं.

|एकवीस|

द्रुपदानं विराटनगरमधूनच कुरुसभेत जो पुरोहित पाठवला, तो जणू इंद्राचा दूत असावा, तसा न भिता आणि स्पष्ट बोलत होता. आम्ही शांत बसून ऐकत होतो. तो म्हणत होता, ''महाराज धृतराष्ट्र आणि पांडू दोघेही एकाच महान पित्याचे पुत्र आहेत. धृतराष्ट्राचे जे पुत्र आहेत, त्यांना वडिलोपार्जित संपत्ती मिळाली आहे, तर मग पांडूच्या मुलांनाही त्यांची वडिलोपार्जित संपत्ती का मिळू नये?''

पुरोहितानं इंद्रप्रस्थ आणि तेथे पांडवांनी उभी केलेली संपत्ती कशा तऱ्हेने कौरवांनी कपट करून बळकावली त्याचं पूर्ण वर्णन करून पुढे म्हटलं, ''असं झालं तरीही कुरुश्रेष्ठ, कौरवांची अशी लबाडी, अत्याचाराची वागणूक विसरून पांडव त्यांच्याशी चांगले संबंध ठेवू इच्छितात.''

दुर्योधनानं नकारार्थी मान हलवली. ते बघून द्रुपदाचा पुरोहित म्हणाला, ''राजन, दुर्योधनाच्या बाजूला अकरा अक्षौहणी सैन्य गोळा झालं आहे, म्हणून त्याला युद्ध करण्याची खुमखुमी आली आहे, ती आपण योग्य मानू नये. फक्त सात अक्षौहणी सेना मिळाली असली, तरी पांडव कौरवांपेक्षा जास्त बलवान आहेत. शिवाय, श्रीकृष्णांची नारायणी सेना मागून घेऊन दुर्योधन खूश होतो आहे; परंतु अर्जुन खुद्द भगवान कृष्णांना मिळवू शकला आहे, हे तो विसरतो!''

दुर्योधन खदाखदा हसू लागला आणि म्हणाला, ''भगवान कृष्ण! ते तर युद्ध करणारच नाहीत! अरे, त्यांची तर प्रतिज्ञा आहे, की या युद्धात ते शस्त्र हातातही घेणार नाहीत!''

मग पुरोहित मला आणि धृतराष्ट्राला म्हणाला, ''पितामह, मी आपल्याला आणि महाराज धृतराष्ट्रांना विनंती करतो, की दुर्योधनाला समजवा– ज्याच्या सेनेत अर्जुनाचा पराक्रम आणि श्रीकृष्णांची बुद्धिमत्ता आहे, त्या युधिष्ठिराशी युद्ध करण्याचा विचार कसा करायचा?''

त्या क्षणी मला वाटलं होतं, की धृतराष्ट्र जरी

माझ्याबद्दल काही म्हणाला नाही, तरी दुर्योधन म्हणेल, की पांडवांकडे अजेय कृष्ण आहे, तर आमच्याकडे तितकेच अजेय पितामह आहेत, ज्यांना भगवान परशुरामही पराजित करू शकले नाहीत! असे भीष्म, हातात शस्त्र आणि डोक्यावर मृत्यूला परत पाठवायचं वरदान घेऊन रणांगणावर आले, तर कृष्णार्जुनांचंही पितामहांवर विजय मिळवणं हे नुसतं स्वप्नच होऊन राहील.

मी वाट बघितली; परंतु पांचालांच्या पुरोहिताला द्वारकेच्या वीराबद्दल सांगणं योग्य वाटलं, तसंच सत्य हस्तिनापूरच्या भीष्माविषयी सांगण्याचं कोणालाही सुचलं नाही!

मी काही उत्तर देणार त्याच्या आधीच पुरोहित शेवटचा इशारा देत असावा, तसं त्यांचं सांगणं संपवत म्हणाला–

"ते भवन्तो यथाधर्मं यथासमयमेवच।
प्रयच्छन्तु प्रदातव्यं मा वः कालोत्यगादयम्।।"

(म्हणून आपण सर्व आपला धर्म आणि आपण पूर्वी दिलेल्या वचनांप्रमाणे पांडवांना त्यांचं अर्धं राज्य– जे त्यांना मिळालं पाहिजे, ते देऊन टाका. असं होऊ नये, की अशी उत्तम संधी आपल्या हातातून निसटून जाईल.)

दूतानं त्याचं बोलणं संपवलं, तेव्हा त्याला योग्य उत्तर देण्याची धृतराष्ट्रानं मला आज्ञा केली. मी म्हणालो, "ब्राह्मणश्रेष्ठ, तुम्ही म्हणालात की पांडवांना जोडून घ्यायचं आहे, ती उत्तम गोष्ट आहे. त्यांना त्यांची वडिलोपार्जित संपत्ती मिळाली पाहिजे, हेही तुम्ही सांगितलंत; परंतु एक दूत म्हणून तुमची भाषा योग्य नव्हती. तुम्ही अभिमानानं आणि रागानं बोललात, ते अयोग्य आहे."

जरा थांबून मी पुढे म्हणालो, "अर्जुन आणि श्रीकृष्ण मिळून तिन्ही लोक जिंकायला समर्थ आहेत, यातही शंका नाही..."

मी बोलत असतानाच कर्ण उखडला आणि उभा राहिला. तो मध्येच बोलला, "ब्राह्मण, जे घडून गेलं आहे आणि सर्वांना माहीत आहे, तेच पुन्हा पुन्हा सांगण्याचा किंवा त्याच्यावर भाषणं करण्याचा फायदा काय आहे? हां, शकुनीसमोर युधिष्ठिर हरला होता आणि सर्व गमावलं होतं. तो बारा वर्षं दुःखात वनांमध्येही राहिला असेल; परंतु आता बाहेर येऊन तो संधी करण्याच्या बहाण्यानं, विराट आणि द्रुपद यांच्या सैन्याच्या जोरावर आम्हाला धमकी देत असेल, तर ते मी चालू देणार नाही! ज्या अर्जुनाची तुम्ही एवढी वाखाणणी करता आहात, त्याला माझ्यासमोर पाठवा– एकमेकांशी लढून आम्ही जय-पराजयाचा निर्णय करून टाकू."

पुरोहित लगेच म्हणाला, "अंगराज, आपण जे म्हणता आहात, ते होऊ शकेल असं आहे. आत्ताच थोड्या दिवसांपूर्वी कौरव त्यांची वस्त्रं विराटच्या सीमेवर

विसरून आले आहेत! आपली सर्वांची संमती असेल, तर आपण त्या प्रसंगालाच जय-पराजयाचा निर्णय समजू या!''

परिस्थिती जास्त चिघळण्यापूर्वी मी दूताशी निरोपाचं बोललो, ''पवित्र ब्राह्मण, आपण आणलेला निरोप आम्ही ऐकला आहे. आता आपण आपल्या घरी जाऊ शकता. आम्ही संजयला लगेचच आमचं उत्तर घेऊन पांडवांकडे पाठवू.''

पुरोहित माझ्या बोलण्याचा अर्थ समजल्यासारखा हसला, आणि त्यानं निरोप घेतला. धृतराष्ट्रानं संजयला बोलावलं आणि सांगितलं, ''संजय, मी ऐकलं आहे, की पांडव उपप्लव्य नावाच्या जागी राहत आहेत. तू तेथे जा, आणि तेथे गोळा झालेल्या इतर राजांच्या समोर युधिष्ठिराला माझा असा निरोप सांग– 'पांडवांमध्ये थोडीही खोटेपणाची वृत्ती मला दिसली नाही. कुंती आणि माद्रीच्या पुत्रांमध्ये मला थोडाही दोष दिसला नाही. द्यूतात हरल्यानंतर लगेच त्यांनी त्यांच्या स्वतःच्या पराक्रमानं मिळवलेली संपत्ती काहीही वाद न करता माझ्या स्वाधीन केली होती.' आम्ही सर्वजण धृतराष्ट्राचं सांगणं लक्षपूर्वक ऐकत होतो. तो पुढे म्हणाला ''सभेत इतर राजांसमोर तू एवढंच सांग. नंतर युधिष्ठिराला एकट्याला भेटून सांग, की मी त्याला सांगायला सांगितलं आहे, की फक्त स्वतःचं हित न बघता आपली जात, कुटुंब, मित्र यांचं हित कशात आहे ते बघणारा मनुष्य महान समजावा. शिवाय हेही सांग, की दुर्योधनाकडे विशाल सेना गोळा झाली आहे. एवढ्या मोठ्या सेनेसमोर, ज्याचा शेवट काहीच शिल्लक न राहण्यात होणार असेल, अशा युद्धात पडण्याचं काम तुझ्यासारखी समजूतदार व्यक्ती करत नाही. तुम्ही जिंका किंवा माझा पुत्र जिंको– मला युद्ध करण्यात कोणाचंही कल्याण दिसत नाही!''

संजय दूत म्हणून गेला. तो परत आला तेव्हा पांडवांनी पाठवलेल्या उत्तरात मला प्रश्न सुटण्याची आशा दिसली. युधिष्ठिरानं कळवलं होतं की, 'अजूनही सर्व काही पूर्वी होतं, तसं होऊ शकेल असं आहे. महाराज धृतराष्ट्रांनी सांगितलं आहे तसा मी शांत राहीन. इंद्रप्रस्थात पूर्वीसारखं माझं राज्य स्थापन झालं आणि महाराज धृतराष्ट्रांनी जे आमचं आहे ते आम्हाला परत दिलं, तर आम्हाला युद्ध करायचं नाही.'

धृतराष्ट्र रागावला आणि संजयला म्हणाला, ''मूर्खा! तू युधिष्ठिराला समजावून सांगायला हवं होतंस, की युद्ध केल्याशिवाय दुर्योधन जर काहीच द्यायला तयार नसला, तर पांडवांसारखे धर्मनिष्ठ पुरुष स्वतःच्या चुलत भावांशी युद्ध करण्यापेक्षा अंधक आणि वृष्णिवंशी क्षत्रियांकडून भीक मागून जगणं जास्त पसंत करतील.''

माझ्या मनात शांती होण्याची जी थोडी आशा उत्पन्न झाली होती, त्यावर पाणी फिरलं! संजय अतिशय वाईट वाटून म्हणाला, ''महाराज, मी तर आपला एकट्याचा सेवक आणि सारथी आहे. शिवाय मी युधिष्ठिरांना उपदेश करून शकेन

एवढी माझी बुद्धीही नाही. आपण मला दूताचं काम करण्यास पाठवलं होतं. दूताचं काम फक्त निरोप देण्याचं आणि त्याचं उत्तर घेऊन येण्याचं असतं, ते मी केलं. असं असलं, तरी आपण मला मूर्ख म्हणालात; तर हो– मी मूर्ख आहेच; कारण आपला व्यक्तिगत सेवक असूनही, मी आपल्याला शकुनी आणि कर्णासारख्या दुष्टांना तुमच्याभोवती गोळा करत होतात तेव्हा थांबवलं नव्हतं, किंवा सावध केलं नव्हतं. नरश्रेष्ठ, मी पांडवांना भेटून आलो, म्हणजे माझं काम मी पार पाडलं आहे. आता–

"अनुज्ञातो रथोवेगावधूत: श्रान्तोमिपदो..."

(रथानं खूप वेगानं जाऊन, तसाच परत आलो आहे, त्यामुळे मी खूप थकून गेलो आहे आणि मी आता जाऊन झोपणार आहे.)"

असं म्हणून संजय जरा जोरात पावलं टाकत निघून गेला.

– आज आत्ता मला वाटतंय, की तर मग मी कशाला तिथंच थांबलो होतो? विदुर, विकर्ण, संजय, गांधारी – सभेत इतर कितीतरी माणसांचा, आणि नगरात तर अनेक निष्ठावान माणसांचा सतत अपमान, अवहेलना होत होती, हे दिसत असूनही मी का म्हणून धृतराष्ट्राला चिकटून राहिलो होतो? एक सारथी जे करू शकला, ते भीष्मासारख्या महापुरुषानं का केलं नव्हतं?

एखाद्या वेळी मीही विदुरासारखा धृतराष्ट्राला सोडून युधिष्ठिराकडे जायला निघालो तरी असतो! तसं नाही, तर निदान संजयसारखा सभा सोडून निघून गेलो असतो, तरीही कदाचित– हो, कदाचितच, धृतराष्ट्रानं युद्धाचा विचार सोडून दिला असता. असं नसतं झालं, तरी एवढं तरी झालं असतं, की युद्ध एवढं विक्राळ, भयंकर झालं नसतं!

संजय बोलणं अर्धंच सोडून निघून गेला, तेव्हा राजा जरा विचलित झाला. त्यानं विदुराला म्हटलं, "विदुर, इतका हुशार संजय मला वाटेल तसं बोलून निघून गेला आहे. युधिष्ठिरानं त्याला काय सांगितलं असेल, त्याबद्दल मला काळजी वाटते आहे. माझं मन शांत होईल असं तू काहीतरी सांग ना!"

विदुरानं सांगितलं, "महाराज, वनात ज्यांचा जन्म झाला, त्या पांडवांना आपण वाढवलं आहे, शिक्षण दिलं आहे. पांडव आपल्या आज्ञा पाळतात. आपण त्यांना न्यायाला धरून योग्य तो राज्याचा भाग देऊन टाका आणि आनंदानं राहा. असं करण्यानं तुम्ही संपूर्ण पृथ्वीवर उपकार कराल. देवतासुद्धा आपल्याला यश देतील. आपला धर्म आहे, की पांडवांना त्यांचा अधिकार देणं."

मीही म्हणालो, "मुला, विदुर म्हणतो आहे, तसं कर; कारण पांडव शक्तिवान आहेत यात शंका नाही. तुमचा कर्ण विनाकारण तो महाभार्गवांचा शिष्य असल्याच्या बढाया मारतो– शिष्य आहे, पण त्याला त्याच्या गुरूंनीच शाप दिलेला आहे– की

तो ऐनवेळी ब्रह्मास्त्र विसरणार आहे. तिकडे अर्जुनानं साठ हजार निवातकवचांना हरवलं आहे. सात्यकीही अर्जुनाच्या बरोबरीचा लढवय्या आहे. खुद्द कृष्ण त्यांच्या बाजूचे आहेत. मुला, पांडव अजेय आहेत. तुम्ही युद्धाचा विचार न करणंच तुमच्या हिताचं आहे.''

माझ्या बोलण्याचं वाईट वाटलं असावं तशी गांधारी म्हणाली, ''पांडव बलवान आहेत आणि कौरव नाहीत, अशी चर्चा करणं व्यर्थ आहे. आपण तर धर्माला धरून काय आहे, त्याबद्दलच बोललं पाहिजे. महाराज धृतराष्ट्रांचा स्वभावच पांडवांच्या विरोधी आहे आणि अपराधीही. त्यांनी कधीही असा विचार नाही केला, की जो पित्याच्या स्थानी असेल, त्यानं नेहमी मैत्रिपूर्ण वागावं आणि सतत सावधान राहावं.''

मग धृतराष्ट्राकडे तोंड फिरवत ती म्हणाली, ''आपण माझे पती आहात; पण आज मी सांगते, की आपण पांडवांशी कपटानं वागला आहात. जो पुरुष त्याच्या आसऱ्यानं असलेल्या सर्वांचं हित बघतो, त्यालाच पित्यासारखं वडील मानलं पाहिजे. एका पक्षाशी द्रोह करणारा, पिता किंवा गुरुजन बनण्याच्या लायकीचा नाही.'' थोडं थांबून गांधारी धृतराष्ट्राला म्हणाली, ''कुरुजांगल देश ही आपली वडिलोपार्जित संपत्ती आहे हे खरं आहे; परंतु बाकीची पृथ्वी पांडू आणि युधिष्ठिरानं जिंकलेली आहे, जी तुम्हाला तर अशीच मिळून गेली आहे. पांडूनं आणि पांडवांनी मिळवलेलं सर्व पांडुपुत्रांना परत देऊन टाका, हेच मला धर्माला धरून वाटतं.''

– त्या सर्व चर्चेचा विचार करतो, तेव्हा आता समजतयं, की फक्त विदुर आणि गांधारीच खरं, धर्मानं वागणं काय आहे, ते सांगत होती. बाकीच्या प्रत्येकानं– हो, माझ्यासकट प्रत्येकानं– पांडवांच्या बलस्थानांची, त्यांच्या बाजूला श्रीकृष्ण असण्याची, अर्जुन आणि भीमाच्या शौर्याची, तसेच पांडवांचा विजय आणि कौरवांचा विनाश होईल, याची भीती दाखवून धृतराष्ट्राला युद्ध करू नको, असं सांगितलं होतं!

कदाचित आम्ही अशा विचारानं बोललो असू, की धृतराष्ट्र आणि दुर्योधन, धर्माच्या भाषेपेक्षा भीतीची भाषाच जास्त समजतील. तरीही, आमच्या बोलण्याचा दुसरा अर्थ असाही होत होता, की पांडव बलवान आहेत, म्हणून त्यांची संपत्ती त्यांना युद्ध न करता देऊन टाकावी. जर इतके बलवान नसते, तर ती संपत्ती घेऊन टाकताही आली असती!

दुर्योधनानं दुसराच अर्थ घेतला, आणि म्हणाला, ''पिताजी, आम्ही आणि पांडव एका जातीचे आहोत, एकाच गुरूकडे शिकलो आहोत, एका पृथ्वीवर राहत आहोत. मग ते सर्व आमच्यापेक्षा श्रेष्ठ आहेत असं तुम्ही कसं आणि का मानता? मी काही भीष्मांच्या शक्तीवर अवलंबून राहिलेलो नाही. तसंच द्रोणाचार्य, अश्वत्थामा,

कुम्बोज नरेश, कृपाचार्य, वान्हिक, भूरिश्रवा आणि असेच दुसरे बरेच वीर, यांच्यावरही मी अवलंबून नाही! हा तर मी आणि कर्णानं रणयज्ञ सुरू केला आहे. आमच्या दृष्टीनं युधिष्ठिर हा यज्ञात देण्याचा पशुबलीच आहे!''

दुर्योधनाचा गर्व आता पराकोटीला पोहोचला होता. तो शेवटी म्हणाला–

''अहं च तात कर्णश्च भ्राता दुर्योधनश्च मे।
एते वयं हनिष्याम: पांडवान् समरे त्रय:।।''

(तात, युद्धभूमीवर मी, कर्ण आणि माझा भाऊ दु:शासन– आम्ही फक्त तिघे मिळून पांडवांना मारून टाकू.)

दुर्योधनाचं हे दर्पोक्तिपूर्ण बोलणं ऐकून कर्णानंही तेवढ्याच पराकोटीच्या गर्वानं म्हटलं, ''महाराज, पितामह भीष्म आपल्याजवळ बसून राहून आपल्याला सांभाळत राहू देत. आचार्य द्रोण आणि इतर वीरही बसून राहू देत आपल्याजवळ. मी एकटा जाऊन पांचाल आणि मत्स्यदेशी योद्ध्यांचा व पांडवांचाही नि:पात करून परत येईन!''

त्या वेळी दुर्योधनानं दोनदा म्हटलं होतं, की तो माझ्यावर अवलंबून नाही. आता कर्णही म्हणाला, की भीष्म धृतराष्ट्राजवळ बसून राहिले तरी चालेल! मी हे सर्व फक्त या कारणानं ऐकून घेतलं होतं, की मला माझी प्रतिज्ञा मोडायची नव्हती!

जर तसं मनात आलं असतं, तर मीही बलरामजींसारखा युद्धक्षेत्रापासून दूर शांतता शोधत निघून जाऊ शकलो असतो; परंतु मी असं करू शकत नव्हतो. माझ्या राजासमोर येऊ घातलेल्या युद्धाला भीष्म नाकारू शकत नव्हता. हस्तिनापूर मला आपला समजो की न समजो, माझ्या मनात हस्तिनापूरला कायमचं स्थान होतं. मला दुर्योधनासाठी नाही किंवा धृतराष्ट्रासाठी नाही, तर मी भीष्म होतो म्हणून हस्तिनापूरच्या बाजूनं लढून मरायचं होतं!

मी काहीच बोललो नाही म्हणून धृतराष्ट्र दुर्योधनाला म्हणाला, ''पुत्रा, तू बलवान आहेस, कर्णही महान योद्धा आहे, तरीही कृष्ण आणि अर्जुन यांच्यासमोर तुम्ही टिकू शकणार नाही. मुला, तू जरा उदार हो. पांडवांबरोबर तह कर. युद्धापासून दूर राहा. माझ्या पुत्रांची हानी होईल याची मला भीती वाटते.''

''पिताजी, पांडवांना युद्ध न करता मी काहीही देणार नाही,'' दुर्योधन म्हणाला. पुढे काही चर्चा होणार तेवढ्यात निरोप आला, 'युधिष्ठिरानं युद्ध टाळण्याचा शेवटचा प्रयत्न करायला श्रीकृष्णांना विनंती केली आहे, आणि त्यासाठी कृष्ण हस्तिनापूरला येतील.'

सभा बरखास्त झाली. दुर्योधनानं वाटेत सर्व सुखसोयींची व्यवस्था करण्याची आज्ञा दिली. तो शकुनीला म्हणाला, ''मामा, ज्या तऱ्हेनं आपण पांडवांचा मामा

शल्य याला त्यांच्या येण्याच्या वाटेत अद्भुत सुखसोयी करून खूश केलं, आणि आपल्या बाजूचं केलं, त्याप्रमाणे कृष्णालाही खूश करा.''

चौथ्या दिवशी सकाळी कृष्ण हस्तिनापूरला पोहोचल्याचं समजलं. वासुदेव आमच्या राजवाड्यावर येण्याऐवजी सरळ विदुराच्या घरी गेले होते. मी लगेच विदुराच्या घरी पोहोचलो. कृष्ण सभेत येण्यासाठी तयार होत होते. ते बाहेर आल्यावर मी त्यांचं स्वागत करून पांडवांची खुशाली विचारली.

पांडव खुशाल असल्याचं सांगून कृष्ण म्हणाले, ''पितामह, सभेत जाण्यापूर्वी मला आपल्याशी पितामह म्हणून थोडं बोलायचं आहे. तेथे तर आपण विरुद्ध पक्षात बसलेले असाल!''

आम्ही मंचकावर बसलो. मग कृष्णानं म्हटलं, ''पितामह, मी येण्यापूर्वी युधिष्ठिरानं व इतर पांडवांनी मला काही झालं तरी युद्ध होणार नाही असा तह करूनच परत यायला सांगितलं आहे. धृतराष्ट्र आणखी काही न देता प्रत्येक भावाला एकेक लहान गाव देईल तर त्यालाही ते कबूल आहेत.''

''उत्तम,'' मी म्हणालो, ''युद्ध टाळता आलं तर उत्तमच.''

''माझं सांगणं अर्धंच झालं आहे. हे तर युधिष्ठिर व त्याचे भाऊ काय म्हणाले, ते सांगितलं. द्रौपदीनं काय सांगितलं ते सांगायचं अजून बाकी आहे,'' कृष्ण म्हणाले.

मी विचारलं, ''युद्धाबद्दल निर्णय युधिष्ठिर करेल, त्यात पांचालीला काय सांगायचं असणार?''

कृष्णांच्या डोळ्यांमध्ये दु:ख आणि करुणा दिसली. ते म्हणाले, ''पितामह, सर्वांनी आपापली मतं सांगितली; परंतु द्रौपदीला कोणीही विचारलंसुद्धा नाही, की तुला काही सांगायचं आहे?''

''वासुदेव, आपण तर द्रौपदीचं म्हणणं ऐकलंच असेल?''

''हो. ते तर अगदी शेवटी. मी निघत होतो, तेव्हा द्रौपदीनं मला एकीकडे बोलावलं आणि तिचे मोकळे केस दाखवत म्हटलं,

''अयं ते पुण्डरीकाक्ष दु:शासन करोद्धृत:।
स्मर्तव्य: सर्वकार्येषु परेषां संधिमिच्छता।।''

(कृष्णा, शत्रूबरोबर तहाच्या इच्छेनं तुम्ही जे जे प्रयत्न कराल, त्या प्रत्येक वेळी दु:शासनानं त्याच्या हातांनी ओढलेले हे माझे केस आठवा!)

पांचालीनं मला असंही सांगितलं, की भित्र्या पांडवांना युद्ध करायचं नसेल, तर मी माझ्या वृद्ध पित्याला बरोबर घेऊन लढेन. माझे पाच पुत्र आणि अभिमन्यू यांना घेऊन मी रणांगणावर उतरेन. आणि कोणी बरोबर नाही आलं, तरी मी स्त्री, आणि एकटी, अशी असले, तरीही हातात शस्त्र घेऊन दु:शासनाला मारून टाकेन...''

कृष्णांनी काही क्षण माझ्या चेहऱ्यावरचे भाव बघितले आणि ते पुढे म्हणाले, "मला रथावर चढताना थांबवून पांचालीनं सांगितलं की 'दु:शासनाचे हात धुळीत पडलेले जोपर्यंत मी बघत नाही, तोपर्यंत माझ्या मनाला शांती मिळणार नाही. माझे पाचही पती आज पुन्हा धर्माच्या गोष्टी करत बसले आहेत, तहाबद्दल बोलतायत–'"

कृष्णांना काय म्हणायचं आहे, ते मी समजून गेलो. मी म्हणालो, "भगवान, आता याबद्दल काय करायचं याचा निर्णय आपण स्वत: करा– मला विचारू नका. मी तर आजही हेच म्हणेन, की धर्माप्रमाणे स्त्री पतीच्या आधीन समजली जाते, म्हणून युधिष्ठिराची इच्छा जर तह करण्याची असेल, तर द्रौपदीनं युद्धाची इच्छा करू नये, यातच धर्म आहे."

कृष्ण स्मित करत म्हणाले, "पितामह, मला कधीकधी वाटतं की आपण पुरुष राहिलो नाही असं करता आलं असतं, तर किती चांगलं झालं असतं!"

मीही हसून म्हणालो, "लोकांमध्ये असा समज आहे– की आपली इच्छा असेल, तेव्हा आपण आपलं 'कृष्ण असणं' नाहीसंही करू शकता! मी 'भीष्म असणं'चं 'भीष्म नसणं' असं कधी नव्हतंच– आत्ताही नाही आणि कधीच नसेल!"

मोठ्यानं हसत कृष्ण उभे राहिले आणि माझा हात पकडून मला पायऱ्यांकडे नेत म्हणाले, "बोलू या याबद्दल पुन्हा कधीतरी! कधीतरी आपण हा प्रयोग करून बघू या. आत्ता तर दुर्योधन माझी वाट बघत असेल."

आम्ही सभेत जाण्यास निघालो. वाटेत कृष्णांनी विदुराला द्रौपदीचं म्हणणं सांगून विचारलं, "आपलं काय म्हणणं आहे? मी कोणाचं म्हणणं ऐकलं, तर ते धर्माला धरून होईल?"

विदुराला हसू आलं आणि म्हणाला, "प्रभू, आपल्याला माहीतच आहे, की आपण काय करायचं आहे! त्यामुळे आपण जे कराल, तोच मी धर्म मानेन. तरी पण आपण मला विचारलंच आहे, तर मी नीती काय आहे ते सांगतो, की आपण फक्त पांडवांचे दूत म्हणून नाही, तर संधी होणार नाही हे बघायलाच आला आहात. युद्ध होऊ नये म्हणून शक्यतो सर्व प्रयत्न करा आणि निर्णय संधी होणार नाही, हा!"

एकदा पूर्वी द्रौपदीनं विचारलेल्या प्रश्नानं मला जसं वाटलं होतं, तसाच प्रश्न द्रौपदीच्या विनंतीनं उत्पन्न झालेल्या परिस्थितीत कृष्णांना पडला होता, हे मला दिसत होतं!

आम्ही बाहेर आलो तेव्हा दिसलं, की रस्तोरस्ती खूप लोक गोळा झाले होते– आता लोकांना भेटून, नीटपणे दर्शन न देता कृष्णांना पुढे येता येणार नाही असं वाटलं, तेव्हा मी माझा रथ दुसऱ्या बाजूनं नेण्यास सांगितलं.

मी सभागृहात पोहोचलो, तेव्हा दुर्योधन बोलत होता– "ते तर कुंती माँ तेथे असल्यानं त्यांना विदुरकाकांकडे जावं लागलं, नाहीतर कृष्ण इकडेच आले असते. त्यांच्या येण्याच्या सगळ्या मार्गावर किती छान सुखसोयी करवल्या होत्या, त्यामुळे कृष्ण प्रभावित झालेच असणार! त्यांना आपल्याबद्दल आकर्षण वाटलं असेल, यातही शंकाच नाही! त्यांच्यासाठी अमूल्य भेटीही तयारच ठेवल्या आहेत."

मी हात उंच करून दुर्योधनाचं बोलणं थांबवलं आणि म्हणालो, "बाबा रे, कृष्ण अतिथी म्हणून येतात, तेव्हा तुला काही द्यायचंच असेल, तर तुझ्या ताब्यात असेल, तेवढी पृथ्वी दे. कृष्ण त्यातून पांडवांचा भाग घेऊन तुझ्या वाट्याची तुला परत देतील."

दुर्योधनानं माझं सांगणं न आवडल्याचं दर्शवत सांगितलं, "पितामह, राजे एकमेकांना भेटवस्तू देऊन मैत्री करत असतात. ज्याची भेट उत्तम असेल, त्याच्या बाजूचं राहण्यात क्षत्रियांना गर्व वाटतो. सोने व अमूल्य रत्नांच्या भेटी देऊन मी कृष्णांना माझ्या बाजूचं करून घेईन."

मी म्हणालो, "तर देऊन बघ भेटी! कृष्ण प्यायचं पाणी, पाय धुण्याचं पाणी आणि आमचे आशीर्वाद यांशिवाय तुझं काहीही घेणार नाहीत."

"तर मग मी त्यांना तुरुंगात कैद करून ठेवेन! काहीही झालं तरी मी आता कृष्णांना आणि अर्जुनाला एक होऊ देणार नाही!"

मी सांगितलं, "चुकूनसुद्धा असं करू नको. कृष्ण दूत म्हणून आणि संधी करणारे म्हणून येत आहेत. ते आपल्याला आवडते तर आहेतच आणि नातेवाईकही आहेत. त्यांनी आपला कोणताही अपराध केलेला नाही. तुला काहीही कारण नाही कृष्णांना कैद करण्याचं."

दुर्योधन म्हणाला, "तुम्ही सगळे हवं ते म्हणा! मी ठरवलं आहे, की ते जर कौरवांच्या बाजूला आले नाहीत, तर पांडवांचा सर्वांत मोठा साहाय्यकर्ता अशा कृष्णांना मी काळ कोठडीत ठेवून देईन, जेथे कोणीही त्यांना शोधूही शकणार नाही."

दुर्योधनाच्या या बोलण्यानं सभेत प्रत्येकाने आश्चर्याची सीमा गाठली. इतका मूर्ख विचार दुर्योधन सभेत मांडेल अशी कल्पनाही कोणाला करता आली नसती!

युवराजाच्या या बोलण्यावर हसावं की रागवावं तेच मला कळेना! जरा विचार करून मी सभेतून निघून जाण्याचं ठरवलं आणि त्याला म्हटलं, "अरे पोरा, तू तर धर्म पारच सोडला आहेस. आम्ही कोणी तुझ्याइतक्या हलक्या विचारांच्या आणि दुराचाराच्या गोष्टी ऐकायला इथं नाही बसलेलो. मी आता जास्त वेळ येथे थांबू शकणारच नाही– मी आत्ताच माझ्या दालनात निघून जातो."

मी बाहेर निघालो आणि कृष्ण राजवाड्याच्या प्रवेशद्वाराशी येऊन पोहोचले

असल्याचं सांगत द्वारपाल आला. मी शकुनीला आणि दुर्योधनाला वासुदेवाच्या स्वागतासाठी जाताना बघितलं, आणि मी माझ्या दालनाकडे वळलो; पण दालनातही शांत वाटेना म्हणून मी परत सभागृहात आलो आणि धृतराष्ट्राजवळ जाऊन बसलो.

कृष्णांनी प्रवेश केला. उपस्थित सर्वांनी उभं राहून त्यांचं स्वागत केलं. जणू खूप जुन्या मित्रांना विचारावं, तितक्या आपुलकीनं कृष्णांनी सर्वांची खुशाली विचारली. नंतर मग धृतराष्ट्राकडे, ते ज्या कामासाठी आले होते, त्याबद्दल बोलण्याची परवानगी मागितली.

धृतराष्ट्र म्हणाला, "प्रभू! सांगा. आपण जे सांगाल ते आमच्या हिताचंच असेल."

कृष्ण उठले. सभागृहाच्या मध्यभागी आले आणि म्हणाले, "भरतनंदन, मी आपल्याला असं सांगायला आलो आहे, की क्षत्रिय योद्ध्यांचा संहार न होता कौरव आणि पांडव यांच्यामध्ये शांती प्रस्थापित व्हावी असे प्रयत्न करा. याखेरीज दुसरी कोणतीही जास्त कल्याणकारी गोष्ट मी आपल्याला सांगू इच्छित नाही; कारण बाकीचं जे माहीत असायला हवं, ते आपल्याला ठाऊकच आहे."

मग कृष्ण म्हणाले, "भरतश्रेष्ठ, आपलं आयुष्यही आता क्षीण होत चाललं आहे. अशावेळी आपण शांतपणे आणि प्रेमानं कौरव व पांडवांबरोबर राहावं अशी माझी अगदी मनापासून इच्छा आहे. जे राजे युद्धाच्या हेतूनं येथे आले आहेत, त्यांना योग्य भेटी आणि पुरस्कार देऊन त्यांच्या देशात परत पाठवून द्या. युधिष्ठिराचीही तसंच करण्याची इच्छा आहे. कुरुनंदन, युद्धाबद्दल म्हणायचं, तर मला कौरव-पांडवांची आहे त्यापेक्षा जास्त काळजी या देशातील प्रजा सुख, शांती, धर्म, अर्थ सर्वांपासून वंचित होऊन जाईल याची आहे. आणि आता शेवटी असं सांगतो भरतनंदन, की युद्धाचा उन्माद चढलेल्या तुमच्या पुत्राला आवरा. त्याला काबूत ठेवा."

धृतराष्ट्रानं उत्तर दिलं– "गोविंद, युद्धाची इच्छा मला नाही, पांडवांना आहे. भीम व अर्जुनानं जयंतच्या सभेत युद्धाची आणि माझ्या पुत्रांचा वध करण्याची, अशा प्रतिज्ञा घेतल्या आहेत. आपण जी गोष्ट मला समजवायला आला आहात, तीच गोष्ट युधिष्ठिराला समजवा, यातच धर्म आहे."

धृतराष्ट्राच्या अशा उत्तरानं मी थक्क झालो; परंतु कृष्णांनी अत्यंत शांतपणे उत्तर दिलं– "आपलं म्हणणं खरं आहे, प्रभू! जयंतच्या सभेत युद्धाच्या व हत्येच्या प्रतिज्ञा पांडवांनी घेतल्याच होत्या; परंतु त्या कशा व कोणत्या घटनांमुळे, हे आता आर्यावर्तात प्रत्येक माणसाला ठाऊक आहे. आपण दिलेल्या वनवासानं पांडवांना समग्र आर्यावर्तात लोकप्रिय केले आहे. तरीही युधिष्ठिरानं माझ्याकरवी असं कळवलं आहे, की पांडव सर्व काही विसरून जाऊन, फक्त पाच गावं मिळाली,

तरी सुखानं राहतील.''

धृतराष्ट्रानं मला विचारलं असतं, तर मी लगेचच पाच गावांची नावं लिहून त्याचे लेख तयार करून त्यांना पाठवून दिले असते; परंतु त्यानं मी काही म्हणत होतो तिकडे दुर्लक्ष केलं आणि एवढंच म्हणाला, ''फक्त पाच गावं?''

''हो, फक्त पाच गावं,'' कृष्ण म्हणाले, ''युधिष्ठिरानं कदाचित कुठली पाच गावं तेही सांगितलं नसतं; परंतु महाराणी द्रौपदीनं कुठली गावं, तेही सांगितलं आहे– पहिलं तर नदीकिनाऱ्यावरचं लहानसं गाव, जिथं भीम लहान मुलगा असताना त्याला विष दिलं गेलं होतं; दुसरं वारणावत, जिथं दुर्योधनानं पांडवांना जिवंत जाळण्याचा प्रयत्न केला होता, तिसरं इंद्रप्रस्थ, जे लग्न करून आलेल्या नव्या कुलवधू द्रौपदीला भयानक वनांच्या स्वरूपात दिलं गेलं, चौथं जयंत, जिथं कुरुकुलाची वधू द्रौपदी, हिला सभेत आणून तिचा अपमान केला गेला होता, आणि पाचवं प्रमणावत, जिथं पांडवांची पत्नी– माझी मैत्रीण– आणि लग्न करून तुमच्या कुळात आलेली, जगातली एकमात्र जन्मजात सम्राज्ञी द्रौपदी, हिनं वनवासाची पहिली निद्राविहीन रात्र घालवली होती.''

''उत्तम! अगदी बरोबर!'' माझ्या तोंडून एकदम शब्द निघाले. कृष्ण त्यांना जे सांगायचं होतं, ते सांगून त्यांच्या जागेवर जाऊन बसले. धृतराष्ट्रानं मला म्हटलं, ''पितामह, वासुदेवाचा प्रस्ताव मला बऱ्याच अंशी उत्तम वाटतो आहे. त्यांनी ज्या गावांची नावं सुचवली, ती सर्व पांडवांना देण्यास आपण माझा पुत्र दुर्योधन याला समजावू शकाल, तर युद्ध टाळता येईल.''

मी म्हणालो, ''पुत्र, राजा तू आहेस– निर्णय तू घ्यायचा आहेस.''

कापऱ्या आवाजात धृतराष्ट्र म्हणाला, ''पितामह, सर्वांना ठाऊक आहे, की मी– अनेक तऱ्हांनी विवश आणि सत्ता न चालणारा राजा आहे. मला कुरुसम्राट म्हटलं जातं; पण सम्राट असण्याचा गौरव मला कधीच मिळालेला मला जाणवला नाही!''

मी दुर्योधनाला म्हटलं, ''बेटा, वासुदेवानं जे सांगितलं, ते राग किंवा लोभ यांच्या आहारी न जाता स्वीकारण्यासारखं आहे. भरतवंशाची राजलक्ष्मी भारतात सर्वत्र झळकते आहे. बेटा, त्या लक्ष्मीचं तेज धृतराष्ट्राच्या हयातीत नष्ट करू नको. माझी हे बघण्याची इच्छा आहे, की तुझा मोठा भाऊ युधिष्ठिर याला तू वंदन करतो आहेस आणि तो तुला मिठी मारतो आहे.''

दुर्योधन म्हणाला, ''पितामह, क्षत्रियांचा धर्म आहे, की त्यांनी नमतं घेऊ नये,'' मग तो कृष्णांना म्हणाला, ''आणि मधुसूदन, पांडव जर जुगार खेळून हरले, तर त्यात तुम्ही आम्हाला अपराधी का मानता, हे मला समजत नाही! तुम्ही स्वत:ही आमचा काही अपराध नसताना, पांडवांना मदत करून आम्हाला मारण्याची

स्वप्नं का म्हणून बघत आहात? आणि केशव, हेही ऐकून ठेवा– हा दुर्योधन जिवंत आहे, तोपर्यंत पांडवांना पाच गावं तर काय, सुईच्या टोकावर राहील एवढी जमीनही मिळणार नाही!''

दुःशासन त्याच्या जागेवरून उठून दुर्योधनाजवळ आला. थोरल्या भावाच्या खांद्यावर हात ठेवून तो म्हणाला, ''धन्य! धन्य आहात दादा तुम्ही! तुम्ही तुमच्या मनाशिवाय कोणाचंही ऐकू नका. ही सर्व वडील माणसं तर तुम्हाला बांधून युधिष्ठिराकडे सोपवायला टपलेलीच आहेत!''

|बावीस|

"वैकर्तनं त्वां च मां च त्रिनेतान् मनुजर्षभ।
पांडवेभ्य: प्रदास्यन्ति भीष्मद्रोण पिताच ते।।"

(हे नरश्रेष्ठ, पितामह भीष्म, आचार्य द्रोण आणि आपले पिता, हे तिघं मिळून कर्णाला, तुम्हाला आणि मला पांडवांच्या ताब्यात देऊन टाकतील!)

–रात्रीचा शेवटचा प्रहर थोड्या काळानं सुरू होईल आणि माझी कथाही आता शेवटच्या दिवसापर्यंत पोहोचत आली आहे, तेव्हा दु:शासन त्या दिवशी जे म्हणाला होता, ते शब्द अजूनही माझ्या कानात घुमत आहेत. ज्या बालकांच्या हिताचं सर्व करण्यात– पालनपोषण, शिक्षण–संवर्धन याच्यासाठीच मी माझं सबंध आयुष्य घालवलं होतं, ज्या बालकांचा माझ्या प्रत्येक श्वासावर अधिकार आहे, असं मी समजत आलो होतो, त्यांचा माझ्यावर थोडाही विश्वास नव्हता! सर्वजण मनाला येईल ते बोलत होते. आयुष्याच्या शेवटाला पोहोचलेले वृद्ध असे आघात कसे सहन करतील, असा विचार कोणी करत नव्हतं!

हां, कृष्णांनी माझ्याकडे बघितलं आणि सकारात्मक मस्तक झुकवून मला आश्वासन देत, मन शांत ठेवा असं सुचवलं होतं.

त्यानंतर जे व्हायचं होतं, तेच झालं. दुर्योधनानं करायला नको होतं, तेच केलं. कृष्णांसारखे शांतिदूतही सभा सोडून निघून गेले. सम्राज्ञी द्रौपदीची इच्छा सर्वांत बलवत्तर ठरून आम्हा सर्वांवर सूर्यग्रहणाच्या काळ्या सावलीसारखी पसरली.

दुर्योधनानं सर्व राजांना एकत्र करून त्यांना त्यांच्या त्यांच्या सैन्यांचे सेनापती नेमले. त्यानंतर त्यानं आणि कर्णानं माझ्याजवळ येऊन म्हटलं, "पितामह, योग्य सेनापतीशिवाय सैन्याला काही अर्थ नसतो. ज्याप्रमाणे कार्तिकेय देवतांच्या सैन्याचा सेनापती होता, तसेच आपण आमचे सेनापती व्हा आणि विजय मिळवून द्या."

मी द्विधा मन:स्थितीत होतो. जर मी आणि कर्ण बरोबर रणांगणावर उभे राहिलो, तर महाविनाश नक्कीच

होता. जर मी लढायचं असेल तर मला कर्णाला तेथून दूर ठेवायचं होतं.

शिवाय, मी हातात शस्त्र घेऊन लढायला उभा राहिलो, तर माझा पराभव करणं अशक्य होतं. मला आठवलं की राजसूय यज्ञाच्या वेळी मी द्रौपदीला सांगितलं होतं, ''तू जेव्हा सांगशील तेव्हा मी स्वत: होऊन पराभव करून घेईन किंवा मग माझा पराभव कसा करायचा त्याचं रहस्य तुला सांगेन.''

मी सांगितलं, ''दुर्योधन, तू म्हणतो आहेस तसं मी करेन; परंतु माझ्या तीन अटी आहेत. एक म्हणजे मी तुझ्या पक्षाचा सेनापती म्हणून युद्ध करत असलो, तरी पांडवांचा पितामह म्हणून त्यांनी माझं मार्गदर्शन मागितलं तर मी त्यांना खरं ते सांगून मार्गदर्शन करेन.''

दुर्योधन जरा विचार करून मग म्हणाला, ''हो, पण आपल्या सैन्याविषयी, आपल्या व्यूहरचनेविषयी किंवा भावी युद्धनीतीविषयी खुद्द युधिष्ठिर किंवा कृष्णही आपल्याला काही विचारू लागले, तर आपण त्यांना काही सांगणार नाही.,''

''तथास्तु,'' म्हणून मी दुसरी अट सांगितली. ''पुत्र, माझ्या हातांनी मी पांडूच्या एकाही पुत्राची हत्या करणार नाही. जर पांडवांनी मला युद्धात मारून टाकलं नाही, तर मी जिवंत असेपर्यंत दररोज त्यांच्या सैन्यातील दहा हजार योद्ध्यांचा वध करत राहीन.''

दुर्योधनाला ही अट आवडली नाही. तो म्हणाला, ''पितामह, सेनापतीनं राजाची आज्ञा पाळून राजाला ज्याचा वध व्हावा असं वाटत असेल, त्याला मारायचं असतं. तरीही, तुम्ही युधिष्ठिराला मारलं नाहीत, तरी कैद करा. कर्ण अर्जुनाला मारेल, मी भीमाला.''

मी दुर्योधनाचं बोलणं ऐकलं न ऐकलंसं करून म्हणालो, ''तिसरी अट ही, की तू एक तर आधी कर्णाला सेनापती कर किंवा मला– कारण हा कटू बोलणारा, स्वत:चीच स्तुती करणारा, क्रूर आणि नीच सूतपुत्र युद्धात माझ्या पक्षातून लढत असेल, तर ते मला सहन होणार नाही. तुझ्या आश्रयामुळे त्याला घमेंड – उगीचच – चढली आहे.''

ही अट ऐकताच दुर्योधन अवाक् झाला! तो काही बोलण्याआधीच कर्णानं स्वत:च दुर्योधनाला सांगितलं, ''मित्रा, मी प्रतिज्ञा करतो, की गंगानंदन भीष्म लढत असतील, तोपर्यंत मी युद्धापासून अलिप्त राहीन. ते मृत्यू पावले किंवा युद्धात नाहीत असं झालं, तर मी युद्धक्षेत्रावर येईन आणि अर्जुनाला मारून टाकेन. दुर्योधन, हा निर्णय मी अशासाठी करतो आहे, की आपल्या सैन्यात फूट पडू नये. तू स्वत: प्रत्यक्ष बघतोच आहेस, की भीष्म नेहमीच माझ्या तेजाला आणि उत्साहाला खच्ची करण्याचे प्रयत्न करत असतात. नाहीतरी भीष्मासारख्या बुद्धी कमी असलेल्या माणसाची कुवतच नाही, की जो माझ्यासारख्या महारथीला समजू

तरी शकेल! युद्ध, मारामारी, यंत्रणा आणि व्यूहरचनेत कुशल माझ्यासारखा वीर कुठे– आणि हा– ज्याचं आयुष्यही संपत आलंय असा मद्दड डोक्याचा भीष्म कुठे? म्हणूनच मित्रा, भीष्म जिवंत असेपर्यंत मी युद्ध करणार नाही!''

''हते भीष्मे तु योद्धास्मि सर्वैरेव महारथे...''

(भीष्माची हत्या झाल्याबरोबर मी सर्व महारथींना टक्कर देईन...)

परिस्थिती आणखी चिघळण्यापूर्वी दुर्योधनानं हात जोडून मला म्हटलं, ''पितामह, आत्ता तुम्ही फक्त माझा विचार करा. एकाग्रतेनं माझ्या कल्याणाचा विचार करा; कारण मी आता जे महायुद्ध सुरू करत आहे, त्यात तुम्ही आणि कर्ण दोघेही फार मोठी कामं करणार आहात.''

त्यानंतर दुर्योधनानं युद्धाचं आव्हान देण्यासाठी उलुकाला युधिष्ठिराकडे पाठवलं. त्यानं पांडव आणि त्यांच्या सहकाऱ्यांना अनेक कटू शब्द ऐकवले आणि कृष्णांना मायावी म्हटलं, की त्यांच्यासारखी माया करू शकणारे तर कौरवसेनेत अनेक योद्धे आहेत. त्यानं असंही सांगितलं, की एकही पांडव कौरवसैन्याचे सेनापती भीष्म यांना मारणार नाही; कारण ते त्यांचे प्रिय पितामह आहेत; मात्र, भीष्म पांडवांची सेना, शल्याची सेना, सृंजयचे योद्धे, पांचाल योद्धे वगैरे सर्वांचे वध फक्त पाच दिवसांत करून टाकून, युधिष्ठिराला बंदी बनवतील.''

हा संदेश उलुकानं पांडवांना शब्दश: ऐकवला आणि उत्तर म्हणून पांडवांनी जे सांगितलं, ते त्यानं आल्याबरोबर मला सांगितलं, ''प्रभू, दूताचं काम करायला गेलो असताना पांडवपक्षाच्या राजांनी जे म्हटलं, ते मी सांगतो–'' सर्वांत प्रथम त्यानं शिखंडीचे शब्द सांगितले, ''पापी दुर्योधन, तुझा पितामह वल्गना करत असेल, की द्रोणाचार्यांशिवायही तो संपूर्ण जगाचा संहार करण्यास समर्थ आहे; पण माझं सांगणं नीट ऐक–

''यस्य वीर्ये समाश्रित्य धार्तराष्ट्र विकल्धसे।
हन्तास्मि प्रथमंभीष्म भिषतां सर्वधन्विनाम॥''

(हे धृतराष्ट्राच्या पुत्रा, ज्याच्या पराक्रमाच्या भरवशावर तू मोठ्या मोठ्या वल्गना करत आहेस, त्या भीष्माला तर मी तुझ्या सर्व धनुर्धरांदेखत सर्वांत प्रथम मारून टाकेन.)''

शिखंडीचा निरोप ऐकून मला राग नव्हता आला. त्याच्या त्या आव्हानात अंबाची हत्या करण्याच्या आणि माझ्या स्वर्गात परत जाऊन वसूंमध्ये मिसळून जाण्याच्या स्वप्नांची पूर्ती दिसत होती!

असो! कित्येक वर्षं ज्याची वाट पाहण्यात गेली, ती वेळ जवळ येत होती– आज आता मला प्रश्न पडतो, की पांचालच्या महालांमध्ये असं काय होतं, की ते महाल वैरभवन झाले? माझा वध करण्यास अंबा तेथे गेली, द्रोणाचा वध

करण्यासाठी धृष्टद्युम्नही अग्निपुत्र होऊन तेथेच आला आणि आमच्या सर्वांच्या सामूहिक संहाराचं कारण होण्यास अग्निजन्मा द्रौपदीचा अवतारही तेथेच झाला? आत्ता मनात असाही विचार येतो आहे, की मी, अंबा, द्रुपद, धृष्टद्युम्न किंवा द्रौपदी – आम्ही कोणीही आपापली इच्छापूर्ती करून काहीतरी मिळवू का?

त्या वेळी तरी उलुकानं पांडव पक्षाकडून जे जे संदेश आलेले सांगितले ते सर्व आम्ही ऐकले. मग शेवटी दुर्योधनानं माझा सेनापतीपदावर अभिषेक केला, आणि मी दुसऱ्या दिवशी सकाळी कसा व्यूह रचावा ते बघायला रणक्षेत्रावर गेलो. बघितलं तर समोरच्या पक्षातील धृष्टद्युम्न, श्रीकृष्ण, अर्जुन आणि शिखंडीही तेथे उभे राहून बोलत होते. आमची दृष्टिभेट झाली. आणि आम्ही परस्पर स्मित करून एकमेकांना अभिवादन केलं.

दुसऱ्या दिवशी सूर्योदयाला दोन विशाल सेना समोरासमोर उभ्या होत्या. आमच्या दूतांनी पांडवांच्या सेनेनं केलेल्या व्यूहाबद्दल मला सांगितलं.

"मध्ये शिखण्डीनो ऽ नीकं रक्षितं सव्यसाचिना।
धृष्टद्युम्नस्त्रश्चन्नग्रे भीमसेनेन पालितम्।।"

(मध्यभागात सव्यसाची अर्जुन रक्षण करत असलेली शिखंडीची सेना उभी आहे आणि समोरच्या भागात भीमसेनांच्या रक्षणाखाली धृष्टद्युम्न हिंडत आहे.)

– तर आता आम्ही मैदानात उतरलो होतो! जे माझे पुत्र नव्हतेच, त्यांना जन्मभर स्वत:चे पुत्र मानून जगणारा मी आता पितामह नव्हतो. मी फक्त भीष्म होतो– सात वसूंचा आठवा अंश होतो. मनुष्यलोकात माझं, मला मोहपाशात बांधणारं कोणी नसावं, यासाठी केलेल्या माझ्या प्रयत्नांना यश मिळण्याची वेळ आली होती. आता मला फक्त युद्ध करायचं होतं. मृत्यू मला घेऊन जायला येऊन पोहोचेपर्यंत लढायचं होतं!

समोरच्या पक्षानं युद्ध सुरू करावं, असं मला नको होतं. मी युद्धाची घोषणा करायला माझा शंख तोंडाला लावला, आणि बरोबर त्याचवेळी मी युधिष्ठिराला रथातून उतरून, शस्त्र न घेता, चालत माझ्याकडे येताना बघितलं. आम्ही सर्वचजण त्याच्याकडे आश्चर्यानं बघत राहिलो! द्रोण मला म्हणालेही, "हा मुलगा कुरुकुलाला कलंक लावेल. तो घाबरला आहे. येथे येऊन शरणागती मागेल!" अर्जुन, भीम, सहदेव आणि नकुल तर ओरडून विचारू लागले– "दादा! हे काय करताय? तिकडे कुठे जाताय?"

कृष्णांनी हात उंच केला आणि 'शांत राहून काय होतंय ते बघा' अशी खूण केली. युधिष्ठिर माझ्या रथाजवळ आला आणि माझ्या पायांना नमन करून म्हणाला–

"आमंत्रये त्वां दुर्धर्ष त्वया योत्स्यामहे सह।
अनुजानीहि मां तात अशिषश्च प्रयोजय।।"

(दुर्धर्ष वीर पितामह, मी युद्ध करण्यासाठी आपली आज्ञा घेण्यास आलो आहे. मला आपल्याशी युद्ध करायचं आहे! तात, मला युद्ध करण्याची आज्ञा आणि आशीर्वाद द्या.)

मी मनापासून संतोष वाटून म्हणालो, "वत्स, तू आत्ता माझ्यासमोर येऊन अशा तऱ्हेनं आज्ञा मागितली नसतीस, तर मी तुझा पराजय होईल असा तुला शाप देणार होतो! परंतु आता मी प्रसन्न आहे, आणि तुला आज्ञा करतो, की समोर मी आणि तुझे इतर आप्त आहेत, हे न बघता नि:संकोच युद्ध कर. माझा आशीर्वाद आहे, की धर्म तुला मार्ग दाखवेल आणि यश देईल."

युधिष्ठिरानं द्रोणांचे आशीर्वादही मागितले. द्रोणांनी खरं खरं सांगितलं, "वत्स, जोपर्यंत या रणांगणात मी युद्ध करत असेन, तोपर्यंत तुझा विजय शक्यच नाही. मी युद्ध सोडून, बेशुद्ध पडून किंवा आमरण उपवास करायला बसलो, तरच कोणी महान योद्धा मला मारू शकेल, एरवी नाही. हे मी तुला सत्य काय, ते सांगतोय."

मग युधिष्ठिर कृपाचार्यांकडे गेला. कृपाचार्यांनी तर युधिष्ठिर काही बोलणार, त्याच्या आधीच सांगितलं, "नरेश्वर, तू आलास याचा मला खूप आनंद झाला; परंतु मी अवध्य आहे. तू जा आणि युद्ध कर. विजयी होण्याचा प्रयत्न कर."

शेवटी मी युधिष्ठिराला माद्रीचा भाऊ आणि पांडवांचा मामा शल्य याच्या रथाकडे जाताना बघितलं. युधिष्ठिर जवळ गेला तेव्हा शल्यानं स्वत:च म्हटलं, "बाबा रे, तुला ठाऊक आहे, की मी दुर्योधनाला वचन दिल्यानं बांधलेला आहे. त्यामुळे तुला विजयाचा आशीर्वाद देऊ शकत नाही. हां, माझ्या मनात पांडव कुशल राहोत ही भावना नेहमी असेल."

शल्याला युधिष्ठिरानं जे म्हटलं, ते स्पष्ट ऐकू आलं; पण मला खरं वाटेना. तो म्हणाला, "मामा, मी आपल्याला आशीर्वाद देण्याच्या कोड्यात नाही टाकणार. माझी एक विनंती आहे, की सूतपुत्र कर्ण जेव्हा अर्जुनाशी लढेल, तेव्हा आपण त्याचा उत्साह नष्ट करण्यासाठी सर्व प्रयत्न करा. मामा, मला विश्वास आहे, की दुर्योधन तुम्हालाच कर्णाचा सारथी व्हायला सांगेल. त्याला कृष्णांसमोर कर्णाच्या रथावर आपल्याहून उत्तम सारथी मिळणार नाही!"

खुद्द युधिष्ठिरानं युद्ध सुरू होण्यापूर्वी शल्याला सारथ्याच्या धर्माला धोका देऊन कपट करण्याचं वचन द्या म्हणावं, याचं सर्वांना आश्चर्य वाटलं– माझ्यासारखंच शल्यालाही. त्यानं हसून म्हटलं, "कुंतीनंदन, मी तुला वचन देतो, की तुझी ही इच्छा पूर्ण होईल. जा– निश्चिंतपणे युद्ध कर."

आम्हाला वंदन करून युधिष्ठिर पुन्हा रथावर चढला आणि पांडव सैन्यात मिसळून गेला. लगेच श्रीकृष्णांच्या पांचजन्य शंखाचा घनगंभीर आवाज युद्धभूमीत पसरला! अर्जुनानं त्याचा देवदत्त नावाचा शंख, भीमानं पौन्ड्र आणि युधिष्ठिरानं

अनंतविजय असे सर्वांनी आपापले शंख फुंकले.

सैनिकांना लढण्याचा उत्साह येईल अशी वाद्यं–नगारे आणि दुंदुभीचे आवाज गगनाला पोहोचले! आणि बरोबर त्याच क्षणी अर्जुन शस्त्रं खाली ठेवून रथात खाली बसला! कृष्ण एकदम उभे राहिले आणि अर्जुनाला 'युद्ध कर' म्हणू लागले; परंतु मला आणि त्याच्या आप्तसंबंधींना समोर उभे पाहून अर्जुन युद्ध करण्यास नकार देत राहिला. कृष्णांनी त्याला अनेक रीतींनी समजावलं, मग अर्जुन पुन्हा सज्ज झाला आणि युद्ध करू लागला. माझ्यासमोर अर्जुन लढत असूनही दिलेल्या वचनाप्रमाणे मी दहा हजार योद्ध्यांना आडवं केलं. अर्जुनाचा एकही बाण मला स्पर्शही करून गेला नाही!

कृष्णांनी वारंवार सांगूनही अर्जुन मला दुखापत करण्यापासूनही दूर राहत होता! कृष्णाला आता राग आला आणि त्यानं अर्जुनाला बाजूला सारून अभिमन्यूला आणि त्याच्याबरोबरच्या विराटचा पुत्र– श्वेत यांना माझ्यासमोर उभे केले. दोनही किशोरांना अद्भुत कौशल्यानं युद्ध करताना बघून मला आनंद झाला.

अभिमन्यूनं मला इजा केली, श्वेतनं गदा फेकून माझा रथ तोडून टाकला. आयुष्यात युद्धात कधीही न हरलेला मी या अंतिम युद्धात जमिनीवर पडलो, हे बघून पांडवसेनेनं शंख वाजवून हर्षनाद केला. हा अपमान सहन न होऊन मी त्या दोघांच्या मागे धावलो. दुर्योधन घाबरून ओरडला, "अरे– कोणीतरी या म्हाताऱ्याच्या मदतीला जा! असं नको व्हायला, की आपल्या डोळ्यांसमोर ते श्वेताच्या हातून मारले जातील! तो अभिमन्यूही काही कमी नाही!"

दुर्योधनाची आज्ञा ऐकून कृतवर्मा, वान्हिक, शल, विकर्ण, चित्रसेन आणि विविंशति– सगळ्यांनी धावत येऊन मला रक्षण देत श्वेतवर बाणांचा वर्षाव केला. तरीही श्वेत माझ्यावर शस्त्रास्त्रं फेकतच होता. तेव्हा मला कृष्णांचा आवाज ऐकू आला. ते अर्जुनाला सांगत होते, "हे बघ अर्जुन! युद्ध असं करावं! दोन लहान मुलांनी तुझ्या पितामहांना खाली पाडलं आहे– आणि तू– एक वारही करू शकला नाहीस!"

"प्रभू! मी करेन युद्ध, मी लढेन पितामहांशी," अर्जुनानं उत्तर दिलं. मला श्वेत आणि अभिमन्यूनं रोखलं ते बघून दुर्योधन निराश झाला. तो आरडाओरड करू लागला– "हे आपले अजेय योद्धे! मी कर्णालाच सेनापती केलं असतं तर बरं झालं असतं!"

माझा राग शिगेला पोहोचला. मी त्याच्याकडे बघून ओरडलो, "मूर्खा! तू गप्प राहा आणि तुझ्या सेनापतीबरोबर राहून लढ!"

त्याचवेळी मला दिसलं, की श्वेतनं महाभयंकर 'शक्ती' हातात घेतली आणि माझ्यावर फेकता फेकता म्हणाला, "भीष्म! आता धाडसपूर्वक उभा राहा, आणि

पुरुष हो!''

माझं रक्षण करायला आलेले सर्व वीर आणि सैनिक दूर पळाले. पळणारे सैनिक मोठ्यानं ओरडू लागले– ''अरेऽऽऽ म्हातारा गेलाऽऽ!''

मी कसाबसा स्थिर उभा राहिलो आणि 'पेन' नावाच्या बाणानं विराटपुत्र श्वेतनं फेकलेल्या 'शक्ती'चे तुकडे करून टाकले. तीन गाठी असलेल्या बाणानं मी अभिमन्यूलाही मूर्च्छित केला. सात्यकी, भीम, द्रुपद आणि दुसरे योद्धे श्वेतच्या मदतीला येणार त्यापूर्वीच मी एका बाणानं श्वेतचा रथ मोडून टाकला आणि त्याला जमिनीवर पाडला. आणि दुसऱ्याच क्षणी माझ्याहून कितीतरी लहान आणि जमिनीवर उभ्या राहत असलेल्या श्वेतला मी बहिर्मुखी बाणानं मारून टाकला!

त्याच दिवशी मी अर्जुनाच्या उपस्थितीतच त्याच्या सैन्याचा महाविनाश केला. भयानक वेगानं होणाऱ्या हत्या बघून युधिष्ठिर कापू लागला. त्यानं त्याच्या सेनेला मागे घेतलं आणि संध्याकाळ झाली तसं युद्ध थांबवलं.

रात्री मी पांडवांच्या छावणीतली माहिती मिळवली. युधिष्ठिर श्रीकृष्णांना सांगत होता, ''प्रभू, हातात धनुष्य घेऊन महाबली भीष्मांना येताना बघूनच माझं सैन्य पळू लागतं! वासुदेव, भीष्म माझ्या हजारो योद्ध्यांना सारखे मारत असतात!''

आणि कृष्ण म्हणाले होते, ''मला भीष्म युद्ध करत आहेत याच्या काळजीपेक्षा अर्जुन युद्ध करत नाही, त्याचं जास्त दुःखं होतं. आपल्या पक्षाचं एवढं नुकसान होताना बघूनही पार्थाला युद्ध करावंसं वाटत नाही, हे मला समजतच नाही! परंतु धर्मराज, तुम्ही काळजी करू नका. भीष्माला तर शिखंडीच मारून टाकेल. कोणीही नाही लढलं, तर मी माझी प्रतिज्ञा मोडून शस्त्रे हातात घेईन!– आणि युद्धात भाग घेऊन सगळ्या कौरवांचा संहार करेन.''

अर्जुन कृष्णांना हात जोडून म्हणाला, ''प्रभू! आपण प्रतिज्ञा नका मोडू! मी लढेन. माझी शक्ती आणि विद्या वाया जाणार नाही. प्रभू, आपली प्रतिज्ञा मोडू नका.''

दुसऱ्या दिवशी सकाळी मी बघितलं, तर अर्जुनानं त्याचा रथ माझ्यासमोर आणायला कृष्णांना सांगितलं. मन घट्ट करून मी लढू लागलो. थोड्याच वेळात दोन्ही सैन्यांनी रचलेले व्यूह विसकटले. सैनिक इकडचे तिकडे होऊन टोळ्या झाल्या. भीषण लढाई होत होती, त्यात कोण कोठे लढत आहे, हे दिसेनासं झालं. मला फक्त अर्जुन दिसत होता. तो माझ्यावर बाणांचा मारा करत होता; पण त्या माऱ्यात युद्धाची जी तीव्रता असायला हवी होती, ती नव्हती.

मला माहीत होतं, की अर्जुन युद्ध करत असल्याचं दाखवूनही युद्ध करणार नाही! त्याला सांगून किंवा उपदेश करून समजावता आलं नसतं. मी मग वेगळा मार्ग घेतला. मी अर्जुनाच्या रथाला आणि घोड्यांना लक्ष्य केलं, आणि एका वेळी

पंचवीस बाण मारले.

माझा अंदाज होता, तसंच झालं. वासुदेवांनी त्यांच्या आवडत्या घोड्यांना वाचवायला रथ एका बाजूला फिरवला, ते रथावरच उभे राहिले आणि माझे सर्व बाण त्यांनी स्वत:च्या देहावर झेलले. फुललेल्या पळसाचा वृक्ष उभा असेल, तसा श्रीकृष्णांचा रक्त ठिबकणारा देह बघून सर्वांनाच धक्का बसला.

श्रीकृष्ण जखमी झाले, त्यामुळे खूपच संतापून अर्जुनानं माझ्याही सारथ्यावर बाण मारले. त्यानंतर मी एक बाण मारण्याआधी अर्जुनाचे पाच-पाच बाण येऊ लागले. मी ते थांबवण्याचे केलेले प्रयत्न निष्फळ झाले.

दुसरीकडे धृष्टद्युम्न आणि द्रोण यांचं तुंबळ युद्ध चालू होतं. तिसरीकडे भीमानं कलिंगचा राजपुत्र शकदेव याला मारलं. त्या हत्येचा सूड घ्यायला भानुमान भीमावर चालून आला अणि तुल्यबळ योद्ध्यांचं भीषण युद्ध चालू झालं. शेवटी भीमानं भानुमानचा माहूत आणि हत्ती दोघांनाही मारलं, आणि मग तलवारीनं भानुमानलाही मारून टाकलं.

भानुमानच्या वधानं दु:खी आणि निराश झालेल्या दुर्योधनानं दुसऱ्या दिवशी सकाळपासूनच जणू भानुमानच्या हत्येचा बदला घ्यायला लढावं तसं सुरुवातीपासूनच भयानक युद्ध करायला सुरुवात केली. त्यानं भीमाला आव्हान दिलं, सात्यकीचा रथ तोडून टाकला, अनेक योद्ध्यांना मारून टाकलं. कौरवांची विशाल सेना घेऊन दुर्योधन पांडवांच्या वरचढ झाला. दिवसाच्या शेवटी सर्वजण दुर्योधनाच्या पराक्रमाबद्दलच बोलत होते.

चौथ्या दिवशी भीमानंही तसंच युद्ध केलं. भीमानं गदा बाजूला ठेवली आणि एक भयंकर बाण दुर्योधनाच्या छातीवर मारला. आत्यंतिक वेदनांनी छाती पकडून दुर्योधन रथातच खाली बसला. त्याचा सारथी रथ रणांगणातून त्वरेनं काढून दुर्योधनाला शिबिरात घेऊन गेला.

अर्जुनही त्वेषानं लढला. तो मला इजा होऊ न देता माझ्या सेनेचा पराभव करू बघत होता. कृष्णांनी त्याला दोनदा माझ्याशी युद्ध करायला सांगितलं; पण अर्जुनानं मला रोखून धरायचाही प्रयत्न केला नाही. कृष्ण चिडले, त्यांनी रथ थांबवला, उडी मारून खाली उतरले आणि अर्जुनाकडे बघून मोठ्यानं म्हणाले, ''पार्थ, तू जर लढणारच नसशील, तर आता बघच, मी या दुष्ट भीष्मांना मारून टाकतो.''

अर्जुन खाली उतरला आणि रडत रडत कृष्णांचे पाय पकडून आता तो नीट युद्ध करेल असं वचन दिलं; परत रथावर चढून त्यानं भयानक संहार सुरू केला.

दुर्योधन शुद्धीवर आल्याबरोबर पुन्हा रणांगणावर आला. त्याला झालेल्या इजेनं आणि कौरवसैन्याच्या होत असलेल्या विनाशानं व्यथित होऊन तो सरळच माझ्याकडे

आला आणि म्हणाला, "पितामह, मी जे सांगतो आहे, ते ऐका. मला खरं वाटत नाही, की पांडवांच्या सैन्यात तुम्ही, द्रोण, कृपाचार्य आणि अश्वत्थामा यांच्याहून जास्त चांगला योद्धा कोणी आहे. तरीही माझं सैन्य मारलं जात आहे, हे बघून मला असं वाटायला लागलं आहे, की तुम्ही सर्वजण मला दगा देत आहात, आणि पांडवांबद्दल तुम्हाला सहानुभूती, आपुलकी आहे."

"आत्ता तू जा, मला लक्ष देऊन युद्ध करू दे," मी म्हणालो.

दुर्योधन गेला नाही, बोलतच राहिला– "महात्मा! तुम्हाला पांडवांना दयाच दाखवायची होती, तर तुम्ही मला आधीच सांगायला हवं होतं, की तुम्ही युद्धामध्ये पांडव तर सोडाच, पण धृष्टद्युम्न आणि सात्यकीवरही वार करणार नाही. तर मग मी कर्णाला सेनापती केलं असतं! मी हात जोडतो की तुम्ही आणि द्रोण नीट लढा, आणि पांडवांचा पराभव करा!"

– आत्ता यावेळी ते कटू शब्द आठवले की, उत्तर-पूर्व दिशेनं येऊ लागलेल्या मंद शीतल झुळुकांमध्येही माझा देह संतापानं गरम होतो. त्या वेळी माझा संताप मी कसा आवरला ते माझं मलाच माहीत! दुर्योधनाच्या मूर्खपणाला हसून मी शांत राहून त्याला म्हणालो होतो, "बाबा रे! मी तुला बरेचदा सांगितलं आहे, की युद्धात इंद्र आणि त्याचे सर्व देवगण एकत्र आले, तरी ते पांडवांना हरवू शकणार नाहीत! तरीही आमच्यासारख्या वृद्धांच्यानं जे होणं शक्य आहे, ते मी आणि द्रोण करत आहोत. आजही मी यथाशक्ती युद्ध करेन आणि पांडवांना रोखून धरेन. तू आणि तुझे भाऊ बघत राहाल!"

मी दुर्योधनाला सांगितलं खरं; पण त्या वेळी दिवस फार उरला नव्हता. लवकरच संध्याकाळ होणार होती. आता खूप वेगानं हल्ला करण्याखेरीज माझ्याकडे दुसरा मार्ग नव्हता.

मी रथाला खूप वेगानं जाऊ शकणारे घोडे जोडून घेतले आणि सरळ पांडवसेनेवर तुटून पडलो– घुसलोच. डोंगरांमध्ये विजांचे भयंकर आवाज व्हावे तसे माझ्या आणि अर्जुनाच्या धनुष्यांचे टणत्कार गर्जना करत होते. चहूकडे खूप भीतीचं वातावरण निर्माण झालं. बघता बघता हजारो सैनिकांच्या डोक्यांचा खच पडू लागला.

रणांगणात रक्ताची जणू नदी वाहू लागली. घोड्यांचे खूर रक्तात बुडून त्याचे थेंब सगळीकडे उडू लागले. माझे घोडे मला इतक्या वेगानं एकीकडून दुसरीकडे घेऊन जात होते, की पांडवांना जणू मी दिसतच नव्हतो. मी हत्ती आणि घोड्यांनाही सोडलं नाही. पांडवसेना विखुरली. सगळीकडे नुसता हाहाकार माजला!

जेव्हा मी अर्जुनाच्या घोड्याला बाण मारला, तेव्हा कृष्णांना राहवलं नाही. ते म्हणाले, "अर्जुन, काय वाटेल ते करून भीष्मांना रोख!"

अर्जुनानं काही करण्याआधीच मी अर्जुनाच्या रथाला बाणांनी झाकून टाकलं! आणि कृष्णांनाही इजा केली. सात्यकी कृष्णांच्या मदतीला धावला. इकडे द्रोण आणि भूरिश्रवा माझ्या मदतीला धावले.

त्या क्षणी मावळत्या संध्याकाळी, युद्धाच्या उन्मादाच्या ओरड्यामध्ये मी वासुदेव कृष्णांचा धीरगंभीर आवाज ऐकला, ''सात्यकी, तू बघ आता, मी भीष्म आणि द्रोणांना मारून टाकतो! मी द्रौपदीला वचन दिलं आहे, ते मी पाळेन. सर्व कौरवांना आणि त्यांच्या मदतीला आलेल्या राजांना मारून मी आजच युधिष्ठिराचा राज्याभिषेक करेन!''

कृष्णांचा आवाज आणि हे बोलणं ऐकून दोन्ही सैन्यं हतप्रभ झाली. सैनिक लढणं सोडून आमच्याकडे बघण्यात दंग झाले.

खाली बसणाऱ्या धुरळ्यात मला दिसलं, की कृष्णांनी रथावरून खाली उडी मारली, हातात त्यांचं प्रिय शस्त्र– सुदर्शन चक्र घेतलं आणि उजव्या हातानं ते जोरानं फिरवत माझ्याकडे धावले. त्यांचं उत्तरीय उडून खाली पडलं. अर्ध्या उघड्या देहानं, शरीरावर ठिकठिकाणी वाहणाऱ्या जखमांचं रक्त आणि विस्कटलेल्या केसांच्या उडणाऱ्या बटा, अशा स्वरूपात चमकत शोभणारे ते यादवी वीर मला मारायला धावून येत होते.

मी जराही न घाबरता म्हणालो, ''या वासुदेव! भीष्मांचा तुम्हाला प्रणाम! मला मारून माझ्या रथावरून खाली फेकून द्या. मी तुम्हाला तुमची प्रतिज्ञा मोडायला लावली आहे. प्रभू, आज तुमच्या हातून मला मृत्यू मिळेल. मी तिन्ही लोकांत यशस्वी ठरेन!''

कृष्ण म्हणाले, ''होय भीष्म! माझ्यापासून अगदी सांभाळून राहा. गरज पडली तर मी प्रतिज्ञा तोडूही शकतो. ज्याला मी माझा धर्म समजतो, त्यापासून मला माझी स्वत:ची प्रतिज्ञाही विचलित करू शकत नाही. आपल्यासारखं प्रतिज्ञेला जीवनापेक्षाही श्रेष्ठ मानण्याऐवजी मी जीवनाला प्रतिज्ञेपेक्षा श्रेष्ठ मानलं आहे. एक गोष्ट लक्षात ठेवा देव, की प्रतिज्ञा मी ग्रहण केली आहे– आपल्यासारखं मला प्रतिज्ञेनं ग्रहण केलेलं नाही!''

कृष्ण माझ्यापर्यंत पोहोचण्याच्या आत अर्जुन धावत आला आणि त्यांच्यासमोर आडवा पडला! कृष्णांचे पाय धरून तो म्हणाला, ''नाही देव, नाही! तुम्ही युद्ध करू नका! मी माझे पुत्र आणि भाऊ यांची शपथ घेऊन सांगतो, की मी युद्ध करेन. मी कौरवांना मारून युद्धात विजय मिळवेन. आपण जे करण्याची आज्ञा कराल, ते मी करेन.''

कृष्ण शांत झाले. चक्र जागेवर ठेवून माझ्याकडे बघून स्मित केलं, आणि रथात त्यांच्या जागेवर जाऊन बसले. त्या संध्याकाळपासून अर्जुनाचं स्वरूप आणि

त्याचं युद्ध करणं दोन्ही मला विशेष बघण्यासारखी वाटू लागली. रात्री माझ्या शिबिरात मी गाढ झोपलो, आणि पहाटेच उठून एखाद्या अभेद्य व्यूहाची रचना कशी करावी याचा विचार करत बसलो.

उजाडल्यावर मी कौरवसेनेला एका अशा अद्‌भुत व्यूहात रचली. जी पृथ्वीवर आजपर्यंत कोणीही केली नव्हती. माझ्या सैन्याच्या हत्तींवर लाल-हिरव्या-पिवळ्या रंगीबेरंगी पताका फर्रफर्र उडत खूप वेगानं वाहणाऱ्या नदीचा भास निर्माण करत होत्या! जणू माझ्या शेवटच्या दिवसांमध्ये मला माँ गंगाच्या मांडीवर गेलेलं माझं बालपण आठवलं होतं! खूप रुंद पात्राच्या वाहत्या नदीचे किनारे असावेत तसे रथ. घोडे, पायदळ उभे होते आणि युद्धासाठी कूच करण्याच्या आज्ञेची वाट बघत होते.

पृथ्वीच्या पूर्व क्षितिजावर येऊन पोहोचलेल्या सूर्याच्या प्रकाशात मी दूर फडफडणारा अर्जुनाचा कपिध्वज बघितला आणि सैन्याला कूच करण्याची आज्ञा दिली. नदीला पूर यावा तशा वेगानं आमचं सैन्य पांडवसेनेकडे धावलं. पांडवांचं सैन्य विखुरलं. मी माझा पाच तालवृक्षांचं चित्र असलेला तालध्वज फडकवत रथ घेऊन अर्जुनाच्या रथापुढे जाऊन उभा राहिलो.

मला बघितल्याबरोबर अर्जुनानं भाले आणि बाण यांचा वर्षाव केला. मी माझ्या पूर्ण शक्तिनिशी लढू लागलो. आपल्या पित्याला मदत करायला अभिमन्यूही अतुलनीय शौर्य व कौशल्य दाखवत माझ्याशी लढत होता.

कृष्ण कपिध्वज फडकवणारा अर्जुनाचा रथ निष्ठेनं, एकाग्रतेनं चालवत होते. त्यांचा चेहरा बघून कोणालाही वाटत नव्हतं, की ते अशा क्रूर युद्धाच्या, तीव्र वेगानं चाललेल्या समराच्यामध्ये आहेत.

मी न थकता लढत होतो आणि हिंसा करत सुटलो होतो. खरोखर काहीही व्यक्तिगत कारण नव्हतं! माझी प्रतिज्ञा आणि कुळाचा अभिमान सोडून, मला काहीही कारण नव्हतं की मी असं घोर युद्ध करून निर्दोष सैनिकांना मारत सुटावं!

मला वाटायचं की अशा हिंसेनं मनाला त्रास होऊन, युधिष्ठिरानं युद्ध करायचं सोडून देऊन तह करायला यावं– परंतु पांडव मुळीच पाय मागे घेत नव्हते. दुर्योधन मला आणि द्रोणांना अखंड म्हणत राहायचा, की आम्ही दोघंही पांडवांना मारायला काहीही करत नव्हतो.

द्रोणानं व मी त्याला अगदी स्पष्टपणे समजावून सांगितलं, "बाबा रे, आम्ही दोघं म्हातारे आमच्या जिवाची पर्वा न करता पांडवांशी युद्ध करत आहोत; परंतु पांडव आणि त्यांच्याबरोबरचे योद्धे प्रचंड पराक्रमी आहेत, युद्धनिपुण आहेत, त्यांचा असा चार घटकांमध्ये– एक-दोन दिवसांमध्ये पराभव करणं शक्य नाही."

दुर्योधन काही बोलला नाही; पण त्याला आमच्या सांगण्यानं बरं वाटलं नव्हतं हे उघड होतं. त्यातच त्या दिवशी कौरवसेनेत खूप पळापळ झाली. अर्जुन अत्यंत

त्वेषानं लढत होता आणि कृष्णांनीही त्यांचं शांत स्वरूप सोडून रौद्र रूप धारण केलं होतं. ते सारथ्याच्या बसण्याच्या जागी उभे राहून रथ चालवत वेगानं पुढे जात होते. ज्या सामान्य सैनिकांनी असं दृश्य कधीही-कुठेही बघितलं नव्हतं, त्या सर्वांनी घाबरून शस्त्रं टाकून शिबिराकडे धाव घेतली! मैदानात फक्त योद्धे, रथी, महारथी, आणि काही हिंमत असलेले सैनिक राहिले.

दुर्योधन मला सारखा 'काहीतरी करा' म्हणत होता. त्याची निराशा प्रचंड होती आणि त्याच्या चेहऱ्यावर माझा आणि द्रोणाचा आलेला राग स्पष्ट दिसत होता.

मला अतिशय दु:खं झालं. माझ्या अतुलनीय युद्धाची, मी रोज रोज केलेल्या पराक्रमाची, मी केलेल्या हिंसेची, मी कृष्णांसारख्या महारथीचा प्रतिज्ञाभंग करू शकलो त्या क्षणाची, माझ्या भयंकर रौद्र स्वरूपाची नोंद समरांगणात प्रत्येकानं घेतली होती. फक्त दुर्योधन तीच तीच वटवट करत होता– "पितामह आणि द्रोण काहीच करत नाहीयेत– पांडव त्यांचे लाडके ना!"

आदल्या दिवशीही पांडवांचं काही मोठं नुकसान झालं नव्हतं. त्याच दिवशी भीमानं एका वेळी आठ कौरवांना मारून टाकलं! दुर्योधनाच्या रागाला सीमा राहिली नाही. तो त्याचा रथ घेऊन वेगानं माझ्याकडे आला आणि म्हणाला, "पितामह, तुम्ही येथे असतानाही भीमानं माझ्या आठ भावांना मारून टाकलं. तुम्ही काही करत नाही, आणि तटस्थ राहता, त्यामुळे माझ्या सैनिकांचंही मरण ओढवलंय. तुम्हाला बरोबर ठेवून मी मोठी चूकच केली आहे."

मला म्हाताऱ्याला युद्धात लढत असताना असं बोलणं ऐकणं असह्य झालं. माझ्या डोळ्यांतून अश्रू वाहू लागले. मी लढायचं थांबवून दुर्योधनाला म्हटलं, "तुझं म्हणणं खरं आहे, बाबा, की तू मला आणि द्रोणाला युद्धात घ्यायला नको होतंस. आम्हाला कोणालाही युद्ध नको होतं. मी, द्रोणानं, विदुरानं आणि गांधारीनं– आम्ही सर्वांनी तुला तह करून टाक, असं समजावलंही होतं, तरी तू ऐकलं नव्हतंस. आता तुझी जागा फक्त स्वर्गातच आहे, असं समजून लढ–"

दुर्योधन यावर काही न बोलता माझ्याकडे बघत राहिला. मी त्याला पुन्हा म्हणालो, "माझ्याकडे बघत बसू नको– जा आणि लढ. तू तर युधिष्ठिरासमोर असलं पाहिजे. शक्य आहे, की एखाद्या बेसावध क्षणी तू त्याला कैद करू शकशील!"

दुर्योधनानं ऐकलं– न ऐकलसं केलं, आणि म्हणाला, "पितामह, या युद्धात आपण सेनापती आहात तरी आपण लढलं पाहिजे तसं लढत नाही, आणि मला कोठे आणि कसं लढू ते सांगताय? आपण जर बरोबर लढला असतात, तर युधिष्ठिर केव्हाच मेला असता!"

मी दु:खी होऊन त्याला उत्तर दिलं, "मुला, आग जशी सुक्या लाकडाला

जाळते, तसं तुझ्या या अपमान करणाऱ्या शब्दांनी माझं मन पोळतंय. आत्ता तू येथून निघून जा. आपण नंतर बोलू.''

दुर्योधन संतापानं निघून गेला. युद्धानं उच्चांक गाठला होता. बाजरीची सुकी ताटं कापून टाकणाऱ्या शेतकऱ्यासारखी माणसांची डोकी छाटत मी पुढे पुढे गेलो. माझ्या कृतघ्न राजासाठी– त्याला खूष करायला, मी कधी पाहिलीही नव्हती अशी हिंसा स्वत: करत होतो, न थकता लढत होतो.

चारी बाजूंना हत्तींच्या घंटा पडल्या होत्या. अंकुश आणि हत्तींच्या पाठींवर टाकायची जाड कांबळीही इतस्तत: पडली होती. घोड्यांच्या छातीला झाकणाऱ्या कवचांचे ढीग झाले होते. घोड्यांच्या रिकिबी आणि त्यांच्याखाली घातली जाणारी हरणांची कातडीही इकडेतिकडे उडत होती. अरेरे! मी निर्दोष सैनिकांच्याच नाही, निर्दोष प्राण्यांचाही क्रूर हत्या केल्या होत्या!

समुद्राच्या भरतीच्या लाटांसारख्या कौरव आणि पांडवांच्या प्रचंड सेना एकमेकांवर आदळत होत्या. फरक हा होता, की समुद्राच्या पांढऱ्या फेसामागे निळं निळं तेज पसरतं. युद्धात केशराच्या रंगाच्या फेसामागे काळं पडत जाणाऱ्या रक्ताचा रंग होता.

अशी अफवा ऐकली आहे, की त्या वेळी आकाशात देव गोळा झाले होते, आणि एकमेकांना सांगत होते– ''चला बघायला, की भीष्म कसं बघण्यासारखं युद्ध करतो आहे!''

। तेवीस ।

"अभिमानी रणे भीष्मो नित्यंचापि रणप्रिय।
स कथं पांडवान् युद्धे जेष्यते तात संगतान॥"

(तात, भीष्म युद्धात अभिमान वाटणारे आणि युद्ध आवडणारे आहेत हे खरं, पण पांडवांबद्दल त्यांच्या मनात दयाभाव आहे, तेव्हा ते युद्धात त्यांना कसं काय जिंकू शकतील?)

दुर्योधनाच्या शिबिरात कर्ण बोलत होता. मी आत प्रवेश करता करता हे ऐकलं आणि मी थांबलो. कर्ण पुढे म्हणाला,

"स त्वं शीघ्रमितो गत्वा भीष्मस्य शिबिरं प्रति।
अनुमान्य गुरू वृद्धं शस्त्रं न्यासय भारत॥"

(दुर्योधना, तू येथून आत्ताच भीष्माच्या शिबिरात जा आणि तुझ्या पूज्य, वृद्ध, वडील माणसाचं मन वळवून त्याची शस्त्रं काढून घे.)

"मा शोच भरतश्रेष्ठ करिष्येहं प्रियं तव।
भीष्मः शान्तनवस्तूर्णमपयातु महारणात्॥"

(भरतश्रेष्ठा, तुला हवं आहे तसं मी करेन; परंतु शंतनूचा पुत्र भीष्म या महायुद्धातून लवकर बाहेर निघाला तर.)

आजच दुपारी युद्धस्थळावर मी दुर्योधनाचं म्हणणं ऐकून न घेता त्याला हाकलून दिलं होतं, म्हणून त्याचं सांत्वन करायला मी त्याच्या शिबिरात जाणार होतो. तेथे कर्णाचं असं बोलणं ऐकून माझं मन उद्विग्न झालं. मी लगेच परत येऊन माझ्या शिबिरात गेलो आणि छताकडे बघत अंथरुणावर पडून राहिलो.

बाहेरून बरेच आवाज आले. दुर्योधन त्याच्या भावांना घेऊन येत होता. सर्वजण आत येऊन माझ्यासमोर उभे राहिले. दुर्योधनाच्या डोळ्यांतून अश्रू वाहू लागले. माझ्यासमोर हात जोडून तो म्हणाला, "पितामह, तुमच्या आसऱ्याला राहून मला युद्धात इंद्र देवता आणि असुरांनाही जिंकण्याचा उत्साह होता. तेव्हा पांडवांना जिंकण्यात काय विशेष होतं? तुम्ही पांचाल, सोम आणि कैकाय यांनाही मारण्याचं बोलला होतात. माझी इच्छा आहे की

ते बोलणं खरं व्हावं. तुम्ही महान योद्धा सोम आणि पाचही कुंतिपुत्रांना मारून तुमचं वचन पाळा. पांडवांवर प्रेम करणं आणि माझा धिक्कार करणं बंद करा.''

दुर्योधनाचं बोलणं ऐकून मला पराकोटीचं दु:ख होत होतं. तरीही मी त्याला काहीही कडवटपणानं बोललो नाही. खरं तर मला त्याची दया आली. मी बराच वेळ काही न बोलता पडून राहिलो. मग एक दीर्घ नि:श्वास टाकून उठून बसताना तिथे उभे असलेल्या सर्वांकडे बघून माझे डोळे क्रोधानं लाल लाल झाले.

मला कल्पना होती, की दुर्योधन काय ठरवून आला असणार. मी त्याला कोणतीही संधी देणार नव्हतो. मी राग दाबून धरत म्हणालो, ''बेटा, अशा बोलण्यानं तू मला का दुखावतो आहेस? तू बघतो तर आहेस, की मी माझ्यात आहे तेवढ्या पूर्ण शक्तीनं लढत आहे. शत्रूवर विजय मिळवण्याचा प्रयत्न करत आहे. तुला हवं आहे, ते करण्यासाठी मी माझ्या प्राणांचीही पर्वा करत नाही.''

''तरीही एकही पांडव मेला नाहीये!'' तो म्हणाला.

मी तरीही शांत राहून उत्तर दिलं– ''तुला आठवत असेल, मी तुला अनेकदा सांगितलं होतं, की कृष्ण आणि अर्जुन युद्ध करत असतील, तर एकाही पांडवाला हात लावणं भगवान पिनाकपाणिही करू शकणार नाहीत, तर मी बिचारा भीष्म काय करू शकणार?''

बोलता बोलता मला भरून आलं. मी बोलून गेलो– ''आता एक काम कर. तू स्वत: युद्ध कर. आम्ही सर्व बघू, की तू कसा लढून कसा जिंकतोयस! वेड्या, अर्जुनाला जिंकणं तर त्याच्या बापाला इंद्रालाही शक्य नाही!''

''तर मग पितामह, आपण शस्त्रं खाली ठेवून...''

दुर्योधन पुढे बोलणार एवढ्यात, ''बस कर पोरा! तोंड आवर!'' मी एवढ्या मोठ्यानं ओरडलो, की दुर्योधन आणि दु:शासन सोडून बाकीचे कौरव बाहेर निघून गेले! मला युद्धभूमीवरून परत जा म्हणायला तुझी जीभ कशी उचलली? नीट ऐक– माझे हातपाय चालतायत तोपर्यंत मी शस्त्रं खाली ठेवणार नाही! हां, तुला हवं तर तू गळ्यात दोरी अडकवून युधिष्ठिराकडे जा आणि तह करून टाक–''

''पण पितामह–''

''आता एक शब्दही बोलू नको. जा– जाऊन झोप. उद्या मी भीषण युद्ध करेन. एका शिखंडीला सोडून सर्व पांचालांना मारेन. सर्व सोम लोकांना मारेन. त्या हत्या बघून युधिष्ठिरानं युद्ध थांबवलं तर तू जिंकशील. एरवी भीष्म शस्त्रं खाली ठेवणं, हे कधीही होणार नाही.''

माझं रौद्र स्वरूप बघून आणि मी केलेल्या प्रतिज्ञा ऐकून दुर्योधन परत गेला. जाता जाता दु:शासनाला माझ्या रक्षणाची व्यवस्था करायला सांगितलं. माझ्या पराधीनतेचं खूपच वाईट वाटून मी अंथरुणावर पडलो. वेळच्या वेळी, शांत आणि

स्वप्नं न पडणारी झोप, हे माझं जणू वरदान आहे!

दुसऱ्या दिवशी सकाळी माझ्या रथाच्या आजूबाजूला अनेक योद्धे आपापले रथ घेऊन उभे होते. द्रोण, अश्वत्थमा, कृतवर्मा, शल्य, भूरिश्रवा आणि भगदत्त या सर्वांना माझ्या रक्षणासाठी सज्ज होऊन उभे असलेले बघून कृष्ण अर्जुनाला म्हणाले, ''बघ! आज तू भीष्मांना रोखू शकला नाहीस, तर आज संध्याकाळपर्यंत युद्ध संपेल आणि कौरव विजयाचा उत्सव करत असतील!''

अर्जुनानं उत्तर दिलं, ''प्रभू! मी काहीही करून भीष्मांची व दुर्योधनाची इच्छा पूर्ण होऊ देणार नाही. आज माझा रथ प्रत्येक क्षणी भीष्मांच्या रथासमोरच राहील, असं बघा.''

युद्धाला आरंभ झाल्याबरोबर मी समोर कृष्ण-अर्जुन आहेत याचीही पर्वा न करता संहारलीला चालू केली. पांडवही दाद देत नव्हते. आम्ही सर्व महायोद्धे या बाजूला होतो याचा फायदा घेऊन अभिमन्यूनं कौरवांच्या सेनेला पळ काढायला लावला. दुर्योधनानं पळ काढणाऱ्या सैन्याकडे बोट दाखवत मला डिवचलं.

अखेरचं युद्ध करत असावं, तसं मी हिंसेचं तांडव सुरू केलं. पांडवांच्या सेनेतून रक्ताची नदी वाहू लागली. पांडव सैनिक असं वाहणारं रक्त बघून घाबरले– पळापळ सुरू झाली. माणसं आणि प्राणी एकमेकांना चिरडून पळत होते. किंचाळणं आणि रडणं-ओरडणं यांनी आकाश भरून गेलं. सगळे 'आम्हाला वाचवा' म्हणून अर्जुनाच्या विनवण्या करत होते!

माझ्या धनुष्यातून बाण अशा तऱ्हेनं जणू वाहत होते, की अर्जुनाचा एकही बाण मला स्पर्शही करू शकत नव्हता! खुद्द अर्जुनाला समजत नव्हतं, की त्यानं कुठल्या बाजूला जावं आणि कुठली अस्त्रं कशा तऱ्हेनं फेकून मला थांबवावं!

पांडवांचं सैन्य विखुरलं. आता थोड्याच वेळात रणांगणात पाच पांडव आणि थोडे वीर योद्धेच राहतील आणि आम्ही युधिष्ठिराला कैद करू शकू अशी संधी जवळ आली आहे असं वाटू लागलं.

श्रीकृष्णांनी मोठ्या आवाजात अर्जुनाला म्हटलं, ''पार्थ, आपण ज्या वेळेची वाट बघत होतो, ती आली आहे. या जिद्दी म्हाताऱ्यानं केलेल्या निर्दय हत्या बघून तुझा मोहभंग झाला असला, तर मार भीष्माला!''

अर्जुनानं नजर खाली वळवून इच्छा नसल्याचं दाखवत उत्तर दिलं, ''प्रभू! आपल्याच वडील महापुरुषांना मारून टाकून, नरकाहूनही वाईट असं राज्य मिळवावं की सरळ वनात जाऊन राहावं– या दोन्हींपैकी जास्त चांगलं कुठलं ते मला समजत नाही. तरी पण, आपण घोडे पितामहांच्या रथाच्या समोर घ्या. मी त्यांना थांबवायचा प्रयत्न करेन.''

कृष्णांनी अर्जुनाचा रथ माझ्या रथाच्या बरोबर समोर आणून थांबवला. आणि

कृष्ण-अर्जुन आलेले बघितल्यावर पळणाऱ्या सैनिकांनाही धीर आला आणि सगळे मला घेरायला बघू लागले. अर्जुनानं मला थांबवण्याचा प्रयत्न केला.

कृष्ण रथ चालवण्यात किती कुशल आहेत ते मी त्या दिवशी माझ्या समोरच बघितलं. घोड्यांना एकीकडून दुसरीकडे फिरवत राहून त्यांनी माझे सर्व बाण चुकवले. तरीही माझा एक बाण अर्जुनाच्या कपाळाला लागला, त्याचा आनंद मी जोरजोरात ओरडून व्यक्त केला! अर्जुन उलट बाण मारण्याऐवजी त्याच्या कपाळावर हात फिरवून कुठं किती लागलंय ते बघत बसला!

कृष्णांना हे सहन झालं नाही. त्यांनी घोडे तसेच सोडून रथावरून उडी मारली. पाय जमिनीवर टेकताक्षणी कुठलंही शस्त्र न घेता फक्त चाबूक हातात घेऊन माझ्याकडे धावले! अजून कृष्ण माझ्याजवळ पोहोचण्यापूर्वीच सबंध रणांगणात गलका झाला– "भीष्म गेले! भीष्म गेले!"

कृष्णांनी वाटेत पडलेलं मोडलेल्या रथाचं चाक उचलून हातात घेऊन जोरात फिरवलं आणि ते माझ्यावर फेकणार तेवढ्यात पाठोपाठ आलेल्या अर्जुनानं त्यांना घट्ट पकडलं. अर्जुन म्हणू लागला, "माधव! आपण प्रतिज्ञा मोडू नका! जगानं आपल्याला खोटं बोलणारे, अधर्मी म्हटलं, तर ते मला सहन होणार नाही. प्रभू! मी माझ्या शस्त्रांची शपथ घेऊन सांगतो, की मी मोह सोडून देऊन युद्ध करेन."

अर्जुनाला ढकलून सुटायला बघत कृष्ण म्हणाले, "केवळ भीष्माच्या जिद्दीमुळे कित्येक सैनिकांची हत्या होते आहे, त्याचा विचार करतो, तेव्हा मला वाटेल ती नावं जगानं ठेवली, तरी ती सहन करायला मी तयार होतो. जग मला काहीही म्हणो, मला फरक पडत नाही. हा म्हातारा शस्त्रं टाकून लढणं सोडून देईल, तेच उत्तम! तसं नाही झालं, तर मी त्याला मारून टाकेन."

– आज, या बाणशय्येवर मला कृष्णांचं ते बोलणं आठवतं, तेव्हा समजतं, की मी युद्ध जिंकून देणार नव्हतो, हे माहीत असूनही मी सेनापती झालो होतो. एखाद्या पांडवाला मारण्याची राजाज्ञा असूनही मी तसा प्रयत्न केला नव्हता. माझ्या राजानं माझं वागणं आवडत नाही असं दाखवल्यावर युद्ध करायचं सोडून देण्याऐवजी मी सामान्य सैनिकांची हत्या करू लागलो होतो!

आत्ता यावेळी मला माझ्या माता गंगेनं खूप खूप सुरुवातीला म्हटलेलं वाक्य आठवतंय. वसूंना जन्मतःच तिच्याच पाण्यात सोडून द्यावं अशी त्यांनी विनंती केली, तेव्हा त्या पवित्र देवीनं म्हटलं होतं, "निसर्गाची रचना या पृथ्वीवर जीवनलीला प्रकट करण्यासाठी झालेली आहे–शून्याच्या प्रतिष्ठेसाठी नाही. वत्स, तुम्ही ही गोष्ट विसरून जाऊ शकता, किंवा सत्याचा अस्वीकार करू शकता. मी तर स्वतःच निसर्गाचंच एक रूप आहे. मी हे सत्य विसरू शकत नाही; सत्याचा अस्वीकार करू शकत नाही!"

या क्षणी मी कबूल करतो, की जीवनाच्या प्रतिष्ठेला मी महत्त्वच दिलं नाही. एक तर माझ्यामधून नवं जीवन कधीही प्रकट होऊ दिलं नाही. दुसरं, की दुर्योधनाला दिलेल्या वचनासाठी म्हणून कोणीतरी प्रकट केलेल्या जीवनाचाही– हजारो मनुष्यांचा मी विनाश करत होतो.

त्या दिवशी अर्जुनानं कृष्णांना पुन्हा एकदा थांबवलं होतं. एकाएकी मी थकून जावं तसा संथ झालो. कसंबसं संध्याकाळपर्यंत थांबून युद्ध बंद करून मी माझ्या शिबिरात जाऊन खाली जमिनीकडे बघत बसून राहिलो.

सेवक येऊन मला जेवायला वाढून गेला. मी झोपण्याची तयारी करत होतो आणि बाहेर पांडवांचे आवाज ऐकू आले. पाठोपाठ युधिष्ठिर आणि त्याचे भाऊ यांनी आत येऊन मला नमन केलं. मी त्यांना बसायला जागा देत होतो, तेवढ्यात मी कृष्णांना आणि द्रौपदीलाही आत येताना बघितलं.

पांडवांना माझ्या शिबिरात बघून मला अतिशय आनंद झाला. माझ्या पाया पडणाऱ्या त्या मुलांना उभं करून मी एकेकाला जवळ घेऊन भेटलो. अर्थात सर्वांना एकत्र आलेलं बघून मला जरा आश्चर्य तर वाटलंच होतं, थोडीशी धास्तीही वाटली, की द्रौपदीनं मी दिलेल्या पराभव करून घेण्याच्या वचनाची आठवण नाही करून दिली तर बरं! मी सर्वांचं स्वागत करून बसवलं. मग मी विचारलं, ''सांगा बेटा, का आलायत?''

युधिष्ठिरनं काहीतरी बोलण्याचा प्रयत्न केला; पण त्याचे डोळे भरून आले आणि गळाही– अर्जुनही रडवेला होऊन बाहेर निघून गेला. द्रौपदी मग हळू आवाजात म्हणाली, ''पितामह, जगात एका व्यक्तीनं दुसऱ्या व्यक्तीला कधीही विचारला नसेल असा प्रश्न आपल्याला विचारायला आम्ही इथं आलो आहोत!''

''तुम्हाला जे विचारायचं असेल ते विचारा. जर तुमच्या प्रश्नाचं उत्तर मला माहीत असेल, तर मी पूर्णपणे खरं खरं सांगेन,'' मी म्हणालो.

द्रौपदीनंच शांत, स्वस्थ स्वरात विचारलं, ''पितामह, आपला मृत्यू काय केलं तर होईल?''

मी उत्तर दिलं, ''मी मरण पावणं माझ्या इच्छेवर अवलंबून आहे. माझ्या मातापित्यांनी मला वरदान दिलं आहे, ते तर तुला माहीत आहेच. माझी हत्या होऊ शकणार नाही.''

''तर मग रणांगणात अर्जुन व बाकी सर्वांनी मिळून आपल्याला इतक्या जखमा कराव्या लागतील, की आपण उभं राहू शकणार नाही आणि शस्त्रं चालवूही शकणार नाही?''

''होय, अर्जुनाला तसं करावं लागेल; परंतु हातात शस्त्रं घेऊन उभा असेन, तोपर्यंत मला जखमा करणं तेही वासुदेव आणि अर्जुनाशिवाय कोणाला शक्य नाही.''

कोणीच काही बोललं नाही. द्रौपदी म्हणाली, ''पितामह, असं विचारल्याबद्दल मला क्षमा करा. मला माझं कर्तव्य करायला हवं होतं...''

द्रौपदीचा स्पष्टवक्तेपणा मला आवडला. मी म्हटलं, ''बेटा, असं विचारून तू तर माझ्यावर उपकार केले आहेस. मला अंथरुणात, घरात पडून राहून येणारं मरण नको आहे. मला असा मृत्यू हवा आहे, जो जगात आणखी कोणाला मिळण्यासारखा नसेल. तुझे हे आजोबा लहानपणापासून अनन्य समजले गेले आहेत. त्यांचा मृत्यूही तसाच अनन्य व्हावा!''

''आता आणखी एक गोष्ट सांगतो,'' मी पांडवांना पुढे म्हणालो, ''पांचालीचा भाऊ शिखंडी यानं माझ्या मृत्यूचं कारण होण्यासाठीच जन्म घेतला आहे. मी आणि शिखंडी दोघांनाही हे ठाऊक आहे.''

''काय?'' द्रौपदीचे डोळे धक्का बसून आणि आश्चर्यानं विस्फारले!

''होय. तो अंबा होता. त्यावेळचं स्त्री स्वरूपाचं वैर धरून तो जन्मला आहे. म्हणून मी त्याला अजूनही स्त्रीच मानतो आणि मी त्याच्याशी युद्ध करणार नाही!''

जणू परीकथा ऐकावी तसे पांडव आणि द्रौपदी माझ्याकडे बघत राहिले! मी अर्जुनाला सांगितलं, ''अर्जुन, वासुदेव तुला बरोबर सांगतायत की माझं-तुझंचा मोह सोडून दे आणि मला मार. उद्या तुझ्या रथात समोर शिखंडीला उभा कर. मी त्याच्याशी युद्ध करणार नाही. अर्जुन, फक्त तू आणि शिखंडी मला या अर्थहीन जगातून सोडवू शकाल असे आहात! मी थकून गेलोय, अर्जुन! मला मुक्ती मिळवून दे. तुम्ही दोघे मिळून मला इतक्या जखमा करा की मी उभाही राहू शकणार नाही असा होईन, तेव्हा मी लढायचं थांबवू शकेन. त्यानंतर मी मृत्यूला बोलावेन आणि तुम्हाला मनापासून आशीर्वाद देईन!''

सर्वजण खाली माना घालून गप्प बसले. वातावरणात स्मशानशांतता पसरली. जरा वेळानं द्रौपदीनं जाण्याची परवानगी मागावी तसं जमिनीवर पडून मला वंदन केलं.

मी तिला सांगितलं, ''जा बेटा! आज तू येथे येऊन माझ्यावर मोठे उपकार केले आहेस! मला आनंद होतोय की उद्या युद्धभूमीवरचा माझा शेवटचा दिवस असेल आणि परवा सकाळी मला शस्त्रं धारण करावी लागणार नाहीत!''

कृष्णांना निरोप द्यायला शिबिराबाहेर निघताना मी त्यांना विचारलं, ''मधुसूदन, आपल्याला तर हे सत्य माहीत होतं, आपणही पांडवांना सांगू शकला असतात!''

निरोप घेताना कृष्णांनी माझा हात त्यांच्या हातात घेऊन प्रेमानं म्हटलं, ''प्रभू! अनन्य राहण्याची आपली इच्छाही मी जाणून आहे! तात, या पृथ्वीवर स्वतःच्या तोंडानं स्वतःच्या मृत्यूचं गुपित शत्रूपक्षाला सांगून टाकणारंही आपल्याशिवाय दुसरं कोणी होऊ शकत नाही!''

मला बरं वाटलं, मी कृष्णांच्या मस्तकावर हात ठेवला आणि पुन्हा एकदा अर्जुनाला विचारलं, "तर मग पार्था, उद्या तू काय करशील?"

"पितामह, आपण आणि वासुदेव काय हवं ते म्हणा, पण माझा हात आपल्याशी लढायला उचलणारच नाही! फार फार तर मी शिखंडीला माझ्या रथावर बसवून आपल्यासमोर येईन," अर्जुन पुढे रडवेल्या आवाजात म्हणाला, "मी माझ्या बाणांनी इतर धनुर्धरांना रोखून धरेन. शिखंडी योद्ध्यांमध्ये श्रेष्ठतम भीष्मांशी युद्ध करेल."

दुसऱ्या दिवशी मी बघितलं, तर वासुदेवानं फक्त अर्जुन आणि शिखंडीनाच नाही, तर पाचही पांडवांच्या रथांना माझ्यासमोर उभं केलं आहे! मला बघून वासुदेवानं मोहक स्मित केलं. मी दुरूनच त्यांना प्रणाम केला आणि माझा शंख फुंकला.

एवढ्यात शिखंडीनं तीन बाणांनी माझ्या छातीवर जखमा केल्या. वेदना झाल्या, पण शिखंडीवर उलट वार करायचं सोडून मी इतर सैनिकांना मारणं चालू ठेवलं.

श्रीकृष्णांनी शिखंडीला स्पष्ट शब्दांमध्ये सांगितलं, "बाबा रे, हा भीष्म तुला काही करणार नाही, म्हणून तू प्रयत्न करून त्याच्यावर आक्रमण कर."

युधिष्ठिरही म्हणाला, "जर रणभूमीवरून भीष्मांना न मारता परत गेलो, तर आपण हास्यास्पद ठरू. या आजच्या युद्धात तू काहीही करून भीष्मांना मार."

भीमानंही शिखंडीला आणखी चिथावत म्हटलं, "मी माझ्या गदेनं शत्रूंना पळवून लावत राहीन आणि तुला मदत करेन. म्हणून तू या भयंकर पराक्रमी भीष्मांना मार. त्वेषानं त्यांच्यावर हल्ला करत राहा. त्यांना इतकं जखमी कर, की ज्यामुळे शस्त्रं हातात घेऊन ते रथावर उभेच राहू शकणार नाहीत."

अर्जुनानंही शिखंडीला धीर देत म्हटलं,

"अहं ते रक्षणं युद्धे करिष्यामि महाबल।
वारयन् रथिनः सर्वान् साधयस्व पितामहम्॥"

(महाबली, या युद्धात मी सर्व योद्ध्यांना दूर ठेवून तुझं रक्षण करत राहीन. तू पितामहांना मारण्याचं काम पार पाड.)

माझ्या रक्षणासाठी दुर्योधनानं ठेवलेल्या महारथींना पांडवांनी जवळपासही फिरकू दिलं नव्हतं. भीम, सहदेव, नकुल, युधिष्ठिर आणि अर्जुन, एकाही योद्ध्याला माझ्या मदतीसाठी येऊ देत नव्हते.

द्रोणांनी त्यांच्या मुलाला माझं रक्षण करायला पाठवलं. अश्वत्थाम्यानं भीमाच्या आणि धृष्टद्युम्नाच्या आक्रमणाला रोखलं. त्यामुळे माझी जरा सुटका झाली. अनेक ठिकाणी बाण लागलेल्या शरीरानंही मी लढत राहिलो आणि रोज दहा हजार पांडव

सैनिकांना मारण्याचं मी ठेवलेलं लक्ष्य पूर्ण केलं.

अर्जुन अवर्णनीय युद्ध करत होता. आज त्याला माझ्याशी लढायचं नसल्यानं तो मुळीच न अवघडता मोकळ्या मनानं लढत होता. द्रोणासकट माझा एकही वीर अर्जुनाच्या समोर जाऊन मला रक्षण द्यायला येऊ शकत नव्हता. फक्त माझा एकट्याचा रथ पांडवांच्या आणि गोविंदच्या समोर रणांगणात चारी बाजूंना हिंडत होता.

दुपारची उन्हं ओसरून सूर्य अस्ताचलाच्या दिशेनं निघाला, तेव्हा अर्जुनाच्या लढण्याची तीव्रता वाढली. त्यानं आणि भीमानं जिवावर उदार होऊन लढायला सुरुवात केली. तसे कौरव सैनिक 'त्राहि माम!' (वाचवा! वाचवा!) ओरडत रणभूमी सोडून पळू लागले!

शिखंडी बाणांचा भयानक मारा करत मला जखमी करतच राहिला. माझा पराभव बघून कौरव सैनिक आणखीच पळ काढू लागले. भीष्माला अजेय मानणाऱ्या त्यांचा हा विश्वासभंग मला सहन झाला नाही. मी शिखंडीला वगळून अर्जुनाला लक्ष्य केलं आणि त्याच्यावर दिव्यास्त्रं सोडू लागलो. पांडवांचे सर्व योद्धे माझ्यासमोर आले. धृष्टद्युम्न त्याच्या सैनिकांना घेऊन माझ्यावर तुटून पडला.

शिखंडी त्याची उत्तम शस्त्रं घेऊन माझ्याकडे धावला. अर्जुन त्याला रक्षण देत होता. माझ्या रथाजवळ आता फक्त पांडवच होते. शेवटी अर्जुनानं माझ्यावर वार केला! माझं सबंध शरीर बाणांनी भरून गेलं होतं. सर्वांगभर बाण बसलेलं माझं शरीर आता हलू-चालू शकणार नाही इतक्या त्याच्यावर जखमा होत्या!

अशावेळी अर्जुनानं माझ्याजवळ येऊन माझं धनुष्य कापून टाकलं. धनुष्य माझ्या हातातून रथात पडलं. मी महाप्रयत्नानं एक बरची उचलली आणि अर्जुनावर फेकली. अर्जुनानं धावत जाऊन त्याच्या रथात उडी मारली आणि कृष्णांनी रथ लगेच फिरवून बरची काढून टाकली.

मी ओरडून अर्जुनाला म्हणालो, "पळून जाऊन रथात चढून बसणारा आणि युद्धामध्ये मोहवश होणारा भित्रा पळपुटा! जर कृष्ण तुमचं रक्षण करत नसते, तर मी पितामह आणि गुरूंच्या हत्येची इच्छा करणाऱ्या तुम्हा पाचही पांडवांना केव्हाच मारून टाकलं असतं!"

असं बोलणं ऐकून अर्जुन अत्यंत संतापला. त्यानं एका वेळी पंचवीस बाण माझ्यावर सोडले! माझ्या शरीरात आता एकही जागा राहिली नव्हती जिथे बाण लागला नसेल. त्यातच अर्जुनाच्या या एकदम पंचवीस बाणांचा मारा मी सहन करू शकलो नाही. मी रथावरून खाली पडलो. मी परत उभा राहू शकण्याच्या स्थितीतच नव्हतो!

चारी बाजूंना हाहाकार माजला. युद्ध थांबलं. कुरुक्षेत्रावरचे सर्व योद्धे माना

खाली घालून उभे होते. स्तब्ध होऊन गेलेल्या योद्ध्यांना शंखनाद करायचंही सुचलं नाही!

कृष्ण माझ्याजवळ आले आणि मोठ्यानं म्हणाले, ''हे महारथींनो आणि वीरांनो! अनेक वर्षांपूर्वी त्रिलोकवाहिनी देवी गंगाच्या पोटी जन्मलेल्या, अनन्य, महान आणि भीष्म म्हटल्या जाणाऱ्या अस्तित्वानं पृथ्वीवरून निघण्याची सुरुवात केली आहे! शंखनाद करा!''

असं म्हणून कृष्णांनी पांचजन्य फुंकला. लगेचच अनेक शंखांच्या निनादांनी आकाश भरून गेलं!

। चोवीस ।

रथातून पडलो, तरी माझ्या देहानं पृथ्वीला स्पर्श केला नाही! मला मारल्या गेलेल्या बाणांच्या फणा धरतीत रुतल्या आणि त्या अनेक तीरांनी मला जमिनीपासून अधांतरी ठेवला. युधिष्ठिर आणि दुर्योधन माझ्या शरीरातून बाण काढायला योग्य वैद्य कोण याबद्दल बोलू लागले.

मी त्या दोघांना बोलावून सांगितलं, "मुलांनो, मला असाच ठेवा; कारण रणांगणावर, बाणशय्येवर झोपून राहून देहत्याग करण्याची संधी सगळ्यांना नाही मिळत! पृथ्वीवर माझ्याशिवाय दुसऱ्या कोणत्याही महारथीला असा मृत्यू मिळालेला नाही किंवा मिळणारही नाही. मला तुम्ही असाच राहू द्या. सूर्य उत्तरायणात आला, की मगच मी माझ्या इच्छेनं मृत्यूला बोलावेन."

"सूर्य उत्तरायणात आल्यावर?" ज्यानं ऐकलं त्या प्रत्येकाला "अरेरे!" असं झालं. सूर्य मकरवृत्तात प्रवेश करण्याला अजून पुष्कळ दिवस आहेत, तोपर्यंत माझं असंच राहणं युधिष्ठिराला मान्य नव्हतं. तो कृष्णांना म्हणाला, "वासुदेव, पितामह असा निर्णय घेतील हे माहीत असतं, तर मी शिखंडीला त्यांच्याशी लढूच दिलं नसतं. आपण पितामहांना समजवा, की ते देहाचा त्याग करून पीडामुक्त व्हावेत."

"आत्ता नाही," कृष्ण म्हणाले, "नंतर त्यांना एकांतात भेटून मी प्रयत्न करून बघेन, पण मला वाटत नाही, की प्रतिज्ञाबद्ध राहण्याची सवय असलेले भीष्म माझं म्हणणं ऐकतील."

"होय," मी सांगितलं. "मला उत्तरायण सुरू होईपर्यंत पृथ्वीवर आणि या वीरभूमीवरच राहायचं आहे. या पवित्र स्थळाला शांत करावं लागेल. दुसरं एक अर्जुन, हे बघ ना, माझं डोकं लोंबत राहतं आहे, जे मला जमत नाहीये. मला डोकं टेकवायला डोक्याखाली काहीतरी दे."

"बरं," म्हणून अर्जुन शिबिरांकडे वळला, तेव्हा त्याला थांबवून मी म्हणालो, "आता कुठेही काहीही घ्यायला जाऊ नको. मऊ उशी आणि शरशय्या हे

बरोबर होणार नाही. तू योग्य विचार करून तुला सुचेल आणि मला शोभेल असा डोक्याला काहीतरी आधार दे.''

अर्जुनाचे डोळे भरून आले. त्यानं गांडीव सज्ज केलं, युधिष्ठिराला सांगितलं, की माझं डोकं थोडा वेळ उंच धरून ठेवावं. मग एक-एक करून तीन तीर जमिनीत सोडले, त्यांच्या एकमेकांशी गाठी मारून, त्यानं माझं मस्तक त्या बाणांवर टेकवलं.

युद्धाच्या मैदानाच्या मध्ये असणारी ही जागा रिकामी करून तेथे शांत भोवताल करायला वेळ लागला. मला एकांत मिळावा आणि हिंस्र पशूंपासून त्रास होऊ नये, म्हणून माझ्यापासून दूर अंतरावर रक्षकांच्या रांगा उभ्या केल्या. सर्वांनी न कंटाळता खूप काम केलं तोवर संध्याकाळ होऊन गेली. मी सर्वांना निरोप देत म्हणालो, ''आता जा. काही बाकी असलं तर ते काम उद्या करा. उद्या सकाळी तुम्हाला पुन्हा लढायचं आहे.''

हळूहळू एकेक जण गेले. आता ना युद्धाचा थकवा, ना हत्या केल्याचं मनावर ओझं! मला आता मृत्यूला निमंत्रण देण्याशिवाय काहीही करायचं नव्हतं. यावेळी मकार संक्रांतीला चंद्र बाराव्या कलेत असेल. भीष्माचा देह नसेल. त्याचा आत्मा दुसरीकडे मिसळून गेला असेल. तरीही माझ्या मातेला आवडणारा हा प्रदेश– मनुष्यलोक– सोडून भीष्म कोठेही जाऊ शकणार नाही. भीष्म तर माणसांच्या मनामध्ये, विचारांमध्ये, बोलण्यात आणि कथांमध्ये– कोठे ना कोठे राहीलच! माझ्या मृत्यूच्या दिवसाला लोक आत्तापासूनच 'भीष्मद्वादशी' म्हणू लागले आहेत.

मी विचार करत होतो, तेवढ्यात अंधारात मी एक अपरिचित असा पावलांचा आवाज ऐकला. नक्षत्रांच्या अंधुक प्रकाशात मी बघितलं तर तो शिखंडी होता! मी म्हणालो, ''द्रुपदकुमार, या! तुमची इतक्या वर्षांची तपस्या आणि संघर्षाचं फळ म्हणून माझ्या देहात घुसलेल्या असंख्य बाणांना बघून आनंद वाटू दे तुम्हाला!''

शिखंडी गर्भित टोमणा मारावा तसा हसला आणि म्हणाला, ''इतक्या वर्षांनंतरही भीष्म तेव्हा होते तसेच राहिले! त्या वेळीही त्यांनी कसलीच जबाबदारी कबूल केली नाही आणि आजही तेच! गंगानंदन, हे फळ माझ्या तपश्चर्येचं नाही. हे फळ तर तुमच्या प्रतिज्ञांचं आणि पृथ्वीवर अनन्य राहून स्वर्गात जाण्याच्या इच्छेचं आहे!''

मी म्हणालो, ''शिखंडी, तू अजूनही मलाच दोष देतोस? मी तर आजही म्हणतो, की दैवयोगानं जे झालं, त्यात माझा काहीही दोष नाही! मला कशातच मिसळायचं नव्हतं– मी माझ्या नशिबात आलेलं काम करत राहिलो होतो. त्यात तुमचं परस्परांशी असलेलं वैर आणि त्याचा परिणाम म्हणून झालेल्या या युद्धात मी अडकलो. मी फक्त माझ्या प्रतिज्ञांनी बांधलेलो होतो आणि आजही आहे. मी

जाणूनबुजून दोष देण्यासारखं काही केलेलं नाही.''

शिखंडी स्मित करत म्हणाला, ''कुरू लोक त्यांच्या कुठल्या कृतींना सदोष ठरवतात, तेच मला समजत नाही! कित्येक वर्षांपूर्वी पुरूनं स्वत:चं यौवन त्याच्या पित्याला वासनापूर्तीसाठी दिलं, त्याला तुम्ही पुरूचे वंशज गर्व करण्यासारखी आणि महान त्यागाची घटना मानता! आता देवव्रत त्याच्या पित्याच्या वासनापूर्तीसाठी सत्यवतीसारख्या तरुणीला घेऊन येण्यासाठी भीष्मप्रतिज्ञा करतो, त्यालाही तुम्ही तुमचा गौरव समजता!''

''मी माझ्या पित्यासाठी नाही, तर मला मुक्तच राहायचं होतं म्हणून प्रतिज्ञा केली होती– पण माझं हे म्हणणं तू एकाही जन्मात समजू शकला नाहीस, किंवा स्वीकारलं नाहीस!''

''मला मूळ कारणात पडायचं नाही. मला तर असं वाटतं की तुम्ही भीष्म-प्रतिज्ञा केली तेव्हा सत्यवतीचा विचार केला नव्हता. काशीराजाच्या कन्या घेऊन आलात, तेव्हा त्यांचा विचार केला नव्हता– आश्चर्य याचं वाटतं की इतक्या बुद्धिमान समजल्या गेलेल्या भीष्मानं स्त्रीविषयी कधी विचारच का केला नाही?''

अंबानं माझं कोणतंही स्पष्टीकरण ऐकलं नव्हतं, शिखंडीही माझं म्हणणं समजून घेणार नाही, हे समजून मी गप्प राहिलो.

शिखंडी बोलत होता, ''असो! मला आणखी काही चर्चा करायची नाही. मी तर आता जातो आहे– येथून दूर– हिमालयाच्या सावलीत. कुठल्या तरी एकांत असेल अशा ठिकाणी किंवा एकांत असेल अशा समुद्रकिनाऱ्यावर राहून उरलेलं आयुष्य संपवेन. भीष्म, महादेवांच्या वरदानानंतरही माझ्या दु:खाचा बदला मी घेऊ शकलो नाही– आणि आता तर सूड घेण्याची वृत्तीच नाश पावली आहे! दु:ख तर मला याचं आहे, की मला तुम्हाला मरण पावलेलं बघायचं होतं– असं पीडा सहन करताना नाही! तुम्ही तर उत्तरायणापर्यंत जिवंत राहण्याची प्रतिज्ञा करून बसला आहात! तेही असं बाणशय्येवर राहून! भीष्म, अशा तऱ्हेची पीडा सहन करूनही अंबासारख्या स्त्रीवर अन्याय केल्याचा तुमच्यावरचा आळ दूर होणार नाही!''

मी शिखंडीचा जुना इतिहास आठवून म्हणालो, ''मी अधर्माचं आचरण कधीही केलेलं नाही. तरीही, अजूनही तुला असं वाटत असेल, की मी तुझा अपराधी आहे, तर मला क्षमा कर. एका स्त्रीवर अन्याय केल्याचा आळ घेऊन मला स्वर्गात जायचं नाही.''

''एका स्त्रीवर?'' शिखंडीनं आश्चर्यानं विचारलं.

''एका अंबावर. तिच्याशिवाय कोणा स्त्रीचा माझ्याबाबतीत कधी प्रश्न उपस्थित झाला नाही. शिखंडी, मला सर्व तऱ्हेनं मुक्त होऊन निरोप घ्यायचा आहे. आता आपण पुन्हा भेटणार नाही– या शेवटच्या भेटीच्या वेळी सांगतो, की तुला जर

माझा अपराध कधीही दिसला असेल, तर त्याबद्दल मला तुझ्या क्षमेची इच्छा आहे.''

"क्षमेची इच्छा? असं? बरं आहे, की तुम्ही आज्ञा करत नाही! माता गांधारी एकट्या आपल्याला भेटायला येतील, तेव्हा तुम्ही दाखवलेल्या इच्छेबद्दल त्यांना सांगा! कदाचित आमच्या दोघांच्या वतीनं त्या तुम्हाला क्षमा करतील!''

"गांधारी? मी तिचा काय अपराध केला आहे?'' मी विचारलं.

शिखंडी स्मित करत म्हणाला, "आपल्याला उत्तर देण्यात काही अर्थ असता आणि मी खूप सांगून बघितलं तेव्हा मला न्याय मिळाला असता, तर कदाचित हे युद्धही झालं नसतं.''

एवढं बोलून शिखंडी झपाट्यानं अंधारात दिसेनासा झाला. तो अजून रक्षकांच्या रांगांच्या पलीकडेही गेला नसेल, तेवढ्यात मी झोपून गेलो.

बऱ्याच वेळानं एकाएकी माझ्या पायांवर अश्रू ठिबकत आहेत असं वाटलं. तसा मी जागा झालो. कोणीतरी माझे पाय पकडून रडत होतं!

"कोण?'' मी विचारलं.

"भीष्म, भीष्म महाबाहो.... राधेयोऽहं कुरुश्रेष्ठ। नित्यमक्षिगतस्तव...''

(भीष्म, हे महाबाहू, मी तर राधेय आहे, जो तुमच्या नजरेत नेहमी खुपत आला आहे. तुम्ही मला नेहमीच द्वेष दृष्टीनंच पाहिलं आहे.)

"होय कर्ण, तूही माझा नेहमीच तिरस्कार केला आहेस. कुंतिपुत्र, मनुष्यांमध्ये तुझ्यापेक्षा श्रेष्ठ कोणी नाही, हे माहीत असूनही मी नेहमीच तुझा अस्वीकार केला आहे; कारण तू अतिशय अभिमानी आहेस. तू माझ्या गुरूंना महाभार्गवांना फसवून विद्या मिळवलीस आणि तू दुर्योधनाच्या बरोबर राहिलास.''

कर्ण म्हणाला, "मला बरं वाटलं प्रभू, की शेवटी मी आपल्याला समजू शकलो. प्रभू, तुम्हीही कुंती आणि कृष्णांच्याच सारखे निघालात- जी दोघे मी सूर्यपुत्र आहे हे माहीत असूनही माहीत नसल्यासारखी गप्प बसली होती- खरं म्हणजे आपण तर त्या दोघांपेक्षाही सवाई निघालात! कारण कृष्ण किंवा कुंतीनं मला कधीही सूतपुत्र म्हटलं नाही, कधीही सर्वांसमोर माझा अपमानही केला नाही; पण भीष्म आजोबा, तुम्ही तर बरेचदा तसं केलंत. पितामह, मी आपल्याला पृथ्वीवरचे सर्वांहून जास्त ज्ञानी, धर्म समजणारे आणि सर्वांत जास्त पवित्र पुरुष समजतो- म्हणून आता युद्धात सामील होण्यापूर्वी आपले आशीर्वाद घ्यायला आलो होतो-''

"जर मी तुला सांगितलं, की तू युद्ध सोडून दे, तर तू माझी आज्ञा ऐकशील?''

"युद्ध सोडून देण्याची खुद्द राजाची- दुर्योधनाची आज्ञा आपण ज्या कारणानं

नाकारली होतीत, त्याच कारणानं मीही तसं करणार नाही. प्रतिज्ञा आणि वचन म्हणजे काय, हे आपल्याहून जास्त दुसऱ्या कोणाला माहीत नाही! प्रभू, माझी प्रतिज्ञा आहे, की मी अर्जुनाला मारेन. तसंच माझं वचन आहे, की मी प्राण गेला तरीही दुर्योधनाची साथ सोडणार नाही.''

त्याला त्याचं मरण टाळायला सांगत असावं तसा मी म्हणालो, ''मुला, पुन्हा एकदा विचार कर.''

''अनुजानीष्व मां तात युद्धाय कृत निश्चयम।
अनुज्ञातस्त्वया वीर युद्धयीनीति मे मति:।।''

(तात, मी निर्णय घेतला आहे. मी युद्ध करणारच आहे. मला वाटत होतं, की मी आपली आज्ञा घेऊन युद्धात भाग घेईन; म्हणून आपण कृपा करून मला युद्धाची आज्ञा द्या.)

''कर्णा, वैर जर एवढं वाढलं असलं, तर मी आज्ञा देतो, की तू युद्ध कर. मी पुन्हा सांगतो. तू विजयाच्या आशेनं नाही, स्वर्गप्राप्तीच्या आशेनं युद्ध कर. अभिमान सोडून दे. बल आणि पराक्रम यांच्या जोरावर, जिवावर उदार होऊन लढ. धर्म सांगतो, की क्षत्रियांसाठी युद्ध करण्याखेरीज दुसरी कोणतीही साधना कल्याणकारी नाही!''

कर्ण म्हणाला, ''बरं तर पितामह, आता मी वीरांनाच मिळतो अशा स्वर्गात आपल्याला भेटेन.''

कर्णाच्या अभिमानाचं मला हसू आलं. मीही तितक्याच गर्वानं स्मित करून म्हणालो, ''बेटा, स्वर्गात तू मला नाही, मी तुला भेटेन; कारण तुझी वेळ तर द्रोणानंतर लगेचच येणार, हे समजून घे. मी तर उत्तरायणापर्यंत पृथ्वीवर थांबणार आहे.''

कर्ण गेला. नंतर कोणी आलं नाही. सकाळी लोकांच्या झुंडी येऊ लागल्या. ते लोक एकामागून एक शांतपणे यायचे, मला नमस्कार करून माझ्या पायांना हात लावून जायचे. जणू काही मंदिरात दर्शनाला जात असावेत, तसे लोक नीटनेटके कपडे घालून अनन्य श्रद्धेनं रणभूमीवर येत राहिले.

युधिष्ठिर आणि दुर्योधनानं लोकांचं येणं नियंत्रित करण्याचा प्रयत्न केला; परंतु संध्याकाळपर्यंत आम्हा सर्वांच्या लक्षात आलं, की आता हे लोक आणखी चौसष्ट दिवस– सूर्य मकरराशीत जाईल आणि भीष्म मृत्यूला बोलावतील, तोपर्यंत येतच राहणार; आणि दिवस जातील तसतसा हा प्रवाह वाढता राहील.

शेवटी युधिष्ठिराला लोकांना येण्यासाठी वेळ ठरवावी लागली. प्रजाजन मला सूर्योदय झाल्यानंतरच्या एका प्रहरापासून मध्यान्ह होईपर्यंत भेटू शकत.

संध्याकाळी, सकाळी लवकर आणि रात्री एक प्रहर, माझे कुटुंबीय आणि

बालकं माझ्याजवळ येऊन बसत. कधी कधी युधिष्ठिर मला प्रश्न विचारत असे, आणि मी त्याला उत्तर देत असे.

एका रात्री गांधारीनं येऊन मला नमस्कार केला. मला खूप प्रश्न विचारले. धर्माला धरून दिलेली उत्तरं ऐकून ती परत जायला उभी राहिली. मला एकदम आठवलं की अंबाच्या सांगण्याप्रमाणे गांधारीला कोठेही माझा दोष दिसला असला, तर विचारायचं आहे.

मी गांधारीला थांबवलं आणि अंबाशी झालेलं सर्वच बोलणं सांगून विचारलं, "गांधारी बेटा, मी तुला मागणी घालायला गांधारला आलो, तेव्हापासून आपलं नातं झालं आहे. मुली, तेव्हापासून आजपर्यंत तुला माझा काही दोष दिसला असला, तर तो तू मला सांग. सांग, तू माझा काही अपराध पाहिला आहेस?"

घरी जायला निघालेली गांधारी आता माझ्याकडे वळली. तिने डोळ्यांवरच्या पट्टीवर हात फिरवला आणि म्हणाली, "पितामह, पृथ्वीवरचं काहीही बघण्याची इच्छा सोडून देऊन तर मी डोळ्यांवर पट्टी बांधली आहे, त्यामुळे मी आपल्या प्रश्नाचं उत्तर देऊ शकत नाही. तरी पण, शेवटच्या दिवसांमध्ये आपल्याला जाणून घ्यायचं असेल, तर आपण ते कधीतरी द्रौपदीला विचारा."

गांधारी निघून गेली. मी तिच्या बोलण्याचा फार विचार करत जागत बसलो नाही. मला विश्वास होता, की द्रौपदी कधीही तिच्या पितामहांना अपराधी मानणार नाही. अशीही ती मला अपराधी म्हणू शकेल अशी नव्हतीच. एक तर ती स्वतःच या महायुद्धाची प्रेरक आहे. दुसरं असं, की मला माझ्या मृत्यूचं रहस्य विचारून या पीडा सहन करायला कारण तीच आहे. माझं मन हलकं आणि शांत झालं.

ज्या रात्री द्रौपदी भेटायला येणार होती, त्या दिवशीही माझं मन शांत होतं. ती मला तत्क्षणीच निर्दोष म्हणेल. ती लगेच सांगेल, "पितामह, आपण फक्त आपली प्रतिज्ञा पाळली आहे. अंबावर किंवा कोणावरही अन्याय केलेला नाही!"

द्रौपदीनं येऊन मला नमस्कार केला. माझ्या समोरच मस्तक झुकवून उभी राहिली. ती म्हणाली, "पितामह, आणखी दोन महिने असं राहण्याचं ठरवून हे आपण काय केलं? मी गोविंदशी खूप भांडले. आम्ही आपल्या मृत्यूचं रहस्य विचारलं, तेव्हा गोविंदना ठाऊकच असेल, की आपण दक्षिणायनात देह त्यागणार नाही. तरीही त्यांनी मला सांगितलं नाही. जर मला या निश्चयाबद्दल थोडीही कल्पना असती, तर आम्ही आपल्याला काही विचारलं नसतं."

"मुली, तू दुःखी होऊ नको. मी तुला आधीही सांगितलं आहे, की माझ्या मृत्यूचं रहस्य विचारून तर तू माझ्यावर उपकार केला आहेस. मला काहीही त्रास नाही, मला असाच मृत्यू हवा होता."

द्रौपदीला भरून आलं– म्हणाली, "आपण जरी काहीही म्हणालात, तरी मला

वाटतं की मी आपल्याला खूपच दु:ख दिलंय. माझ्या या अपराधासाठी मला क्षमा कराल?''

"क्षमा नको मागू. फक्त माझ्या एका प्रश्नाचं उत्तर दे. तुला कधीही असं वाटलंय, की मी अंबावर किंवा कुठल्याही स्त्रीवर अन्याय केला आहे? बेटी, तू माझ्या कानात एकदा क्षमा शब्दाचा उच्चार केलास, तरी माझा शेवटचा काळ उजळेल!''

द्रौपदी काही बोलली नाही. जवळ आली. खाली वाकून पण दृढ स्वरात म्हणाली, "आपण तर आमचे वडीलधारे आहात, पितामह! आपल्याला क्षमा करण्याचा मला तर अधिकारही नाही. आणि शिवाय आपण कोणाकडून क्षमेची इच्छा करताय? एका अशा स्त्रीकडून, की जी क्षमा करून करून थकून गेली आहे? खरी गोष्ट तर अशी आहे पितामह, की मी 'क्षमा' म्हणाले, तरीही तसा फक्त शब्दोच्चार आपल्याला शांती किंवा मुक्ती देणार नाही!''

"बेटी, मग तुला माझे जे अपराध दिसले असतील, ते तरी मला सांग!''

मनाला इतका त्रास असतानाही द्रौपदीला हसू आलं, "नाही, आपण मला काहीच विचारू नये हेच बरं. हां, माता सत्यवतींना प्रार्थना करा, की त्यांनी स्वर्गातून आपल्याला आशीर्वाद द्यावा. जर आपल्याला कोणत्याही स्त्रीचा अपराध केला असल्याचं मनावर ओझं असलं, तर आपण सत्यवतींनाच सांगा. ती एकच स्त्री जगातल्या सर्व स्त्रियांकडून आपल्यासाठी क्षमा मागून घ्यायला समर्थ आहे– आम्ही कोणीही नाही.''

मी जास्त काही विचारलं नाही, द्रौपदीही काही बोलली नाही. तिनं माझ्या कपाळावर हात ठेवला आणि मला झोप लागेपर्यंत माझ्यावर वाकून तशीच उभी राहिली. इतकी निश्चल, की ती केव्हा निघून गेली, ते मला समजलंच नाही!

अंबाच्या मला समजून न घेण्यामुळे ती मला अपराधी समजत असेलही; परंतु गांधारी, द्रौपदी अगदी सत्यवतीही मला दोषी मानत असतील, असं मला खरोखर वाटत नव्हतं. त्या रात्री द्रौपदीनंही मला निर्दोष तर म्हटलंच नव्हतं, तरी तिच्या स्नेहपूर्ण वागण्यानं माझं मन शांत झालं होतं.

वाटलं, की आता मला कोणालाही भेटायचं नाहीये, कोणाला काही विचारायचं नाहीये. मी जाणूनबुजून कधीही कोणावरही अन्याय केलेला नाही किंवा अधर्मानं वागलो नाही. मी मग अपराधी असण्याचा विचार सोडून दिला आणि मनावर कसलंही दडपण न ठेवता लोकांना भेटण्यात, त्यांचे प्रश्न सोडवण्याची दिशा दाखवण्यात आणि त्यांना जगण्याचा चांगला मार्ग सुचवण्यात वेळ घालवू लागलो.

अशातच एक दिवस मला सत्यवती जवळ कुठेतरी आहे असं वाटलं. मी चहूकडे बघू तर शकत नव्हतो, तरीही मला वाटलं, की जवळपास कोणीतरी आहे,

आणि ती सत्यवतीच आहे. कित्येक वर्षांपूर्वी माझ्या वडिलांसाठी, तिच्या वडिलांकडे तिला मागणी घालायला मी गेलो होतो, त्या दिवशी तिच्या देहाचा जो नैसर्गिक सुगंध मी अनुभवला होता, तो मी कधीच विसरलो नव्हतो.

राज्यत्यागाची प्रतिज्ञा करण्यासाठी मी सत्यवतीच्या पायांशी वाकलो होतो, तेव्हा ती मागे सरकली होती. त्यानंतर मी तिला रथात चढवली, तेव्हा ती माझ्या मागे चालली होती, त्या वेळेपासून तिच्या पावलांचा आवाज माझे कान विसरलेले नाहीत.

"माता सत्यवती?" मी विचारलं, "आपण कोठे आहात? माझ्या समोर याल?"

"बाळ!" शब्द ऐकू आले, "शिखंडीनं आणि अर्जुनानं तुझा पराभव केला, तेव्हापासून मी येथेच आहे. मी माझ्या पुत्राला घेऊन जायला आले होते. वाटत होतं, की तू मला माझ्या घरी घेऊन आला होतास, तसं मी तुला तुझ्या घरी घेऊन जाईन; पण तू तर उत्तरायणापर्यंत पृथ्वीवर आणि तेही बाणशय्येवर झोपून राहायचं ठरवलंस."

"काय करणार माता? तुम्हीच सांगा, भीष्माला याहून वेगळं मरण शोभेल?"

"भीष्माला काय शोभेल ते तुला ठाऊक. आता मी तुला भीष्म म्हणत नाही. तुझं ते नाव टिकेल किंवा नाही टिकणार याचीही मला पर्वा नाही. मला फक्त एवढंच ठाऊक होतं, की तू रणांगणावर खाली पडल्यावर तुला माझ्या पदरात घेऊन माझ्याबरोबर स्वर्गात घेऊन जाण्याचा अधिकार मला होता!"

मी म्हणालो, "क्षमा करा माता! पण मी प्रण घेऊन बसलो आहे, की सूर्य उत्तरेकडे येऊ लागेल, त्यानंतरच मी स्वर्गात जाईन!"

"क्षमा करा माता!" आवाज म्हणाला, "लग्न करून घरात पाय ठेवला, त्या क्षणापासून माझ्या प्रत्येक इच्छेचं उत्तर म्हणून तुझ्याकडून 'क्षमा करा माता!' शिवाय मी काहीही ऐकलेलं नाही!"

माझे डोळे भरून आले. मी म्हणालो, "खूप त्रास दिलाय, तुमच्या मनाला मी! कदाचित म्हणूनच पांचालीनं मला सांगितलं असेल, की मी आपल्याकडून क्षमेची इच्छा करावी!"

सत्यवतीचा आवाज ऐकू आला– "क्षमा? लग्न न करता राहण्याची प्रतिज्ञा करून तू मनुष्यवंशी स्त्रीत्वाला नाकारलंस. पृथ्वीवरच्या प्रत्येक मानव स्त्रीला नाकारलंस, तेव्हा माझं मन तुला शाप द्यायला तयार नाही झालं, हेच नवल!"

मी आता चक्क रडत होतो. म्हणालो, "माता, तुम्ही मला शाप दिला असतात, तर तो मी स्वीकारला असता; पण माझी प्रतिज्ञा मोडली नसती. मला कुठलंही बंधन नको होतं; पण मला वाटतं, की एकही स्त्री मला किंवा माझ्या

म्हणण्याला समजूच शकली नाही.''

''म्हणजे याचा अर्थ असा, की तुझ्या प्रतिज्ञा या तुझ्या युक्त्या होत्या, आणि स्त्रियांच्या बाबतीत तुझी लबाडी!'' माता निष्ठुरपणे म्हणाली, ''तू एकाही स्त्रीचं मन समजू शकला नाहीस. बाळ, फक्त समजू न शकण्याची बाब असती, तरीही हरकत नाही; पण गंगेपासून तुला भेटलेल्या अनेक स्त्रियांपैकी एकीला तरी न्याय देणंही तुला जमलं नाही?''

मी काय सत्यवतींवरही अन्याय केला? कदाचित असं झालंही असेल; कारण त्यांच्या आयुष्यात मी पुष्कळ ढवळाढवळ केली होती. मी प्रतिज्ञा केल्या नसत्या, तर सत्यवतींना त्यांच्या शेवटच्या दिवसांमध्ये दोन एकट्या पडलेल्या सुनांना घेऊन वनात जावं लागलं नसतं. माझ्या प्रतिज्ञा नसत्याच, तर त्यांना त्यांच्याहून खूप जास्त वयाच्या माझ्या पित्याशी लग्न करावं लागलं नसतं, आणि– ओः! अरेरे! माझ्या प्रतिज्ञा नसत्या, तर– तर– तर– तर?

आता शेवटच्या दिवसांमध्ये हेही आठवतंय, की जेव्हा जेव्हा मी त्यांची 'राजा हो' ही आज्ञा पाळली नाही, तेव्हा तेव्हा सत्यवती मला म्हणायच्या, ''तर मग मला दुसरं कोणी असं दाखव, जे तुझ्या दृष्टीनं हस्तिनापूरची जबाबदारी घ्यायला समर्थ असेल.''

त्यांच्या या नेहमीच्या प्रश्नाच्या उत्तरादाखलही मी नेहमी 'नाही' म्हणत असे; पण देवी, मला का नव्हतं, समजलं, की खुद्द तूच, या घरात पाऊल टाकलंस तेव्हापासूनच, हस्तिनापूरच्या गादीसाठी पूर्णपणे योग्य नाही, तर सर्वोत्तम शासक होतीस?

आता मला असं वाटतंय, की मी सत्यवतीवर नेहमी आणि कायमच अन्याय केला आहे!

''सत्यवती!'' मी सत्यवतीला अशी हाक प्रथमच मारली, ''मला क्षमा कराल?''

''ओहो!'' म्हणताना सत्यवतीच्या आवाजात हास्य होतं! ''आता मला सत्यवती म्हणण्यानं काही फरक नाही पडणार!''

''क्षमा माता,'' मी म्हणालो.

''जर खुद्द अंबानं तुला क्षमा केली आहे, तर मी काय क्षमा करणार, बाळ? आमची प्रत्येकीची क्षमा तुला मिळाली आहे. म्हणूनच तू आजही इथं असा झोपलेला 'भीष्म' म्हणून पूज्य वाटतोस सर्वांना. नाहीतर पुनर्जन्माच्या फेऱ्यांमध्ये अंबाबरोबर वेगळ्या नावानं कुठेतरी राहत असतास!''

''आपण खरं सांगताय? आपल्याला माहीत आहे, की अंबानं मला क्षमा केली आहे?'' माझ्या आवाजात आनंद होता.

सत्यवतीचा आवाज म्हणाला, "होय बाळ, अंबानं तुला क्षमा केली, हे सत्य मला तेव्हापासून माहीत होतं, जेव्हा मला समजलं की अंबानं भगवान शिवापाशी तुझ्या मृत्यूचं वरदान मागितलं आहे. मी त्या क्षणीच समजून गेले, की अंबानं तुला क्षमा केली आहे. नाहीतर ती शिव भगवानांना तुझ्याशी विवाह व्हावा असं वरदान मागू शकली असती, किंवा असंही काही मागू शकली असती, ज्यामुळे तुला अनेक जन्म घ्यावे लागले असते; कारण की तिला भीष्म नाही, तर भीष्माची निर्लेप राहण्याची इच्छा आड आली होती."

मी विचारलं, "अंबाच्या तपानं प्रसन्न झालेल्या शिवांनी असं वरदान दिलं असतं?"

"होय, कारण शिवभगवानांसह आम्हा सर्वांना माहीत होतं, की अंबाचंच बरोबर होतं. देवव्रत, आता तू असं समज, की अंबासकट आम्ही– प्रत्येक स्त्रीनं तुला क्षमा करण्यायोग्य ठरवला आहे. तसं नसतं तर तू अजूनही येथे आहेस, हे शक्यच नव्हतं."

सत्यवतीचा आवाज बंद झाला.

मला माझ्या मातेची– गंगा माँची– आठवण झाली. मी दीर्घ श्वास घेतला आणि स्वतःशीच बोललो– "माँ! मला जन्मताच का म्हणून तू पाण्यात सोडून नाही दिलंस? वसूंनी कितीदा तरी तुला विनंती केली, तरीही 'एकाला तरी जिवंत राहावंच लागेल' म्हणून सर्व वसूंचाच अंश अशा मला पृथ्वीवर मानवासारखं जगायला का म्हणून ओढून येथे ठेवलंस?"

हवेत ओल्या मातीचा सुगंध पसरला. दूर कोठेतरी झरा वाहत असावा तसा आवाज आला. मी आपल्याच तंद्रीत कुठलंतरी मधुर गीत ऐकत असावं तसा आभास झाला आणि थंड वाऱ्याची झुळूक आली. कितीतरी वर्षांत न ऐकलेला माझ्या माँ गंगेचा आवाज ऐकू आला.

"बाळ, मी इथेच तुझ्याजवळ आहे."

"माँ!" मला लहान मुलासारखं रडू फुटलं. "जग मला भीष्म म्हणतं, लोकांना वाटतं, की मी जगातला श्रेष्ठ धनुर्धर आहे. आयुष्यात मी कधीही अधर्माचं आचरण केलेलं नाही. तरीही माँ! हे सगळं का म्हणून?"

गंगेचा प्रेमळ हात माझ्या कपाळावर फिरला. ती म्हणाली, "बाळ, तू माझा खूप लाडका असा मुलगा आहेस. तरीही तुला बघून मला वसूंची आठवण होत असे. वसूंना मी पहिल्यापासूनच मनुष्यजीवन नाकारू नका असं सांगत होते; पण त्यांनी ऐकलं नाही. मला त्यांची जन्मदात्री व्हायला लावून माझ्याच हातांनी हत्या करवून घेतल्या. तू त्याच वसूंचा अंश आहेस, याची आठवण नेहमी राहायचीच. त्यातच तूही स्वर्गात जाऊन राहण्याचीच लालसा ठेवलीस आणि

मनुष्यजीवन नाकारलंस.''

"यात माझा काय गुन्हा झाला, माँ?''

"गुन्हा तर कोणाचाच नव्हता,'' गंगा म्हणाली, "पण मला तुझ्यामध्ये जीवनाबद्दल आदर बघायचा होता. पृथ्वीवर जगणाऱ्या सामान्य माणसांमध्ये राहून जगण्याचा संघर्ष करताना माझ्या वंशाला मला बघायचा होता. तेव्हाच तू कोणीही करणार नाही अशा प्रतिज्ञा करून बसलास! तुझ्या प्रतिज्ञांनी सगळं बदलून गेलं. माझ्या सर्व आशा जणू माझ्याच पाण्यात वाहून गेल्या!''

"हं,'' मी निर्विकारपणे होकार दिला.

माँ पुढे म्हणाली, "तू तर राजाही झाला नाहीस, पुत्र! राजा हा राज्यातल्या सर्व गोष्टी, निसर्ग आणि प्रजा यांचा पिता समजला जातो. तसा प्रजेचा पिता होण्यास, राजा होण्याची योग्यता असूनही तू राजा व्हायलाही नकार दिलास. हा निसर्गाचा अपमान होता. मला असं वाटतं, की अशा प्रतिज्ञा घेणं, ही अनैसर्गिक गोष्ट आहे, जी तू अगदी सहज करून टाकलीस!''

मला मनात खोलवर दुःख झालं– प्रश्नही पडला. वसूंनी काय गंगेचा फक्त उपयोगच केला होता? मी माँ गंगेचा हात माझ्या हातात घेत विचारलं, "माँ! मी तुलाही दुःखच दिलं, होय ना?''

माँनं हात काढून घेत उत्तर दिलं, "नाही बेटा, तू मला दुःख नाही दिलंस– तू फक्त माझं सुख हिरावून घेतलंस!– पृथ्वीवर माझा वंश पुढे वाढताना आणि मुक्तीसाठी प्रयत्न करताना बघण्याचं माझं सुख...

– बेटा, मुक्ती मिळवण्यासाठी या अद्भुत खेळातून पार पडताना आयुष्याला अद्भुत खेळ समजून जगणं म्हणजेच तर खरा स्वर्ग आहे, त्यातच सुख सामावलेलं आहे, हे समजून घेणंच तुला आवडलं नाही, एवढंच.''

मी काही बोललो नाही. हळूहळू माँ जवळ असण्याचा आभासही नाहीसा झाला.

। पंचवीस ।

आश्लेषा आणि सर्पांचे तारे तर पश्चिम क्षितिजाच्यामागे अस्त पावले. माझ्या विचार रात्रीच्या शेवटी पहाटे श्रीकृष्णांच्या येण्याचा भास झाला. कृष्ण आले आणि माझ्यासमोर उभे ठाकले. त्यांच्यासाठी आसन मागवण्याचा 'जास्त शहाणपणा' मी पुन्हा केला नाही!

मला कृष्णांच्या डोळ्यांमध्ये प्रश्न दिसला आणि मी लगेच त्याचं उत्तर दिलं– "वासुदेव, मी काल रात्री माझ्या संपूर्ण आयुष्याकडे पुन्हा एकदा बघण्याचा प्रयत्न केला आहे."

कृष्णांनी स्मित केलं आणि पुढे मी काय म्हणतो ते ऐकायला उत्सुक असे माझ्याकडे बघत राहिले. मी म्हणालो, "प्रभू! मला समजलं की मी माझ्या मातेचं आठवं संतान होतो, जसं आपणही आपल्या मातेचं आठवं संतान आहात."

"हं."

मी म्हणालो, "आपल्या आधी जन्मलेल्या सात मुलांची हत्या झाली, माझ्या आधी जन्मलेल्या सात भावांचीही हत्या झाली. जन्म झाल्या झाल्या आपला यमुना नदीशी अतूट संबंध राहिला, माझा गंगेशी. आपण मनुष्ययोनीत असूनही मनुष्य नाही, मीही..."

"पितामह, आपल्याला कोणी सांगितलं की मी मनुष्य नाही?" कृष्णांनी मध्येच विचारलं, "मी मनुष्य आहे. मनुष्यजातीवर प्रेम केलं, भांडणतंटा केला, रण सोडून पळालो; ते सगळं केलं आहे, जे माणसं करतात. होय, मी माणसांसारख्याच प्रतिज्ञा केल्याही आहेत आणि मोडल्याही आहेत. जेव्हा जे करणं योग्य होतं, ते मी केलं आहे."

मी म्हणू लागलो, "तात, ते सगळं वेगळं आहे..."

मी जास्त काही बोलण्याआधीच कृष्ण म्हणाले, "काहीही वेगळं नाही, पितामह, वेगळं तुम्ही जगला आहात. वेगळ्या तऱ्हेनं जगण्याच्या अतीव इच्छेमुळे तुम्हाला कधीही हे दिसलं नाही, की माणसांबरोबर

सहजपणे जगण्यासाठी आपली महानता दाखवण्यापेक्षा त्यांची सुख-दुःखं अनुभवणं, समजून घेणं, हा सरळ सोपा उपाय आहे.''

"उपदेश नको, कृष्ण!'' मी ठाम स्वरात म्हणालो, "मी रात्रभर माझ्या आयुष्याच्या जवळजवळ सर्व घटनांकडे बघून त्यांचं मूल्यमापन केलं आहे. आता मी फक्त आपल्याला उत्तर द्यायचं आहे, आणि ते मी देतो, आपण ऐकून घ्या.''

कृष्ण शांतपणे म्हणाले, "हो– बरं, आपण सांगा, मी ऐकतो.''

"मी भीष्म आहे– कृष्ण, भीष्म म्हणून जगलो आहे आणि मृत्यूही भीष्मासारखाच, भीष्म म्हणूनच स्वीकारेन. माझ्या या छिन्नविच्छिन्न पण दर्शन घेण्यासारख्या देहातच मी उत्तरायणापर्यंत असाच पडून राहीन, पण जिवंत राहीन. भीष्म कधीही आणि कशातही हरलेला नाही.''

"उत्तम!'' गोविंद थट्टेनं म्हणत असावं तसं म्हणाले, "मला आता समजलं, स्वर्गात वसूंना आणखी वाट पाहू देत, द्रौपदी माझ्याशी अबोला धरू देत, परंतु सूर्यमहाराज उत्तरेच्या बाजूला सरकू लागतील, तोपर्यंत आपण अशा स्थितीतच राहाल!''

गोविंदांची बोलण्याची ही रीत बघून, इतक्या वेदना होत असतानाही मला हसू आलं. मीही त्यांच्यासारखं बोलण्याचा प्रयत्न केला– "गंगापुत्र, परशुरामांचे शिष्य, हस्तिनापूरचे रक्षक, नेहमी अजेय राहिलेल्या भीष्मांचा अंतही अप्रतिम असला, तर तो तुम्हाला आवडला पाहिजे. आता मी आपल्याला जे सांगतो आहे, ते जरा लक्ष देऊन ऐका.''

"उत्तम! ऐकतो, तात,'' वासुदेव म्हणाले.

मनोमन खूप शांत वाटत मी म्हणालो, "प्रभू! मी जसं आयुष्याकडे पुन्हा एकदा बघितलं, तसं आपणही एकदा करून बघा ना!''

कृष्णांनी स्मित केलं; पण उत्तर दिलं नाही. मी पुन्हा म्हणालो, "गोविंद! मला तर एकच जन्म बघायचा होता, आपल्याला अनेक युगांचे काळ बघावे लागतील.''

गोविंद स्मित करत राहिले. मी बोलत होतो– "आणि मग मी तुमच्या शय्येसमोर तुमच्या डोक्याशी उभा राहून विचारेन, की हे गोपाल, तुम्ही या अवतारात ज्या रीतीनं जगलात, समोरासमोर लढण्याऐवजी मथुरा सोडून पळालात, प्रतिज्ञा केल्यात आणि मोडल्यात, तसं राम-अवतारात का करू शकला नाही? का वनवासाला गेलात? का म्हणून सीतेचा त्याग केलात?''

कृष्ण फक्त स्मित करत राहिले. मी म्हणालो, "आणि मला तर उत्तरही नको आहे. मला माहीतच आहे, की प्रत्येक अवतारामध्ये आपली जीवनस्थिती, आपलं काम आणि आपलं कर्तव्य असतं, ते अवतारी मनुष्यही टाळू शकत नाही.''

कृष्णांनी माझ्याजवळ येऊन म्हटलं, "पितामह, आपण भीष्मच आहात,

आपलं उत्तर असंच असेल, हे मी काल रात्री येथून गेलो, तेव्हाच समजून गेलो होतो!''

उजाडत्या सकाळच्या प्रकाशात मी गोविंदच्या नेत्रांमध्ये सांगता न येण्यासारखे भाव बघितले.

त्यांनी आपल्या अंगावरचं उत्तरीय काढून माझ्या देहावर पांघरलं आणि हात जोडून म्हणाले, ''पितामह, आता आपल्या स्वर्गगमनापर्यंत माझं हे उत्तरीय आपल्या देहावर राहू द्यावं.''

मी म्हणालो, ''होय गोविंद, हे तर माझ्या ओळखीचं उत्तरीय आहे! आपण मला मारून टाकायला धावलात, तेव्हा आपल्या खांद्यावरून उडून रणभूमीवर पडलेलं हे वस्त्र मी कसं टाकेन?''

पुढे काही बोलणं होणार, त्याच्या आधीच युधिष्ठिर आणि इतर सगळे आले. युधिष्ठिर माझ्या निर्णयाबद्दल विचारणार त्या आधीच वासुदेवांनी सांगितलं, ''पांडवश्रेष्ठ, युद्धाचा जो काही परिणाम येईल तो; परंतु आजपासून बरोबर पंचावन्नाव्या दिवशी सूर्योदयाच्या वेळी जे जिवंत असतील, ते सर्व येथे एकत्र होतील. ढोल, नगारे, वाजंत्र्यांच्या आवाजात गंगापुत्र भीष्म ब्रह्मांडात फक्त त्यांनाच मिळू शकणाऱ्या अनुमती– मृत्यूच्या वरदानाला आवाहन करतील.''

द्रौपदीचे अश्रू वाहू लागले. युधिष्ठिर आणि अर्जुनही रडू लागले. मी डोळे मिटून घेतले. पापण्यांच्या आतून गंगा वाहत आली. ती जणू म्हणत होती, ''निसर्गानं हे समग्र जगत् जीवनाचा महिमा सांगण्यासाठी उत्पन्न केलं आहे...''

मी पृथ्वीवर जीवन प्रकट करण्यापासून लांब तर राहिलोच, पण अरेरे! हजारो-लाखो निर्दोष लोकांचे मी प्राण घेतले होते– फक्त या कारणासाठी, की मी प्रतिज्ञाबद्ध होतो!

– शेवटी आता सगळं संपेल. थोड्याच दिवसांमध्ये युद्ध संपेल. आज रथी-महारथींनी भरलेली ही भूमी जेव्हा उजाड, वैराण, भयानक वाटेल, युद्धाच्या आरोळ्यांनी गाजणारं आकाश शांत होईल, तेव्हाही मी एकटाच येथे पडून राहून सूर्याची गती बदलण्याची वाट बघत असेन.

सूर्य मकर राशीत गेला, की मी मर्त्यलोक सोडून पुन्हा स्वर्गात जाईन– तेथे पोहोचून पुन्हा माझ्या मूळ रूपात, असंही होणार नाही; कारण की माझं अस्तित्वच सात वसूंच्या अंशांमधून प्रकटलेलं होतं– जणू सूर्यकिरणांमध्ये असलेल्या सात रंगांचा बनलेला एक श्वेतकिरण!

आता परत स्वर्गात जाऊन वेगवेगळ्या वसूंमध्ये मिसळून जाण्याशिवाय काहीच करायचं नाही! होय, आयुष्यभर अजेय, अप्रतिम, प्रतिज्ञाबद्ध आणि एकाकी राहिलेला भीष्म सात वसूंच्या रूपांमध्ये सप्तवर्णांमध्ये विखरून जाईल– आकाशात

अचानक दिसणाऱ्या इंद्रधनुष्यासारखा!

होय, वसूंना आपव ऋषींनी दिलेला शाप राहणार नाही. गंगा तिच्या लाडक्या पुत्राची आठवण काढत सदासर्वकाळ वाहत राहील!

◆

www.ingramcontent.com/pod-product-compliance
Lightning Source LLC
LaVergne TN
LVHW092350220825
819400LV00031B/299
* 9 7 8 9 3 5 3 1 7 3 0 8 1 *